ஜெயந்தன் நாடகங்கள்

ஜெயந்தன்

ஜெயந்தன் நாடகங்கள்

ஜெயந்தன்

©செ.நாகலட்சுமிக்கு

முதற்பதிப்பு : டிசம்பர் 2010

அட்டை ஓவியம்:
பி. கருப்பசாமி – ஜி. திருநாவுக்கரசு

அட்டை வடிவமைப்பு :
ஆர். கணேசன்

வெளியீடு :
வம்சி புக்ஸ்,
19. டி.எம். சாரோன், திருவண்ணாமலை.
செல்:9444867023-9443222997

E.mail: vamsibooks@yahoo.com
www.vamsibooks.com

அச்சாக்கம்

ISBN : 978-93-80545-39-4

விலை : 300

தொடர்ச்சியாக....

தமிழ் இலக்கிய வெளியில் சிறுகதைகளை விடவும் தன்னுடைய குறுநாவல்கள், நாடகங்கள் மூலம் தர்க்கக் குரலில் தன்னைப் பதிவு செய்து கொண்டவர் ஜெயந்தன்.

அவருடைய மறைவிற்குப்பிறகு அவர் மகன் திரு. சீராளன் தன் அப்பாவின் அதே நட்போடு, நாங்கள் கேட்டுக்கொண்டதற்கிணங்க, எங்கள் வீட்டிற்கு வந்து ஜெயந்தனின் எல்லாப் படைப்புகளையும் என்னிடம் சேர்த்திருந்தார். அவருடைய அன்பையும், நம்பிக்கையையும் இத்தொகுப்பின் உருவாக்கத்தின் மூலம் நான் ஓரளவுக்காவது நேர் செய்திருக்கிறேன் என்று நம்புகிறேன். பல எழுத்தாளர்களின் குடும்பங்களில் சீராளனைப் போல, தன் தந்தையை மதித்துக் கொண்டாடும் பிள்ளைகளைப் பார்ப்பது அபூர்வம். இந்த அபூர்வம் நிறைவைத் தருகிறது.

இப்புத்தக உருவாக்கத்தில் ஈடுபட்டிருந்த வேளையில், அவருடைய முழு சிறுகதைத் தொகுப்பினைக் கொண்டு வந்த நாட்களின் அவருடனான தொலைபேசி உரையாடல்கள், நினைவிற்கு வந்து கண்கள் பனிக்க அமைதியாயிருக்கிறேன். எழுத்தாளனுக்கு மறைவும் அவனுடைய குரலுக்குத் தேய்வும் இல்லை. அப்படியான ஒரு ஆளுமையின் ஸ்திரத்தன்மையில் 'வம்சி' நிறைவுறுகிறது.

ஜெயந்தன் படைப்புகளில், என் கனவு மெய்ப்பட்டிருக்கும் இந்நேரத்தில், இதற்காகத் தங்களைக் கரைத்துக் கொண்ட நண்பர்கள் பாலாஜி, தோழர். சந்துரு, கே.வி.ஜெயஸ்ரீ, மோகனா, ஆனந்தி, திவ்யா, சுகானா, ஜெயக்குமார், பேரா.சங்கர், தி.பரமேசுவரி என எல்லோருக்கும் என் அழுத்தமான கைக்குலுக்கலையும், நன்றியையும் பகிர்ந்து கொள்கிறேன்.

எளிமையான அன்போடு

கே.வி. ஷைலஜா

உள்ளே...

1. மனுஷா மனுஷா 9
2. ஆண்தர்மம் 45
3. நிறை காப்பு 53
4. இயக்க விதி 99
5. நினைக்கப்படும் 158
6. தெய்வம் 226
7. கணக்கன் 280
8. ஒரு ரூபாய் 368
9. சுவர்கள் 385

மனுஷா மனுஷா

அரங்கு ஓர் அரசவையாக இருக்கிறது. கீழ் அரங்கின் வலது கோடியில் இரண்டு சிம்மாசனங்கள் பக்கவாட்டில் போடப்பட்டிருக்கின்றன. மேல் அரங்கின் வலமிருந்து இடமாக, சுவரையொட்டி இரண்டு வரிசைகளில் மந்திரிப் பிரதானிகள், ரசிகர்களுக்கு முகம் காட்டி உட்கார்ந்திருக்கிறார்கள். அவர்களது எதிர்ப்புறத்து பிரதானிகள் வரிசை இல்லை. அவர்கள் நான்காவது சுவரையொட்டி ரசிகர்களுக்குப் பின்னால் இருப்பதாக அனுமானம். மொத்தத்தில் அரங்கு ஓர் அரசவையில் பக்கவாட்டுத் தோற்றமாக இருக்கிறது. அரசனும் அரசியும் இன்னும் வந்திருக்கவில்லை.

ஜெயந்தன்

காட்சியமைப்பு ரசிகர் மனதில் பதிய வேண்டும் என்பதற்காகத் திரையுயர்ந்ததும் சில நொடிகள் வெறுமனே மௌனத்தில் செல்கின்றன. பின்பு...

தளபதி : (பிரதானிகள் வரிசையில் 2 ஆவது இடத்தில் இருப்பவன், முதலிடத்தில் இருக்கும் அமைச்சரிடம் தணிந்த குரலில்) என்ன காரணம்? அரசர் ஏன் வரவில்லை?

அமைச்சர் : (தனது கோழித்தூக்கத்தைக் கெடுத்துவிடாமல் கனைத்துக் கொண்டே) ம்! வருவார் வருவார்.

தளபதி : (நிமிர்ந்து அவர் முகத்தைப் பார்த்து விட்டு) இரவு தூக்க முழிப்பா?

அமைச்சர் : ம், ம்.

தளபதி : அரசரோடு நகர் சோதனையா?

அமைச்சர் : (வருகின்ற கொட்டாவியை அடக்கிக் கொண்டே) இல்... இல்... லை.

தளபதி : பின்...?

அமைச்சர் : (நிமிர்ந்து உட்கார்ந்து தளபதியைவிடத் தணிந்த குரலில், ஆனால் கொஞ்சம் தன் சந்தோஷ வெளிப்பாடாக) இந்த ராஜ நர்த்தகிக்கு நேற்று இரவு என்ன வந்ததோ, நேராக வந்து இந்தக் கிழவனைப் பிடித்துக் கொண்டு விட்டாள்.

தளபதி : (சுவாரஸ்யம் குன்றியவராக) ம்ம்.

தளபதி : நேற்று அவளாக உம்மைத் தேடி வந்தாளா?

அமைச்சர் : (சிறிது மறைபெருமையாக) ம்.

தளபதி : (தனக்குள் பேசுகிற மாதிரி) சொன்னதை உடனே ஆரம்பித்து விட்டாள் போலிருக்கிறது.

அமைச்சர் : என்ன சொன்னாளாம்?

தளபதி : ம்? ஒன்றுமில்லை.

அமைச்சர் : சும்மா சொல்லுமய்யா.

தளபதி : (முகத்தில் உட்குறும்பு தெரிய) பிரமாதமாக ஒன்றுமில்லை. அவள் கொஞ்சம் வாயாடி என்பதுதான் நமக்குத் தெரியுமே. நேற்று யாரோ அவளை, இனி சோற்றுக்கு என்ன வழி செய்து கொள்ளப் போகிறாய் என்று கேட்டதற்கு அவள் சிரித்துக் கொண்டே எனக்கென்ன, நான்கு முதியவர்களாகப் பார்த்துப் பிடித்துக் கொண்டால் போகிறது, அவர்கள் கொண்டு வந்து கொட்டிவிட்டுப் போகிறார்கள் என்று சொன்னாளாம். இதற்கு ஏன் முதியவர்களாகப் பார்த்துப் பிடிக்க வேண்டும் என்று கேட்டதற்கு, அவர்களிடம் தான் காசுக்குக் காசும் வரும், உடம்பும் நோகாமல் இருக்கும் என்று சொல்லிச் சிரித்தாளாம்.

அமைச்சர் : (முறைத்தபடி) பணத்திற்காகத் தான் அவள் என்னைத் தேடி வந்தாள் என்று சொல்கிறீராக்கும்?

தளபதி : ஐயோ சாமி, நான் அப்படிச் சொல்ல வில்லை. (எதிர்ப்புறம் திரும்பிச் சிரிக்கிறான்)

அமைச்சர் : நீர் வயசுப்பிள்ளை வெட்டிய வெட்டையும் நேற்று அவள் சொன்னாள்.

(இவன் வெகுண்டு போய்த் திரும்பி அவரைப் பார்க்கிறான். அவர் திரும்பிக் கொள்கிறார்.

இப்போது வரிசையின் நடுவில்

ஜெயந்தன்

உட்கார்ந்திருக்கும் விதூஷகன் எழுந்து சிம்மாசனங்கள் முன் வருகிறான்.)

விதூஷகன் : பெரிய மரியாதைக்குரிய மந்திரிப் பிரதானிகளே! நேற்றிலிருந்து ராஜநர்த்தகியின் நாட்டியம் இல்லாமல் நீங்களெல்லாம் எவ்வளவு கஷ்டப்படுகிறீர்கள் என்பது எனக்குத் தெரிகிறது. இதற்கொரு மாற்று ஏற்பாடு செய்யலாமா என்று ஒரு யோசனை.

ஒரு பிரதானி : (உற்சாகமாக) என்ன யோசனை?

விதூஷகன் : நர்த்தகி பதவி தானே தடை செய்யப் பட்டிருக்கிறது. புதிதாக நர்த்தகன் பதவியைச் சிருஷ்டித்துக் கொண்டு நானே பரதம் ஆடினால் என்னவென்று...

இதைக் கேட்டு சிலர் பலமாகச் சிரிக்கின்றனர்.

விதூஷகன் : (சிரிப்பு ஓய்ந்ததும்) ஆடட்டுமா?

மீண்டும் சிரிப்பொலியோடு வேண்டாம் வேண்டாம் என்ற குரல்களும் ஆடு ஆடு என்ற குரல்களும் ஒரே நேரத்தில் கேட்கின்றன.

விதூஷகன் : நல்லது. எதிர்ப்பு எப்படியிருந்தாலும் ஆதரவும் இருக்கிறது. ஆதரவுக் குரல் ஒன்றே ஒன்றாக இருந்தாலும்கூட, எங்கோ இருக்கும் அந்த ஒற்றை ரசிகனுக்காகக்கூட நான் என் கலையைச் சமர்ப்பணம் செய்யக் கடமைப் பட்டிருக்கிறேன். இதோ... (நாட்டியமாடுவது போல உடலைத் திருகிக் கொண்டு) தா... தை... தா...

அமைச்சர் : (எழுந்து) விதூஷகா! நிறுத்து. இதென்ன அரசவையா, இல்லை கள்ளுக் கடையா? அரச பெருமான் வருவதற்கு முன்பாக நீயே

சபையைத் துவக்கி விட்டாயா? பேசாமல் போய் உட்கார் (அமர்கிறான்)

தளபதி : (உட்கார்ந்தபடியே) அதனாலென்ன? இந்த ராஜ சபையையே நம் அரசர் மக்கள் சபையாகத் தானே மாற்றிக் கொண்டு வருகிறார். சந்தைத் தளமனைத்தும் அரியாசனம் வைப்போம் என்பதுதானே அவரது பிரகடனம். அவருக்கே இதெல்லாம் பிடித்திருக்கிறதே. நீ ஆடு விதூஷகா.

அப்போது இரண்டு கட்டியங்காரர்கள் அரங்கின் இடது நுழைவு வழியாக உள்ளே வருகின்றனர்.

கட்டியங்காரர்கள் : (மாறி மாறி) ராஜாதி ராஜ... ராஜ மார்த்தாண்ட...

அங்கே இதுவரை இருந்த சத்தம் நின்று போகிறது. எல்லோரும் எழுந்து நிற்கின்றனர். விதூஷகன் விரைந்து தன் இடத்திற்குப் போகிறான். கட்டியங்காரர்கள் பழையபடி ஆரம்பிக்கின்றனர்.

கட்டியங்காரர்கள் : ராஜாதி ராஜ... ராஜ மார்த்தாண்ட... திரிபுவன சக்ரவர்த்தி... எழுகடலும் ஏழ் உலகும் புகழ் நாட்டி... சந்திர சூரியரும் இந்திராதி தேவர்களும் அசுரர்களும் அடிபணிந்து வந்து நின்று கை கட்டி வாய் பொத்தி ஏவல் கேட்கும் ஆதி காங்கேய...

அரசன் இவர்களுக்குப் பின்னால் வந்து நின்றிருக்கிறான்.

அரசன் : போதும் நிறுத்துங்கள். என் ஆயுள் முழுதும் நித்தம் இதே பாட்டைத்தான் பாடுவீர்களா? நாளை முதல் புதிதாக எதையாவது பாடுங்கள். இல்லையென்றால் பாடுவதையே விட்டு விடுங்கள்.

அமைச்சர் : ஆகா!

அவையினர் : ஆகா! புதுமை மன்னர் வாழ்க! புரட்சி மன்னர் வாழ்க!

இதை இவர்கள் மூன்று முறை சொல்கின்றனர்.

இதனிடையே அரசன் வந்து சிம்மாசனத்தில் அமர்கிறான். அவன் அமர்ந்ததும் மற்றவர்களும் உட்காருகின்றனர்.

அமைச்சர் : (மீண்டும் எழுந்து வியப்போடு) அரசே, மகாராணியார்...?

அரசன் : (கொஞ்சம் வியந்து) ஆமாம். (அவனோடு வந்து வாயிலில் நின்றுவிட்ட ஒருவனிடம்) ஜடா முனி! அரசி எங்கே?

ஜடா முனி : (கொஞ்சம் முன்னால் வந்து வணங்கி) பாதி வழி வந்து கொண்டிருக்கும்போதே மகாராணியார் அந்தப்புரம் திரும்பி விட்டார்கள் அரசே. மன்னர் பிரான் போகட்டும், நான் சிறிது நேரத்தில் வந்து விடுகிறேன் என்று சொன்னார்கள்.

அரசன் : (யோசித்தபடியே மெதுவாக) அப்படியா? இன்று விடிந்ததில் இருந்தே அவள் மனம் சரியில்லை.

அமைச்சர் : ஏன் அரசே?

அரசன் : நேற்று இரவு எப்படியோ அவளது அலங்கார அறையின் நிலைக் கண்ணாடி உடைந்து போய்விட்டது.

அமைச்சர் : அதனாலென்ன மன்னா? அரண்மனையில் வேறு கண்ணாடிகளா இல்லை! இல்லை வேறுதான் வாங்க முடியாதா?

அரசன் : வாங்க முடியும்தான். ஆனால் இதுதான் அவளுக்குப் பிரீதியானது. இதில் தவிர

வேறொன்றிலும் அவள் தன்னைப் பார்க்க மாட்டாள்.

அமைச்சர் : ஏன் அரசே?

அரசன் : அந்தக் கண்ணாடியைச் செய்தபோது ஏதோ கலவைக் கோளாறு. அதன் காரணமாக அது எல்லோரையுமே கொஞ்சம் அதிகமாகவே வெளுப்பாகக் காட்டிக் கொண்டிருந்தது.

அவையில் பெரிதும் அடைக்கப்பட்ட மங்கலான சிரிப்பொலி.

அரசன் : (பலமாக) சிரிப்பு வந்தால் சிரித்து விடுங்கள். இயற்கை நியதிகளுக்குச் சபை என்ற அமைப்பு முரணாக இருக்கவேண்டாம். சோகத்தைப் போலவே சந்தோசத்தை அடக்குவதும் மோசமான விளைவையே ஏற்படுத்தும்.

அவையினர் பாதிக்குமேல் செயற்கையாக சத்தமாகச் சிரிக்கின்றனர்.

அரசன் : அந்தக் கண்ணாடியைப் போலவே நீங்களும் கொஞ்சம் அதிகமாகவே சிரிக்கிறீர்கள் என்று நினைக்கிறேன்.

இப்போது அவை உச்சபட்சமாகச் சிரிக்கிறது.

அரசன் : ஆம்! அப்படிச் சிரியுங்கள். எந்தக் கட்டிடங்களாலும் உங்களைச் சிறைப்படுத்திக் கொள்ளாதீர்கள். நேற்று நான் மாறுவேடத்தில் போயிருந்தபோது ஒரு சேவல் சண்டை பார்த்தேன். ஆகா! அந்தச் சண்டையின்போது அதைச் சுற்றியிருந்த மக்கள் அடைந்த குதூகலம் தான் என்ன! வேகம் தான் என்ன! நான் ஓர் அரசன்; மிக உயர்ந்தவன் என்று என்னையே நான் மெச்சி மெச்சியே அந்த

சந்தோசத்திற்கு அன்னியனாகி விட்டதை நினைக்க நினைக்கச் சோகம் என் நெஞ்சை அரித்தது. இது மூடத்தனம். தேவையற்ற இழப்பு, இதில் சந்தேகமில்லை. (சிறிதுவிட்டு) நான் தீர்மானிக்கிறேன். நாளை முதல் இந்த அரசவையிலேயே சேவல் சண்டை நடக்கும். அந்தப் பாமர மக்களுக்கு வாய்த்த குதூகலத்தை நாளை முதல் எனது அரசியும் மந்திரிப் பிரதானிகளும்கூடக் கண்டு மகிழ்வார்கள்.

அவை பிரமித்துப் போய் மௌனத்தில் இருக்கிறது.

அரசன் : என்ன நினைக்கிறீர்கள்? உங்கள் அரசனுக்குப் பைத்தியம் பிடித்து விட்டதோ என்ற சந்தேகமா?

சபையில் ஒருவன் : புதுமை மன்னர் வாழ்க! புரட்சி மன்னர் வாழ்க!

அரசன் : (ஆரவாரம் அடங்கியதும்) சரி, இனி நாம் நித்திய காரியங்களுக்கு வருவோம். ஏதேனும் விசேஷங்கள்?

வாயிலோன் : (வந்து) மன்னா! தாங்கள் பெண்கள் நாட்டியமாடுவதை நாட்டிலிருந்து அகற்றி விட்டதின் காரணமாக பத்து பனிரெண்டு நாட்டிய மாதர்கள் அரசவை வாசலில் வந்து நிற்கிறார்கள். அவர்கள் முக்காடு போட்டிருக் கிறார்கள். கேட்டால், நாட்டிய தேவதை செத்துப் போய்விட்டாள், அதற்காகத் துக்கம் கொண்டாடுகிறோம் என்று சொல்கிறார்கள்.

அரசன் : (சிறிது யோசிக்கிறான். பின் நிதானமாக) அப்படியா? அப்படியானால் அந்த நாட்டிய

                தேவதையின் உடலை பத்திரமாகத் தூக்கிக் கொண்டுபோய் ஆழமாகப் புதைத்து விடச் சொல். (பின், அவனே தன் பதிலை சிலாகித்துச் சிரிக்கிறான்).

அவையினர் : (ஆரவாரித்துச் சிரித்து) புதுமை மன்னர் வாழ்க! புரட்சி மன்னர் வாழ்க!

அரசன் : வேறு விசேஷங்கள்?

தளபதி : (எழுந்து) தங்கள் ஆட்சியில் விடிகின்ற நாளெல்லாம் விசேஷமான நாட்கள்தான் அரசே. (உட்காருகிறான்).

அரசன் : ஏதாவது, யாருக்காவது குறைகள்?

விதூஷகன் : (எழுந்து மெதுவாக) புரட்சி என்பது மக்கள் செய்ய வேண்டியது. அதை அரசரே செய்து கொண்டு போவது தங்கள் உரிமையைப் பறிப்பதாக... மக்கள் ... சிலரின் குறை.

சபையினர் சிரிக்கின்றனர், அரசனும் வாய்விட்டுச் சிரிக்கிறான்.

ஒரு பிரதானி : இந்த மாதிரி அரசர் பெருமான் எங்கள் உரிமையை தினம்தினம் பறிக்க வேண்டு மென்றே நாங்கள் விரும்புகிறோம்.

அமைச்சர் : ஆம்! ஆம்!

சபையினர் : புரட்சி மன்னர் வாழ்க! புதுமை மன்னர் வாழ்க! (ஆரவாரம் ஓய்ந்தபின்)

அரசன் : நாம் நமது பெண்கள் நாட்டியமாடுவதைத் தடை செய்து விட்டதையும் அதன் காரணமாக ராஜ நர்த்தகி பதவி ஒழிக்கப்பட்டு விட்டதையும் பற்றி மக்கள் என்ன நினைக்கிறார்கள்?

ஒரு பிரதானி : (எழுந்து) இந்தச் சட்டத்தின் பெருமை மக்கள் எல்லோருக்குமே நன்றாகத் தெரிந்திருக்கிறது. அரசே, ஏதோ வயிற்றுச் சோற்றுக்கு வழி செய்கிறோம் என்பதற்காக ஒரு பெண்ணை ஆயிரக்கணக்கான ஆண்களுக்கு முன்னால் ஆடவிட்டுப் பார்த்து, அதுவும் அரசவையிலேயே ஆடவிட்டுப் பார்ப்பது கேவலமான செய்கை என்ற அரசரின் சிந்தனையை அவர்கள் அப்படியே ஒத்துக் கொள்கிறார்கள் ஒரே ஒரு ஆளைத் தவிர.

அரசன் : யார் அந்த ஒற்றை ஆள்? என்ன சொல்கிறான்?

பிரதானி : நமது மொட்டைத் தத்துவார்த்தவாதி குபேரன் தான் அந்த ஆள். அரசே! நாட்டியத்தில் ஆடுவது பெண் என்றாலும் அங்கே அந்தப் பெண்ணுக்கும் ரசிகனுக்கும் சம்பந்தமே இல்லையாம். அங்கே அந்தப் பெண் மூலம் கலையானது தனது இருப்பை நிகழ்த்திக் காட்டுகிறதாம். அங்கே அந்தக் கலைக்கும் ரசிகனுக்கும் இடையே உண்டாவதுதான் நியாயமான உறவாம். அங்கே போய்ப் பெண்ணைப் பார்த்துக் கொண்டிருப்பவன் முதிராத மனிதனாம்.

அரசன் : (கொஞ்சம் வியந்து) இது என்ன புது மாதிரியான வியாக்யானமாக இருக்கிறது. வாக்கிய அமைப்புகளைப் பார்த்தால் இதிலும் ஏதோ விசயம் இருக்க வேண்டுமென்று தோன்றுகிறதே. அரசவைக் கவிஞரே தங்களுக்கு என்ன தோன்றுகிறது?

அரசவைக்கவிஞன்: (எழுந்து) அரச பெருமானே!

செப்புச் சிலை போல் ஒருத்தி ஆடுகிறாள்.

இது ஸ்தூலம். ஆடவன் ஒருவன் காண்கிறான். அவனும் ஸ்தூலம். ஸ்தூல உடலை ஸ்தூலக் கண்கள் காண்கின்றன. ஸ்தூலம் ஸ்தூலத்தின் மேல் உரசிப் பொறி பறக்கிறது. காமம் ஜனிக்கிறது.

இதுவே உண்மை. கலை என்னமோ அங்கே கிடந்து தனியாகக் குதிக்கிறதாமே! நான் கேட்கிறேன், இந்த அவையினரைக் கேட்கிறேன், மனச்சாட்சி உள்ளவர்களைக் கேட்கிறேன், இத்தனை நாளும் ராஜ நர்த்தகி கோமளா ஆடியபோதெல்லாம் அவளை மறந்து உங்களில் யார் குபேரன் சொல்லும் கலையைப் பார்த்தவர்கள்? அவளைக் கண்டபோதெல்லாம் காமத்தால் உங்கள் பொட்டு நரம்புகள் தெறித்ததில்லை? உங்கள் முகம் சிவப்பேறி கற்பனையில் ஓடி அவளைக் கட்டி... மன்னிக்கவேண்டும் அரசே, உணர்ச்சி வேகத்தில் தவறான வார்த்தை வந்துவிட்டது.

அரசன் : பரவாயில்லை.

அ.கவிஞன் : நான் பகிரங்கமாகச் சொல்கிறேன். நான் ராஜ நர்த்தகி கோமளாவின் ஒவ்வொரு அசைவிலும் பெண்ணைத்தான் கண்டேன். அவள் புதிது புதிதாக ஏதோ செய்து காட்டிய போதெல்லாம் அவள் தனது அங்க அழகின் முழுப் பரிமாணத்தையும் காட்டும் முயற்சியாகத்தான் அது எனக்குத் தோன்றியது. அதனால் நான் பெற்றதெல்லாம் வெறும் காமமே. இந்த உண்மையைச் சொல்ல எனக்கு வெட்கமில்லை. உண்மை

மகத்தானது. அது வெட்கங்களுக்கு அப்பாற்பட்டது.

தளபதி : உண்மைதான். நானே அப்படித்தான் உணர்ந்தேன்.

ஒரு பிரதானி : நானும் அப்படித்தான்.

விதூஷகன் : நானும் அப்படித்தான்.

இதைத் தொடர்ந்து நான்கைந்து பேரின் ஒப்புதல்களும் கிசுகிசுத்த சிலாகிப்புகளும் கேட்கின்றன.

அமைச்சர் : மொத்தத்தில் எல்லோருமே அப்படித்தான் இருந்திருக்கிறோம்.

அரசன் : *(மிகவும் சோர்ந்து ஆசனத்தில் சாய்ந்து)* ஓ, எல்லாருமே எவ்வளவு பெரிய விபச்சாரத்தைச் செய்து கொண்டிருக்கிறோம். நான் மட்டும் இடையில் சிந்தித்திருக்காவிட்டால் எவ்வளவு காலம் இந்த அசிங்கம் நீடித்திருக்கும்.

கவிஞன் : சுவர்க்கத்தின் முதல் படியை மிதிக்கக்கூட நமக்கு யோக்கியதை இல்லாமல் போயிருக்கும்.

அரசன் : ஆனால் இந்த குபேரன் ஏன் இப்படிச் சொல்ல வேண்டும்?

கவிஞன் : நாடு எப்படிப் போனால் அவனுக்கென்ன அரசே, ஏதாவது முரண்பாடாகச் சொல்லி தனது பெயர் ஒலித்துக் கொண்டே இருக்கவேண்டுமென்பது தான் அவன் விருப்பம்.

அரசன் : *(சிறிது நேரம் பேசாமல் இருந்துவிட்டு)* போகட்டும். நமது மது விலக்கு

எப்படியிருந்தது?

அமைச்சர் : எதிர்த்து ஒரு நாயும் குரைக்கவில்லை மன்னா!

ஒற்றர் தலைவன்: (எழுந்து அமைச்சரை ஒரு மாதிரியாகப் பார்த்துவிட்டு) இல்லை அரசே. மன்னிக்க வேண்டும் அது அப்படியில்லை.

அரசன் : என்ன!

ஒற்றர் தலைவன்: ஒற்றர் தலைவன் என்ற முறையில் உண்மையைச் சொல்ல கடமைப் பட்டிருக்கிறேன். மதுவிலக்குச் சட்டத்தை மீறுபவர்களையெல்லாம் சூரைப்பள்ளத்தில் தள்ளி, கொல்லச் சொல்லியிருந்தீர்கள். இப்போது நூறு கழி ஆழமுள்ள அந்தப் பள்ளம்தான் வேகமாகப் பிணங்களால் நிரம்பி வருகிறதே தவிர குற்றங்கள் நின்ற பாடில்லை. கடைசியாக ஒரு செய்தி. இந்தக் குற்றங்களை விசாரித்துத் தீர்ப்பளிக்கும் நமது நகர நீதிபதியின் வீட்டிற்கே கள்ள மது இருட்டில் செல்கிறது. அவர் தனது மனைவியிடம் கூறுகிறாராம், தினம் நூறு மதுக் குற்றவாளிகளுக்குத் தீர்ப்பெழுதும் அசதியைப் போக்கவே மது அருந்த வேண்டியிருக்கிறதென்று.

அரசன் : அப்படியா? இன்று மாலையே அந்த நீதிபதியின் உடலும் அந்தச் சூரைப் பள்ளத்தில் உருளட்டும்.

ஒற்றர் தலைவன்: இவரையும் உருட்டிவிடுவதில் ஆட்சேபணை ஒன்றுமில்லையரசே, ஆனால் ஒரு விசயத்தைக்கவனிக்க வேண்டியிருக்கிறது.

ஜெயந்தன்

குற்றவாளிகள் என்னவோ போய்ச் சேர்ந்து விடுகிறார்கள். ஆனால் அவர்கள் குடும்பங்களின் நிலை? அவர்கள் ஒரே நாளில் தெருவுக்கு வந்து விடுகிறார்கள்.

அரசன் : அது அவர்கள் தலைவன் செய்த வினை.

அமைச்சர் : அது அவர்கள் விதி.

ஒற்றர் தலைவன்: அது அவர்கள் வினையாக இருந்தாலும் விதியாக இருந்தாலும் அவர்களால் இந்த நாட்டிற்கு உண்டாகும் ஒரு பேராபத்தை அரசர் கவனிக்க வேண்டும்.

அரசன் : என்ன பேராபத்து?

ஒற்றர் தலைவன் : அவர்கள் கடைசி அடைக்கலமாக விபச்சாரத்தில் இறங்கி விடுகிறார்கள்.

அரசன் : (அதிர்ந்து) என்ன?

ஒற்றர் தலைவன் : ஆம் அரசே, இதற்காகவே குடிகாரனைச் சிப்பாய்களிடம் பிடித்துக் கொடுக்கும் அயலார்களும் உண்டு.

அரசன் : (சிறிது நேரம் உலவிக் கொண்டிருந்துவிட்டு) இது சிந்திக்கவேண்டிய விஷயம். கற்புதான் இந்த நாட்டின் உயிர் மூச்சு. இந்த நாட்டுப் பண்பாட்டின் ஆணிவேர். எது இல்லா விட்டாலும் இந்த நாட்டில் கற்பு இருந்தாக வேண்டும். எது இருந்தாலும் இந்த தேசத்தில் விபச்சாரம் மட்டும் இருக்கக்கூடாது. நான் இந்த நிமிடமே மது விலக்கை ரத்து செய்கிறேன்.

அரச சபை : (ஒரே ஆரவாரமாக) மன்னர் வாழ்க! மாமன்னர் வாழ்க!

அரசர் : (கோபத்துடன்) இது என்ன ஆர்ப்பாட்டம். இதில் எல்லோருக்கும் இவ்வளவு சந்தோஷமா? கையில் தோரணத்தோடு எப்போதடா மதுவிலக்கு நீக்கப்படும் என்று காத்திருந்தீர்களா?

ஆரவாரம் சட்டென அடங்குகிறது. அரசன் மிகவும் சோர்ந்து போய் விடுகிறான். சில விநாடிகள் மௌனம். பிறகு...

அரசன் : (இன்னும் சோர்வு நீங்காமல்) அமைச்சரே, வேறு அலுவல்கள்?

அமைச்சர் : அரசே, தூர தேசத்திலிருந்து இரண்டு வியாபாரிகள் வந்திருக்கிறார்கள். அவர்கள் கொண்டு வந்திருக்கும் சில அபூர்வமான பொருட்களை மன்னருக்குக் காட்ட விரும்புகிறார்கள்.

அரசன் : வரச் சொல்லுங்கள்.

அமைச்சர் : (வாயிலை நோக்கி) வரச்சொல்.

இரண்டு வியாபாரிகள் அரங்கில் வருகின்றனர். அவர்களது ஆடை ஆபரணங்கள் கொஞ்சம் விசித்திரமாக இருக்கின்றன. அவர்களுக்குப் பின்னால் இரண்டு பணியாட்கள் ஒரு பெரிய கழியில் கோத்த பெட்டியொன்றை பல்லக்கு போலத் தோளில் ஏந்தி வருகின்றனர்.

வியாபாரிகள் : (இடுப்புவரை குனிந்து வணங்கி) வணக்கம் அரசே.

அரசன் : ம்.

வியாபாரி 1 : (பின்னால் திரும்பிப் பணியாட்களிடம்) ம்... இறக்குங்கள். (அவர்கள் பெட்டியை இறக்குகின்றனர்) நீங்கள் வெளியே இருங்கள்.

(ஏவலர்கள் போகின்றனர்)

வியாபாரி : மன்னர் மன்னா, நாங்கள் அங்க தேசத்திலிருந்து வருகிற வியாபாரிகள். எங்களிடமுள்ள சில விலைஉயர்ந்த பொருட்களை மன்னர்களுக்கும் செல்வர்களுக்கும் விற்று வருகிறோம் அதோடு எங்களிடம் சில அற்புதப் பொருட்களும் உண்டு. அவற்றை வாங்கத்தான் யாருமில்லை. கடைசியாக அவற்றை வாங்கத் தாங்களும் தங்கள் நாடும் மட்டுமே உண்டு என்று கேள்விப்பட்டுத்தான் இங்கே வந்திருக்கிறோம்.

அரசன் : (கொஞ்சம் முக மலர்ச்சியுடன்) அப்படியா! எங்கே எடுங்கள் பார்க்கலாம்.

வியாபாரி 2 : (சிறிது தயங்கி) அரசே இந்த அற்புதப் பொருட்களைச் சுற்றி ஒரு நுணுக்கமான பிரச்சனையும் உண்டு. அந்தப் பிரச்சனையின் காரணமாகவே மற்ற இடங்களில் அவை விலை போகவில்லை. அந்தப் பிரச்சனை மனிதர்களின் ஒழுக்கம் சம்பந்தப்பட்டிருப்பது தான் பெரிய பிரச்சனை.

அரசன் : அதென்ன, பொருட்களுக்கும் மனிதர் ஒழுக்கத்திற்கும் அப்படியொரு தொடர்பு?

வியாபாரி 2 : ஆம் மன்னா. இதில் மூன்று பொருட்கள் உள்ளன. நுகர்ந்து கேட்டு, உடுத்தி மகிழ வேண்டிய இந்த மூன்று பொருட்களையும் செய்த படைப்பாளி ஒரு ரிஷிக்குச் சமமானவன். மகா ஒழுக்க சீலன். இந்தப் பொருட்களைச் செய்வதற்கு அவன் பட்ட பாடோ செலவிட்ட வருடங்களோ கணக்கில் அடங்காது. ஆகவே இந்த அற்புதப் பொருட்களை ஒழுக்கக் கேடர்கள்

அனுபவிப்பதை அவன் விரும்பவில்லை.

அரசன் : ஆகா!

அமைச்சர் : ஆகா! அவன் உங்களோடு வந்திருக்கிறானா?

வியாபாரி 2 : (வருத்தமாக) அவன் வரவில்லை. அவன் சுவர்க்கம் போய்விட்டான்.

அமைச்சர் : (வருந்தும் முகத்தோடு) அப்படியா? அவன் வந்திருந்தால் அவனுக்கு எனது உடைமையில் பாதியையே கொடுத்திருப்பேன்.

வியாபாரி 2 : ஆகையால் அவன் இந்தப் பொருட்களின் மேல் ஒரு சாபத்தை ஏற்றியிருக்கிறான். முதலில் ஒழுக்கக் கேடர்கள் எல்லோருக்குமே இந்தப் பொருட்கள் அனுபவப்படாமல் போவதுதான். ஆனால் எல்லா ஒழுக்கக் கேடுகளுக்குமான சாசுவதமானதொரு அளவுகோல் இல்லையாதலால் தெளிவான தொரு முறை கேட்டின்மேல் அந்தச் சாபத்தை ஏற்றியிருக்கிறான். (கொஞ்சம் விட்டு, சிறிது தயக்கம் காட்டி) கள்ளத் தந்தைக்குப் பிறந்த எவனுக்கும் இந்தப் பொருட்கள் அனுபவம் ஆகாது.

சபையே பிரமித்துப் போகிறது.

அரசன் : (வியப்புடன்) அப்படியா?

வியாபாரி 2 : ஆம் அரசே, கள்ளப் பிறவியான யாருக்குமே இதிலுள்ள திரவத்தின் வாசனை தெரியாது. இதிலுள்ள மணியின் ஓங்கார நாதம் கேட்காது. இதிலுள்ள சூரியக் கதிர் பட்டாடையின் ஒளி தெரியாது. அதன் ஸ்பரிசம் கிட்டாது.

சபையின் எல்லா மனிதர்களுமே உள்ளே ஆடி அதை வெளியே

ஜெயந்தன்

இழுத்துப் பிடித்து நிறுத்தி கம்பீரம் காட்டும் அவதி தெரிகிறது.

அரசன் : (ஒரு விநாடி அதிர்ந்த, தயங்கிய, சுதாரித்த, நிலைகளுக்குப் பின்) அப்படியா, எங்கே எடு பார்க்கலாம்.

வியாபாரி 1 : ஒரு சபையென்றால் நாலு பேரு இருக்கத்தான் செய்வார்கள். சிலர் பொல்லாப்பிற்கு நாங்கள் ஆளாக வேண்டி ... வந்தாலும் ... வரலாமல்லவா ...

ஒரு பிரதானி : (கோபமாக, எழுந்து) அப்படி, எம் அரசர் சபையை நீங்கள் அவமதிக்கக் கூடாது.

சபை முழுதும் : ஆம், நீங்கள் அப்படிப் பேசக்கூடாது.

வியாபாரிகள் திகைத்தது போல நடிக்கிறார்கள்.

அரசன் : பின் என்ன?

வியாபாரி 1 : (தயக்கத்துடன்) காந்தார தேசத்திலும் முதலில் இப்படித்தான் சொன்னார்கள். ஆனால் பெட்டியைத் திறந்ததும் ஒருவன் எங்களை மோசடிக்காரர்கள் என்று சொல்லி வெட்ட வந்துவிட்டான்.

அரசன் : பயப்பட வேண்டாம். இங்கு அப்படி நடக்காது.

வியாபாரி 2 : மகிழ்ச்சி அரசே, நன்றி.

பிறகு வியாபாரிகள் இருவரும் பெட்டியிடம் சென்று அதைத் திறக்கிறார்கள். திறக்கும் போது அதன் மூடியே இரண்டாள் கனம் போல் அவ்வளவு பலத்தை உபயோகித்துத் திறக்கிறார்கள். இதை சபை கண் கொட்டாமல் பார்க்கிறது. வியாபாரி 2 உள்ளிருந்து ஒரு கண்ணாடிக் குடுவையை ஏதோ ஒரு மாமன்னனின் குழந்தையை ஒரு சேடி எடுப்பதுபோல அவ்வளவு

முக்கியத்துவம் காட்டி எடுக்கிறான். அதில் ஏதோ மஞ்சளான திரவம் இருக்கிறது. பிறகு உள்ளிருந்து கைக்குட்டை ஒன்றை எடுத்து அதை மென்மையாகத் துடைக்கிறான், பிறகு சபையிடம் பேசுகிறான்.

வியாபாரி 2 : இது ஒரு உத்தமத் தாயின் மகனுக்கு அற்புதமாக வாசனையைக் கொடுப்பது மட்டுமல்ல அவன் விரும்புகிற வாசனை எதாக இருந்தாலும் கொடுக்கும்.

பிறகு அந்தக் குடுவையைத் திறந்து கைக்குட்டையில் கொஞ்சம் திரவத்தை விடுகிறான். பிறகு குடுவையை மூடிப் பெட்டியில் வைத்துவிட்டுக் கைக்குட்டையை விரித்து மெள்ள மெள்ள உதறுகிறான். பிறகு வேகமாக விசிறுகிறான். சபையின் எல்லோர் முகமும் மலருகிறது. எல்லோரும் மூச்சு இழுத்து வாசனை பிடிக்கிறார்கள்.

அமைச்சர் : அற்புதமான வாசனை.

அரசன் : உண்மைதான்.

சபை கசமுசாவென்று இந்த வாசனையை சிலாகிக்கிறது. ஆனால் வியாபாரி 1 மிரள்பவன் போல சபையில் ஒவ்வொருவராகப் பார்க்கிறான். இதை அரசன் கவனிக்கிறான்.

அரசன் : வியாபாரி, ஏன் அப்படிப் பார்க்கிறாய்?

வியாபாரி 1 : இல்லை அரசே. காந்தார நாட்டு அரசவையில் நடந்தது போலவே இங்கும் யாராவது...

ஒரு பிரதானி : வியாபாரி! இது சத்திய சபை. சத்திய நாடு.

சபை : ஆம்! ஆம்! (ஆர்ப்பரிக்கிறது).

வியாபாரி 2 : (கைக்குட்டையை லாகவமாகவும் வேகமாகவும் விசிறிக் கொண்டே சென்று அமைச்சர் முன் நின்று) சேனாதிபதி அவர்களே!

அமைச்சர் : நான் அமைச்சர்!

ஜெயந்தன்

வியாபாரி 2 : ஓ, மன்னிக்கவேண்டும். பொதுவாக அமைச்சர்கள் தொண்டு கிழமாக இருப்பார்கள். அதோடு தங்களது மிடுக்கான தோற்றத்தைக் கண்டும் அப்படி நினைத்து விட்டேன்.

அமைச்சர் : (இதுவரை இல்லாத ஒரு மிடுக்கை வரவழைத்துக் கொண்டு புன்னகையோடு) பரவாயில்லை.

வியாபாரி 2 : (கைக்குட்டையை விசிறி ஆட்டி) இப்போது இதில் ஒரு பொதுவான இனிய மணம் தானே வருகிறது? இப்போது தாங்கள் ஒரு குறிப்பிட்ட மணத்தை நினைத்துக் கொள்ளுங்கள்.

அமைச்சர் : சரி!

வியாபாரி 2 : என்ன நினைத்தீர்கள்?

அமைச்சர் : ரோஜா.

வியாபாரி 2 : (மீண்டும் இரண்டு முறை விசிறி விட்டு) இப்போது ரோஜாவின் மணம் வருகிறதா?

அமைச்சர் : ம்? ஆம், ரோஜாவின் மணமே தான் வருகிறது.

வியாபாரி 2 : (திரும்பி) பேரரசே பிரதானிகளே! இப்போது தாங்களும் ஒவ்வொருவரும் ஆளுக்கொரு வாசனையை மனதிற்குள் நினைத்துக் கொள்ளுங்கள். அந்தந்த வாசனை வருகிறதா இல்லையா என்று பாருங்கள்.

அவன் பழையபடி கைக்குட்டையை வேகமாகத் தொடர்ந்து விசிறியபடி அரங்கில் ஓர் வட்டம் அடித்து வந்து அரசன் முன் நிற்கிறான். எல்லோரும் மூச்சிழுத்து முகம் மலர்கிறார்கள். பழையபடி அங்கே பெரிதாக சிலாகிக்கிற கசமுச.

ஒரு குரல் : (கொஞ்சம் எடுப்பாக) நான் மாம்பழ வாசனை

நினைத்தேன். அதுவே வந்தது.

இன்னொரு குரல் : நான் வேண்டுமென்றே சுட்டக் கருவாட்டை நினைத்தேன். அதே வந்தது.

வியாபாரி 2 : (இரண்டு கைகளையும் மேலே உயர்த்தி, நெகிழ்ந்து போனவன்போல) தெய்வமே! இது சத்திய சபை. இது சத்திய சபை. இங்கே வானம் பொய்க்க வைக்காதே! வறுமையை அனுப்பாதே!

சபை : ராசல நாடு வாழ்க! மன்னர் காங்கேயன் வாழ்க!

வியாபாரி மீண்டும் பெட்டியருகில் வருகிறான். இம்முறை முதலில், சிறிது நேரம் உள்ளிருக்கும் எதையோ கும்பிடுவதில் செலவிடுகிறான். பின் உள்ளிருந்து கொஞ்சம் பெரிதான ஒரு கோயில்மணியை எடுக்கிறான்.

வியாபாரி 2 : இதைப் பற்றி நான் எதுவுமே பேச வேண்டியதில்லை. இதுவே பேசும். இதன் நாக்கு இதன் சுவர்களில் பரபரவென்று உரசும்போது நீங்கள் பிரபஞ்சத்தையே உணரலாம். இதன் நாக்கு நூறு முறை சுழன்றால் ஓம்கார வாகனனாய் எம்பெருமானே இங்கு வந்து நிற்பான். காதுள்ளவர்கள் கேட்டுக் கொள்ளுங்கள். ஆத்மா உடையவர்கள் கண்டு கொள்ளுங்கள்.

அவன் அந்த மணியை மெதுவாகச் சுழற்ற ஆரம்பித்து வரவர இதன் வேகத்தை அதிகரித்துக் கொண்டே போகிறான். அதிலிருந்து ர்ங்... ர்ங்... ர்ங்... என்ற ஒலி தொடர்ச்சியாக வந்து பின்பு தொடர்ச்சிகளும் மறைந்து ஒரே நாதமாய்க் கேட்கிறது. கடைசியில் அது (அதன் இயல்பில்) கிட்டத்தட்ட ஓம் ஓம் என்ற அசைப்பில் ஒலிக்கிறது.

வியாபாரிகள் இருவரும் : (அந்த ஓசையின் உச்சகட்டத்தில்,

மெய்சிலிர்த்து பரவசம் கொண்டவர்கள் போன்ற உணர்ச்சிக் குரலில்) ஓம்... ஓ...ம்... ஓ ஓ ஓ...ம். ஹர ஹர மகாதேவா.

வியாபாரிகள் 2 : (சட்டென மணியை நிறுத்தி, இன்னும் அந்தப் பழைய ஆவேசம் அடங்காதவனைப் போல) அடே, அந்த மூன்றாவது பொக்கிஷத்தையும் எடு. உத்தமத் தாய்க்குப் பிறந்த மக்களின் கண்களுக்குத் தவிர வேறெந்தக் கசடர்களின் கண்ணுக்கும் தெரியாத அந்தத் தெய்வீக ஆடைகளை எடு. இந்தச் சத்திய சீலர்களின் கண்களுக்குத் தெரியாவிட்டால் அது வேறு யார் கண்ணுக்குத் தெரியப்போகிறது? இங்கே விலை போகாவிட்டால் அது வேறு எங்கே விலைப் போகப்போகிறது? எடு. முதலில் அரசர்களுக்கான அந்தப் பாவட்டாவை எடு.

வியாபாரி 1 உள்ளிருந்து ஒரு தட்டை பயபக்தியோடு எடுத்து ஏந்துகிறான். அதில் ஒன்றுமில்லை. ஆனால் அதில் ஏதோ இருப்பது போல பாவனை காட்டுகிறான்.

வியாபாரி 2 : ஓ, கதிரொளி குறுக்கோடிய பாவட்டாவே, கொஞ்சமாகவே ஜொலி. பழக்கமற்றவர் கண்களை உறுத்திக் கெடுத்து விடாதே.

அவன் நிஜமானதொரு பாவட்டாவே எடுப்பது போலவே தட்டிலிருந்து அதை எடுக்கிறான். சபை மிரண்டு போய்ச் சந்தேகத்தோடும், சந்தேகத்தை வெளியிடப் பயந்தும் அவனைப் பார்க்கிறது. வியாபாரிகள் அவர்களைக் கண்டு கொள்ளாது மள மளவென்று செயல் படுகின்றனர்.

வியாபாரி 2 : ஓ, முதலில் இதை விரித்துக் கொஞ்சம் சுருக்கம் நீக்க வேண்டும்.

அவன் முதலில் அதை அகலத்தில் விரிப்பதாகப் பாவனை

நடிப்பில் கைகளை விரிக்கிறான்.

       நீ இந்த முனைகளைப் பிடி.

வியாபாரி 1 அதன் இரு முனைகளையும் பிடித்துக் கொள்கிறான். இவன் அதை நீளத்தில் விரித்துக் கொண்டு பின்புறமாகவே நடக்கிறான். ஒரு பத்தடி நகர்ந்ததும் நின்று சபையில் அப்படி இப்படிப் பார்க்கிறான்.

       யாராவது இதைப் பிடித்துக் கொண்டால் பரவாயில்லையே...

       (ஓரத்தில் நிற்கும் கட்டியங்காரர்களில் ஒருவனைப் பார்த்து) இங்கே வா. இதைப் பிடி.

அந்தக் கட்டியங்காரன் மென்று விழுங்குகிறான்.

       வா. உத்தமத் தாயின் மகனே. இந்த அற்புத ஆடையை ஸ்பரிசிக்கும் பாக்கியம் உனக்கு இருக்கிறது வா.

கட்டியங்காரன் மெதுவாக வர இவன் ஒரு முனையை அவனிடம் கொடுக்கிறான். அவன் அதைப் பிடித்துக் கொள்கிறான். பிறகு வியாபாரி இன்னொரு கட்டியங்காரனையும் கூப்பிடுகிறான்.

       நீயும் வா சகோதரா.

இரண்டாவது கட்டிங்காரன் முன்னவனை விடக் கொஞ்சம் குறைந்த தயக்கத்தில் வருகிறான்.

       இந்த முனையை நீ பிடித்துக் கொள்.

       இன்னும் இருவர் வந்தாலும் நல்லது. எனது கூட்டாளிக்கும் கொஞ்சம் வேலை இருக்கிறது, (வாயில் காவலர் இருவரையும் பார்த்து) நீங்கள் இருவரும் வாங்களேன்.

அவர்களும் தயங்கிப் பின் அதை மறைத்து மகிழ்ச்சியோடு வருகிறார்கள். வந்து வியாபாரி 1 விடம் இருக்கும் இரு

முனைகளையும் வாங்கிக் கொள்கிறார்கள்.

வியாபாரி 2 : *(பிடித்துக் கொண்டிருக்கும் நால்வரிடமும்)* இந்தப் பாவட்டா பார்ப்பதற்கு என்னமோ ஒரு கம்பளியின் கனத்தில் இருப்பது மாதிரி தோன்றினாலும் உண்மையில் பாலாவி போல் எவ்வளவு மெலிதாக இருக்கிறது பார்த்தீர்களா?

கட்டியங்காரன் 1 : ம்.

காவலன் : உண்மைதான்.

வியாபாரி 2 : *(அமைச்சரிடம் பாவட்டாவைச் சுட்டிக்காட்டி)* அமைச்சர் அவர்களே, இந்த மஞ்சள் கோடு இருக்கிறதே...

அமைச்சர் : மஞ்சள் கோடா?

வியா 2 : *(அவரைச் சந்தேகப்படுகிறவன் மாதிரி)* ஆம், அமைச்சர் அவர்களே, இது மஞ்சள் கோடு இல்லாமல் என்ன?

அமைச்சர் : *(சுதாரித்து)* அப்படியா? எனக்கு என்னமோ இளஞ்சிவப்பாகத் தெரிந்தது. சமீப காலமாக எனக்குக் கொஞ்சம் பார்வைக் கோளாறு வந்து கொண்டிருக்கிறது.

வியா 2 : ஓகோ, நான் கேட்டது வேறு, நீங்கள் பார்த்தது வேறு. நீங்கள் குறுக்கே போகும் கோட்டைச் சொல்லியிருக்கிறீர்கள். அது இளம் சிவப்பு நிறம் தான். *(அமைச்சர் புன்னகை செய்கிறார்.)*

ஆனால் எனக்கென்னவோ, இந்த இளஞ்சிவப்பிற்குப் பதிலாக நீலம் இருந்திருந்தால் இன்னும் எடுப்பாக இருந்திருக்கும் என்று தோன்றுகிறது. *(திரும்பி)* இல்லையா அரசர் பெருமானே?

அரசன் : ம்? இருக்கலாம்.

வியா 2 : (தளபதியிடம்) இல்லை?

தளபதி : எனக்கு அவ்வளவு வர்ண ஞானம் கிடையாது.

வியா 2 : (பாவட்டாவைப் பிடித்துக் கொண்டிருப்பவர்களிடம்) இதன் சுருக்கம் நீங்குவதற்கு நீங்கள் ஒன்று செய்ய வேண்டும். இதை விட்டு விடாமல் பிடித்துக் கொண்டு, எதிர் முனைக்கு எதிர் முனை மாற்றி மாற்றி இழுக்க வேண்டும்.

கட்டியங்காரன் 1 : சரி.

வியா 2 : இழுங்கள்.

இவர்கள் அவன் சொன்னபடி எதிர் முனைக்கு எதிர்முனை மாற்றி மாற்றி கைகளை நீட்டி மடக்கி இழுக்கிறார்கள். சபை இதை மூச்சு விடாமல் கவனித்துக் கொண்டிருக்கிறது.

வியா 2 : சபாஷ். போதும்.

அவர்கள் நிறுத்துகிறார்கள். அவன் அதை வாஞ்சையோடு தடவிக் கொடுக்கிறான்.

அருமை, இப்போது நீங்கள் தயவு செய்து ஒன்று செய்யுங்கள். சபைக்குக் கொஞ்சம் ஓரமாக ஒதுங்கிச் சிறிது நேரம் அப்படியே பிடித்துக் கொண்டிருங்கள். அரசர் பிரானுக்கு மற்ற ஆடைகள் தயாரானதும் இதைப் பின்னால் அணிவித்து விடலாம்.

கட்டியங் 2 : சரி.

அவர்கள் தாங்கள் அதைப் பிடித்திருக்கும் நிலையும் அவர்களுக்கிடையே உள்ள தூரமும் கொஞ்சமும் வித்தியாசப்படாமல் அப்படியே நகர்ந்து அரங்கின் இடது வாயில் வழியாக உள்ளே போய் விடுகின்றனர். வியாபாரிகள் மீண்டும்

பெட்டியிடம் வருகின்றனர்.

வியா 2 : இப்போது அரசருக்கான மேலங்கியை எடுக்கப்போகிறேன்.

அவன் பெட்டிக்குள் கையைவிட்டு ஓர் அங்கியை எடுப்பதுபோல் எடுத்து இரு கைகளாலும் உதறி அதைச் சபையோர்க்குக் காட்டுகிறான்.

பார்த்தீர்களா, தந்தத்தின்மீது தங்கமுலாம் பூசியது போன்ற இந்த வர்ணத்தை இதற்கு முன் நீங்கள் எங்காவது பார்த்ததுண்டா? சபையோர்களே, இப்போதே உங்களுக்கு ஒரு எச்சரிக்கையும் தந்து விடுகிறேன். உங்கள் அரசரது தேக்குமர மேனியோடு இதுவும் சேர்ந்து கொள்ளும்போது இவன் மன்னனோ மகேசனோ என்று மயங்கி விழுந்து விடாமல் இருக்க, இப்போதே உங்களைத் தயார்படுத்திக் கொள்ளுங்கள்.

அவன் அந்த அங்கியை, உயர்த்திப் பிடித்தவாறே நேரே அரசன் சிம்மாசனப் படிகள் ஏறுகிறான்.

அரசே இது வெறும் பட்டாடையல்ல, இதன் ஸ்பரிசம் பட்டாலே உடல் சிலிர்க்கும். ஒரு பெருமிதம், கம்பீரம், லாவண்யம், தீர்க்க தரிசனம் எல்லாம் வந்து சேரும்.

அரசன் : *(செயற்கையாக மலர்ந்த முகமாக)* அப்படியா?

வியா 2 : ஆம் அரசே. இந்த அங்கியைக் கழட்டிவிட்டு இதை அணிந்து கொள்ளுங்கள்.

அரசன் : *(திகைத்து)* இங்கேயே வா.

வியா 2 : ஆம் அரசே. இதில் தயங்குவதற்கு என்ன

இருக்கிறது?

அரசன் : (தன் அங்கியைக் கழற்ற ஆரம்பித்தபடி) தயக்க... ...மொன்று... ... மில்லை.

அவன் தன் அங்கியைக் கழற்றிவிடுகிறான். அதை வலது வாயில் வழியாக வரும் ஒரு பணியாள் வணங்கி வாங்கிப்போகிறான். வியாபாரி அற்புத ஆடையை அரசன் முதுகிற்கு கொண்டு போக அரசனும் கைகளை மேல்தூக்கி பின் வளைத்துக் கோத்து கச்சிதமாக அணிந்து கொள்கிறான். வியாபாரி இரண்டுபடி இறங்கி வந்து நின்று அரசனை அழகு பார்த்து ரசிக்கிறான்.

வியா 2 : ஆகா!

சபையில் சில குரல்கள் : ஆகா!

சபையில் சில குரல்கள் : ஆகா!

சபை முழுவதும் : ஆகா!

அரசன் நிமிர்ந்து நிர்வாணமாக நெஞ்சைத் தூக்கி, அப்போதுதான் தேசங்கள் அனைத்தையும் வென்று விட்டு வந்தவனைப் போல கம்பீரம் காட்டுகிறான்.

வியாபாரி 2 : உள்ளே ஆத்மாவே சிலிர்க்குமே அரசே?

அரசன் : ஆம், சிலிர்க்கிறது.

வியாபாரி 2 மடமடவென்று திரும்பி வந்து மீண்டும் பெட்டிக்குள் கையை விடுகிறான். இப்போதும் உள்ளிருந்து வெறும் கையையே எடுக்கிறான்.

வியா 2 : இது அந்த மேல் அங்கிக்கே அழகு தருகிற கீழ் ஆடை.

அரசனின் விழி பிதுங்குகிறது.

இதை அணிந்து கொண்ட பிறகே அரசப் பிறவி பூரணம் பெறுகிறது.

வியாபாரி 2 அரசனை நோக்கி நடக்கிறான். வியாபாரி 1ம் கூடவே நடக்கிறான்.

அரசன் : இதையும் இங்கேயே அணிய வேண்டுமா?

வியா 2 : ஆண்கள் மட்டும் உள்ள இந்தச் சபையில் கூச்சமென்ன அரசே? நாங்கள் இந்த ஆடையால் மறைத்துக் கொள்கிறோம். தாங்கள் அதை எடுங்கள்.

இவர்கள் தங்களது இல்லாத ஆடையால் அரசனை நெருங்கி ஒரு மறைப்புக் காட்டுகிறார்கள். அரசன் தயங்குகிறான்.

வியாபாரி 2 : என்ன அரசே இது?

அவன் படக்கென்று வலது கையால் அரசனது கீழாடையை இழுத்து விட்டு விடுகிறான்.

இங்கே, எல்லா கலை வெளியீட்டுச் சாதனங்களுக்கும் இருக்கிற ஏதாவதொரு இயலாமையைப் போலவே, அரங்கக் கலைக்கும் முழு நிர்வாணம் என்பது சாதாரணமாகச் சாத்தியமின்மையால் வியாபாரி கீழ் ஆடையை இழுத்து விட்டுவிடுவது பாவனை நடிப்பில் செய்யப்பட்டு அரச வேடதாரி உடலில் கீழாடை இருக்கும்போதே அவன் நிர்வாணமுற்றதாய் பாவிக்கப்படுகிறது.

வியாபாரி கீழாடையை இழுத்துவிட்டு விடுவான் என்று எதிர் பார்க்காத அரசன் நிர்வாணமுற்ற அதிர்ச்சியில் சடக்கென்று மறுபுறம் திரும்பி விடுகிறான்.

வியா 2 : என்ன அரசே? என்ன?

அரசன் : (சட்டெனச் சுதாரித்து) ஒன்றுமில்லை. ஆத்மா ரொம்பவும் சிலிர்த்து விட்டது.

வியா 2 : ஆ, அதுவே பாக்கியம்.

பின் இதுவரை மறைப்பாகக் கட்டியிருந்த தங்களது இல்லாத ஆடையை நெருக்கிக் கொண்டு வந்து அரசனுக்குக் கச்சமாகக் கட்டி விடுகிறான். பிறகு அவிழ்த்த ஆடையை சுருட்டி எடுத்து

முதலில் அங்கியை வாங்கிப் போனவனைப் பார்க்கிறான். அவன் வந்து அதை வாங்கிப் போகிறான். பிறகு வியாபாரி அரங்கின் இடது வாயிலைப் பார்த்து கையசைக்கிறான்.

வியாபாரி 2 : வாருங்கள்.

இப்போது, முன்பு பாவட்டாவோடு வெளியே சென்றவர்கள் மீண்டும் சென்ற மாதிரியே வருகின்றனர்.

இன்னும் இரண்டு இழுப்பு இழுங்கள்.

அவர்கள் இழுக்கிறார்கள்.

சரி போதும்.

அதை இவன் மடித்து வாங்கிக் கொள்கிறான். அவர்கள் தங்கள் இடங்களுக்குச் செல்கின்றனர். பிறகு இவன் அரசனுக்குப் பின்னால் போய் நின்று கொண்டு அவனது பின்புறத் தோள்களுக்கிடையே பதிய வைக்கிறான். மீதியை எடுத்து வருகிறான்.

கனமே இல்லை பார்த்தீர்களா?

அரசன் : ஆம்! கனமே இல்லை.

வியாபாரி 2 : (கீழிறங்கி வந்து அரசன் முன்னால் நின்று கொண்டு) அரசே, எங்களுக்கு ஓர் ஆசை, இந்த உடையோடு தங்களது ஓவியம் ஒன்று எங்களுக்கு வேண்டும். தங்கள் அரசவை ஓவியர் எங்களுக்கு உதவ மாட்டாரா?

அரசன் : நல்லது. (ஓவியரைப் பார்த்து) என்ன ஓவியரே முடியுமல்லவா?

ஓவியர் எழுந்து பேந்தப் பேந்த விழிக்கிறான்.

அரசன் : (கொஞ்சம் கடுமையாக) என்ன விழிக்கிறீர்?

ஓவி : இல்லை மன்னா, வரைவது ஒன்றும்

பிரமாதமில்லை. ஆனால் இந்த ஆடைகளின் வண்ணத்தை அப்படியே திரையில் கொண்டு வருவதானால் அந்த வண்ணக் கலவையையும் இந்த ஆடைகளைப் படைத்தவனிடம்தான் வாங்கி வர வேண்டும். வைரம் போல் ஜொலிக்கும் இந்த வர்ணங்களுக்கு முன்னால் என் வசமிருக்கும் வர்ணங்கள் அவிந்துபோன வெறும் சாம்பல். வேண்டுமானால் சொற் சித்திரம் தீட்டலாம். நமது கவிஞரால் அது முடியுமென்று நினைக்கிறேன்.

அரசவைக் கவிஞன் : (திடுக்கிட்டு எழுந்து) மன்னர் மன்னா, தற்போது தாங்கள் நிற்கும் அழகை வருணிக்கத் தமிழில் வார்த்தைகள் இனிமேல் தான் பிறக்க வேண்டும். சூரியனைப் பார்த்த கண்கள் நெடுநேரம் வேறு எதையும் பார்க்க முடியாமல் திணறுவதைப் போல என் கவித்துவம் கண் இருண்டு நிற்கிறது. இன்று எந்த வார்த்தையுமே எனக்குச் சாத்தியமில்லை. (உட்கார்ந்து கொள்கிறான்).

அர : அமைச்சரே, தாங்கள் ஏன் பேசவே இல்லை. தாங்கள் ரசனையில் நான் எப்படியிருக்கிறேன்?

அமைச்சர் : (எழுந்து) ஆகா! தங்களை இந்தக் கோலத்தில் நாட்டு மக்கள் எல்லாருமே காண வேண்டும் என்பதுதான் என் ஆவல். அதற்கு வழி என்ன வென்று யோசித்துக் கொண்டிருக்கிறேன். ஆனால் நம் நகர மக்களுக்கு அது இன்றே வாய்க்கிறது. இன்று பௌர்ணமி. இன்று அன்னை ஈஸ்வரி கோயிலுக்கு வழிபாட்டிற்காக அரசர் பரிவாரங்களோடு செல்லும் நாள். அதற்கும்கூட இன்னும் சிறிது

நேரமே இருக்கிறது.

அர : சிறிது நேரமென்ன, வேறு அலுவல் இல்லாவிட்டால் நாம் இப்போதே புறப்படலாம் ம்... அரசி ஏன் இன்னும் திரும்பவில்லை?

அப்போது கட்டியக்காரன் திடீரென்று குரல் கொடுக்கிறான்.

கட்டிய 1 : மகாராணியார் அவர்கள் சபைக்கு வந்து கொண்டிருக்கிறார்கள்.

கட்டி 2 : மகாராணியார் அவர்கள் சபைக்கு வந்து கொண்டிருக்கிறார்கள்.

ராணி அரங்கில் வருகிறாள். பாதி மேடை வரை தலைகுனிந்தபடி வருபவள் பிறகு தலை நிமிர்ந்து அரசனைப் பார்க்கிறாள். பார்த்ததும் திடுக்கிட்டு கூசி ஒரு பக்கமாகத் திரும்பி நிற்கிறாள். அவள் முகத்தில் என்ன நடந்ததென்றே தீர்மானிக்க முடியாத திகைப்பு.

அர : (பிரியமான குரலில்) வா தேவி.

அவள், எதற்கும் இன்னொரு முறை பார்த்து உறுதிப்படுத்திக் கொள்வோமா என்பதுபோல் மீண்டும் ஒருமுறை மெதுவாகத் திரும்பிப் பார்த்து முன்னிலும் அதிகமாக அதிர்ச்சியுற்று திரும்பித் தலை கவிழ்ந்து கொள்கிறாள். கூச்சத்தால் அவள் உடம்பு நிலை கொள்ள முடியாமல் தவிக்கிறது.

அர : (சிறிது முகம் சுழித்தாலும் மீண்டும் அதே பிரியமான குரலில்) வா தேவி.

ராணி : (திரும்பாமலே) அரசே... இது... இது என்ன?

அரசன் : இவை தெய்வீக ஆடைகள் ராணி.

ராணி : ஆடைகளா?

அர : ஆம். மாங்கனி. இன்று பௌர்ணமி என்பதை

மறந்து விட்டாயா? இன்று நாம் அன்னை ஈஸ்வரி கோயிலுக்குப் பரிவாரங்களோடு செல்கிறோம்.

அரசி முகட்டைப் பார்க்கிறாள். விழிகள் அதற்கு மேலும் மேலே போகின்றன, பின் பல்லைக் கடித்துக் கொண்டு பேச ஆரம்பிக்கிறாள்.

ராணி	: வரும்போது நன்றாகத்தானே வந்தீர்கள் அரசே.
அரசன்	: ஏன் இப்போது என்ன?
ராணி	: ஏன் இப்படி நிற்கிறீர்கள்?
அர	: எப்படி நிற்கிறேன்?
ராணி	: ... நான் போகிறேன் அரசே.
அர	: நில், காரணத்தைச் சொல்லிவிட்டுப் போ.
ராணி	: (கொஞ்சம் ஸ்திர நிலை எடுத்து) உங்களுக்கும் உங்கள் அவைக்கும் தான் வெட்கமில்லை யென்றால் எனக்கும் இருக்காது என்றா நினைத்தீர்கள்?
அரசன்	: வெட்கமா?
ராணி	: (திரும்பாவிட்டாலும்) ஓகோ, உங்கள் புரட்சி வெள்ளம் தலைக்கு மேல் போய்விட்டதா? நிர்வாணமே வெட்கப்பட வேண்டாத விசயமாக ஆகி விட்டதா?
அரசன்	: நிர்வாணமா? நீ எதைச் சொல்கிறாய்?
ராணி	: இதென்ன கேள்வி. நீங்கள் நின்று கொண்டிருப்பதைத்தான் சொல்கிறேன்.

அரசனும் அவையும் திடுக்கிடுகிறார்கள். சில கணங்கள் மிகக் கனமானதொரு மௌனம் நிலவுகிறது.

அர	: (மெதுவாகப் படிகளில் இறங்கி அவளை

நெருங்கி வந்து) எனது ஆடைகள் உனது கண்களுக்குத் தெரியவில்லையா?

ராணி : (அவன் பக்கத்தில் வந்ததால் பின்னும் கூசி) நான் போகிறேன்.

அரசன் : (சிறிது நேரம் அவளை தீர்க்கமாக பார்த்துவிட்டு) ஓ, விபச்சாரிக்குப் பிறந்தவளே!

அவள் வெகுண்டு காதைப் பொத்தியவாறு தன்னையறியாமல் அவன் பக்கம் திரும்பி மீண்டும் அதே வேகத்தில் திரும்பிக் கொள்கிறாள்.

ராணி : என்ன சொன்னீர்கள்?

அரசன் : இப்போது நான் உத்தமத் தாய்மார்களுக்குப் பிறந்த மக்களின் கண்களுக்கு மட்டுமே தெரிகின்ற தெய்வீக ஆடைகளை உடுத்தியிருக்கிறேன். இந்த ஆடைகள் என் கண்களுக்கு, என் அமைச்சர் கண்களுக்கு, தளபதி, கவிஞன், கலைஞன், பிரதானிகள் கண்களுக்கெல்லாம் காட்சியாகிறது, உனக்கு மட்டும் தெரியவில்லையென்றால் என்ன பொருள்?

ராணி : அங்கு ஏதோ மோசடி நடக்கிறது என்று பொருள்.

இப்போது வியாபாரி 1 வியாபாரி 2 இன் மேல் பாய்ந்து தாக்குகிறான்.

வியாபாரி 1 : முட்டாளே! காந்தாரத்தில் செய்யப்பட்டதோடு இந்தத் தொழிலை விட்டுவிடு என்று சொன்னேன் கேட்டாயா? அங்காவது எவனோ வந்தான், தப்பித்தோம். இங்கு மகாராணியாரே நம்மைத் தாக்குகிறாரேடா.

அரசரின், அமைச்சரின், தளபதி, பிரதானிகளின் தாய்மாரெல்லாம் நமக்குச் சாதகமாக இருந்தென்ன? அரசியின் தாயாரால்லவா நம் விதியை நிர்ணயிக்கிற மாதிரி... டேய், இனிமேல் நம் தலை தப்புமாடா?

சபையில் லேசான கசமுசா.

அர : நீங்கள் கவலைப்படவேண்டாம். பேசாமல் இருங்கள். (அரசியிடம்) மாங்கனி, உன்னிடம் மிகப் பெருந்தன்மையோடு நடந்து கொள்கிறேன். நீ இப்போதே புறப்பட்டு உன் தாய்வீடு போய்ச் சேர். இது கட்டளை.

ராணி : போகிறேன். இனி இந்த தேசத்தில் ராணி மட்டுமல்ல, மானமுள்ள ஒரு பிச்சைக்காரிகூடத் தங்கமாட்டாள்.

அப்போது பாலகனான இளவரசன் அரங்கில் வந்து நின்று அரசனைப் பார்க்கிறான்.

இளவரசன் : ஐயே, அப்பாவுக்கு வெட்கமே இல்லை.

அரசன் : (திடுக்கிட்டு) என்ன சொன்னாய்?

இள : உப்புமில்ல புளியுமில்ல வெளுத்த கத்திரிக்கா! வெக்கமில்ல மானமுள்ள சொத்த கத்திரிக்கா.!

அர : டேய் புவனேந்திரா!

இள : அப்பா நீ தம்பிப் பாப்பா வாட்டம் நிக்கிறே.

(*சில விநாடிகள் இடி இறங்கியது போன்ற மௌனம்*)

அர : (*கோபம் உச்சமடைந்து*) அடி, விபச்சாரத்தில் பிறந்ததுமல்லாமல் விபச்சாரத்திற்குப் பெற்றெடுத்தும் இருப்பவளே, (*அவளை விட்டுத் தூரமாக விலகிச் சென்று நின்று*)

இவளைக் கொண்டுபோய் கண்டதுண்டமாக வெட்டியெறியுங்கள்.

ராணி மூர்ச்சையாகித் தரையில் சாய்கிறாள்

இவளை, இழுத்து எறியுங்கள்! (யாரும் வராமல் இருக்கவே) ம்... அதட்டுகிறான்.

காவலர்கள் வந்து அவளைத் தூக்குகின்றனர்.

இள   : அம்மா, அம்மா (அரசனிடம் திரும்பி) அப்பா, அம்மாப்பா.

அர   : ம். கொண்டு செல்லுங்கள்.

அவர்கள் தூக்கிச் செல்கின்றனர். இளவரசனின் அம்மா, அம்மா என்ற குரல் மெல்ல ஓய்கிறது. பெரிய மௌனம் நீடிக்கிறது. அரசன் சிம்மாசனத்தில் முதல்படியில் கால் வைத்து தலை கவிழ்ந்து நிற்கிறான்.

அமைச்சர் : அரசே வருந்த வேண்டாம். இது விதி. நம்மில் யாருமே இதற்குப் பொறுப்பல்ல. எல்லாம் ஆட்டிவிக்கின்ற அவன் செயலல்லவா. வாருங்கள், அந்த உலக நாயகியிடமே சென்று முறையிட்டு அழுது தீர்ப்போம். நகர மக்கள் வேறு அரச தரிசனத்திற்காகக் காத்திருக்கிறார்கள். அது முக்கியம். ஓர் அரசனது வீடு வேறு நாடு வேறு. எந்த நிலையிலும் ராஜ்யபரிபாலனம் நடந்தாக வேண்டும். இதுவும் விதி. வாருங்கள் புறப்படுவோம்.

அர   : (பெருமூச்சுடன்) ம்... புறப்படுவோம்.

வியாபாரிகள் : ஆவேசமான குரலில்) மாசில்லா மன்னர் வாழ்க.

சபை   : மாசில்லா மன்னர் வாழ்க.

வியா   : கற்பின் காவலன்

சபை : கற்புடைத் தாய்மார்கள்.
சபை : வாழ்க!
ஒரு பிரதானி : கற்பு நெறி.
சபை : வாழ்க!
ஒரு பிரதானி : மன்னர்.
சபை : வாழ்க!

(அரசன் பழையபடி தன் வெற்றுடம்பில் கம்பீரத்தை வரவழைத்துக் கொண்டு முன் நடக்கிறான். அவை மக்கள் கூட்டம் ஊர்வலமாகத் தொடர்ந்து உள்ளே போய் மறைகிறது. அவர்களது கோஷங்கள் மெல்லத் தேய்கின்றன. மேடையில் ஒரு சிறிய வட்ட ஒளி அலையாடுகிறது. பிரதானிகளின் இருக்கைகள், சிம்மாசனம், தூண்கள், கேடயம், வாள் என்று திரிந்து விட்டு கடைசியில் வியாபாரிகள் கொண்டு வந்த பெட்டியில் வந்து நிற்கிறது. நிலைக்கிறது. மெல்லத் திரை இறங்குகிறது).

ஆண் தர்மம்

(ஹஸ்தினாபுரம். துரியோதனன் அரண்மனை நந்தவனம். அந்தவனத்தின் ஒரு மூலையில், தருமத்தின் உருவகமான யுதிஸ்டிரனும், வீரத்தின் சாட்சியங்களான வீமனும் அர்ச்சுனனும், அறிவின் பிரகஸ்பதியான சகாதேவனும் அவன் அண்ணன் நகுலனும் அவமானத்தால் குன்றிக் குறுகி, அதன் ரணகாய வேதனையால் உள்ளுக்குள் எரிந்து கொண்டிருப்பவர்களாக, ஆனால் வெளிக்கு மௌனமாக உட்கார்ந்திருக்கிறார்கள்.

எதிரே பாஞ்சாலி, தன் நாயகர்களுக்குத் தன் விரித்த கூந்தலை மட்டும் காட்டி, அவர்களைச் சுட்டது ஒரு தீப்பொறியென்றால், தான் மூழ்கி எழுந்தது அக்கினிப் பிரவாகம் என்பதுபோல், அவமானமும் வேதனையும் கோபமும் கொப்பளிக்க, இந்த வையத்தையே சுட்டெரித்து விட வரம் கேட்டு நிற்பது போல் நிற்கிறாள்.)

ஜெயந்தன்

தர்மன் : திரௌபதி! நடந்தது நடந்து முடிந்துவிட்டது. நாம் அதற்குத் தக்கபடி பழிவாங்கவும் சபதம் எடுத்திருக்கிறோம். அது தர்ம சம்பவம். நடந்தே தீரும். அதை எங்கள் புஜங்களால் நாங்கள் சிருஷ்டிப்போம். ஆனால் இடையில், கொடுத்த வாக்கிற்குக் கட்டுப்பட்டு பதின்மூன்று ஆண்டுகள் பொறுமையைக் கடைப்பிடிக்கவும் கடமைப்பட்டிருக்கிறோம். பிரியமானவளே! அதுவரை கோபத்தை உள்ளடக்கு. சாந்தம் கொள். புறப்படு. நாம் முதியவர்களிடம் விடைபெற்றுப் புறப்பட வேண்டிய நேரம் வந்து விட்டது.

திரௌபதி : (திரும்பாமலேயே) தரும புத்திர! நீங்கள் என்னிடமும் விடை கேட்டுக் கொண்டால் இத்தனைத் துயரிலும் அது எனக்கு கொஞ்சம் ஆறுதலாக இருக்கும்.

தருமன் : கிருஷ்ணனையே; நீ என்ன சொல்கிறாய்? நீயில்லாமல் நாங்களும் நாங்களில்லாமல் நீயுமா? அப்படியே வைத்தாலும் நாங்கள் யாரிடம் உன்னை அடைக்கலம் விட்டுப்போவது?

திரௌபதி : இந்த அபாக்கியவதியைப் பெற்ற துருபதனும் அவன் மகன் திருஷ்டத்யுமனும் சூதாடத் தெரியாத துர்பாக்கியத்தால் இன்னமும் கேவலம் அரசனும் அரச குமாரனுமாகத்தானே இருக்கிறார்கள்.

அர்ச்சுனன் : (வேதனையுடன்) பாஞ்சாலி! தர்மபத்தினியால் குத்திக் காட்டப் படவும்கூட தர்ம புத்திரன் பாவம் செய்தாரா?

திரௌபதி : தனஞ்சய! எனக்கு ஏற்பட்ட அவமானத்திற்கு நான் இந்தப் பூவுலகையே சங்காரம் செய்துவிட்டால்கூட அது ஒரு குற்றமாகுமா?

நகுலன் : இப்போதும் ஒன்றும் மோசமில்லை துருபத குமாரி. தருமபுத்திரனை அவன் தர்ம பத்தினியே எதிர்த்து வாயாடுவது பூமி சங்காரத்திற்கு ஒன்றும் குறைந்ததல்ல.

தர்மன் : பொறுமை கொள் தேவி. சதி தர்மத்தை நினைவு கொள். பதியின் இன்பத்தில் மட்டுமல்ல; துன்பத்திலும் பங்கு கொள்பவள் தான் சதி!

திரௌபதி : (அவர்கள் பக்கம் திரும்பியவாறு) சதி தர்மம். சதி தர்மத்தைப் பற்றிப் பேசுமுன் நீங்கள் பதி தர்மத்தைப் பற்றி யோசித்தீர்களா? பதி தர்மத்தின் முதல் வாசகமென்ன? அது சதியின் மானம் காப்பது என்பதைவிட வேறாக இருக்க முடியாது.

அவர்கள் திகைக்கின்றனர்.

நீங்கள் மாவீரர்கள். நான் உங்கள் ஐவருக்கும் மனைவி. ஆனால் இன்று அவையில் நடந்ததென்ன! கோபமும் வீரமும் பொங்கி வழியும் மகாசூரன் என்று புகழப்பட்ட வீமன் அங்குதான் இருந்தான். அவன் கதை அவன் கையில்தான் இருந்தது. ஒளிக்க முடியாத வீரியத்தை உடையவனென்று பேசப்படும் அர்ச்சுனன் அங்குதான் இருந்தான். அவன் காண்டீபம் அவன் தோளில்தான் கிடந்தது. அந்தப் பாவி துச்சாதனன் ஒற்றை ஆடையோடு இருந்த என்னை, என் கூந்தலைப் பற்றி, கதறக்கதற அவைக்கு இழுத்து வந்தபோது இவர்கள் வீரமும் பலமும், கதையும் காண்டீபமும் எங்கே போயிற்று? 'பாஞ்சாலி, உன் புருஷர்கள் உனக்கு உதவவில்லை. வேறு புருஷர்களைத் தேடிக் கொள்' என்று நா கூசாமல்

ஜெயந்தன்

சொன்னானே அந்தத் தேரோட்டி மகன். அப்போது எங்கே போயிற்று உங்கள் ரோஷமும் ரௌத்ரமும், தர்மமும்? இரண்டு கைகளாலும் கணைவிடத் தெரிந்தவன் என்று சவ்யசாசி பட்டம் வாங்கி வைத்திருக்கிறானே பார்த்தன், அந்த இரண்டு கைகளும், துரியோதனன் என்னைப் பார்த்து நாணமின்றி, 'என் தொடை மீது வந்திரு' என்று சொன்னபோது எங்கே போயிருந்தன? பீபத்ஸு என்றால் தகாத செயல்களைச் செய்யாதவன் என்று பொருளாமே, அந்த பெயரையும் சுமந்து கொண்டிருக்கும் இவன், துச்சாதனன் என் சேலையைப் பற்றியபோது என்ன செய்து கொண்டிருந்தான்? மனைவியின் மானம் காப்பது ஒரு தகாத செயல் என்று எண்ணியிருந்தானா இந்த பீபத்ஸு? என்ன காரணம்? என்ன காரணத்தால் உங்கள் பதிதர்மத்தை நீங்கள் அங்கே எறிந்த மேலங்கிகளோடு சேர்த்து எறிந்துவிட்டு சூனியமாய் நின்றீர்கள்?

தருமன் : தேவீ! நீ உன் ஆத்திரத்தில் பேசுகிறாய். நாங்கள் அங்கே வாளா நின்றது, நாங்கள் எங்கள் பலத்தை இழந்தோ அல்லது யார் பலத்திற்கும் பயந்தோ என்றா நினைத்தாய்? பேதாய். நாங்கள், கொடுத்த வாக்கிற்குக் கட்டுப்பட்டல்லவா நின்றோம். தவறுதான் என்றாலும் உன்னைப் பணயமாக வைத்துதான் பாய்ச்சிகை உருட்டச் சொன்னேன். இழந்தேன். உன்மேல் எங்களுக்கிருந்த உரிமைகள் அறுந்தன. அதன் பிறகு உன் பொருட்டு நாங்கள் ஆயுதம் ஏந்துவது சரியெனப்படவில்லை. கொடுத்த வாக்கை மீறிப் பாண்டவர்கள் தர்மத்தின் தடம்புரண்டார்கள் என்ற பழிச்சொல்லுக்கு

அஞ்சியே பேசாமல் இருந்தோம்.

திரௌபதி : வாக்கு! தர்மம்! வாக்குத் தவறாமை மட்டும்தான் தர்மமா? மானம் ஒரு தர்மமில்லையா? மானத்தைவிடப் பெரிய தர்மம் இருக்கிறதா? எனது அந்தத் தர்மம் அந்தக் கயவர்களின் சதை பலத்தால் கற்பழிக்கப்பட்டபோது பார்த்துக் கொண்டே நின்றீர்கள் தருமபுத்திர சகோதரர்களே, இந்தப் பழி மட்டும் உங்களைச் சாராதா? நான் உங்கள் மனைவி என்பது இருக்கட்டும், யாரோ உங்கள் எதிரியின் மகளாக எண்ணிக் கொள்ளுங்கள். அந்த நிலையிலும் ஒரு அபலையின் மானம் காக்க மூண்டு எழுந்திருக்க வேண்டிய தல்லவா ஒரு தர்மம். அதைச் செய்தீர்களா? ஒரு பெண்ணின் மானம் காக்கும் தர்மத்தைக் கை உதறிவிட்டு மரமாக நின்றார்கள் பாண்டவர்கள் என்ற சொல்லுக்கு நீங்கள் சொல்லும் பதில் என்ன?

(பாண்டவர்கள் மௌனமாக இருக்கின்றனர். திரௌபதியும் சிறிது நேரம் பேசாமல் இருக்கிறாள். பின்பு கோபம் தணிந்து சிந்திப்பது போலவும் தனக்குத்தானே பேசுவது போலவும் பேசுகிறாள்).

ஆம்! காரணம் தெரியத்தான் செய்கிறது. நீங்கள் பாண்டவர்கள் மட்டுமே. பாஞ்சாலி அல்ல. நான் உங்கள் மனைவி மட்டுமே. நீங்களே அல்ல. நான் பட்ட அவமானம் உங்கள் மனைவி பட்டதே தவிர நீங்களே பட்டதல்ல. என் நிலையிலும் நின்று அதை அனுபவித்துப் பார்க்க உங்களில் யாருக்கும் தத்துவமில்லை. ஏன் அந்த விதுரனைத் தவிர இந்த உலகத்தில் எந்த ஆணுக்குமே இல்லை.

ஜெயந்தன்

தரும தேவதையின் மானுடப் பிறப்பாக இருக்கும் காரணத்தால் அவர் மட்டும் கொதித்தார். ஆனால் அவரால் என்ன பயன்? அவர் தோள்களில் நூறு கலிகளை நொறுக்கவல்ல கதையும் காண்டீபமும் இல்லையே. கையாலாகாத தர்மத்தால் யாருக்கு என்ன பிரயோஜனம்?

பெண்மையை உணரும் சக்தியற்ற காரணத்தால் அல்லவா அத்தனைப் பெரிய சபை வெறும் வேடிக்கை பார்த்து உட்கார்ந்து கொண்டிருந்தது? ஒரு குலமகளைப் பார்த்து ஒருவன் 'இவள் நாம் சூதில் எடுத்த விலைமகள்' என்றான். 'ஐவர் கூட்டு மனைவிக்கு நாணம் வேறா' என்றான் ஒருவன். 'ஆடி விலைப்பட்ட தாதி நீ, உன்னை ஆள்பவன் அண்ணன் துரியோதனன்' என்று கெக்கலி செய்தான் ஒருவன். ஒருவன் 'யாரடா பணியாள், வா, இவள் சேலையைக் களைவாய்' என்றான். நானோ 'பெண்ணிடம் பிறந்தவரே, பெண்ணுடன் இருப்பவரே, கருணை செய்யுங்கள்' என்று கையெடுத்துக் கும்பிட்டேன். அத்தனை பேர்களும் வெறும் அனுதாபப் பார்வையைத் தரையிலே வீசி இருந்தார்களே தவிர ஒருவன் எழுந்து 'இதோ இருக்கிறேன் சகோதரி' என்று வாளெடுத்து வரவில்லையே? காரணம், அவர்களில் யாரும் பெண்மையை உணரும் தகுதியில் இல்லை. ஏன்? அந்த அவையில் எந்தப் பெண்ணுமே இல்லை. உங்கள் சபைகளிலும் பெண்களுக்கு இடமில்லை. அங்கே குந்தி தேவி இருந்திருந்தால், 'பெண்ணைப் பணயம் வைக்க துணிந்த நீயாடா தருமன்' என்று சூதாட்டக் காய்களை எட்டி உதைத்திருப்பாள்.

ராஜமாதா காந்தாரி இருந்திருந்தால் ‘கொண்டு வா அவளை’ என்ற குரல் வந்த போதே ‘நில்லடா நாயே’ என்று சீறியிருப்பாள். ஆனால் அங்கேதான் அவர்கள் யாருமில்லையே. அவர்களைத்தான் அந்தப்புரம் என்ற அழகிய சிறையில் கௌரவமான வீட்டுக் கைதிகளாகப் பூட்டி வைத்திருக்கிறார்களே.

பதிலுக்கு பிதாமகர் பீஷ்மர் பேசினார். அதை அவர் தாய் கங்கை கேட்டிருந்தால் இது நேரம் நாணி வறண்டு போயிருப்பாள். பெண்களுக்கு ஒரு காலத்தில் சமத்துவம் இருந்தது உண்மைதானாம், ஆனால் இன்று சாத்திரங்கள் மாறிவிட்டனவாம். ஒருவன் தானே அடிமையாகிவிட்ட பின்னும்கூட மனைவியை அடிமை போக்க உரிமை உடையவன்தானாம். ஆகையால் தருமன் தன்னை இழந்தபின் என்னை இழந்தது சாத்திரப்படி செல்லத்தக்கது தானாம்.

(சிறிது நேரம் பேசாமல் உலாவுகிறாள்)

ஆம்! காரணம் தெரியத்தான் செய்கிறது. எங்கள் பாவங்கள் எங்கள் பலவீனமே. இந்தப் பாதகம் நடக்காது இருந்திருக்க வேண்டுமானால் ஒன்றே ஒன்றுதான் இருந்திருக்கவேண்டும். அப்படியிருந்தால் அங்கே வாக்கு தர்மமாக கணிக்கப் பட்டிருக்கும்? உங்கள் தயக்கத்தின் நிழலில் அந்தப் புல்லர்களின் பேயாட்டமா நடந்திருக்கும்? (உணர்ச்சிப் பிழம்பாகி) ஆகா, அந்தத் துச்சாதனனை இருகரங்களாலும் வளைத்து, மதகரி கைப்பட்ட மனிதனாக்கி தரையில் இழுத்து துவைத்து தேய்த்து ஆ... ஆ... (தரையில் காலை உதைக்கிறாள்)

ஆனால் அப்படியில்லையே. அப்படியில்லையே.

(திரும்பி வானை நோக்கி முறையிடுகிறாள்)

ஏ தெய்வங்களே! நீங்கள் ஏன் எங்களுக்கு அந்தப் பலத்தைத் தரவில்லை? அன்னையே பராசக்தி, வீரலெஷ்மி, காளிமாதா, நீங்கள் எல்லாம் சக்தியின் வடிவங்களாக இருந்தும் எங்களுக்கேன் சக்தியைத் தரவில்லை? எங்களுக்குள்ள சர்வமும் சதாகாலமும் இந்த ஆண்களின் தயவில்தான் வாழ வேண்டும் என்று விதித்தது ஏன்? உங்கள் பெண்மையின் அம்சமாக இருக்க எங்களுக்கு உங்கள் சக்தியின் அம்சம் மட்டும் வஞ்சிக்கப்பட்டது ஏன்? எங்களுக்கு அதைத்தர உங்களைத் தடுத்தது யார்?

(சிறிது நேரம் பேசாமல் இருந்துவிட்டு மெதுவான குரலில்) ஒரு வேளை, உங்கள் எஜமானர்களிடமிருந்து அதற்கான உத்தரவு உங்களுக்குக் கிடைக்கவில்லையோ? அதற்காகத்தான், உங்கள் தினசரிக் கடமைகளில் ஒன்றாக உங்கள் கணவன்மாருக்கு கால் பிடித்து விட்டுக் கொண்டிருக்கிறீர்களா? அப்படித்தான் இருக்கும்.

(மீண்டும் மௌனமாகி, பின், திரும்பி, பாண்டவர்களைப் பார்த்து) எனக்கு விதிக்கப்பட்ட ஆண்டைகளே, புறப்படுங்கள். என்னைச் சூதில் எடுத்து ஆண்டை செய்த அநியாயங்களுக்குப் பழி தீர்க்க நான் உங்கள் பின்னால்தான் நடந்தாக வேண்டும். புறப்படுங்கள். முன் நடங்கள்.

திரை

நிறை காப்பு

முன்திரை நீங்கியதும் மேடையின் வெளி முழுக்க அது ஒரு கானகம் என்று தெரிகிறது. மேடையின், பின்திரை வரை ஆழமாக அடர்த்தியாக, மரம், செடி, கொடி, புதர் என்று இருக்கிறது. (திரை ஓவியமாகவும் நிஜத்திலும்)

ஒளி மேற்கிலிருந்து வருகிறது. திரை அகன்று ஆறு விநாடிகள் மௌனம்.

புறமேடையில் (Off - Stage) கிழக்குத் திசையில், சற்று தூரமாக ஒரு பெண் கிரீச்சிடும் சப்தம். பின் அதே புறமேடையில் அவள் ஓடிவரும் காலடி.

மேடைக்கு மிக அருகில் அவளது மூச்சிரைப்பு ஒலி.

பின், இடது நுழைவாயில் 3 வழியாக ஓர் இளம் பெண்

ஜெயந்தன்

அலங்கோலமாக ஓடி வருகிறாள். (அவள் சுடிதார் துப்பட்டா உடுத்தியிருக்கிறாள்) வலது மேலரங்குவரை ஓடும் அவள் அங்கே ஒரு புதர் அருகே நின்று திரும்பிப் பார்க்கிறாள். தாங்க முடியாமல் மூச்சு வாங்குகிறது. பின் துரத்தி வருபவர்களைக கண்டு கொண்டவளாகத் தொடர்ந்து ஓடி மறைகிறாள்.

ஒரு நான்கு நொடிகளில், இரண்டு முரடர்கள் இடது நுழைவாயில் 2 வழியாகத் தோன்றி, நின்று தேடுகிறார்கள். அவர்களுக்கும் மூச்சு வாங்குகிறது. பிறகு அவள் சென்ற திசையைக் கண்டு கொண்டவர்களாக, நட்ட நடு அரங்கில் இருக்கும் ஒரு சிறிய மரத்தைச் சுற்றிக் கொண்டு அவள் போன திசையில் ஓடி மறைகிறார்கள்.

இது மீண்டுமொருமுறை நிகழ்கிறது. இப்போது அவர்கள் இரு சாராரும் இடது நுழைவாயில் 2 வழியாகத் தோன்றி நேரே ஓடி மறைகிறார்கள். (அவர்களுக்கு இடையேயுள்ள தூரம் குறைந்துவிட்டதைக் காட்ட ஒரு கட்டத்தில் இரு சாராருமே மேடையில் ஓடிக் கொண்டிருக்கிறார்கள்).

அவர்கள் மீண்டும் மேடையில் வருவதற்கு முன்னால், அழுத்தமான நிறத்தில் பேண்ட், சர்ட் அணிந்த காத்திரமான இளைஞன் ஒருவன் வலது நுழைவாயில் இரண்டில் தோன்றி நடு அரங்கம் வழியாக வந்து கொண்டிருக்கிறான். அவன் நட்ட நடு அரங்கில் உள்ள மரத்தடிக்கு வரும்போது நின்று திரும்பிப் பார்க்கிறான். அந்தப் பெண்ணின் மூச்சிரைப்பு, காலடி, நான்கு நொடிகளுக்குப் பிறகு அந்தப் பெண் அவனிருக்கும் திசையில் ஓடி வருகிறாள். இளைஞன் கைநீட்டி அவளைத் தடுக்கிறான். (ஆதரவாகவே)

அந்தப் பெண் நிமிர்ந்து பார்த்துவிட்டு, வருகிறவர்களை நோக்கிக் கையைக் காட்டுகிறாள்.

அதற்குள் முரடர்களும் வந்துவிடவே, அந்த இளைஞன் முன் வந்து அவர்களுக்கு இடையில் நிற்கிறான். பெண் அந்த இளைஞனுக்குப் பின்னால் ஒளிந்த மாதிரி நிற்கிறாள்.

முரடர்கள் இளைஞனை முறைக்கிறார்கள். அவன் முகத்தில் உறுதி.

முரடர்கள் இளைஞனை மீறி அந்தப் பெண்ணை நெருங்க முயலும்போது இளைஞன் அவர்களில் ஒருவன் முகத்தில் குத்து விடுகிறான். அவன் மல்லாந்து தரையில் விழுகிறான். அடுத்தவனுக்கும் இதுவே நேர்கிறது.

ஆகவே எழும் முரடன் ஒருவன், தன்னிடமுள்ள கத்தியை விரிக்கிறான்.

சிறிது யோசிக்கும் இளைஞன், தனது சட்டைக்குள் கைவிட்டு, இடுப்பில் மறைவாக இருக்கும் கைத்துப்பாக்கியை எடுத்து நீட்டுகிறான்.

முரடர்கள் அதிர்ச்சியடைந்தாலும், வேறு ஏதாவது செய்வோமா என்று யோசிக்கும்போது, இவன் அவர்கள் காலடியில் சுட்டுக் காட்டுகிறான்.

பதறிக் குதிக்கும் அவர்கள், பின் மரியாதையாக வெளியேறுகிறார்கள்.

அந்தப் பெண் மெதுவாக இடது கீழ் அரங்கத்திற்கு வந்து, நிற்க மாட்டாமல் உட்கார்ந்து, அழ ஆரம்பித்து விடுகிறாள்.

அந்த இளைஞன் தன் இடத்தில் நின்றபடியே சிறிது நேரம் அவளைப் பார்த்திருந்துவிட்டு பின் மெல்ல அவளிடம் வருகிறான்.

சபை : வாழ்க!

இளைஞன் : ஆல் ரைட் எழுந்திரு. கெட்ட கனா முடிந்து போனதற்காக யாராவது அழுவார்களா என்ன?

(சிறிது விட்டு)

அப்படியே அழுதாலும் கொஞ்சம்தான் அழவேண்டும்.

(அந்தப் பெண் மெல்லத் தலை தூக்கி அவனைப் பார்க்கிறாள்.)

நீ எங்கே போக வேண்டும்?

பெண் : ஆதன் குடி.

இளை : ஆதன்குடியா? அதற்கு இன்னும் அய்ந்து மைல் இருக்கிறதே.

(பெண் ஆம் என்று தலையாட்டுகிறாள்).

நீ எங்கிருந்து வருகிறாய்?

சிக்கலாபுரத்தில் இருந்து.

இளை : அடேயப்பா, அதுவும் இங்கிருந்து ஏழு மைல் தூரமாச்சே. மொத்தம் 12 மைல் தூரத்தை, இந்தக் காட்டுவழியில் தனியாகவா மேற்கொண்டாய்?

பெண் : (மெல்ல எழுந்தபடி) ஆமாம். ஆனால் இது எனக்குப் பழக்கமான வழிதான். முன்பு பலமுறை வந்திருக்கிறேன். முன்பு ஒருபோதும் இப்படி நடந்ததில்லை.

இளை : (புன்னகையுடன்) அது சரி, இதெல்லாம் ஒருமுறைதான் நடக்க முடியும். பழக்கமாவா நடக்க முடியும்?

பெண் நிமிர்ந்து அவன் முகம் பார்க்கிறாள். அவளிடம் கொஞ்சம் புன்னகை வரும் போலிருக்கிறது. கண்ணீரைத் துடைத்துக் கொள்கிறாள்.

பெண் : நீங்கள் கடவுள் போல் வந்து காப்பாற்றினீர்கள்.

இளை : கடவுளைப் போலத் தந்திரசாலி யாரும் கிடையாது.

பெண், ஏன் அப்படிச் சொல்கிறான் என்று பார்வையாலேயே கேட்கிறாள்

யார் காப்பாற்றப்பட்டாலும், காப்பாற்றப்பட்ட பிறகு, அங்கே கடவுள் தன் பெயரைக்

56 ஜெயந்தன் நாடகங்கள்

கொண்டுவந்து திணித்து விடுகிறார். ஆபத்பாந்தவன் என்ற பெயரையும் தட்டிக் கொண்டு போய் விடுகிறார். யார் கைவிடப்பட்டாலும், கை விடப்பட்ட தருணங்களில் அங்கே தன் பெயரே வராமல் பார்த்துக் கொள்கிறார்.

அவள் புன்னகை செய்கிறாள்

பெண் : நீங்கள் நாத்திகரா?

இளை : இல்லையே.

பெண் : பிறகு இப்படிப் பேசுகிறீர்கள்?

இளை : கடவுள் பெயர் வந்துவிட்ட ஒரே காரணத்திற்காக, உலக நடைமுறைமீது கேள்வியே வைக்காமல் இருக்க முடியுமா?

பெண் : நீங்கள் என் தாத்தாவைப் போலவே பேசுகிறீர்கள்.

இளை : யார் உங்கள் தாத்தா?

பெண் : ஆதன்குடி நீலகண்டன்.

இளை : ஓ, அவருடைய முரட்டுப் பேத்தி சியாமளி நீதானா?

சியா : (வியந்து) எப்படித் தெரியும் உங்களுக்கு?

இளை : கேள்விப்பட்டிருக்கிறேன். அவளுடைய தனித்தன்மைகளுக்காகவும்.

சியா : தனித்தன்மைகளுக்காகவும், தொடர்வது என்ன?

இளை : அழகிற்காகவும்.

அவள் நாணமடைகிறாள்

சியா : நீங்கள் எங்கே செல்லவேண்டும்.

இளை : விறலியனூர்.

சியா : (முகத்தில் ஏமாற்றத்துடன்) அப்படியா?

இளை : கவலைப்பட வேண்டாம். உன்னை மாவலூர் படகுத்துறையில் படகில் ஏற்றிவிட்ட பிறகே நான் திரும்புகிறேன்.

சியா : நீங்கள் திரும்புவதற்குள் இருட்டி விடலாம்.

இளை : பரவாயில்லை.

சியா : நன்றி. நாம் நடக்கலாம்.

இளை : ஆம், வேகமாகவும்கூட.

சியா : (நடக்க ஆரம்பிப்பவள்) அது முடியாது. ஓடிவரும்போது ஒரு இடத்தில் காலில் சரியான அடி.

இளை : அப்புறம் எப்படி அப்போது தொடர்ந்து ஓட முடிந்தது?

சியா : மரண பயத்தில்.

இளை : மரணபயமா அது?

சியா : ம்? ஒருவகை மரண பயம்தான். அல்லது மரண பயத்திற்கு இணையான பயம்.

இளைஞன் ஒன்றும் பேசாமல் சிந்திக்கிறான்

அவர்கள் நடக்க ஆரம்பிக்கிறார்கள். அவர்கள் பாதை நேராக இல்லாமல் மேடை விளிம்பு முழுவதையும் தொட்டு செல்வதாக இருக்கிறது.

அவர்கள் அடிக்கடி அவள் கால்வலியை அதிகமாக உணரும் போதெல்லாம் நின்று பேசுகிறார்கள். அவர்களது நீண்ட உரையாடலை ஒட்டி ஒளி மிக மிக மெதுவாக மங்குகிறது.

சியா : இவர்கள் ஏன் இப்படி நடந்து கொள்கிறார்கள்?

ஜெயந்தன் நாடகங்கள்

இளை	:	யார்?
சியா	:	என்னைத் துரத்தி வந்தவர்களைப் போன்றவர்கள்.
இளை	:	இவர்களுக்கு என்ன காரணம் தேட வேண்டியிருக்கிறது. காமம்தான் காரணம்.
சியா	:	காமம் மட்டுமா?
இளை	:	பின்?
சியா	:	காமம் மட்டும்தான் காரணமென்றால் இன்றைக்கு இவர்களுக்கு அதற்கான வடிகால்களா இல்லை? நிச்சயமாக இவர்களுக்குக் கல்யாணம் நடந்து குழந்தை குட்டிகள்கூட இருக்கவேண்டும். அல்லது பத்து ரூபாய் கொடுத்தால் எத்தனையோ விலைமாதர் இவர்களுக்கு ரத்தனக் கம்பளம் விரிக்கத் தயாராக இருப்பார்கள். அப்படியிருக்க, இப்படியொருத்தியைப் பதைபதைக்க ஓட வைத்து, அகப்பட்டுக் கொண்டால் சட்டம் தரும் கடும் தண்டனையையும், சமூகம் முகத்தில் துப்பும் எச்சிலையும்கூட நினைவு கூர முடியாமல், குறுக்கே வருகிறவனின் உயிரைக் குடித்தாகிலும்... அது காமம் மட்டும்தானா?
இளை	:	நீ ஆழமாக சிந்திக்கிறாய்.
சியா	:	நன்றி
		(அவர்கள் நடக்கிறார்கள்)
சியா	:	நீங்கள் போலீஸ் ஆபீஸரா?
இளை	:	எப்படித் தெரிந்தது?
சியா	:	சுலபமான காரியந்தானே. இந்தப் பக்கத்தில் வேறு யார் கைத்துப்பாக்கி வைத்திருக்க

முடியும். ஒரே குத்தில் ஒவ்வொரு ஆளையும் மல்லாந்து விழ வைக்க முடியுமா?

இளை : உன்னுடைய ஆங்கில உச்சரிப்பு மிக ஆழமாக இருக்கிறது.

சியா : இப்போது நானென்ன ஆங்கிலம் பேசினேன்?

இளை : போலீஸ் ஆபீஸர் என்பதை உச்சரித்த முறையில் சொன்னேன்.

சியாமளி நிற்கிறாள். பின் சில நொடிகள் அவனை இமைக்காது பார்க்கிறாள்.

சியா : நாம் பரஸ்பரம் முதுகு சொறிந்துவிட ஆரம்பித்து விட்டோம் என்று நினைக்கிறேன்.

இளைஞன் கால் அகட்டி நின்று சிரிக்கிறான். இருவரும் நடக்கிறார்கள்

சியா : கல்யாணம் ஆகிவிட்டதா?

இளை : ஆகிவிட்டது. மூன்று வயதில் ஒரு சுட்டிகூட இருக்கிறான். ம். ஒரு சிகரெட் பற்ற வைத்துக் கொள்ளட்டுமா?

சியா : ஓ, அதற்கென்ன?

அவன் ஒரு சிகரெட்டைப் பற்றி வைத்துக் கொள்கிறான் பிறகு நடக்கிறார்கள்.

சியா : நீங்கள் ஏன் பதிலுக்கு உனக்குக் கல்யாணம் ஆகிவிட்டதா, அல்லது ஆகியிருக்க முடியாதே என்று கேட்கவில்லை?

இளை : நான் லைசென்ஸைப் பார்த்துவிட்டேன்.

சியா : லைசன்ஸ் you mean தாலி?

இளை : ஆமாம்.

சியா : அச்சு அசலாக நீங்கள் என் தாத்தாவேதான்.

இளை : அவரின் சீடன்தானே.

சியா : சீடனா! உங்களை ஒருநாள்கூட நான் அங்கு பார்த்ததில்லையே?

இளை : நேரில் கற்றால்தான் சீடனா? ஏகலைவன் நேரில் கற்றானா என்ன? அச்சு எந்திரம் வந்துவிட்ட பிறகு இன்று ஆசான்களுக்கு, பேர் ஊர் தெரியாத ஆயிரமாயிரம் சீடர்கள். இல்லையா?

சியா : உண்மைதான். அதில் இன்னொரு சிறப்பம்சம். சீடர்களுக்கு ஒரு பயம் கிடையாது.

இளை : என்ன பயம்?

சியா : துரோணாச்சாரியார்கள் வந்து என்றைக்காவது கட்டை விரலைக் கேட்டுவிடுவார்களோ என்று.

அவன் சிரிக்கிறான்

அவரது புத்தகங்கள் நிறையப் படித்திருக்கிறீர்களா?

இளை : முழுக்க. ஒவ்வொன்றையும் மூன்று அல்லது நான்கு முறை.

சியா : மூன்று நான்கு முறை என்றால் அவை பிடித்துப் போய்விட்டதாலா அல்லது புரியாததாலா?

இளை : பிடித்துப் போனதால்தான்.

அவள் நிற்கிறாள்

சியா : மறுபடியும் ஒரு உருப்படாத ஆளைப் பார்க்கிறேன்.

இளை : (திரும்பி, சிரித்தவாறு) என்ன விசயம்?

ஜெயந்தன்

சியா	: எங்கள் ஊரில் தாத்தாவின் பரமார்த்த சீடர்களுக்கு அதுதான் பெயர்.

யாராவது எவரையாவது நல்லாப்படி, பெரிய வேலைக்குப் போகலாம் என்று சொன்னால் தாத்தாவுக்குக் கோபம் வரும். ஞானத்தின் திறவு கோலான கல்வியை இப்படிக் கொச்சைப்படுத்த வேண்டாம் என்பார். உடல் உழைக்காமல், கையை மட்டும் அசைத்துவிட்டு சம்பளம் வாங்கி, சகோதரர்களைச் சுரண்டும் உத்தியோக வாழ்விற்கா அது படிக்கட்டு என்பார். யாராவது வந்து 'திறமையை வளர்த்துக் கொள்ளப் போகிறேன்' என்றால் 'பிறத்தியான் எத்தினிப் பேர் தலையில் உட்கார உத்தேசம்' என்று கேட்பார்.

இப்போது சொல்லுங்கள். அவரை ஏற்றுக் கொண்டவர்கள் எப்படி உருப்பட முடியும்?

இளை	: (அவள் சிரிப்பை ரசித்துவிட்டு) ஒரு இருபது நிமிடம் முன்பு நரிகள் துரத்தியதையெல்லாம் மறந்தாச்சு போலிருக்கிறதே?
சியா	: சியாமளி அப்படித்தான். முட்டாள் பெண்.
இளை	: விஷ்ணுவுக்குக்கூட அப்படியிருக்கத்தான் ஆசையாக இருக்கிறது, முட்டாள் பையனாக.
சியா	: பெயர் விஷ்ணுவா?
விஷ்ணு	: ம்.

அவர்கள் தொடர்ந்து நடக்கிறார்கள்.

(அப்போது இரண்டு கிராமத்துப் பெண்கள் தலையில் விறகுச் சுமையுடன் இவர்களைக்

கடந்து போகிறார்கள். சியாமளி அவர்கள் மறையும்வரைப் பார்க்கிறாள்)

சியா : அந்த முரடர்களால் இவர்களுக்கு ஆபத்து இருக்காதா?

விஷ்ணு : இருக்காது.

சியா : ஏன்?

விஷ்ணு : அவர்களுக்கு ஒரு அம்சம் இருக்கிறது.

சியா : அதாவது...

விஷ் : அதாவது அவர்கள் அழகாகவும் வாளிப்பாகவும் இல்லை.

சியா : அப்போது என்னுடைய கேஸ்?

விஷ் : பாஸிட்டிவ் நெகட்டிவ்

சியா : (புன்னகையோடு முணுமுணுக்கிறாள்) பாஸிட்டிவ் நெகட்டிவ், நெகட்டிவ் பாசிட்டிவ் சரிதான் சரிதான்.

பின்னும் இரண்டு பெண்கள் தலைச் சுமையோடு எதிரே வருகிறார்கள். அவர்கள் ஓரிடத்தில் நின்ற இவர்களைப் பார்க்கிறார்கள். பின்பு புறப்பட்டு மேடையை விட்டு வெளியேறும் தருணத்தில் ஒருத்தி சொல்கிறாள்.

அந்த மாது : நல்ல ஜோடி

சொன்னதும் அவர்கள் போய் விடுகிறார்கள். இது இவர்கள் இருவருக்கும் ஒரு சங்கடத்தைத் தந்ததுபோல் இருக்கிறது.

விஷ் : (புன்னகையுடன்) மனிதர்களுக்கு அந்த முரடர்களால்தான் கஷ்டம் கொடுக்க முடியும் என்பதல்ல. இவர்களாலும் முடியும். இவர்கள் ஆகிருதிக்கு ஏற்றபடி.

சியா : ஆனால் இவர்கள் அறியாமல் செய்கிறார்கள்.

விஷ்	:	குழந்தைகளைப்போல ... ம்?
சியா	:	உண்மையில் அப்படித்தான். ஒரு ஜோடி அப்படி நல்ல ஜோடியாக இருப்பதில்தான் என்ன வந்து விடுகிறது? இதிலென்ன பெரிய சந்தோஷம்? உங்களுக்குத் தெரியுமா? என் கணவர் உடல் வளத்திலும் நிறத்திலும் உங்களைவிடச் சிறப்பானவர்.
விஷ்	:	அவரும் போலீஸ் ஆபீஸரா?
சியா	:	இல்லையே.
விஷ்	:	நல்லவேளை, நான் கொஞ்சம் பள்ளத்தில் இறங்கிவிட்ட மாதிரி இருந்தது.

அவள் அவனைப் பார்க்கிறாள்

சியா	:	எருமை ஈன்று கொண்டிருக்கும்போது கடா என்னமோ செய்ததாம். என் கொடுமையை நான் சொல்ல வந்தால் உங்கள் கொடுமை உங்களுக்கா?

அவன் விழுந்து விழுந்து சிரிக்கிறான்.

விஷ்	:	சாரி, சாரி மேடம், சும்மா ஒரு ஜோக். அவ்வளவுதான். எனக்கு உன் கணவரைப் பற்றியும் தெரியும்.
சியா	:	அப்படியா?

நடக்கிறார்கள்

விஷ்	:	அதுசரி, இவ்வளவு அறிவாளிகளான தாத்தாவும் பேத்தியும் மாப்பிள்ளை தேடுவதில் மட்டும் எப்படிக் கோட்டை விட்டு விட்டீர்கள்?
சியா	:	இதற்குத் தாத்தா என்ன பதில் சொன்னார் தெரியுமா?
விஷ்	:	என்ன சொன்னார்?

சியா : எனக்கு ஞானி என்று பட்டம் கொடுத்த முட்டாள்களிடம் போய் கேளுங்கள் என்று.

விஷ் : அப்படியென்றால்?

சியா : தன் முன்னால் நிற்கிற இளைஞன் இன்னும் இரண்டே வருடத்தில் எப்படி மாறுவான், யாராக இருப்பான் என்று உணரத் தெரியாத மரத்திற்கு ஞானி என்ற பட்டம் கொடுத்துவிட்டு, அப்புறம் வந்து ஞானிப் பட்டம் கொடுத்தோமே ஏன் அதற்குத் தக நீ இல்லை என்று கேட்கும் இவர்களை என்ன செய்வது? தூக்கில்தான்போட வேண்டும் என்பார்.

விஷ் : அது சரிதான். ஒருவன் ஞானி என்றாலும் அவனுக்கும் எல்லைகள் உண்டே. அவனை இந்தப் பிரபஞ்சத்தையே தன் கோட்டுப் பைக்குள் போட்டுக் கொண்டிருப்பவனாக நினைப்பது முட்டாள்தனம் தானே? (சிறிது விட்டு) ஆனால் இதை நானுமே செய்தேன் இல்லையா?

(அவன் வெட்கப் புன்னகை செய்கிறான்).

சியா : பரவாயில்லை. சற்றுமுன் ஆசைப்பட்டீர்கள். உடனே அதை நிறைவேற்றிக் கொண்டீர்கள். அவ்வளவுதானே.

விஷ் : சற்றுமுன் என்ன ஆசைப்பட்டேன்?

சியா : (அவனைப் போலவே நடித்துச் சொல்கிறாள்) விஷ்ணுவுக்கும்கூட அப்படியிருக்கத்தான் ஆசையாக இருக்கிறது, முட்டாள் பையனாக.

விஷ் : அம்மாடி! ஜாக்கிரதை, ஜாக்கிரதையாகப் பேச வேண்டியிருக்கிறது. ஒருவேளை உனது அறிவுதான் உனது கணவனை மிரட்டி அவனது

நெகட்டிவ் அம்சங்களை வெளியே தள்ளியிருக்குமோ?

சியா : அப்படியெல்லாம் யாரும் அவர் மூளையைத் தாக்கிவிட முடியாது. அதனால் அவர் நல்லதாகவோ கெட்டதாகவோ செயல்பட்டு விடுவார் என்பதற்கான தடயமெல்லாம் ஒன்றும் கிடையாது. அவர் ரொம்பவும் சுலபமானவர். வாழ்க்கையையே அவர் மூன்று ஹாபிக்களாகப் பிரித்துக் கொண்டிருக்கிறார். அதன்படி வாழ்கிறார். அவ்வளவுதான்.

விஷ் : என்ன மூன்று ஹாபி?

சியா : சீட்டாடுவது, குடிப்பது, வீட்டில் வந்து என்னை உதைப்பது.

அவன் அவளைப் பார்க்கிறான்

விஷ் : மூன்றாவது ஹாபிக்குக் காரணம்?

சியா : வேறு ஒரு மூன்றாவது ஹாபி கிடைக்காத காரணமாக இருக்கலாம்.

விஷ்ணுவின் முகம் மாறிவிடுகிறது

சியா : வாருங்கள் போகலாம்.

இப்போது அவர்கள் வலது கீழ் அரங்கில் வந்து நின்றிருக்கிறார்கள்.

இனி அவர்கள் தங்களுக்கும் அவையினருக்கும் இடையில் கிழக்கு மேற்காக ஆறு ஒன்று ஓடுவதாகப் பாவித்துப் பேச இருக்கிறார்கள்

(ஒளி, பூரண இருளுக்கு முந்தைய கணமாக இருக்கிறது).

விஷ் : ஆகா, இந்த ஆற்றுக்கு எப்படி இவ்வளவு அழகாக ஓடத் தெரிகிறது?

சியா : பசு புல் மேய்கிற மாதிரி.

		(அவன் மீண்டும் தானாக hands up செய்கிறான்)
சியா	:	(தேடி) எங்கே படகோட்டிகளைக் காணோம்.
விஷ்	:	இருப்பார்கள். பார்ப்போம்.
		(இருவரும் ஆற்றின் நெடுகப் பார்க்கிறார்கள்)
சியா	:	(கவலையுடன்) படகையே காணவில்லையே. படகுக்காரன் போய்விட்டானா?
விஷ்	:	அப்படியா. (மீண்டும் பார்க்கிறான்) ஞாபகம் வருகிறது. நான் வரும்போது படகுக்கார கிழவன் தனக்கோ யாருக்கோ உடம்பு சரியில்லையென்று முணுமுணுத்துக் கொண்டிருந்தான். அதனால் சீக்கிரமே போய்விட்டிருப்பானோ?
சியா	:	இப்போது என்ன செய்வது?
விஷ்	:	(கவலையுடன்) என்ன செய்வது, நானும்கூட போக வேண்டியிருக்கிறது.
சியா	:	நீங்கள் போய்த்தான் ஆக வேண்டுமோ?
விஷ்	:	கவலைப்படாதே. எதாக இருந்தாலும் உன்னை அனுப்பி வைக்காமல் நான் எப்படிப் போக முடியும்?
சியா	:	நன்றி (சிறிது விட்டு) ஒருவேளை இரவு இங்கேயே தங்க நேர்ந்து விடுமோ? அப்படியானால் அது இன்னொரு விபரீதமாக இருக்கும். காலையில் எந்தப் பதிலும் ஏற்படாத விபரீதம்.
விஷ்	:	ஓ.

அவர்கள் Freeze *உறைந்து நிற்க, ஒளி மேலும் குறைந்து நல்ல இருட்டு என்பதற்கான அளவில் நின்று கொள்கிறது. பிறகு அவர்கள் அசைகிறார்கள்.*

ஜெயந்தன்

விஷ் : இனிக் காத்திருந்து பலனில்லை. நாம் எங்காவது உட்காரலாம்.

சொல்லிக் கொண்டே அவன் முன் நடக்க, அவள் பின்னால் நடக்கிறாள். இருவரும் வந்து ஒரு மரத்தடியில் கிடக்கும் இரண்டு கற்களில் உட்காருகிறார்கள்.

சியா : இன்னும் இருட்டப் போகிறது. துஷ்ட மிருகங்களிலிருந்து வேறு எப்படித் தப்ப போகிறோம்.

விஷ் : தீமூட்டிக் கொள்ள வேண்டியதுதான்.

சியா : தயவு செய்து முதலில் அதைச் செய்யுங்கள்.

அவன் எழுந்து சென்று அங்குமிங்கும் உள்ள கட்டைகளையும் சுள்ளிகளையும் சேகரிக்கிறான்.

சியாமளி சிறிது நேரம் தரையைப் பார்த்தபடி இருப்பவள் பிறகு நிமிர்ந்து அவனைச் சில தடவைகள் பார்க்கிறாள். அவனும் சில முறை அவளைப் பார்க்கிறான். ஆனால் ஒருவர் பார்வை மற்றவர் பார்வையைச் சந்திக்காமல் இது நடக்கிறது.

விஷ்ணு இடது கீழ் அரங்கிற்கு வந்து சுள்ளிகளை சேகரிக்கும்போது அவனாகப் பேசுகிறான்.

விஷ் : இவளுடைய தாத்தா சொல்லியிருக்கிறார். எதிரே நிற்கும் இளைஞன் இன்னும் இரண்டு வருடத்தில் எப்படி மாறுவான், யாராக இருப்பான் என்று அனுமானிக்க முடியாத மரம் தானென்று. இரண்டு வருடம் தள்ளி இன்னொருவனை அனுமானிப்பதென்ன, தானே இன்னும் இரண்டு மணி நேரத்தில் என்னவாக இருப்பான் என்று ஒரு மனிதனால் அனுமானிக்க முடியவில்லையே. நானே எப்படிப்பட்ட உதாரணம்?

எதிர்பாராத வகையில் ஒரு ரட்சகனாக வந்து, இவளைக் காப்பாற்றி, இதுவரைப்

பாதுகாவலனாகவும் தெளிவோடு வந்த என் புத்தி, இப்போது இருள் வந்து, இரவு தங்கவேண்டும் என்ற நிலை வந்ததும், உள்ளே புரளுகிறது. இவள் வந்து அந்த உறவுக்குக் கை நீட்ட என்னென்ன சிறப்பம்சங்கள் என்னிடம் இருக்குமென்று தேட ஆரம்பித்து விட்டதே. அவளைக் காப்பாற்றியது, உடல் வாகு, போலீஸ் உத்தியோகம், கொஞ்சம் புத்திசாலித்தனம், எல்லாம் கணக்கில் வருகிறதே.

ஓ, எப்படியிருந்தாலும் அவள் பாதி ஜாமத்திலாவது அயர்ந்து தூங்கிவிடப் போகிறாள். நான்தான் என்னுடனேயே குஸ்தி போட்டுக் கொண்டு விடியவிடிய, கொட்ட கொட்ட உட்கார்ந்திருக்கப் போகிறேன்.

இவன் பேசிக் கொண்டிருக்கும்போதே, சியாமளி மெதுவாக எழுந்து எதிர்ப்பக்கம் வந்து அவளும் விறகு சேகரிக்கிறாள். இப்போது இவள் வலது கீழ் அரங்கில் நிற்கிறாள்.

சியா : (புன்னகையுடன் ஆரம்பித்து) கமலா சொல்வாள், ஒருத்தருக்கு ஒருத்தர் கொஞ்சம் முன்பின்னாக வேண்டுமானால் இருக்கலாம். ஆனால் எல்லா ஆண்களுமே நரிகள்தான். யாருக்காவது மாடு மிதித்திருந்தால் ஒழிய என்று.

அவள் களுக்கென்று சிரிக்கிறாள்

இதுவரை இந்த மனிதனைப் பார்த்ததில் ஆசாமி மாட்டுக்கேஸ்தான் என்பது தெளிவாகவே தெரிகிறது. (மீண்டும் ஒரு களுக் சிரிப்பு) அது நல்லதுதான். இல்லாமல் போய் இந்த மனிதனும் கையைக் காலை நீட்ட ஆரம்பித்தால் இந்த இருட்டில் எங்கே ஓடுவது?

ஜெயந்தன்

அது சரி இந்த ஆளுக்கு திடீரென்று, நான் நினைத்த மாதிரியே, என்னடா, நாம் சும்மாவே இருந்துவிட்டால் இந்தப் பெண் நம்மை மாட்டுக்கேஸாக நினைத்து விடமாட்டாளா என்ற சந்தேகம் வந்துவிட்டால் என்னுடைய நிலைமை என்னாகும்? (மீண்டும் சிரிப்பு) அது சரி. என் நிலைமை என்னாகும் என்ற பயத்தில் எனக்கு கைகால் உதற வேண்டாமா? சிரிப்பு எப்படி வருகிறது? ஊகூம். இது நல்ல புத்தியில்லை.

அவள் கலகலவென்று சிரிக்கிறாள்.

விஷ்ணு தான் சேகரித்ததை மரத்தடியில் கொண்டு வந்து போட்டிருக்கிறான், அவளும் கொண்டு வந்து போடுகிறாள். விஷ்ணு முதலில் அவற்றை அடுக்கிப் பார்க்கிறான்.

சியா : அப்படியில்லை. முதலில் சருகுகளை வைத்து, அதன்மேல் சுள்ளிகளைப் பரப்பி, அப்புறம் கட்டைகளை வைக்க வேண்டும்.

விஷ் : அப்படியா?

சியா : தள்ளுங்கள், நானே செய்கிறேன்.

உட்கார்ந்து சரி செய்கிறாள்

நெருப்பு பெட்டி எங்கே?

அவன் தர அதை வாங்கிப்பற்ற வைக்கிறாள்

நெருப்பு மெல்ல, பிடித்து எரிய ஆரம்பிக்கிறது. அற்கேற்ப ஒளி அமைப்பு மாறுபடுகிறது.

விஷ் : (எரிவதைப் பார்த்தபடி) good

பின் இருவரும் வசதியாக உட்கார்ந்து கொள்கிறார்கள். அவள் நெருப்பின்மேல் நீட்டி வெதுவெதுப்பாக்கிக் கன்னங்களில் வைத்துக் கொள்கிறாள்.

அவனைப் பார்த்து வெகுளியாகச் சிரிக்கிறாள்

விஷ்	:	(சிறிது நேரம் குனிந்திருப்பவன், நிமிர்ந்து) இந்நேரம் என் மனைவி வீட்டுக்கும் வாசலுக்குமாய் நடக்க ஆரம்பித்திருப்பாள்.
சியா	:	என் கணவர் வீட்டுக்கும் தோணித் துறைக்குமாகத் தத்தளித்துக் கொண்டிருப்பார்.
விஷ்	:	அவ்வளவு பிரியம் உண்டா அவரிடம்?
சியா	:	பிரியமா?

அவள் சிரிக்க அவன் அவள் முகம் பார்க்கிறான்.

தன்னுடைய மனம் எழுதியிருக்கிற முக விலாசமொன்று சேதாரத்திற்கு ஆட்பட்டிருக்குமோ, ஆட்படுத்திக் கொண்டிருக்குமோ என்ற பயம். (சிரிப்பு)

விஷ்	:	மாலை நடந்தது தெரிந்தால் கொதித்துப் போயிடுவார், இல்லை?
சியா	:	கொதிப்பது மட்டுமா, அரிவாளைத் தூக்கிவிடுவார்.
விஷ்	:	அவர்களை எப்படித் தெரியும் அவருக்கு?
சியா	:	அவர்களைத் தெரிவதா? அய்யா, அரிவாள் என்னை வெட்டுவதற்கு! இந்த மாதிரி எந்தப் பயலாவது துரத்த வேண்டுமென்றுதானே இந்தக் காட்டு வழியில் அடிக்கடித் திரிகிறேன் நான்.

அவள் முகம் மாறிவிடுகிறது

விஷ்	:	ஓ, மனிதர்கள் பேச முடிவு செய்துவிட்டால் எப்படி அவர்களால் எதையும் எப்படி வேண்டுமானாலும் பேசிவிட முடிகிறது!
சியா	:	எப்படி வேண்டுமானாலும் பேச மட்டுமா செய்கிறார்கள். நடந்து கொள்வது இல்லையா? உதாரணத்திற்கு இன்று மாலை என்னைத்

துரத்தியவர்களைப் பாருங்கள். அவர்கள் தர்க்க சாஸ்திரக் கடல் முழுவதுமே கரைத்துக் குடித்தாலும் அவர்களை நியாயப்படுத்தி என்ன பேசிவிட முடியும்?

விஷ் : சியாமளி, ஒரு கேள்வி.

சியா : என்ன?

விஷ் : ஒரு வேளை இன்று மாலை அந்த முரடர்கள் வெற்றி பெற்றிருந்தால் நீ என்ன செய்திருப்பாய்?

சியா : அப்படியென்றால்?

விஷ் : சிலர் செய்வதைப் போல, அல்லது பலர் நினைப்பது போலத் தற்கொலையா செய்து கொண்டிருப்பாய்?

சியா : (எழுந்து ஜூவாலைக்குமேல் கை நீட்டியபடி) நன்றாக இருக்கிறதே நியாயம். அவர்கள் ஒரு குற்றம் செய்ய, நான் மரண தண்டனை விதித்துக் கொள்ள வேண்டுமா?

விஷ் : குட் சரியான சிந்தனை.

(சிறிது விட்டு)

ஆனால் சியாமளி, இது ஒரு ஆச்சரியகரமான விஷயம் இல்லையா?

சியா : எது?

விஷ் : அந்த நேரத்தில் அது உனக்கு ஒரு மரணம் துரத்துகிற காரியமா இருக்கவில்லையா? அடிபட்ட காலோடு, எப்படி உயிரைக் கையில் பிடித்துக் கொண்டு ஓடினாய்! ஒருவேளை ஓடிய ஓட்டத்தில் நீ மூச்சுத் திணறி செத்தாலும்கூடச் செத்திருக்கலாம்.

சியா : உண்மைதான்.

விஷ் : அது ஏன்?

சியா : அப்படியென்றால்?

விஷ் : அப்போதைக்கும் இப்போதைக்கும் ஏன் இந்த மனநிலை வேறுபாடு?

அதாவது இப்போது, அது அவர்கள் குற்றமென்றும் அதற்காக நான் ஏன் மரண தண்டனை விதித்துக் கொள்ள வேண்டு மென்றும், நியாயமான கேள்வியை எழுப்புகிற நீ அப்போது மட்டும் ஏன் மரணம் வந்தாலும் வரட்டுமென்று ஓடினாய்?

சியா : ம்... இப்போதைய மனநிலைக்குக் காரணம் தெரிகிறது. ஆனால் அப்போதைய ... ஒரு வேளை அது தெரியாமல் தெரிகிற ஒரு விசயமாக இருக்கலாம்.

விஷ் : புரியவில்லையே.

சியா : புரியவில்லையா? ஒருவேளை நீங்களும் பெண்ணாக பிறந்திருந்தால் தெரியலாம்- தெரியாமலேயே

(அங்கிருந்து இரண்டடி நடக்கிறாள்)

ஆனால், நீங்கள் ஒரு ஆணாக இருக்கிறபோதும் உங்களுக்கு அது தெரிய ஒரு வாய்ப்பிருக்கிறது.

அவள் கொஞ்சம் தயங்கிப் பின்பு ஒரு குறும்புப் புன்சிரிப்புடன் ஆரம்பிக்கிறாள்.

நீங்கள் படுத்திருக்கிறீர்கள். எதிரிகள் தாக்க வந்துவிட்டது தெரிகிறது. சடாரென்று பக்கத்தில் கிடக்கும் ஒரு இரும்புத் தடியை எடுத்துக் கொண்டு அவர்களைத்

தாக்குகிறீர்கள். அப்போதுதான் தெரிகிறது, உங்களது வேட்டி அல்லது லுங்கி நழுவிக் கொண்டிருக்கிறது. அப்போது என்ன செய்கிறீர்கள்? ஒரு கையால் நழுவும் ஆடையைப் பிடித்துக் கொண்டு ஒரு கையாலேயே தடியை வீசுகிறீர்கள்.

சொல்லியபின் வாய்விட்டு பலமாக, மிகப் பலமாகச் சிரிக்கிறாள்

அய்யா கொஞ்சம் நேரம் சும்மா நின்றால் உங்களுக்கு என்னதான் போய்விடும்?

விஷ்ணு தலையைக் கவிழ்த்துக் கொள்கிறான். பின்பு ...

விஷ் : கற்பென்பது ஏன் இவ்வளவு சிக்கலாக இருக்கிறது சியாமளி?

சியா : யாருக்குத் தெரிகிறது? ஆனால் எனக்கொரு தோழி இருக்கிறாள். கமலா என்று பெயர். ரொம்ப சுவாரஸ்யமான பெண். அவள் சொல்வாள். கற்பு, கட்டுப்பாடு எல்லாம் அவசியம் இருக்க வேண்டுமாம். அப்போதுதான் அதை மீறுகிற சந்தோஷம் மனிதருக்கும் கிடைக்குமாம். ஒன்றை மீறுகிற காரியத்தில்தான் கள்வெறி இருக்கிறதாம். சும்மா கிடைக்கிற எதுவும் உப்பில்லாத பண்டமாம்.

விஷ் : (மறுபுறம் திரும்பியபடி) இவளென்ன தோழியின் பெயரால் ஏதாவது சமிக்ஞை கொடுக்கிறாளா? (பின்பு அவள் பக்கம் திரும்புகிறான்).

சியா : என்ன மௌனம்?

விஷ் : ஒன்றுமில்லை. உன் நண்பனைச் சொல், நான் உன்னைச் சொல்கிறேன் என்பார்கள். உன் தோழியைப் பற்றிச் சொன்னாய் நீ... நீயும்...

எப்படி என்று...

சியா : (பொய்க் கோபமாக) ஏய்... இதுதானே ஆம்பிளைக் குறும்பென்பது. (அவள் எதிரே கிழக்குப் பார்த்து நின்றவள் தெற்காக அவையின் பக்கம் திரும்பி) அசல் ஆண் மெல்லத் தலை தூக்குகிற மாதிரி தெரிகிறதே.

மீண்டும் அவன் பக்கம் திரும்பிச் சிரிக்கிறாள்.

விஷ் : என்ன சிரிப்போ?

சியா : ஒன்றுமில்லை, ஒன்றுமில்லை.

வந்து நெருப்பில் இன்னும் இரண்டு கட்டைகளை வைத்து சரி செய்கிறாள்.

ஒரு கேள்வி, உங்கள் மனைவியைத் தவிர வேறு யாரையாவது காதலிக்கிறீர்களா?

விஷ் : யாரையாவது காதலிக்கிறீர்களா என்று கேட்டால் போதுமே. மனைவியையோ அல்லது கணவனையோ யாராவது காதலிப்பார்களா என்ன?

சியா : ஓகோகோ... (அவள் வாய்ப்பொத்திச் சிரிக்கிறாள்)

சரி யாரையாவது காதலிக்கிறீர்களா?

விஷ் : (ஒரு விரல் நீட்டி) டஜன்.

சியா : அம்மாடி! நல்ல அனுபவஸ்தர்தான்.

விஷ் : அனுபவமா? அடேயப்பா, சமீபத்தில் ஒரு பெரிய முடிவு எடுக்குமளவுக்கு.

சியா : என்ன முடிவு?

விஷ் : (எழுந்து கொண்டே) இனிமேல் யாராவது ஒரு பெண் வந்து உதட்டோடு பொருத்தி முத்தம் கொடுத்தால்கூட, பெண்ணே இது காதல்

ஜெயந்தன்

முத்தமா அல்லது சகோதர முத்தமா என்று கேட்டுத் தெரிந்து கொண்டுதான் மேலே பேசுவது என்று.

சியா : அவையினர் பக்கம் திரும்பி என்ன சொல்கிறான் மனுஷன்? நானே முன் முயற்சி எடுக்க வேண்டுமென்றா?

(தோள் குலுக்கி, கண் சிமிட்டி) அதுவரை சந்தோஷம், ஆசாமி தானே முயற்சி எதுவும் எடுக்கப் போவதில்லை.

(அவள் மீண்டும் அவன் பக்கம் திரும்பி நிற்கிறாள்)

விஷ் : என்ன மௌனம்?

சியா : எனக்குப் பயமாக இருக்கிறது.

விஷ் : என்ன பயம்?

அவள் பழையபடி கல்லில் உட்கார்ந்து கொண்டே சிரிக்கிறாள்

விஷ் : பயத்தின் காரணமாக யாராவது சிரிப்பார்களா என்ன?

சியா : யாராவது சிரிப்பது என்ன? அதுதான் நானே சிரிக்கிறேனே. போகட்டும் உங்கள் மனைவிக்கு உங்களைப் பற்றி ரொம்பப் பெருமையாக இருக்குமே.

விஷ் : கிடையாது.

சியா : கிடையாதா?

விஷ் : அவள்தான் நிழலில் இருக்கிறாளே.

சியா : அதைச் சொல்லுங்கள். என்னைப்போல வெயிலில் வதங்க சபிக்கப் பட்டவர்களுக்குத்தான் அவள் அதிருஷ்டம் புரியும்.

விஷ் : உன்னுடைய கஷ்டங்களை ரொம்பவும்

பெரிதுபடுத்திக் கொள்கிறாய் என்று நினைக்கிறேன். உனக்குச் சில கஷ்டங்கள் இருக்கலாம். ஆனால் எல்லா வரங்களும் துடைக்கப்பட்ட மாதிரி வருத்தப்பட வேண்டியதில்லை.

சியா : என்ன வரங்கள் மிச்சமிருக்கின்றன?

விஷ் : (புன்னகையுடன்) எப்படிப் போனாலும் உன் கணவனைப் போன்றவர்கள் மூல விஷயத்தில் சூரர்களாகத்தான் இருப்பார்கள், இல்லையா? அதாவது அவருக்கு மூன்று ஹாபிகள் இருப்பதாகச் சொன்னாய். ஆனால் தொழில் இதாகவேகூட இருக்கலாம்.

சியா : (திரும்பி) ஆகா, ஆசாமி எப்படி நுழைகிறான். உள்ளே மொட்டைத்தலைக்கும் முழங்காலுக்கும் முடிச்சுப் போட்டுக் கொண்டு, ஆள் மாட்டுக்கேஸ் இல்லைதான். இப்போது நானும் கொஞ்சம் எதிர்ப்பாட்டுப் பாடலாமா? லாவணியும் நல்ல கதைதானே.

அவள் பழைய மாதிரி திரும்பி அவனைப் பார்த்துச் சிரிக்கிறாள்

விஷ் : என்ன சிரிப்பு?

சியா : நீங்கள் சொல்வது சரிதான். அதில் அவர் மன்னன் மட்டுமில்லை. சக்ரவர்த்தி.

(திரும்பி)

மனுசனுக்கு உள்ள பொக்குன்னு போயிருக்கும். (சிரிப்பு) இந்த ஆள் அப்படிக் கேட்டதும் நான் முகத்தை தூக்கி வைத்துக் கொண்டு, இல்லீங்க, அவரு அதுலயும் சுகமில்லீங்க என்று சொல்வேனாம். அப்புறம் இவன், அப்படியா? அடப்பாவமே, நான் ஒரு வகையில் மேலே வருவேனாம். என்னைய்யா

தந்திரம். என்னய்யா ஆண்கள்.

அவள் மீண்டும் அவன் பக்கம் திரும்பும்போது அவன் சிரித்துக் கொண்டிருக்கிறான்

விஷ் : (சிரித்தபடியே) அதெப்படி அம்மணி, அதில் ஒருவன் சக்ரவர்த்தி, மன்னன் அல்லது வெறும் சிப்பாயென்று ஒப்பீட்டு முறையில் ஒரு குடும்பப் பெண்ணுக்குத் தெரியும்?

சியா : (பொய் அதட்டலாக) மிஸ்டர். அது எங்களுக்குத் தெரியும்.

விஷ் : ஓ, தெரியாமல் தெரிவது என்று இருக்கிறது அல்லவா!

சியா : ரொம்ப விஷமம்.

விஷ் : ஒரு விஷயம், ஒரு சந்தேகம், இப்போது நான் திடீரென்று bad fellow ஆகிவிட்டால்...?

சியா : ம்... பிரார்த்தனை செய்வேன். கடவுளே ஒரு இடியை அனுப்பி இரண்டு பேர் தலையிலும் போடு என்று.

விஷ் : என் தலையில் இடிவிழுவது சரிதான். உன் தலையிலும் எதுக்கு?

சியா : அதுதான் வார்த்தை ரசாயனம். அதில் என்னை எடுத்துவிட்டுப் பாருங்கள். அப்பட்டமான பகை தெரியும். என்னைச் சேர்த்ததும் நம் நட்பு உடைவது அழகாக தவிர்க்கப் பட்டுவிடும். அதே நேரத்தில் சொல்ல வந்தது சொல்லப்பட்டு ... விடும்...

விஷ் : (திரும்பி) அதாவது மொத்தத்தில் ஒரு நோ சொல்கிறாளாக்கும் (பழையபடி திரும்பி) போகட்டும் ஒரு பாட்டுப்பாடேன்.

(சியாமளி பாட ஆரம்பிக்கிறாள். இடையில்

எழுந்து லேசாக அபிநயமும்கூடச் செய்கிறாள்)

பாடல்

அலைபாயுதே கண்ணா என் மனம்

அலைபாயுதே உன்

ஆனந்த மோகன வேணு கானமதில் (அலை)

நிலை பெயராது சிலை போலவே நின்றேன்

நேரமாவதறியாமலே மிக விநோதமான முரளிதாரா (அலை)

தெளிந்த நிலவு பட்டப் பகல் போல் எரியுதே

கனிந்த உன் வேணுகானம் காற்றில் வருகுதே

கண்கள் சொருகி ஒருவிதமாய் வருகுதே

களித்த மனத்தில் இருத்திப் புதைத்து எனக்கு

அளித்து மகிழ்த்தவா - ஒரு

தனித்த வனத்தில் அணைத்து எனக்கு

உணர்ச்சி கொடுத்து மகிழ்த்தவா

இந்தக் கட்டத்தில் அவள் ஓரக்கண்ணால் அவனை ஒருமுறை பார்க்கும்போது, அவள் freeze ஆகிவிடுகிறாள்.

விஷ் : ஓ, அதே பார்வை! உள்ளத்தில் எது இருந்தாலும் இல்லாவிட்டாலும் ஆணை அலைக்கழித்துப் பார்க்கும் வெறிக்காக பெண்ணின் கையில் விளையாடும் பிரம்மாஸ்திரம். இல்லாவிட்டால் இறைவனையும் இடியையும் துணைக்கழைத்து No சொன்னவள் இப்போது இந்தப் பாடல் கலந்து அந்தப் பார்வையை ஏன் வீச வேண்டும்? இருக்கட்டும், இதைப் புறங்கையால் தட்டி

என்னை நிரூபித்துக் காட்டுகிறேன். இவளது சாகசங்கள் எதுவும் என்னிடம் சிறு சலனத்தைக்கூட உண்டாக்க முடியாது என்பதை, எதையுமே கண்டு கொள்ளாததின் மூலம் இவளுக்குச் சொல்கிறேன்.

(சியாமளி freeze உடைந்து, அவள் தொடர்ந்து பாடுகிறாள்)

அலைகடல் அலையென கதிரவன் ஒளியென

இருகடல் என களிக்க வா

கதறி மனம்உருகி நான் அழைக்கவோ

இதர மாதருடன் நீ களிக்கவோ

இது தகுமோ; இது முறையோ; இது தர்மம்தானோ

குழல் ஊதிடும் பொழுதில் ஆடிடும்

குழைகள் போலவே (அலை)

பாடல் முடிந்ததும் விஷ்ணு அட்டகாசமாகக் கைதட்டுகிறான்

விஷ் : ஆகா! அற்புதம்! தேவகானம்! கலைமகள் போல் எண்ணிக் கைகூப்பத் தோன்றுகிறது.

அவன் ஒரு பக்தனைப் போலக் கைகூப்புகிறான். அவள் கொஞ்சம் திகைக்கிறாள்.

சியா : நீங்கள் ஒரு பாட்டுப் பாடுங்களேன்.

விஷ் : ஏன் பழையபடி ஓட விருப்பமா?

சியா : வேண்டாம் வேண்டாம்.

விஷ் : வேண்டுமானால் ஒரு கவிதை சொல்கிறேன்.

சியா : ஓ, கவிஞர் வேறா? கலைமகளின் திருமகன் போல எண்ணிக் கைகூப்ப இப்போதே தயாராகி விடுகிறேன்.

விஷ் : (திரும்பி) ஓ, எதிர் வெட்டா. கவிதையில் உன்னை இரண்டு துண்டாக வெட்டிப் போடுகிறேன் பார்.

அவன் மீண்டும் அவள் பக்கம் திரும்பி தனது கவிதையைச் சொல்கிறான். கவிதைக்காக மிகத் தோராயமாக மேடை வெளியைப் பயன்படுத்திக் கொள்கிறான்.

விஷ் : அவர்கள் உத்தமிகள்

தேவையென்றதும் ஏதோ

ஒரு தொகை சொன்னார்கள்

அப்புறம்

வஞ்சகம் எதுவும் செய்யவில்லை

அவர்கள் உத்தமிகள்.

இவர்கள் நடந்து காட்டினார்கள்

குலுக்கிக் காட்டினார்கள்

கண்ணால் உரசிக் காட்டினார்கள்

பல்லால் உரசினார்கள்

பாதித் திரும்பி நின்றார்கள்

உன்னால் இந்தக் கிறக்கம்

உன் ஆண்மை தந்த தயக்கம் என்றுகுழைந்தார்கள்.

ஆண்மை வெடித்தது

கைவிழி துடித்தபோது...

இவர்கள் நடிப்பு

வரமாய் உடம்பில் வந்திறங்க

சதை ஆட, அதிர

ஜெயந்தன்

முகம் கறுத்து
மூக்கு விடைத்து நிற்க
வாய் கொண்டு குரைத்தார்கள்,
கடித்தார்கள்.
'அடேய்... உசத்தியமடா' என்று
ஆவி பதற
சுற்றி நான்கு முகம் பார்த்தார்கள்
எப்படி நம்ம கற்பு என்று கேட்டார்கள்
எப்படி நம்ம நடிப்பு என்பதற்கு
பதிலாக
அவர்கள் உத்தமிகள்
தேவையென்றதும் ஏதோ
ஒரு தொகை சொன்னார்கள்
அப்புறம்
வஞ்சகம் எதுவும் செய்யவில்லை

அவன் கவிதையை முடித்ததும் அவள் முகம் கொஞ்சம் மாறித்தான் போகிறது

சியா : சொந்தக் கவிதையா?

விஷ் : ஆம்.

சியா : (முன்பு ஒருமுறை அவன் செய்தது போலவே ஒரு விரல் நீட்டி) அந்த டஜன் கொடுத்த ஞானம்?

விஷ் : உண்மையாக.

சியா : (சோர்வாக) சரி மிஸ்டர் விஷ்ணு. நான் கொஞ்சம் அங்கே சாய்ந்து கொண்டு கண்

அயர வேண்டும்?

விஷ் : ஓ.

அவள் சென்று அந்த மரத்தடியில் உட்கார்ந்து லேசாக சாய்ந்து கொள்கிறாள்.

இவன் தள்ளிவந்து உலவிக் கொண்டிருக்கிறான். ஒரு சிகரெட் பற்ற வைக்கிறான்.

விஷ் : TEMPTATION! எப்போதும்! ஆனால் ராயனுக்கு உரியதை ராயனுக்கும், தேவனுக்குரியதை தேவனுக்கும்.

சியா : (மெல்லக் கண் திறந்து) மிஸ்டர் விஷ்ணு. ஒரு உறுத்தல். உங்கள் உதவியை நான் போதுமான அளவு ஆனர் செய்யவில்லையோ என்று.

விஷ் : (திரும்பி) சபாஷ்! நான் ஜெயித்திருக்கிறேன், அதனால்தான் இவள் மீண்டும் சதுரங்கத்தைத் தொடங்கித் தான் ஜெயித்த பிறகே தூங்க விரும்புகிறாள்.

அவளிடம் திரும்பி

அப்படியென்றால்?

சியா : (புன்னகையுடன்) தெளிவாகத் தெரியவில்லை.

விஷ் : தெரியாமல் தெரிகிற இன்னொரு விசயமா?

சியா : (கழுத்தைத் திருப்பி) அடிப்படையில் இவனொரு மாட்டுக் கேஸாகவே இருக்கலாம்.

(அவள் மீண்டும் கண் மூடுகிறாள்)

விஷ்ணு வந்து, தான் உட்கார்ந்திருந்த கல்லை முதுகுக்கு அணையாக வைத்து சாய்ந்து கண் மூடுகிறான்.

இதுவரை இருந்த இயல்பான மஞ்சள் நிற ஒளிக்குப் பதிலாக நீல நிற ஒளி மேடையில் பரவுகிறது.

சில விநாடிகளுக்குப் பிறகு வலது வாயில் 3 வழியாக ஆஜானுபாகுவான காட்டுமிராண்டி ஒருவன் மேடையில் வருகிறான். அவனது தோளில் நமது கார்ட்டூன் படங்களில் பார்க்கும் அவனது மரபான ஆயுதம். அவன் கண் அயர்ந்திருக்கும் இருவரையும் சிறிது நேரம் பார்த்துவிட்டு நடு கீழ் அரங்கில் வந்து நிற்கிறான்.

அப்போது இடது வாயில் ஒன்று வழியாக மிகவும் நாகரிகமான நடு வயது மனிதன் ஒருவன் மேடைக்கு வருகிறான்.

காட்டுமிராண்டி முதலில் இவனை முறைத்தும் பிறகு வியந்தும் பார்க்கிறான்.

காட்டுமிராண்டி : அய்யா! தாங்கள் இருபதாம் நூற்றாண்டு மனிதனா?

நாகரிக மனிதன் : இதென்ன கேள்வி? நீ...?

கா.மிராண்டி : (உணர்ச்சி பொங்க) அய்யா, இன்று கண்டு கொண்டேன் உங்களை. எங்கள் தெய்வமே. எங்கள் வளர்ச்சியே. ஆசீர்வதிக்க வேண்டும் இச்சிறுவனை.

அவன் சாஷ்டாங்கமாக விழுந்து வணங்குகிறான்

நா.மனிதன் : என்ன இது? எழுந்திரு. எதற்காக இது? நீ யார்?

கா.மிராண்டி : நான் காட்டுமிராண்டி அய்யா. உங்களுக்குப் பத்து லட்சம் வருடங்களுக்கு முன் பிறந்த புழு. மண்ணைத் தவிர வேறு ஒன்றும் அறியாத மண்.

நாகரிக மனிதன் அவனை ஆய்ந்து பார்க்கிறான்

நா.மனிதன் : இருக்கலாம். அதற்காக ஏன் காலில் விழ வேண்டும்?

கா.மிராண்டி : நானோ எளிய காட்டுமிராண்டி. இதற்குமேல் உங்களை எப்படி கௌரவிப்பது என்று தெரியவில்லையே அய்யா.

ஏ்நா.மனிதன் : ஏன் கௌரவிக்க வேண்டும்?

கா.மிராண்டி: என்ன அப்படிக் கேட்கிறீர்கள்? நீங்கள் கடவுளை கௌரவம் செய்வதில்லையா? விழுந்து வணங்குவதில்லையா? அலங்காரம் செய்வதில்லையா? அவருக்குக் கோயில் கட்டுவதில்லையா? அவர்மேல் பூக்களையும் கவிதைகளையும் சொரிவதில்லையா?

நா.மனிதன் : அப்படியென்றால் நான் உனக்குக் கடவுளா?

கா.மிராண்டி : பின் இல்லையா? கடவுள் செய்த எதை நீங்கள் செய்யாமல் விட்டிருக்கிறீர்கள்? நீங்கள் படைக்கவில்லையா? நீங்கள் படைத்திருக்கும் எந்திரங்களை கடவுளுக்குப் படைக்கத் தெரியுமா என்ற சந்தேகம்கூட எனக்கிருக்கிறது.

நீங்கள் பறக்கவில்லையா?

(அவன் நாட்டுப் பாடல் வடிவத்திலேயே பாடுகிறான்)

கூடலூரு மூலையிலே

கூலிஏறு உறுகையிலே

படைச்ச கடவுள் போல

பறக்குதடி மோட்டார் வண்டி

நா.மனிதன் : உண்மையில் நன்றாகப் பாடுகிறாய்

கா.மிராண்டி : நீங்கள் எழுதிய பாடல்தானே அய்யா. அது மட்டுமா. கடவுள் வெறும் வில்லையும் வேலையும் வைத்துக் கொண்டு இருக்கிறான்.

இதைக் கொண்டு ஏழு கடலையும் பிளக்க முடியுமா, மூவுலகங்களையும் நொறுக்க டியுமா என்று யோசித்துக் கொண்டிருந்தபோது நீங்கள் அவரது ஆசைக் கற்பனைகளை, ஸ்கட் ஆகவும் பேட்ரியட் ஆகவும் வடிவமைத்து விட்டீர்களே!

நா.மனிதன்: அப்படியா சொல்கிறாய்? கேட்கப் பெருமையாகத்தான் இருக்கிறது. நன்றி காட்டுமிராண்டி நண்பனே.

கா.மிராண்டி: (தூங்கிக் கொண்டிருக்கும் சியாமளியையும் விஷ்ணுவையும் காட்டி) அய்யா இவர்கள் யார்? இவர்களும் நீங்கள்தானா? ஆகா இவர்கள் எப்போது எழுவார்கள்? இவர்களையும் நான் கௌவரம் செய்ய வேண்டும்.

நா. மனிதன் : இவர்களா?

அவன் சிறிது நேரம் யோசிக்கிறான். பின் சரேலென்று காட்டுமிராண்டி காலில் சாஷ்டாங்கமாக விழுகிறான்

கா.மிராண்டி : (பின் வாங்கி) அய்யோ, அய்யா என்ன இது? நான் செய்த ஈனம் என்ன? எதற்காக இந்தச் சாபம்?

கடவுள் பக்தனின் காலில் விழுவதா? தந்தை மகனின் காலில் விழுவதா? எழுந்திருங்கள்.

(நாகரிக மனிதன் எழுகிறான். எழுந்தும் பணிந்தும் குழைந்தும் நிற்கிறான்)

நா.மனிதன் : இல்லை. நான் செய்ததுதான் சரி. உயர்ந்தவன் காலில் தாழ்ந்தவன் விழுவதென்றால் நான் செய்தது சரிதான்.

கா.மிராண்டி : எப்படிச் சொல்கிறீர்கள்? நீங்கள்தான் உயர்ந்தவர் என்பதற்கு நான் நிறைய உதாரணங்கள் வைத்தேன். இன்னும் ஆயிரம்

வைக்க முடியும் என்னால் (பார்வையாளர் பக்கம் திரும்பி) இந்தப் பார்வையார்களுக்கும் இன்னும் ஆளுக்கொரு இரண்டாயிரம் காரணம் தெரியும். அவர்களுக்குத் தெரிந்ததையே சொல்லிக் கழுத்தறுக்க கூடாதென்றுதான் சில உதாரணங்களோடு நிறுத்தினேன்.

நா.மனிதன் : அப்படியல்ல. மாமனிதனே. நாங்கள் எவ்வளவு அதளபாதாளத்தில் கிடக்கிறோம் என்று காட்ட இந்த இருவர் கதை ஒன்றே போதும்.

கா.மிராண்டி : என்ன செய்தார்கள் இவர்கள்?

நா.மனிதன் : என்ன செய்தார்கள்? (உலாவுகிறான்) உனது காலத்தில், உனது பருவத்தில், ஒரு பெண் வந்து நீ வேண்டும் என்று சொன்னால் நீ என்ன செய்வாய்?

கா.மிராண்டி : (அந்தச் சிரிப்பு சிரித்து) இதில் சொல்ல என்ன இருக்கிறது?

நா.மனிதன் : சரி அல்லது இல்லை இரண்டே வார்த்தை. இரண்டில் ஒன்று இல்லையா?

கா.மிராண்டி : அப்படியேதான்.

நா.மனிதன் : ஆனால் இங்கே சில மணிநேரம் முன்பு என்ன நடந்தது தெரியுமா? இவன் கேட்கவே குலை நடுங்கிப்போனான். என்ன அப்படியவன் கேட்டுவிட்டான்? தன் குலை நடுங்கிவிடும் போல் நடித்தாள். அப்புறம் இவன் எதிர் நடிப்பெடுத்து, சீச்சீ, அதை நானாவது கேட்பதாவது தங்கச்சி என்றான். அய்யோ அண்ணன் பவித்ரன் நீ வாழ்க என்றாள் அவள். எல்லாம் உள்ளே அந்த விசயம் கனன்று

கொண்டிருக்கும்போதே. கனன்று கொண்டிருக்கும்போதே.

கா.மிராண்டி : ஏன் அப்படி?

நா.மனிதன் : இந்த நாடகத்திற்கு பாடல் வேறு

கா.மிராண்டி : ஏன் அப்படி?

நா.மனிதன் : இந்த நாடகத்திற்குக் கவிதை வேறு. அவன் கவிதையை நீ கேட்கவில்லையே.

கா.மிராண்டி : சொல்லுங்களேன்.

நா.மனிதன் : வேண்டாம். நாடகத்திலும்கூட, கூறியது கூறல் குற்றமே.

கா.மிராண்டி : சரி உணரப்பட்டது. மேலே சொல்.

நா.மனிதன் : இன்னும் சொல்ல என்ன இருக்கிறது? இதுபோதாதா? உன்னிலும் எவ்வளவு பள்ளத்தில் கிடக்கிறோம் நாங்கள் என்பதை விளக்க...

கா.மிராண்டி : இது எப்படி நேர்ந்தது? நீங்கள் எம்மிடமிருந்து புறப்பட்டு உயர உயரப் போனதாய் நாங்கள் நினைத்திருக்க...

நா.மனிதன் : அதை நமது மற்ற கோரஸிடம் அல்லவா கேட்க வேண்டும். அது அவர்கள் பாடத்தில் அல்லவா இருக்கிறது. எங்கே அவர்கள்?

கா.மிராண்டி : ஒரு வேளை மேக் அப் இன்னும் முடியவில்லையா?

அவன் விஷ், விஷ் என்று சீட்டி அடிக்கிறான். உள்ளிருந்து இதோ வந்திட்டோம் என்ற குரல் வருகிறது

சீக்கிரம் வாங்க. செட்டி சிங்காரிக்கிறதுக்குள்ள பட்டணம் பறிபோயிடும்னு நீங்க வற்றதுக்குள்ள ஆடியன்ஸ் எந்திரிச்சு

ஜெயந்தன் நாடகங்கள்

வீட்டுக்குப் போயிடப் போறாங்க.

உள்ளிருந்து குரல் : (இல்ல இல்ல, இந்தா வந்துட்டோம்).

நாகரிக மனிதன் வந்த திசையிலிருந்து மூன்று பேர்மேடையில்வருகிறார்கள். அவர்கள் சரித்திரத்தின் பலகட்ட ஆடைகளை உடுத்தியிருக்கிறார்கள்

முதல் ஆள் : (வரும்போதே) அய்யா வந்தனம்னா வந்தனம் வந்த சனமெல்லாம் குந்தணும்.

நா.மனிதன்: உஷ் (அவனை அதட்டுகிறான்) (பார்வையாளரிடம்) மன்னிக்கணும். ஒரு நடிகர் பத்தலேன்னு தொழில்முறை நடிகர் ஒருத்தரப்போட வேண்டியதாப் போச்சு.

கா.மிராண்டி: பேராசிரியர் ராமானுஜமே பட்டபாடு தெரிஞ்சிருந்தும்.

நா.மனிதன் : நல்லது அவையோர்களே! சபையோர்களே! (நாக்கை கடித்துக் கொண்டு) உங்களுக்கு எங்கள் கோரஸை அறிமுகப்படுத்தி வைக்கிறேன்.

எங்கள் இருவரையும் உங்களுக்குத் தெரியும்.

இவர் கி.மு. 5000

இவர் கிறிஸ்துவின் சமகாலம்.

இவர் கி.பி. 1000

இனி நாடகத்தைத் தொடங்குகிறோம்.

இருங்க, இருங்க. ஒரு விசயம். இவங்களுக்கு கொடுத்திருக்கும் வருடத்தப் பாத்து சரித்திர ஆசிரியர் யாரும் நோட்டத் தூக்கிக்கிட்டு வந்துடாதீங்க. வருடம் கொஞ்சம் முன்ன பின்னதான் இருக்கும். மணிய சரியாச் சொல்லலாம். நிமிடத்த சரியாச் சொல்லலாம்.

ஜெயந்தன்

விநாடி பூர்வமா சரியாச் சொல்ல முடியுமா? அது மாதிரி லட்சக்கணக்கான வருட இடைவெளியில் ஒரு நூற்றாண்டு, இல்ல ஒரு ஆயிரம் பத்தாயிரம் வருடம் ஒரு விநாடிதான். தவிர ஒரே விசயம் ஒரு நாட்ல நடந்து அதே விசயம் ஆயிரம் வருசம் கழிச்சு இன்னொரு நாட்ல நடந்திருக்கலாம். இல்லையா? ரொம்ப கண்டுக்காதீங்க. எல்லாம் ஒரு குத்து மதிப்புதான்.

சரி நாம ஆரம்பிப்போம்.

கா.மிராண்டி : (விஷ்ணுவையும் சியாமளியையும் காட்டி)

இந்த நிலை எப்போது வந்தது? எப்படி வந்தது?

கி.மு. 5000 : எனக்குத் தெரியாது.

கி. சமகாலம் : எனக்குத் தெரியாது.

கி.பி. காலம் : எனக்குத் தெரியாது.

கா.மிராண்டி : (அதட்டலாக) அதெப்படி தெரியாமல் போகும்! உங்களுக்குள் தானே அது நடந்திருக்கிறது.

கி. சமகாலம் : என் வயிற்றுக்குள்தான் கட்டி வந்தது. வைத்தியர் சொன்னார். ஆனால் அவர் இது எப்படி வந்தது என்று சொல்லவில்லை.

கி.மு. 5000 : நான் நினைக்கிறேன், நமது கோரஸின் எண்ணிக்கை போதாது. ஒரு நூற்றாண்டிற்கு ஒரு பிரதிநிதியாகப் போட்டிருக்க வேண்டும். அப்போது குற்றவாளி அகப்பட்டிருப்பான்.

நா.மனிதன் : அது சாத்தியமில்லாத காரியம். அது மேடைமீது அவையோரும் சபையின் நடிகர்களும் இருப்பதாக அமைந்துவிடும்.

கி.பி. 1000 : ஆனால் எனக்கொரு பெருமையுண்டு. இந்த விசயத்தில் அக்கரைகொண்டு சிந்தித்தவன் நான். கற்புநிலை என்னும் அற்புதத்தை அப்படியே வைத்துக் கொண்டே, ஆசைக்கும் தீனி போட்டவன் நான்.

கா.மிராண்டி : எப்படி?

கி.பி. 1000 : நான்தான் தேவதாசிகள் என்னும் ஒரு பிரிவை சட்ட பூர்வமாக அங்கீகரித்தவன்.

நா.மனிதன் : அதாவது வாரிசு குளறுபடி வந்து விடாமல் வீட்டுக்குள் ஒருத்தி, காமக்களியாட்டங்களுக்கு ஊருக்கு ஒதுக்குப்புறமாக ஒருத்தி என்று எல்லா ஆண்களுக்கும் ராஜயோகம் தந்தவன்.

கி.பி. 1000 : ராஜராஜ போகம் தந்தவன் (சிறிது விட்டு) பஞ்சமர் ஆண்களைத் தவிர்த்து.

கி.மு. 5000 : இந்தக் கட்டத்தில் சரித்திர பூர்வமான ஒரு புதிய மனுஷி உண்டாகியிருக்க வேண்டுமே. சதை வலிமையாலும் சட்டத்தாலும் தங்களைப் பூட்டிய வீட்டிலும் திறந்த கலை அரங்குகளிலும் நார் நாராய்க் கிழித்துப் போட்ட அநீதிக்குப் பதிலடியாக அதே சட்டத்தின் ஓட்டையையும் தனது சாகஸத் திறனையும் பயன்படுத்தி ஆணின் மூக்கில் விரலை விட்டு ஆட்ட முடிவு செய்து கொண்டவள். அவளை உனக்குத் தெரியுமா?

கி.பி. 1000 : தெரியவில்லை. எனக்கு சைக்காலஜி எல்லாம் தெரியாது.

கி. சமகாலம் : எனக்கொரு யோசனை. இந்தப் பிரச்சனையின் மையமாகவும் இன்றைய நிதர்சனமுமாக இருக்கும் இவர்களை எழுப்பி அவர்களிடமே காரணம் கேட்டால் என்ன?

நா.மனிதன் : இவர்களுக்கு அது தெரியுமா என்பதும், தெரிந்தாலும் உண்மையைச் சொல்வார்களா என்பதும் எனக்குச் சந்தேகமாகவே இருக்கிறது.

கி. சமகாலம் : உண்மையை மறைப்பார்கள் என்றால் நாம் இவர்களுக்குச் சாராயத்தை ஊற்றிவிடலாம்.

நா.மனிதன் : சரிதான். ஊற்றிவிட்டு இவர்களிடமும் ஒரு விசாரணையே வைத்துவிடலாம். சாராயம் தயாரா?

கி.பி. 1000 : ஓ, தயார் (தன் ஜோல்னாப்பையைப் பார்த்துவிட்டு) அய்யய்யோ மேக்அப் ரூம்லேயே வச்சுட்டு வந்துட்டேன்.

(ஓடுகிறான். உறைகளோடு ஓடி வருகிறான்)

நாகரீக மனிதன் அதை வாங்கி, ஒன்றைத் தனக்கு வைத்துக் கொண்டு இன்னொன்றைக் காட்டுமிராண்டியிடம் கொடுக்கிறான்.

நா.மனிதன் : ம். அவர்களை எழுப்பி ஊற்றுங்கள்.

இவர்கள் அய்வரும் போய் இரண்டு கோஷ்டிகளாக, சியாமளியையும், விஷ்ணுவையும் எழுப்பி, ஒரே நேரத்தில் கட்டாயப்படுத்திச் சாராயத்தை வாயில் ஊற்றுகிறார்கள்.

அதைக் குடித்ததும் அவர்கள் புதுமாதிரியான தோரணையுடன் நிமிர்ந்து நிற்கிறார்கள். அவர்களை கீழ் நடு அரங்கத்தில் கொண்டு வந்து நிறுத்துகிறார்கள்.

இவர்கள் அய்வரும் நல்ல இடைவெளிவிட்டு அவர்களின் பின்னால் போய் நிற்கிறார்கள்.

நா.மனிதன் : விசாரணையை ஆரம்பிக்கலாமா?

கி.மு. 5000 : ஆகா.

நா.மனிதன் : மனிதா நீ யார்?

விஷ்ணு : யாருக்குத் தெரியும்?

நா.மனிதன் : உனக்குத் தெரிந்திருக்க வேண்டும்.

விஷ் : தெரியாது.

நா. மனிதன் : நீ பொய் சொல்கிறாய். ஓராயிரம் கோடி நியூரான்களின் சொந்தக்காரன் நீ, ஓர் இருபது லட்சம் வருட வளர்ச்சியின் நீட்சி நீ. உன்னால் இன்று செவ்வாய் கிரஹத்திற்கு அம்புகளை எய்த முடியும். நீயோ உன்னையே தெரியாது என்கிறாய்.

விஷ் : இல்லை. உண்மையில் தெரியவில்லை. ஒரு வேளை நீ சொல்லும் ஆயிரம் கோடி நியூரான்களையும் இரண்டு மில்லியன் சரித்திரச் செழுமையையும தொலைத்து விட்டேன் போலிருக்கிறது.

நா.மனிதன் : தொலைத்து விட்டாயா? அல்லது கால் வயிற்றுக் கஞ்சிக்கும் ஒரு முழுத் துணிக்கும் விற்றுத் தீர்த்துவிட்டாயா?

விஷ் : அதுவும் உண்மையாக இருக்கலாம்.

நா. மனிதன் : பெண்ணே!

சியா : அதே கேள்விகளானால் அதே பதில்கள் தான் என்னிடமும்.

நா. மனிதன் : விஷ்ணு நீ இவளைக் காதலிக்கிறாயா?

விஷ் : சத்தியமாக. சத்தியமாக.

நா.மனிதன் : பெண்ணே நீ இவனை விரும்புகிறாயா?

அவள் ஒரு மாதிரி மேலும் கீழும் பக்கவாட்டிலும் கலந்து தலையாட்டுகிறாள்.

நாகரிக மனிதன் முன்னால் வந்து உற்றுப் பார்க்கிறான்

பெண்ணே, நீ இவனை விரும்புகிறாயா?

அவள் மீண்டும் அதேபோல் தலையாட்டுகிறாள்

பெண்ணே, இதென்ன ஆம் என்று சொல்வதாகவும் இல்லை, இல்லை என்று சொல்வதாகவும் இல்லை.

சியா : ஆளுக்கொரு பாஷை. என் பாஷை புரியாவிட்டால் சும்மா இரு. தூங்கு போ.

நா. மனிதன் : கி.மு. 5000, இவளுக்கு இன்னும் கொஞ்சம் சாராயம் ஊற்று.

சாராயம் கொண்டு வர, அவளே அதை வாங்கிக் குடித்து ஏப்பம் விடுகிறாள்.

இப்போது சொல். நீ இவனைக் காதலிக்கிறாயா? இவன் உறவை விரும்புகிறாயா?

சியா : நான் இவனைக் காதலிக்கிறேன் என்று சொல்லவில்லை.

நா. மனிதன் : அப்படியென்றால்?

சியா : அப்படித்தான்.

நா. மனிதன் : அப்படியானால் காதலிக்கவில்லையா?

சியா : நான் காதலிக்கவில்லையென்று சொல்லவில்லை.

நா. மனிதன் : அப்படியென்றால்?

சியா : அப்படித்தான்.

நா. மனிதன் : இதென்ன பதில். இதை வைத்து நாங்கள் என்ன முடிவுக்கு வருவது?

சியா : உங்களுக்கு வசதிப்பட்ட முடிவுக்கு வாருங்கள்.

நா. மனிதன் : இவன் நல்லவனா? கெட்டவனா?

சியா : ஒரு ஆண் எப்படி நல்லவனாக இருக்க முடியும்?

நா.மனிதன் : அப்படியானால் இவனை வெறுக்கிறேன் என்று சொல்.

சியா : அதெப்படி ஒரு பெண் ஒரு ஆணை வெறுக்க முடியும்?

கி.பி. 1000 : பெண்களின் மனம் ஆழங்காண முடியாத கடல் என்பதை மீண்டும் நிரூபணம் செய்கிறாள் போலிருக்கிறது.

நா.மனிதன் : நான் அப்படி நினைக்கவில்லை. (கி.மு. 5000த்திடம்) நீ சொன்னாயே (கி.பி. 1000க் காட்டி) இவன் காலத்தில் தேவதாசி முறை சட்டமன்றத்திலேயே அரங்கேறியபோது, சரித்திர பூர்வமான ஒரு மனுஷி உயிர் கொண்டிருப்பாள் என்று; அவளின் கூறு ஏதாவது இவள் உள்நின்று உழற்றலாம்.

கி. சமகாலம் : இல்லை. நீங்கள் விசயங்களை அதீதமாகப் பார்க்கிறீர்கள். நான் எளிமையானவன். இது எளிமையாகவே, சரியாகவே இருக்குமென்று எனக்குத் தோன்றுகிறது.

நா.மனிதன் : என்ன தோன்றுகிறது?

கி. சமகாலம் : ஒரு கடல் போன்ற பயம் இவளைப் பீடித்திருக்கிறது. முள் சேலையில் விழுந்தாலும், சேலை முள்ளில் விழுந்தாலும் சேதாரம் சேலைக்குத் தானென்று இந்தச் சேலைகள் பயப்படுகின்றன. மணந்து கொள்ளப் போகும் காதலன் முன்னேகூட அவள் அகலாது அணுகாது தீக்காய்வார்போல நின்று பழக வேண்டும். இல்லாவிட்டால் முதல் சந்திப்பிலேயே முத்தம் கொடுக்க உடன் பட்டுவிட்ட இவள் யாரோ என்கிற கொடூர சந்தேகம் அவனுக்கு வந்துவிடக்கூடும்.

கா.மிராண்டி : இது சரியான விளக்கமாகவே எனக்குப் படுகிறது.

கி.மு. 5000 : அதனால் இவளிடமிருந்து உண்மையை வரவழைக்க ஊற்ற வேண்டியது சாராயமல்ல. ஊற்ற வேண்டியது...

நா. மனிதன் : *(பதறிப்போய்)* நிறுத்து! நிறுத்து! சொல்லி விடாதே. நாடகத்தின் வேகம் போய்விடும். கட்டுமானம் கலகலத்துவிடும். இதற்குத்தானா இவ்வளவு பெரிய நாடகம், இது எங்களுக்குத் தெரியாதா என்று பார்வையாளர்கள் அசதியோடு எழுந்ததாக விமர்சகர்கள் எழுதுவார்கள். ஏற்கனவே இந்த நாடக ஆசிரியனுக்கு தீர்ப்புகளை முடிவில் உரத்த குரலில் சொல்லி விடுகிறவன் என்ற கெட்ட பெயரும் இருக்கிறது.

கி.மு. 5000 : அப்படியென்றால்...?

நா. மனிதன் : நீ சொல்ல வந்ததை பார்வையாளர்களே கண்டுபிடித்துக் கொள்ளட்டும்.

கி.மு. 5000 : அவர்கள் ஏதாவது தவறாகக் கண்டுபிடித்துக் கொண்டால்?

நா.மனிதன் : அவர்களாச்சு, அவர்களது அந்த விமரிசர்களாச்சு.

கி.மு. 5000 : இவர்களை என்ன செய்வது?

நா.மனிதன் : அவர்களை விட்டுவிடு. அவர்கள் பாதை, விடிந்ததும் அவர்களுக்குத் தெரியும். உன்னையும் என்னையும் நம்பியா அவர்கள் இந்த வனாந்திரம் வந்தார்கள்?

கி.மு. 5000 : *(சியாமளி விஷ்ணுவிடம்)* நீங்கள் போகலாம். *(சியாமளியும் விஷ்ணுவும் தாங்கள் முன்பிருந்த நிலையை மேற் கொள்கின்றனர்)*

நா.மனிதன் : நாம் போகலாம். *(சியாமளி விஷ்ணு பக்கம் திரும்பி, கை உயர்த்தி)* எங்கள் ஆசி எப்போதும் உங்கள் மேல் பூரணமாகப் பொழிவதாக!

மற்றவர்களும் அப்படியே செய்கிறார்கள். பின் வெளியேறுகிறார்கள்.

மேடையில் நீல ஒளி மாறி மஞ்சள் ஒளி வருகிறது. சில விநாடிகளில் விடிகிறது. கிழக்கிலிருந்து கதிர்கள். முதலில் விஷ்ணு கண் விழிக்கிறான்.

விஷ் : சியாமளி, சியாமளி.

விழித்துப் பார்த்து

சியா : ஓ, படகு வர ஆரம்பித்துவிட்டது.

ஆனால்... இவ்வளவு சீக்கிரத்தில்...

விஷ் : சீக்கிரம் என்றால்?

சியா : நான் இப்போதே போனால் நான் இரவு இங்கு காட்டில் தங்கியது வீட்டில் தெரிந்துவிடும். நான் இரவு சிக்கலாபுரத்தில் தங்கிவிட்டு விடிந்துதான் புறப்பட்டதாக நேரக் கணக்கு காட்டவேண்டும்.

விஷ் : அப்போ அடுத்த படகிற்குப் போ.

சியா : அப்படித்தான் செய்ய வேண்டும்.

விஷ் : அப்போ, நான் புறப்படுகிறேன்.

சியா : *(சட்டென்று நெகிழ்ச்சியடைந்து)* நன்றி. மறக்க முடியாத உபகாரம்.

விஷ் : நன்றி.

அவன் கீழ்த்திசையில் நடந்து சென்று மறைகிறான். அவள் பார்த்துக் கொண்டே இருக்கிறாள். பிறகு படகுத்துறையைப் பார்க்கிறாள். அப்புறம் வானத்தை - அவையினரை -

சியா : ஏதோ நஷ்டப்பட்ட மாதிரியும் இருக்கிறது. நஷ்டப்படாமல் தப்பிக் கொண்ட மாதிரியும் இருக்கிறது. ஆல்ரைட்.

கதை முடிந்துவிட்டது. அப்புறம் எதற்கு போஸ்ட்மார்ட்டம்?

அவள் உள்ளே போய்விடுகிறாள். அவள் சென்றதும் விஷ்ணு மீண்டும் மேடையில் வருகிறான். வந்து வானம் பார்க்கிறான். பூமி பார்க்கிறான். அவையைப் பார்க்கிறான்.

விஷ் : ஒரு வேளை, நான் ஒரு கட்டத்தில் சட்டென்று பிகு செய்து மேலே ஏறிக் கொள்ளாமல் இருந்திருந்தால் அவள் கிடைத்திருப்பாளோ? தெரியவில்லை. ஓகே.

அவன் சென்று மறைகிறான். முன்திரை விரிகிறது.

இயக்க விதி

காட்சி 1

ஓர் எளிய அறை. சித்திரக் கூடமாகவும் இருக்கிறது. ஒரு தாங்கியில் கேன்வாஸ் பொருத்தப்பட்டு சித்திரம் அநேகமாக முடியும் தருவாயில் இருக்கிறது. படத்தில் ஓர் அழகிய இளம் ஏழைப் பெண் முழங்கால்களைக் கட்டிக்கொண்டு உட்கார்ந்திருப்பது பக்கவாட்டில் வரையப்பட்டுள்ளது. அவள் ரவிக்கையில் கிழிசல். எதிரே ஒரு சின்ன மேடையில் அதே கோலத்தில் கோணத்தில் ஒரு பெண் போஸில் இருக்கிறாள். அறையின் ஓரத்தில் கிடக்கும் பெஞ்சுகள் ஒன்றில் இளைஞன் ஒருவன் உட்கார்ந்து கொண்டிருக்கிறான். ஹிப்பியும் மேனாட்டுக்காரனுமாகிய ஓவியன் படத்தையும் அப்பெண்ணையும் மீண்டுமொருமுறை ஒப்பிட்டுவிட்டுத்

திருப்தி கொண்டவனாக இளைஞன் பக்கத்தில் வந்து உட்காருகிறான். அந்தப் பெண்ணும் மேலாடையை சரிச் செய்து கொண்டு சாதாரணமாக உட்கார்ந்து கொள்கிறாள்.

ஓவியன் : ஹவ் ஈஸ் இட், கணேஷ்?

கணேஷ் : ஃபைன்.கின்ஸி. ஆனா முகபாவனையக் காட்டுறதுக்காக நீங்க பட்டிருக்கிற அவ்வளவு கஷ்டத்தையும் இந்தக் கிழிஞ்ச ரவிக்கை கெடுத்துடுன்னு நெனக்கிறேன்.

கின்ஸி : வொய்?

கணேஷ் : எங்களோட பெரும்பான்மையான ரசிகர்கள் அந்தக் கிழிசலத்தான் பார்ப்பாங்களே தவிர, அழகான சோகமான வாழ்வத் தேடுற அந்தக் கண்களப் பாக்க மாட்டாங்க.

கின்ஸி : (ஆங்கில உச்சரிப்பின் பாதிப்பு கலந்த, சிறிது சிரமப் படும் தமிழில்) ஓ! இந்தப் பெரும்... பான்மையானவர்கள் எல்லா நாட்டிலயும் பெரும்பான்மையாத்தான் இருக்காங்க.

கணேஷ் : மாடர்ன் ஆர்ட் வரஞ்சுட்டு இருந்த நீங்க திடீர்னு இப்பிடி மரபுப் படியான ஆர்ட் போட ஆரம்பிச்சது எனக்கு ஆச்சரியமா இருக்கு.

கின்ஸி : இந்தப்படத்த இப்படித்தான் போடனும்னு தோணியது. இன்ஸ்பிரேஷன் அப்பிடியே தான் கெடச்சுது.

கணேஷ் : என்ன இன்ஸ்பிரேஷன்?

கின்ஸி : சொல்றேன். சமீபத்தில ஒரு தமிழ்க் கவிதை படிச்சேன்...

கணேஷ் : ஓ! தமிழ்க் கவிதை படிக்கிற அளவுக்குத் தமிழ் படிச்சிட்டீங்களா?

கின்ஸி : இங்க வந்து பத்து வருஷமாச்சே. இது கூடவா

தெரியாது.

கணேஷ் : என்ன கவிதை அது?

கின்ஸி : தர்றேன்.

மூலைக்குப் போய் அங்கே குவிந்து கிடக்கும் புத்தகங்கள். சஞ்சிகைகள் குவியலிலிருந்து ஒரு இதழை உருவிக் கொண்டு வந்து, ஒரு பக்கத்தைப் புரட்டி மடித்துக் கணேஷிடம் கொடுக்கிறான்.

கொஞ்சம் சத்தமா படிங்க.

கணேஷ் : (படிக்கிறான்)

அவள் கிழிந்த ரவிக்கை வழியே
இளமை எட்டிப் பார்த்தது!
அவள் கிழிந்த ரவிக்கை வழியே
வறுமை எட்டிப் பார்த்தது!

கின்ஸி : (உணர்ச்சி வசமாகி) எப்படி, எப்படிப் பார்த்தீங்களா? உங்க இளைஞர்கள் சில பேர் ரொம்பச் சரியா சிந்திக்க ஆரம்பிச்சாச்சு. கிழியாத ரவிக்கைக்குள்ளயும் ஊடுருவிப் போய்த் தடவிப் பாக்குறதே கவிஞன் வேலையா இருந்தது போய், வெளியே வந்துட்ட கொங்கைக்கும் காரணம் தேடுற மனுச அபிமானம் கவிதையில் கலக்க ஆரம்பிச்சுடுச்சு.

கணேஷ் : உண்மையில் நல்லாத்தான் இருக்கு.

கின்ஸி : நான் ஓவியத்துக்கு அடியில இதையே எழுதப் போறேன்.

கணேஷ் : அது ரொம்பப் பழைய முறையாச்சே?

கின்ஸி : (கணேஷ் வியந்து பார்த்து) இன்னும் நீங்க,

நாங்க புதுமையாகத்தான் புதுமையாக இருக்கோம்னு நெனக்கிறீங்களா?

கணேஷ் : (உணர்ந்து) சார்

பெண் : எஸ்,எஸ். அவங்க வர்றதுக்குள்ள நீ போகணும் இல்லியா, நீ போ. இந்தா.

(சட்டைப் பையிலிருந்து ஒரு பத்து ரூபாய் நோட்டை எடுக்கிறான். அவள் வந்து வாங்கிக் கொண்டு புறப்படுகிறாள்).

கணேஷ் : யார் வர்றதுக்குள்ள?

கின்ஸி : எல்லாம் நண்பர்கள் தான். இந்திய ஹிப்பி மார்கள்.

கணேஷ் : ஏன் என்ன செஞ்சாங்க?

கின்ஸி : அவங்கள்ள ரெண்டு பேரு இவள ஸெக்ஸுக்கு கூப்பிட்டிருக்காங்க. இவ மாட்டேன்னாளாம். அதுக்கு, கின்ஸிகிட்ட மட்டும் மணிக்கணக்கா தொறந்து போட்டுக்கிட்டு உக்காந்திருக்கே, நாங்க தொட்டா மட்டும் கெட்டுப் போச்சான்னு சொன்னாங்களாம். (வருத்தத்துடன்) இவங்களுக்கு இன்னும் கலைக்கும் ஸெக்ஸுக்கும்கூட வித்தியாசம் தெரியல பாருங்க. (பின் புன்னகையுடன்) எங்க நாட்டு போலித்தனத்த கண்டு தான் இங்க ஓடி வந்தோம். இவங்களப் பார்த்தா திரும்பவும் அங்க ஓடிடலாம் போல இருக்கு.

ஆண்களும் பெண்களுமான ஹிப்பிகள் தடதடவென்று உள்ளே நுழைகின்றனர். அவர்களுக்குப் பின்னால் சாதாரண உடையில் இருக்கும் இரண்டு இளைஞர்கள் தயங்கியபடி நுழைகின்றனர்.

வந்தவர்கள் : ஹாய் கின்ஸி. ஸ்கொயர்.

கின்ஸி : ஹாய்.

கிடக்கும் பெஞ்சிகளில் அவரவர் இஷ்டத்திற்கு உட்காருகின்றனர். ஒருவன் தரையில் உட்கார்ந்து விட்டுப் பின் படுத்துக் கொள்கிறான். இருவர் ஓவியம் அருகில் செல்கின்றனர். அவர்களில், பெண்களில் ஒருத்தியைத் தவிர மீதி எல்லாரும் இந்தியர்கள் என்பது தெரிகிறது.

சாதாரண உடையில் இருக்கும் இருவரும் தனியாக ஒரு பெஞ்சில் உட்காருகின்றனர்.

ஹிப்பி 1 : *(கின்ஸிடம்)* How is your painting?

கின்ஸி : Almost finished.

ஹிப்பி 2 : *(ஓவியத்தாங்கி அருகில் இருப்பவன்)* கின்ஸி, ஏன் இவ்வளவு கஞ்சத்தனம்? இந்தக் கிழிசலை பை, இன்னம் கொஞ்சம் பெரிசா ஆக்கியிருந்தா என்னா?

ஹிப்பி 1 : நான்சென்ஸ். நாம அந்தக் காட்சிய தினம் தான் பாக்குறோம். இதுதான் அற்புதம். படத்தின் ஜீவனே இந்த இலை மறவு காய் மறவல தான் இருக்கு.

அவன் பெண் ஹிப்பியைப் பார்த்து சிரிக்கிறான். கின்ஸி கணேஷைப் பார்த்து புன்னகை செய்கிறான்.

கின்ஸி : ரிஷி, வேதா எங்கே?

ரிஷி : அவ வரமாட்டா?

கின்ஸி : ஏன்?

ரிஷி : அவள் விவாகரத்து பண்ணியாச்சு.

கின்ஸி	:	கல்யாணமே நடக்கல. விவாகரத்தா?
ரிஷி	:	ஆமா. அதிகாரபூர்வமற்ற திருமணத்திற்கு அதிகார பூர்வமற்ற மண விலக்கு.
கின்ஸி	:	காரணம்.
ரிஷி	:	மனிதாபிமானம்
கின்ஸி	:	(விளங்காமல்) மனிதாபிமானமா?
ரிஷி	:	நான் அவளையும் நோயாளியாக்க விரும்பல.
கின்ஸி	:	அப்ப நீ நோயாளியா?
ரிஷி	:	ஆமாமா.
கின்ஸி	:	என்ன நோய்?
ரிஷி	:	சிபிலிஸ். மிஸ். ஜாய்சி ருக்மணி நன்கொடை. (மேலைநாட்டுப் பெண் ஹிப்பியைப் பார்க்கிறாள்)
ஜாய்சி ருக்மணி	:	இல்ல... இல்ல. நன்கொடை இல்ல. தானா பலவந்தமா எடுத்துக் கொண்டது

எல்லோரும் சிரிக்கின்றனர்.

கின்ஸி	:	ஒருவேளை எல்.டி.டி. உதவியோ?
ரிஷி	:	ஆமா எழவு.
ஹிப்பி 3	:	அப்ப நம்ம டாக்டர் வெள்ளையனுக்கு இந்த மாசம் அம்பது ரூபா வருமானம் இருக்கு.
ரிஷி	:	பாதி கொடுத்தாச்சு.
ஹிப்பி 4	:	அதுவுஞ் சரிதான். நம்மள்ள பாதிப்பேரு முடிவெட்டிக்காம அவர் தொழில பாதிக்கிறதுக்கு இது நஷ்ட ஈடா இருக்கட்டும்.

மீண்டும் அனைவரும் சிரிக்கின்றனர்.

கின்ஸி	:	இந்தப் புது நண்பர்கள் யார்?

ஹிப்பி 2 : மறந்துட்டேன். (அறிமுகப்படுத்துகிறான்) இவர் சேகர், இவர் மாரியப்பன், தனலெட்சுமி மில் ஓனர் சன். நம்மோட சேர விருப்பம்.

கின்ஸி : (கணேஷிடம் புன்னகை காட்டி விட்டு) இனிமே அட்மிஷனுக்கு முன்னால இண்டர்வியூ வெக்கலான்னு நெனைக்கிறேன்.

ரிஷி : எஸ்.எஸ். அதுவும் இன்ட்ரஸ்டிங்காதான் இருக்கும்.

கின்ஸி : (புதியவர்களைப் பார்த்து) கமான். முன்ன வாங்க.

அவர்கள் எழுந்து வந்து அவன் பக்கம் உட்காருகிறார்கள்.

நீங்க இந்த இயக்கத்தை விரும்பக் காரணம்?

அவர்கள் கொஞ்சம் திகைத்து, பின் பதில் சொல்லத் தயங்குகின்றனர்.

நிச்சயமா அது, எல்.எஸ்.டி. டிஸ் கொதே தடையில்லாத பெண் உறவு, இதுகளுக்கு மட்டுமாவே இருக்காதுன்னு நெனைக்கிறேன்.

மாரியப்பன் : ஆமா.

கின்ஸி : வேற காரணம்?

சேகர் : (தயங்கி விட்டு) ஆன்ம விடுதலை.

கின்ஸி : நம்ம ஆத்மா ஜெயில்ல கெடக்குறதுக்கு ரெண்டு உதாரணம் சொல்ல முடியுமா?

இருவரும் பேசாமல் இருக்கின்றனர்.

இவங்க யாராச்சும் சொல்லிக் கொடுத்தாங்களா?

ரிஷி : எங்களுக்கே தெரிஞ்சா தானே.

மாரியப்பன் : மனுசன் மேல ஏராளமான தேவையில்லாத கட்டுப்பாடுகள் இருக்கு. அதெல்லாம்

		அவனுக்கு ஜெயில்தான். அதை உடைக்கணும்.
கின்ஸி	:	எப்படி உடைக்கிறது?
மாரி	:	ஹிப்பிகள் ஆகுறது மூலம்.
கின்ஸி	:	உலகமே அப்படியாக சந்தோஷம் தானோ?
மாரி	:	சந்தோஷம்தான்.
கின்ஸி	:	எல்லாமே கஞ்சா அடிச்சுட்டு உட்கார்ந்திருந்தா சோறு போடுறது யாரு?
மாரி	:	அப்பத் தேவையான அளவுக்கு உழைப்போம்.
கின்ஸி	:	உழைக்கிற நோக்கம் உங்களுக்கு இல்லே. இவ்வளவு நாளா உங்கக் கல்விமுறைய உடல் உழைப்பில் இருந்து தப்பிச்சுக்கிற ஒரு சாதனமா எப்படிப் பயன்படுத்தினீங்களோ அதுபோல இந்த ஹிப்பி வாழ்க்கையையும் பயன்படுத்தப் போறீங்க. உங்களுக்கு உழைக்கிற ஆசை பூஜ்யம் மட்டுமில்ல, சுற்றி நடப்பவற்றைச் சரியா கணிக்கும் திறமையும், அதுக்குப் பொறுப்பு ஏத்துக்கிற திராணியும் கூட இல்லேன்னு நான் சொன்னா அத எப்படி மறுக்கப் போறீங்க?
சேகர்	:	நீங்க உங்க குற்றச்சாட்டுகள எப்படி ஸ்தாபிதம் செய்றீங்க?
ரிஷி	:	அப்படிக் கேளு, ராஜா!
கின்ஸி	:	சரி, (சுற்றிலும் பார்த்துவிட்டு) உங்க எல்லாத்துக்கும்தான். (ஓவியத்தைக் காட்டி) இந்தப் படத்தப் பாத்தீங்களா?
சேகர்	:	ம்.
கின்ஸி	:	என்ன தெரியுது?

ஹிப்பி 1 : தெரியக்கூடாதது தெரியுது.

ஹிப்பி 2 : (அவனை மறித்து) ஃபூல், தெரிய வேண்டியது தெரியுது.

மீண்டும் சிரிப்பு.

கின்ஸி 1 : அப்புறம்?

பேசாமல் இருக்கின்றனர்.

அந்த ரவிக்கையின் கிழிசல்?

சேகர் : தெரியுது.

கின்ஸி : உங்களுக்குத் தெரியும், உங்க சராசரிப் பெண்கள் உடல் உறுப்பை மறைக்கிறதில் எவ்வளவு அக்கறை காட்டுவாங்கன்னு.

மௌனம்.

இது வெறும் கற்பனை ஓவியமில்ல. நாட்டு நடப்புதான். இல்லியா?

ரிஷி : ம்.

கின்ஸி : பின்ன ஏன் இந்த இளங்கன்னி அப்படியிருக்கா?

மீண்டும் மௌனம்.

காரணம், வேற துணியில்ல. வேறமாதிரி சொன்னா, வறுமை, அவள மானபங்கப்படுத்துறத அவளாலத் தடுக்க முடியல.

ரிஷி : ம்.

கின்ஸி : உங்க கண் முன்னால தினம் தினம் நடக்குற இந்தக் கொடுமைய நெனைச்சுப் பாத்திருக்கீங்களா?

மௌனம்.

நீங்க மனுஷன் தலைச்சுமையைப் பத்தி கவலப் படுறீங்க. அவன் கழுத்த இறுக்கிட்டு இருக்கக் கயிறு உங்க கண்ணில் படல.

மௌனம்.

உங்க சிந்தனை சரியா இருந்தா முதல்ல பட்டிருக்க வேண்டியது கயிறு. அப்புறம்தான் தலைச்சுமை. முதல்ல அவசரமும் அவசியமும் உங்க சிந்தனையில தைக்கல என்பதே, பொறுப்புக்கும் உங்களுக்கும் சம்பந்தம் இல்லேன்னு காட்டுது இல்லியா?

மௌனம்.

நாங்க எங்க நாட்ட விட்டு வெளியேறி வந்தோம்னா காரணம் இருக்கு. அங்க பொங்கித் தழும்புற எங்க செல்வமே எங்க மனு குணங்களுக்குப் பலிபீடமாப் போச்சு. நிமிடத்துக்கு நாலு கொலையும் கொள்ளையும், நேரத்துக்கு ஆயிரம் கற்பழிப்பும் வேகமும் போலித்தனமும் வாழ்க்கையாவே அரிக்கிறது. மஞ்சள் பூதம் எங்க நாட்டு ஆன்மாவில் கத்தியச் சொருகி ரொம்ப நாளாச்சு. இதுக்கெல்லாம் பரிகாரம் எங்க கையில இல்ல. நாங்க ஒதுங்கி வந்துட்டோம்.

ஆனா வறுமையும் அறியாமையும் தாண்டவம் செய்ற உங்க நாட்டின் வருங்காலம் உங்க கையிலதான் இருக்கு. இது நீங்க ரத்தம் சிந்த வேண்டிய நேரம். இந்த நேரத்தில கஞ்சா மயக்கத்தில் இருக்க விரும்பறது சரியா?

தொடர்ந்து அனைவரும் மௌனமாகியிருக் கின்றனர். இப்போது லேசாகப் புன்னகை செய்துவிட்டு தொடர்கிறான்.

அது போகட்டும், ஹிப்பிகள் தோற்றத் திலயாவது உங்களுக்கு Sincerity இருக்கா? நாங்க மனுசன் தன்னோட நடமாட்டத்துக்கே தடையா இருக்க உடைகள் போட்டுக்கிட்டு Square – ஆ இருக்கக்கூடாதுன்னு தொள தொளன்னு போட்டுக்கிட்டு இருக்கோம். ஆனா நீங்க தொள தொளன்னு, ஆனா அழகா இருக்கும்படி உடை தைக்கச் சொல்லி டெய்லர்கள் உயிர எடுக்குறிங்க. நாங்க முடி வெட்டிக்கிறதில்ல. ஆனா அழகான தலைமுடிய அலங்கோலமா, ஆனா அழகா வெட்டச் சொல்லி பார்பர்கள் பாடாப் படுத்திறீங்க. ஒங்கள்ள ரொம்பப் பேரு அலங்கோலமாக காட்சி தர்றதெல்லாம் அது ஒரு அழகுங்குறதுக்குத் தானே. நீங்க Care Free ங்ற தோற்றத்தை உண்டாக்க எடுத்துக்கிற முயற்சி இருக்கே அது ஒரு பரிதாபம்.

லேசாகச் சிரிக்கிறார்கள்.

ரிஷி : (எழுந்து ஒரு வினோதமான நிலையில் நின்றுகொண்டு) தோழர்களே! சே, தோழமை என்ன வேண்டியிருக்கிறது. உடன்பிறவா ஹிப்பிகளே, ஹிப்பினிகளே! இன்று ஒரு அருமையான காதுக்கினிய லெக்சர் கிடைத்தது. செவிடன் காதில் ஊதுபவன் கூடக் கொஞ்சம் தயங்குவான். ஆனால் நம்மிடம் கொஞ்சம்கூடத் தயக்கமில்லாமல் நல்ல சங்கதிகளைச் சொல்லிப் பார்த்த கின்ஸியின் அசட்டுத் துணிச்சலை நாம் பாராட்டத்தான் வேண்டும். ஆனால் அவருக்கு ஒன்று சொல்வேன். அவர் தேச ஹிப்பிஸத்திற்கு வேண்டுமானால் ஏதாவது

ஆதாரம் அல்லது லட்சியம் இருக்கலாம். ஆனால் இந்திய ஹிப்பிஸத்திற்கு எந்தக் கட்டுப்பாடும் கிடையாது. அது மேலை ஹிப்பிஸம் ஹிப்பிஸத்திற்காகவே இருக்கிறது, கலை கலைக்காகவே என்பது போல. அதனால் தொடர்ந்து கின்ஸி இதுபோல் இயக்க விரோதச் செயல்களில் ஈடுபடுவாரானால் அவர் இந்த நகரக் கிளையிலிருந்து வெளியேற்றப்படுவார்.

எல்லாரும் : எஸ்.எஸ்.

கை தட்டுகின்றனர்.

கணேஷ் : (கின்ஸியிடம்) உண்மையில் செவிடன் காதுலதான் சங்க ஊதியிருக்காங்க.

கின்ஸி சிரிக்கிறாள்.

திரை

காட்சி 2 இண்டர்வியூ அறை. ஒரு பெரிய மேஜையைச் சுற்றி நால்வர் உட்கார்ந்திருக்கின்றனர். ஒருவர் கிருதாவும் 'டை' யுமாகச் சினிமா வில்லனைப் போலிருக்கிறார். ஒருவருக்கு வழுக்கைத்தலை. மூன்றாவது மனிதர் முகம் சும்மா இருக்கும்போதே சிரித்துக் கொண்டிருப்பதுபோல இருக்கிறது. நான்காவது மனிதர் எவ்விதத் தனித் தோற்றமுமின்றிச் சாதாரணமாக இருக்கின்றார். அவர்களுக்கு முன் நன்றாக உடை உடுத்திய இளைஞன் ஒருவன் இண்டர்வியூ காய்ச்சலில் படபடத்துக் கொண்டிருக்கிறான்.

வழுக்கைத் தலை : (இளைஞனைப் பார்த்து) I.C.B.M. ன்னா என்னா?

இளைஞன் : (மிகவும் ஜாக்கிரதையோடும் மரியாதையோடும்)

Inter -Continental Ballistic Missile, Sir.

வ.தலை : good. ம். (முகவாயைத் தடவி யோசித்தபடி) இந்திய ஒருமைப்பாட்டைப் பத்தி நீ என்ன நெனைக்கிறே.

டைகாரர் : (அந்தக் கேள்வியை வழிமறிப்பவர் போல) ஆல் ரைட். யு கேன் கோ.

இளைஞன் : தேங் யூ சார்.

வெளியே போகிறான்

டைகாரர் : (சிரித்தபடி வழுக்கைத் தலையிடம்) இந்திய ஒருமைப்பாட்டப் பத்தி உங்களுக்கு என்னா தெரியும்?

வ. தலை : (அவரும் சிரித்து) எனக்கு விடை தெரியாதுன்னு என்ன அவசியம் இருக்கு? ஏதாச்சம் ரைட்டா சொல்ற மாதிரி பட்டா சீரியஸா கேட்டு வைக்க வேண்டியதுதான்.

பெரிய நாமம் போட்ட பியூன் உள்ளே வருகிறான்.

நெக்ஸ்ட், வரதராஜ வரச்சொல்லு.

பியூன் திரும்புகிறான். இவர் ஞாபகம் வந்தவராக அவனிடம்

ம்... வெங்கு இண்டி கி போத்தி வா?

வெங்கு : (திரும்பி) ம். போத்தி போத்தி. அல்லுண்டு ஒச்சியாய. மிம்மிலினி ரவந்த முந்தர்னனே ரா செப்பினாரு.

அவன் போகிறான்.

வ. தலை : (ரெக்கார்டுகளைப் பார்த்தபடி) Father's Name? அழகிய மணவாள ராமானுஜ நாயுடு. அந்தக் காலத்தில் பேருதான் எவ்வளவு அழகா Religious ஆ வச்சிருக்கான்.

வரதராஜன் : குட் மார்னிங் சார்.

வ. தலை	:	ம். குட் மார்னிங். தகப்பனார் வேலை என்னா?
வரதராஜன்	:	அவரு இப்ப இல்ல, சார்.
வ. தலை	:	அப்படியா... என்ன Caste?
வரதராஜன்	:	நாயுடு சார்.
வ. தலை	:	sub-caste?
வரதராஜன்	:	கவரா, சார்.
டைகாரர்	:	கோயமுத்தூர்ல இதுக்கு இன்னொரு பேரு இருக்கு தெரியுமா?
வரதராஜன்	:	தெரியும், சார். கவரை
டைகாரர்	:	அங்க இன்னம் ரெண்டு பாபுலர் நாயுடு கேஸ்ட் இருக்கு தெரியுமா?
வரதராஜன்	:	தெரியும் சார்.
டைகாரர்	:	அவங்க ரெண்டு குரூப்குள்ளயும் கல்யாண சம்பந்தம் வச்சுக்கலான்னு ஒரு மாநாடு போட்டாங்களே தெரியுமா?
வரதராஜன்	:	தெரியும் சார். நாயனா... பாதர் சொன்னார்.
டைகாரர்	:	சும்மா நாயனான்னே சொல்லு.
வரதராஜன்	:	தேங்க்யூ, சார்
டைகாரர்	:	அந்த மாநாட்ல என்னா முடிவு செய்தாங்களாம்?
வரதராஜன்	:	ஒரு குரூப் ஒத்துக்கல, சார்.
டைகாரர்	:	ஏனாம்?
வரதராஜன்	:	நாங்க சிம்மாசனத்தில இருந்து லிகிதம் கொடுத்தவங்க. நீங்க அத வாங்கிட்டு குதிர ஏறிப் போனவங்க. நாம எப்படி ஒண்ணாயிட முடியுன்னு சொல்லிட்டாங்களாம்.
டைகாரர்	:	அதப்பத்தி நீ என்னா நெனைக்கிறே?

வரதராஜன் : அது சரியில்லேன்னு நெனைக்கிறேன், சார் ஜாதியே வேணாங்கிற காலத்தில் போயி பாக்குறது அவ்வளவு நல்லா இல்ல, சார்.

அதைக் கேட்டு வழுக்கைத் தலையும் டைகாரரும் வியந்து நிமிர்ந்து அவனைப் பார்க்கின்றனர். சிரித்த முகம் அதிகமாகச் சிரிப்பது போலிருக்கிறது. இதனால் இளைஞன் திகைக்கிறான்.

டைகாரர் : சரி, நீ போகலாம்.

வரதராஜன் : தேங்க்யூ, சார்.

வ. தலை : ம்... ம்...

இளைஞன் வெளியே போகிறான்.

வ. தலை : (டைகாரரிடம்) பாருங்க. நாமதான் நம்ம ஜாதி, நம்ம ஜாதிப் பையனுகன்னு அடிச்சுக்கிறோம். அவன் என்னடான்னா ஜாதி வேணாங்கிற காலங்கிறான். நல்ல வேளை, நம்ம சீனியர் இல்லே. இருந்திருந்தா இவன்கிட்ட ஒரு பாட்டப் பாடியே தீத்திருப்பாரு.

நான்காம் மனிதன் : சின்னப் பையனுக தானே. பத்து வருசம் போனா, ரெண்டு புள்ள குட்டியாயிட்டா சரியாயிடுவானுக.

பியூன் உள்ளே வருகிறான்.

வ. தலை : (பியூனிடம்) நெக்ஸ்ட், நடராஜன்.

பியூன் வெளியே போகிறான். அங்கிருந்தே அவனது குரல் கேட்கிறது.

பியூன் குரல் : யாருங்க நடராஜன்? நீங்க போங்க.

நடராஜன் உள்ளே வருகிறான்.

நடராஜன் : குட் மார்னிங், சார்.

டைகாரர் : ம்... உன் பேரு?

நடராஜன் : நடராஜன்

டைகாரர் : ப்பா பேரு?

நடராஜன் : நடராஜன் வேலுச்சாமி பிள்ளை

டைகாரர் : சர்ட்டிபிகேட்ல வேலுச்சாமின்னு மட்டும் இருக்கு. சொல்லும்போது மட்டும் பிள்ளை பட்டம் கட்டி விடுற?

இளைஞன் கொஞ்சம் திகைக்கிறான். இவர் கொஞ்சம் இகழ்ச்சியாக

இடஒதுக்கீட்டுச் சலுகை வாங்குறதுக்காகப் பிள்ளை பட்டத்தத் தத்தம் பண்ணீட்டாராக்கும். சரி, நீ போகலாம். போறப்போ சாமுவேல வரச் சொல்லிட்டுப்போ.

அவன் வெளியே போனதும் சாமுவேல் உள்ளே வருகிறான்.

வ. தலை : உன் பேரு என்னப்பா?

சாமுவேல் : W.J.சாமுவேல்

வ. தலை : (தன் கையிலிருக்கும் ஏட்டில் tick அடித்தபடி) இந்தியாவில் எத்தினி மாநிலங்கள் இருக்கு?

சாமுவேல் : சாரி சார். நான் வந்ததா ரெக்கார்ட் பண்ணிட்டிங்களா?

வ. தலை : எஸ்.

சாமுவேல் : அப்ப, நான் வர்றேன்.

அவன் திரும்புகிறான். நால்வரும் திகைத்து அவனைப் பார்க்கின்றனர்.

வ. தலை : இந்தாப்பா, என்ன விஷயம்?

சாமுவேல் : (மீண்டும் இவர்களிடம் திரும்பி) ஒண்ணுமில்ல. நான் என்னா பிரமாதமா பதில் சொன்னாலும்

ஜெயந்தன் நாடகங்கள்

நீங்க வேலை தரப்போறீங்களா? அது இல்லே. இதில் நானும் சும்மா நாடகமாடி என்ன சார் பிரயோஜனம். வேல யாருக்குக் கெடைக்கும். எவ்வளவுக்குக் கெடைக்கும், இதெல்லாம் எல்லாத்துக்கும் தெரிஞ்சதுதானே? அதுக்கு என்னத் தகுதி படுத்திக்கிற வரைக்கும், எம்பிளாய்மெண்ட் ரிஜிஸ்ட்ரேஷன் விட்டுப் போயிடாம இருக்கத்தான் இங்க வந்தேன். நான் வர்றேன்.

அவன் வெளியே போகிறான். நால்வரும் ஒருவர் முகத்தை ஒருவர் பார்த்துக் கொள்கின்றனர்.

சிரித்த முகம் : உண்மையில் இந்தக் காலத்துப் பசங்க புத்திசாலிங்க தான்.

வ. தலை : நான்சென்ஸ். இந்த மாதிரிப் பசங்க ரெஜிஸ்ட்டிரேஷனையே கேன்சல் பண்ணணும்.

பின் பியூன் உள்ளே வரவேண்டிய அவசியம் இல்லாதபடி சப்தமாக

நெக்ஸ்ட், சப்தரிஷி.

வெளியே பியூன் குரல் : சப்தரிஷி

சப்தரிஷி உள்ளே வருகிறான். அவன் அழுக்கடைந்து கசங்கிய உடைகளோடும், சரி செய்யப்படாத தாடிமுடியோடும், இப்படியும் ஒருவன் இன்டர்வியூவுக்கு வரமுடியுமா என்று கேட்கும் கோலத்தில் இருக்கிறான்.

சப்தரிஷி : வணக்கம் சார்.

வ. தலை : (எரிச்சலுடன்) ம்... ம்... நீ என்னா, இன்டர்வியூவுக்கா வந்திருக்கே?

சப்தரிஷி : ஆமாங்க சார். இங்க பாருங்க எம்பிளாய் மெண்ட் எக்சேஞ் கார்டு. இது வெள்ளி விழா கார்டு சார். இப்ப என் வேலையே இன்டர்வியூ போறதுதான்.

வ. தலை : வெள்ளிவிழா கார்டுன்னா?

சப்தரிஷி : இது என்னோட வெற்றிகரமான இருப்பத்தஞ்சாவது இன்டர்வியூ சார்.

வ. தலை : நீ இப்பிடி போனா எவன் வேலை கொடுப்பான்?

சப்தரிஷி : நான் ரொம்பவும் டீக்கா போனப்பவும் வேலை கொடுக்கல, சார்.

வ. தலை : டீக்கா போயிட்டா போதுமா? பதில் எல்லாம் என்ன லெச்சணத்தில சொன்னியோ?

சப்தரிஷி : பதில டேப் ரெக்கார்டுல பதிவு பண்ணியிருந்தா இந்த நேரம் பத்து இருபது நிக்சன்கள் வாட்டர்கேட் ஆகியிருக்கணும், சார்.

வ. தலை : அவ்வளவு ஜீனியஸ்னு நெனப்பா?

சப்தரிஷி : ஜீனியஸா? All right தன்னைப் பழித்த காலை தகும் புலவோர்க்கே. நீங்க அப்பிடி ஒரு கேள்வி கேட்டுட்டதால என்னைப்பத்தி நானே சொல்றேன். நீங்களே ஒரு சப்ஜெக்ட் செலக்ட் பண்ணுங்க. அதிலயே உங்கள நான் இன்டர்வியூ செய்றேன். நீங்க விட்டாப் போதும்னு பிச்சுக்கிட்டு ஓடுறீங்களா இல்லேயான்னு பார்ப்பமா?

டைகாரர் : டட். நான்சென்ஸ்! ஒனக்கு சுப்பீரியர்ஸ்கிட்ட எப்படிப் பேசுறதுன்னுகூடத் தெரியல.

சப்தரிஷி : உங்களுக்கு நேர்மைன்னா என்னான்னு தெரியாத மாதிரி. இல்லியா?

டைகாரர் : ஆமாடா, நீதான் பெரிய யோக்கியன் போடா வெளியே!

அவர் முகம் கடுகடுவென்று ஆடுகிறது.

சப்தரிஷி : அப்பாடா. ஒரு சந்தோசமான சமாச்சாரம் சார். ஒவ்வொரு இன்டர்வியூவுக்கும் பின்னாடியும் நான் பட்டவேதனையில ஆயிரத்தில ஒரு பங்கையாச்சும் இப்ப உங்க முகத்தில் பார்க்க முடியுது, சார் மனசுக்கு ரொம்ப சந்தோஷமா இருக்கு.

டைகாரர் : நீ இப்பப் போகப் போறியா இல்லியா?

அடிக்கப் போகிறவர் போல எழுகிறார்.

சப்தரிஷி : ஏன் சார் கோபப்படுறீங்க? கோபப் படவேண்டியவங்க நாங்க. நாங்க கோபப்பட ஆரம்பிக்கலேங்கறதுக்காக நீங்க ரொம்ப அலட்டிக்கலாமா?

டைகாரர் : நீ இன்டர்வியூவுக்கு வரலே, கலாட்டா பண்ண வந்திருக்கே!

சப்தரிஷி : காரணம். நீங்க இன்டர்வியூ செய்ய வராம நாடகம் போட வந்திருக்கறதுதான்.

டைகாரர் : (சத்தமாக) ஏ வெங்கு. இவனக் கழுத்தப் பிடிச்சு வெளியத் தள்ளு.

சப்தரிஷி : இப்பதான் சார் ஒங்க முகம் ஒங்க இதயத்தப் போலவே ரொம்ப ஆ...பா...ச...மா... இருக்கு.

அவன் அவர் முகத்துக்கு நேரே கையை நீட்டி பழிப்புக்காட்டி எரிச்சலூட்டிக் கொண்டே செல்கிறான். பியூன் உள்ளே வருகிறான்.

டைகாரர் : வெங்கு. இனிமே யாரும் உள்ளே வரவேண்டாம். கார்டுகள மட்டும் வாங்கிட்டு வா.

வ.தலை : நம்ம சீனியர் சொன்ன பையன் இன்னம் வரலியே.

டைகாரர் : (இன்னும் ஆத்திரத்திலிருந்து பூரணமாக விடுபடாமல்) பேரு தெரியும் ஜி.கோவிந்தன்.

கார்ட பாத்துக்கலாம்.

திரை

காட்சி 3 ரயில்வே ஸ்டேஷன். பிளாட்பாரத்தின் இருமுனைகளையும் இணைத்துக் கொண்டு நீண்ட ரயில் ஒன்று நிற்கிறது. கூட்டம் நிறைய இருக்கிறது. பாதிக்குமேல் மாணவர்களாகத் தெரிகிறார்கள். எஞ்ஜினுக்கு இரண்டு பெட்டிகள் தள்ளிய பெட்டி ஒன்றின் முன் சற்று தள்ளி நின்று இரண்டு மாணவிகள் பேசிக் கொண்டிருக்கிறார்கள்.

வலிதா : என்னடி, என்னைக்கும் ஆகுற டிரெயின்தான் லேட். இன்னிக்கு நம்ம Followers கூடவா லேட். ஒருத்தனையும் காணமே.

ஜெயந்தி : ஏன் இப்ப Followers இல்லாமதான் ஒனக்கு சரிப்பட்டு வரலியாக்கும்?

லலிதா : இப்பன்னு இல்லடி. எப்பவுமே அப்பிடித்தான். காலேஜ் கேர்ள்சுக்கு அது ஒரு ஹானர். அவ கேரம் போர்டுல இருக்கிற red coin மாதிரி, ஒரு follow விழுந்தா தான் அது value வே ஆகும். Followers பெற முடியாதவ காலேஜுக்கு வர வேண்டாம். கன்னியா ஸ்திரீயாப் போயிடலாம்.

ஜெயந்தி : பரவாயில்லை. கேரம் விளையாட்ல பூஜ்யம்னாலும் அதுல இருந்து உதாரணம் மட்டும் எடுத்திருக்கே. (தூரத்தில் பார்த்து) அங்க என்னா சென்டர்ல இருக்க காரேஜூக்கு முன்னாடி அவ்வளவு ஸ்டூடன்ஸ் கூட்டம்?

லலிதா : அங்க எவளாச்சும் ஒருத்தி செகப்பா திருதிருன்னு இவனுகள பதிலுக்கு பாத்துட்டிருப்பா.

அங்கிருந்து ஊ... வென்று ஊளைச்சத்தம் கேட்கிறது

போச்சுப் போச்சு. அங்க அவ அப்பனாச்சும் அண்ணனாச்சும் அவள இடம் மாறி உட்காரச் சொல்லிட்டான், இல்லே ஜன்னல மூடிட்டான்.

ஜெயந்தி : அதுக்கு ஊளையிடணுமா?

லலிதா : வேற எதவேன்னாலும் செய்ய அவங்களுக்கு ஆசதான். ஆனா இதுதான் முடியுது. செய்யறாங்க. ஒருத்தி திரும்பியே பாக்காம உட்கார்ந்திருந்தாகூட இதையேதான் செய்யறாங்க. பெண்கள் கவர்ச்சி மூலம் கவர்ற திறமையும் பொறுமையும் இவுங்களுக்குக் கெடயாது. கலாட்டா பண்ணினாலும் தங்களப் பாக்க வைக்க விரும்புறாங்க. விதைகள் பரவுற முறை தெரியுமா? மா விதை இனிப்பான சதையப் போத்திக்கிட்டு எங்கெங்கயோ போவுது. நெருஞ்சியும் நாயுருவியும் கால்ல குத்தியும் துணியில ஒட்டியும் பரவுது. இது முட்களோட காலம். வருங்காலம் இவுங்க கையில.

ஜெயந்தி : உண்மையில நீ படிப்பில் கட்டைன்னாலும் மீதியெல்லாம் நல்லா சிந்திக்கிறடி.

லலிதா : ஆ... அந்தா வரானுகளா ரெண்டு பேரு.

இவர்கள் பக்கம் இரண்டு மாணவர்கள் வருகின்றனர். பின் இவர்களைக் கண்டதும் நேரே இவர்களிடமே வருகின்றனர்.

மாணவன் : *(லலிதாவிடம்)* Hello how do you do?

லலிதா : நல்லா இருக்கேன்.

மாணவன் : Exam. எல்லாம் எப்படி எழுதியிருக்கீங்க?

லலிதா : *(சிரித்தபடி)* ஏதோ!

மாணவன் : *(அவள் சிரிப்பை ரசித்தபடி)* பாஸ் ஆயிடுமில்ல?

லலிதா : ஆகலாம்.

மாணவன் : வேற ஏதாவது விசேஷங்கள்?

லலிதா : ஒண்ணுமில்ல.

மாணவன் : பாக்கலாம்.

லலிதா : நல்லது.

மாணவர்கள் போகின்றனர். அவர்கள் சிறிது தூரம் சென்றதும்

ஜெயந்தி : யாருடி அது?

லலிதா : *(உதட்டைப் பிதுக்கி)* யாருக்குத் தெரியும்?

ஜெயந்தி : பின்ன பிரமாதமா விசாரிச்சான்?

லலிதா : இது இப்ப லேட்டஸ்ட் டெவலப்மெண்ட்.

லலிதா : என்ன கேட்டிருந்தா, நீ யாருடான்னு கேட்டிருப்பேன்.

லலிதா : அவங்க உன்னைக் கேக்க மாட்டாங்க. கேக்க ஆரம்பிச்சா நீயும் என்னைப் போலவே பதில் சொல்ல ஆரம்பிச்சுடுவ.

அவர்களுக்கு முன்னாடி இருக்கும் பெட்டியின் உள்ளே இரண்டு பயணிகள் பேசிக் கொண்டிருக்கிறார்கள்.

பயணி 1 : ஏங்க பசங்க கூட்டம் இப்பிடி இருக்கு? ஏதாச்சும் மகாநாடா?

பயணி 2 : இல்ல சார். இங்க இருந்து பத்து மைல்ல ஒரு காலேஜ் இருக்கு. அதுக்குப் போறவங்க.

பயணி 1 : ஓ, அந்த காலேஜூங்களா? அந்த ஸ்டேஷன்ல ரயில் சிப்பந்திகளுக்கும் இவிங்களுக்கும்

அடிதடின்னு போன வாரம் பேப்பர்ல வந்துச்சே அதுங்களா? பசங்க ஸ்டேசனையே பொளிச்சுப் போட்டாங்கன்னு சொன்னாங்களே!

பயணி 2 : ஆமா. இப்ப ரிப்பேர் நடக்குது. (ஜன்னல் வழியாக எட்டிப் பார்த்து விட்டு) ரயில் பொறப்படுற அடையாளமே தெரியலையே! ஒரு மணிக்கு மேல லேட் ஆகுது. (அவ்வழியாக வரும் ஒரு ரயில் ஊழியரிடம்) ஏன் சார். வண்டி எப்பப் பொறப்படும்? ஏன் லேட்டாம்?

ரயில் ஊழியர் : எப்பப் பொறப்படும்னு சொல்ல முடியாது சார். ஊருக்குள்ள போயிருக்கும் ஸ்டுடன்ஸ் வந்தாதான் வண்டிய எடுக்கணும்னு மத்தவங்க மறிக்கிறாங்க.

பயணி 2 : ஊருக்குள்ளே எதுக்குப் போயிருங்காங்க?

ரயில் ஊழியர் : ஒரு பையன் சட்ட கிழிஞ்சிப் போச்சாம். அத தச்சுக்கிட்டு வரப்போயிருக்காங்க.

பயணி 2 : இதுக்காகவா ரயில் நிறுத்தி இருக்காங்க?

ரயில் ஊழியர் : ஆமா, ஏதாச்சும் சொன்னா கலாட்டா பண்ணறாங்க. கேக்க யாரு இருக்கா?

அவர் போகிறார்.

பயணி 1 : (வெறுப்பும் கோபமுமாக) இந்த மாதிரி பசங்களை எல்லாம் கட்டிப் போட்டு தோலு உரிக்கணுங்க.

பயணி 2 : நமக்கு எந்தப் பக்கம்?

பயணி 1 : கோயமுத்தூர் பக்கமுங்க.

பயணி 2 : அங்க எல்லாம் எப்பிடி?

பயணி 1 : எல்லாம் பக்கமும் இப்பிடிதானுங்க. சில சமயத்தில இவிங்களுக்கு எதிர்ப்பா நாமளே

ஒரு சங்கம் வச்சா என்னான்னுகூடத் தோணுமுங்க.

வெளியே யாரோ சப்தம் போட்டுக் கொண்டு வருவது கேட்கிறது.

வெளியிலிருந்து குரல் : ஆம்பளேனு சொல்லிக்கிறவங்க எல்லாம் கீழ எறங்கி வாங்க. இதுக்கு ஒரு முடிவு கட்டியாகணும். ஸ்டூடன்ஸ் ஸ்டூடன்ஸ்னு அவங்க எல்ல மீறிப்போயிட்டாங்க. இவங்கள நாமளே கேக்காட்டி யாரும் கேக்கப் போறதில்லே. எறங்கி வாங்க. யாரோ ஒரு பையன் சட்டையைத் தச்சுக்கிட்டு வர்றதுக்காக வண்டி ரெண்டு மணி நேரம் நின்னுக்கிட்டு இருக்கணுமாம். எறங்கி வாங்க.

இவர்கள் வெளியே எட்டிப் பார்க்கின்றனர்.

வெளியே பேசுகின்ற ஆளைச்சுற்றி ஒரு பெரிய கூட்டம் வந்து கொண்டிருக்கிறது. அவர்களில் ஒருவன் இவர்கள் பெட்டிக்குள் எட்டிப் பார்த்து பேசுகிறான்.

அவன் : எறங்குங்க சார். எறங்குங்க. மீச மொளைக்காத பையனுக எல்லாம் மீச வச்சவனுகள மெரட்டிக்கிட்டு இருக்கிறத எவ்வளவு நாளு பொறுத்துக்கிட்டு இருக்கிறது? எறங்குங்க.

இந்தப் பெட்டியிலிருந்து முதலில் பயணி 1ம், பிறகு மற்றவர்களும் இறங்குகின்றனர். பிறகு அக்கூட்டம் கார்டு வண்டியை நோக்கிப் போகிறது. அங்கே ஏற்கனவே மாணவர் கூட்டம் நின்று கொண்டிருக்கிறது.

தலைமை வகிக்கும் ஆள் : கார்டு சார். சிக்னல் கொடுங்க.

கார்டு மாணவர்களைப் பார்க்கிறார். மாணவர்கள் ஒருவர் முகத்தை ஒருவர் பார்த்துக் கொள்கின்றனர். அவர்கள் முகத்தில் இது ஒரு கவுரவப் பிரச்சனையாகி விட்டது தெரிகிறது.

மாணவர் தலைவன் : வண்டியை எடுக்கக்கூடாது.

த.வ.ஆள் : *ஏன்?*

மா. தலைவன் : எங்க ஆள் வரணும்.

த.வ.ஆள் : வந்ததும் சாவகாசமா ஒங்க அப்பன் வீட்டு ரயில்ல வரச் சொல்லு.

மா. தலைவன்: ஏன் இது உங்க அப்பன் வீட்டு ரயிலா?

த.வ. ஆள் : எங்க அப்பன் வூட்டு ரயிலா இருந்தா உங்கள ஸ்டேசன் உள்ளேயே விட்டிருக்கமாட்டேன். இது சர்க்கார் ரயிலு. பாத்தியா டிக்கட்? நாங்க உடனே போயாகணும்.

மா. தலைவன் : நாங்க மறிப்போம்.

த.வ.ஆள் : நாங்க வெளியே இழுத்தெறிவோம்.

மா. தலைவன் : என்னா பயமுறுத்துறியா? நீ போலீசா இருக்கப்பவே நாங்க பயப்பட்டதில்லை. இப்ப சஸ்பெண்ட்ல இருக்கே. ஒனக்குத் தானா பயப்படப் போறோம்?

பிரயாணி 1 : சரிதாண்டா. தெரியும் நீங்க புலிகன்னு. மரியாதையா அக்கட்டால நவுருங்க.

மா. தலைவன் : முடியாது.

கார்டு வண்டியில் ஏறப் போகிறான்.

பிரயாணி 1 : *ஏ!*

அவனைப் பிடித்து இழுக்கிறான். பிரயாணிகளுக்கும் மாணவர்களுக்கும் தள்ளுமுள்ளு நடக்கிறது. கூச்சலும் குழப்பமும் அதிகமாகிறது. பெண்கள் பெட்டிகளின் கதவுகள் சாத்தப்படுகின்றன. சிறிது நேரத்தில் போலீஸ் விசில் கேட்கிறது. ஒரு லாரி லோடு போலீசார் உள்ளே தடதடவென்று ஓடி வருகின்றனர். **காட்சி மாற்றம்**

இடம் : சட்டசபை

உறுப்பினர் ஒருவர் பேசிக் கொண்டிருக்கிறார்.

உறுப்பினர் : ... இந்த ஒத்தி வைப்புத் தீர்மானத்தை அனுமதித்துத்தான் ஆகவேண்டும். கடந்த பத்தாம் தேதி முதல், நாடு நாடாக இல்லை. மாநிலத்தில் ஒரு கல்லூரி, ஒரு பள்ளிக்கூடம் நடைபெறவில்லை. கல்வி இலாகாவே ஸ்தம்பித்துப் போயிருக்கிறது.

அமைச்சர் : (குறுக்கிட்டு) கல்வி இலாக்கா அல்ல, கல்விக் கூடங்கள்.

ஆளுங்கட்சி உறுப்பினர்கள் சிரிக்கிறார்கள்.

உறுப்பினர் : நன்றி. போகட்டும். உங்கள் கட்சியின் மலை போன்ற தவறுகளை திருத்த முன் வராவிட்டாலும் மற்றவர்களின் சொற்பிழைகளையாவது திருத்த முன் வருகிறீர்களே.

எதிர்க் கட்சி உறுப்பினர்கள் சிரிக்கின்றனர்.

அமைச்சர் : சொற்களிலேயே சங்கதி இல்லாதவர்கள் வந்து ஆட்சி எப்படி நடத்தப் போகிறார்கள்?

ஆளுங்கட்சி சிரிப்பு.

உறுப்பினர் : சொற்களையே சங்கதிகளாக்கிக் காட்டி நாங்கள் ஆட்சி கேட்கப் போவதில்லை.

எதிர்க் கட்சியினர் சிரிப்பு.

சபாநாயகர் : சரி, சங்கதிக்கு வாருங்கள்

அவையே சிரிக்கிறது.

உறுப்பினர் : (தொடர்ந்து) கடந்த பத்தாம் தேதி இந்த மாநிலத்திற்கு ஒரு சாப தினமாக இருந்திருக்கிறது. திட்டமிட்ட வன்செயலில் மாணவ மாணவிகள் தாக்கப் பட்டிருக்கிறார்கள். இருவருக்கு எலும்பு முறிந்திருக்கிறது. ஒரு மாணவி

கற்பழிக்கப்பட்டிருக்கிறாள். இதெல்லாம் ஏன்? அவர்கள் இந்த ஆட்சியில் மாணவர்களாக இருக்கிறார் என்ற ஒரே ஒரு குற்றத்திற்காகவா? போலீஸ் ஸ்டேஷனே கூப்பிடும் தூரத்தில் இருந்திருக்கிறது. ஆனால் வன்முறைக் கும்பலின் எல்லா திட்டமிட்ட செயல்களும் நடந்து முடிந்த பின்பே போலீஸ் வந்திருக்கிறது. இந்த அரசு சொல்வதெல்லாம் இது மாணவர் அரசு. ஆனால் கடைப்பிடிப்பதோ சுத்தமான மாணவ விரோத பாஸிசக் கொள்கை. இதனால் நாம் விவாதித்தே ஆக வேண்டும்.

சபாநாயகர் : (அமைச்சரைப் பார்த்து) உங்கள் பதில்?

அமைச்சர் : (எழுந்து) எதிர்க்கட்சி உறுப்பினர் அவர்கள் வழக்கம்போல ... ஆம், வழக்கம்போல...

ஆளும் கட்சியின் உறுப்பினர்கள் நீண்ட நேரம் கை தட்டுகின்றனர்.

தன் கற்பனைக் கண்ணால் கண்டதை யெல்லாம் இங்கு படம்போட்டுக் காண்பித்தார். மகிழ்ந்தார். ஆனால் உண்மையில அவர்கள் துரதிருஷ்டவசமாக அப்படி ஒன்றுமே நடக்கவில்லை. நடந்ததெல்லாம் இதுதான். அன்று அந்தப் புகைவண்டி நிலையத்தில் மாணவர்கள் சிலர், மருந்து வாங்க ஊருக்குச் சென்றிருந்த, தங்கள் நண்பர்கள் இருவரும் வரும்வரை புகை வண்டியை சிறிது தாமதப்படுத்தக் கேட்டிருக்கின்றனர். பிரயாணிகள் சிலர் இதை ஆட்சேபித்திருக்கின்றனர். அதில் ஏற்பட்ட சலசலப்பைச் சில சமூக விரோத சக்திகள் கை கலப்பாக மாற்றிவிட்டு விட்டனர். அவ்வளவுதான் நடந்தது. அந்த விஷமிகள்

ஸ்தலத்திலேயே கைது செய்யப்பட்டுள்ளனர். அவர்கள்மேல் சட்டப்பூர்வமான வழக்கு தொடரப்பட்டுள்ளது.

உறுப்பினர் : அவர்கள் ஆளுங்கட்சி உறுப்பினர்கள் என்றே நம்பகமான தகவல் கிடைத்துள்ளது.

அமைச்சர் : இல்லை. இருவர் கைது செய்யப் பட்டுள்ளனர். ஒருவர் முன்கோபம் காரணமாக சப் இன்ஸ்பெக்டரைத் தாக்கியதாக ஏற்கனவே தற்காலிக வேலை நீக்கத்தில் இருக்கும் போலீஸ் கான்ஸ்டபிள். மற்றவர் கோவை மாவட்டத்தைச் சேர்ந்தவர். அவருக்கும் அரசியலுக்கும் ஸ்நானப் பிராப்தி இருப்பதாகக் கூடத் தெரியவில்லை

திரை

காட்சி 4   தமிழக - கேரள எல்லைப்பகுதி. மலைவழிக் குறுக்குப் பாதைகள் ஒன்றின் வழியாக ஏழெட்டுப் பெண்கள் வந்து கொண்டிருக்கின்றனர். அந்த மேடு பள்ளங்கள் வழியாக அவர்கள் செய்த பயணக் களைப்பு அவர்கள் முகங்களில் தெரிகிறது. அவர்கள் ஒரு மரநிழலைத் தாண்டும்போது வெள்ளையம்மாள் அந்நிழலில் நின்று கொள்கிறாள்.

வெள்ளையம்மாள் : நீ செத்த நில்லு செல்லாயி. அவங்க வேண்ணா போகட்டும். எனக்கும் மூச்சு வாங்குது.

அவள் நின்று மூச்சு வாங்குகிறாள். இதனால் மற்ற பெண்களும் நின்று அவளைத் திரும்பிப் பார்க்கின்றனர். அவர்கள் முகங்களில் இவளைவிட்டு விட்டுப் போவதா, இருந்து கூட்டிக் கொண்டு போவதா என்ற தயக்கம் தெரிகிறது. இதை உணர்ந்த செல்லாயி பேசுகிறாள்.

செல்லாயி : (மற்ற பெண்களிடம்) நீங்க வேண்ணா போங்க

நான் இருந்து கூட்டியாறேன்.

மற்ற பெண்களில் ஒருத்தி : இப்ப என்னா, எல்லாரும்தான் கொஞ்சம் உட்காந்துட்டு போவமே.

அந்த மரநிழலில் எல்லாரும் உட்காருகின்றனர். வெள்ளையம்மாள் இருமுகிறாள்.

செல்லாயி : நீயெல்லாம் இதுக்கு வரவே கூடாது வெள்ளையம்மா. நல்லாயிருக்க எங்களுக்கே ஏன் வந்தமுண்ணு இருக்கு. நீ முன்னயே சீக்காளி. இந்த மலையில, அதுவும் அரிசியச் செமந்துகிட்டு ஏறி எறங்குறதுன்னா சும்மாவா இருக்கு.

வெள்ளையம்மாள் : என்னா செய்யிறது? சீக்காளின்னா வயிறு கேக்காம இருந்துருதா?

பேச்சி : ஏனாத்தா! ஒன் மகன்தான் சம்பாரிக்க ஆரம்பிச்சாச்சு இல்ல. நீ செவனேன்னு வீட்ல கெடக்க வேண்டியது தானே.

வெள்ளையம்மாள் : ஆமா, அவன் சம்பாரிச்சு ஆயிரம் ஆச்சு. படிக்கிறேன் படிக்கிறேன்னு இருவத்தஞ்சு வயசு வரைக்கும் படிச்சான். அப்புறம் பி.ஏ. படிச்சுட்டேன். அந்த வேல இந்த வேலன்னான். நாலு வருசம் இதச் சொல்லிக்கிட்டே திரிஞ்சான். இப்பதான் ஒரு மாசமா ஏதோ வேலைக்கிப் போறான். இன்னும் ஒரு மாசச் சம்பளம் வாங்கல. நடுவுல படியோ என்னமோன்னு அம்பது ரூவா கொண்டாந்து கொடுத்தான். இவன நம்பி நானும் வீட்ல படுத்துக்கிட்டா சரியாயிடுமோ? இவ்வளவு நாளும் வாங்குன கடனை அடைக்கவே நாலு வருசம் ஆகும்போல இருக்கு.

முத்தம்மா : அவன் என்னா வேலக்கிப் போறான்?

வெள்ளையம்மாள் : (அவளை முறைத்துப் பார்த்து) ஏளா, ஒன் வயது என்னா?

முத்தம்மா : ஏன்? முப்பது முப்பதஞ்சு இருக்கும்.

வெள்ளையம்மாள் : அவனுக்கும் வயது இருவதத் தொட்டாச்சு. அவனைப்போயி அவன் இவங்கிறியே. வயசுக்கு இல்லாட்டியும் படிப்புக்கு மதுப்பு கொடுக்கவாணாம்? படிச்சவனுக்குப் பெத்த தகப்பனே மதிப்பு கொடுக்கணும் தெரியுமா?

முத்தம்மா : நம்ம கண்ணு முன்னால வளந்த பிள்ளைதானே, அதனால வாயில வந்துருச்சு, வேற யாருமுண்டா சொல்லுவமா?

வெள்ளையம்மாள் : அது எப்படி. நம்மள அறியாம வந்துருமா? நாளக்கி அவன் ஒரு ஆபீஸராகி இந்த ஊருக்கே வந்துட்டாலும் இந்த நாக்கு அப்படித்தான் பேசும்.

முத்தம்மா : (உதட்டைக் குவித்துக் கேலியாக) நாளக்கி ஒன் மகன் தாசில்தாரா வந்து நான் இப்பிடிச் சொல்லிட்டா பியூன விட்டே அடிக்கச் சொல்லுவ போலிருக்கே?

பேச்சி : அது கெடக்கட்டுமாத்தா. ஒன் மகன் தாசில்தாரா வந்துட்டா நாங்க ஒன்னய எப்பிடி கூப்பிடுறது?

எல்லாரும் சிரிக்கின்றனர்.

வெள்ளையம்மாள் : (ரோஷமாக) ஏன், அவன் வரமாட்டான்னு நெனக்கிறியா? அவன் படிப்பு தாசில்தார் படிப்புக்கும் மேல, நெனச்சிக்க.

செல்லாயி : சரி சரி விடுங்க. (சற்றுவிட்டு) எனக்கே

தெரியல. தம்பி என்னா வேலக்கிதான் போவுது?

வெள்ளையம்மாள் : இப்போதிக்கு டவுனுல அவன் கூட்டாளிகளா சேந்து என்னமோ கம்பெனி ஆரம்பிச்சிருக்காங்களாம். சருக்காரு வேல கூடச் சீக்கிரம் வந்துருமுண்டு சொன்னான்.

செல்லாயி : நீ இங்க வர்றது அதுக்குத் தெரியுமா?

வெள்ளையம்மாள் : ஐயையோ, சொன்னா கொன்னு போட்டுருவான். நான் மாராசத் தேவரு காட்டுக்குக் களையெடுக்கப் போறதா சொல்லிட்டு வந்திருக்கேன்.

முத்தம்மா : (மீண்டும் கேலியாக) அது சரியாத்தா, ஒம்மவனுக்கு தாசில்தாருவேல கெடச்சு அதிலயும் இந்த அரிசி பிடிக்கிற வேலயோ கெடச்சு திடீர்னு இங்க வந்துட்டா என்ன செய்வே?

பேச்சி : என்னா செய்யும்? அரிசி கடத்துறதுக்கு மகன்கிட்டயே ஒரு லைசன்ஸ் வாங்கிக்கிட்டுப் போவுது.

எல்லாரும் சிரிக்கின்றனர். வெள்ளையம் மாளும் சிரித்துக் கொள்கிறாள். அதிலும் ஒரு பெருமிதம். சிறிது தூரத்தில் நபர்கள் யாரோ வரும் காலடி ஓசை கேட்கிறது. இவர்கள் திகைக்கிறார்கள்.

செல்லாயி : யாரும் அரிசி பிடிக்கிற பயலுகளோ என்னமோ?

பேச்சி : (சற்று ஆறுதலாக) நம்மகிட்ட தான் இப்ப அரிசியில்லையே. வெறகு பெறக்க வந்தமுன்னு சொல்லிக்கலாம்.

இப்போது காலடி ஓசை வெகு அருகில் கேட்கிறது. புதர்களுக்கு மேலே ஏழெட்டு சாக்கு மூட்டைகள் மட்டும்

தெரிகின்றன.

செல்லாயி : *(ஆறுதலடைந்து)* யாரோ நம்மள மாதிரி. தப்பிச்சோம்.

> ஒரு இளைஞன் தலையில் மூட்டையோடு இவர்கள் முன் தோன்றுகிறான். இவர்களைக் கண்டதும் திடுக்கிடுகிறான். அவனைத் தொடர்ந்து பத்து பன்னிரண்டு இளைஞர்கள் தலைச்சுமையோடு வருகின்றனர். அவர்கள் இப்பெண்களைக் கண்டதும் துணுக்குறுகின்றனர். கடைசியாக வந்திருக்கும் இளைஞனைக் கண்டதும் வெள்ளையம்மாள் அதிர்ச்சியடைகிறாள்.

வெள்ளையம்மாள் : *(எழுந்து கொண்டே, பதட்டத்துடன்)* ஏண்டா, ராமையா. என்னடா இது?

ராமையா திகைத்துக் போகிறான். ஏற்கனவே வியர்த்து நனைந்து போயிருந்த சட்டைத் துணிகளோடு இப்போது முகத்திலும் முத்து முத்தாக வியர்வை அரும்பி நிற்க, தலைச் சுமையோடு அவன் நிற்பது பரிதாபமாக இருக்கிறது. வெள்ளையம்மாள் அவன் அருகில் வருகிறாள்.

> எறக்குடா கீழ. என்னடா இது?

ராமையா சுமையை இறக்குகிறான். மற்ற இளைஞர்களும் இறக்குகின்றனர். ராமையா தாயை நேரே பார்க்காமல் மேலும் கீழும் பக்கவாட்டிலும் பார்த்தபடி சமாளிக்கிறான்.

வெள்ளையம்மாள் : *(மற்ற இளைஞர்களைப் பார்த்து)* என்னப்பா இதெல்லாம்?

ராமையா : நீ எங்காத்தா இங்க வந்தே?

வெள்ளையம்மாள் : நான் வந்தது இருக்கட்டும். இது என்ன வேல? அத மொதல்ல சொல்லு.

பக்கத்தில் நிற்கும் இளைஞன் : அரிசி, ஆத்தா. விக்கக் கொண்டு போறோம்.

ராமையா பேசாமல் இருக்கிறான்.

வெள்ளையம்மாள் : ஏண்டா இந்த மலங்காட்ல அரிசி செமக்கத்தானா நான் ஓடாத் தேஞ்சு ஒன்ன பீயே படிக்க வச்சேன்?

ராமையா : இன்னிக்கு மட்டும் தானாத்தா. கூட்டாளிக எல்லாம் சும்மா போயி பாத்தா என்னான்னு சொன்னாங்க. அதனால...

வெள்ளையம்மாள் : நீங்க டவுனுல நடத்தற கம்பெனி இதானா?

வேறு ஒரு இளைஞன் : அதனால என்னம்மா? படிச்சா கஷ்டப்பட்டு வேல செய்யக் கூடாதுன்னு இருக்கா.

வெள்ளையம்மாள் : இப்பிடி காடு மேடு ஏறி திருட்டு அரிசி செமக்குறதுக்கு காலேசுல ஏன் படிக்கணும்? பேசாம அஞ்ச வயசுல ஏதாச்சும் மாடு மேக்கப் போட்டிருப்பேனே. ஏண்டா நீ என்னென்னமோ பெரிய வேலைக்கெல்லாம் போகப் போறேன்னு சொல்லிக்கிட்டிருக்கேன். நீ எங்கண்ணுக்கெதுரவே திருட்டு அரிசி செமந்துகிட்டு வாரியேடா.

அவள் ஆத்திரம் சட்டென்று அழுகையாக மாறுகிறது. அவள் அழுகிறாள்.

செல்லாயி : (முன் வந்து) சரி சரி விடு. இதுக்கெல்லாம் அழுவாங்களா? இந்தா தம்பி, இந்த மாதிரி வேலல்லாம் இனிமே செய்யாதப்பா, போ, போ, இன்னிக்கு மட்டும் போயிட்டு வந்துரு.

வெள்ளையம்மாள் : இவன் போக வேண்டாம். நீ வீட்டுக்கு நட, நான் தூக்கிக்கிட்டு வர்றேன்.

ராமையா : வேண்டாந்தா. நீ வீட்டுக்குப் போ. நான் போயிட்டு வந்திர்றேன்.

வெள்ளையம்மாள் : (ஆத்திரத்துடன்) சீ, நடடா நாயே. வெலகுடா.

அவள் மூட்டையைத் தூக்கப் போகிறாள். திடீரென்று விட்டுடாதே, வளச்சுப்பிடி, விடாதே என்ற குரல்கள் கேட்கின்றன. தொடர்ந்து பலர் ஓடிவரும் ஓசை கேட்கிறது. ஏழெட்டு அரசாங்க சிப்பந்திகள் ஓடி வந்து இவர்களை வளைத்துக் கொள்கின்றனர்.

வந்தவர்களில் ஒருவன் : ஏய், எல்லாம் மரியாதையா அவங்கவங்க மூட்டயத் தூக்கிட்டு எங்க பின்னாடி நடங்க.

பேச்சி : நாங்க பொம்பளங்க, சும்மா வெறகு பெறக்க வந்தம்யா, எங்களையும் கூப்பிடாதீங்க.

வந்தவன் : அதெல்லாம் ஆபீஸர்கிட்ட சொல்லுங்க.

இளைஞன் : ஆபீஸர் எங்க இருக்கார்?

வந்தவன் : பக்கந்தான். ஜீப்ல இருக்கார்.

ராமையா தன் தாயை விலகிக் கொள்ளச் சொல்லிக் கண்டிப்பாகக் கண்ணால் உணர்த்திவிட்டு மூட்டையைத் தூக்கிக் கொள்கிறான். இளைஞர்கள் முன்னேயும் பெண்கள் அவர்களை அடுத்தும், வந்த ஆட்கள் கடைசியாகவும் ஒருவர் பின் ஒருவராகவும் நடக்கின்றனர். வெள்ளையம்மாள் முன்னே மகன் மூட்டை சுமந்து செல்லும் காட்சியைக் காணச் சகிக்காமல் கண் கலங்கிக் கொண்டே நடக்கிறாள். அவர்கள் ஒரு பாதைக்கு வந்ததும் அங்கே ஒரு ஜீப் டிரயிலரோடு நின்று கொண்டிருப்பதைக் காண்கின்றனர். அதிலிருக்கும் அதிகாரி இந்த இளைஞர்களைப் பார்த்து வியப்படைகிறார்.

அதிகாரி : என்னயா, எல்லாம் பாத்தா படிச்ச பசங்க மாதிரி தெரியுது?

இளைஞர்கள் பேசாமல் இருக்கின்றனர். ராமையாவைப் பார்த்து

ஒன் பேரு என்னா

ராமையா : ராமையா.

அதிகாரி : என்னா படிச்சிருக்கே?

ராமையா : பி.ஏ.

அதிகாரி : (வியந்து) என்னா பி.ஏ. வா? (வேறு ஒருவனைப் பார்த்து) நீ என்ன படிச்சிருக்கே?

அந்த இளைஞன் : எம்.ஏ. சார்.

(அதிகாரி திகைக்கிறார்)

அதிகாரி : படிச்ச நீங்களே இப்படி செய்தா எப்படி?

இளைஞன் : என்னங்க சார் செய்யறது? எல்லாருமே படிச்சுட்டு நாலு வருசம் சும்மா இருக்கோம்.

அதிகாரி ஏதோ யோசனையில் மூழ்கியவர் நீண்ட நேரம் பேசாமலே இருக்கிறார்.

அங்கு பெரிய மௌனம் நிலவுகிறது. இளைஞர்கள், பெண்கள், சிப்பந்திகள் எல்லாருமே அவர் என்ன சொல்லப் போகிறாரோ என்று காத்திருக்கின்றனர்.

அதிகாரி : (கடைசியாக) சரி. நான் ஒண்ணுதான் செய்யமுடியும். நீங்க திரும்பிடுங்க. இனிமே வராதீங்க By the by பின்னால எங்க மேலதிகாரி வந்துக்கிட்டிருக்கார். நீலவேன். அது உங்க பொறுப்பு. He is ruthless. that's all I can say, (சிப்பந்திகளைப் பார்த்து) ம்... ம்... ஏறுங்க.

இவர்கள் எல்லாரும் விடுதலைப் பெற்ற உணர்வோடும் பரபரப்போடும் கிளம்புகின்றனர். கொஞ்ச தூரம் வந்ததும் பெண்கள் பெரும்பான்மையான இளைஞர்களிடமிருந்து சுமைகளை வாங்கிக் கொள்கின்றனர். செல்லாயி ராமையாவின் மூட்டையை வாங்கிக் கொள்ளவே, தாயும் மகனும் பேசாது நடக்கின்றனர். பின்னும் சிறிது தூரம் நடந்ததும் ஒரு காரின் ஒலி கேட்டு திகைத்து நிற்கின்றனர். வரவர ஒலி அருகில் கேட்கிறது.

ஒருவன் : அது நீலவேன் சத்தமேதான். ஓடுங்க, ஓடுங்க.

எல்லாரும் மூட்டைகளைப் போட்டுவிட்டு சிதறி ஓடுகின்றனர்.

ஜெயந்தன்

ஓர் ஐந்து நிமிட நேரத்தில் மூட்டைகள் கிடக்கும் இடத்திற்கு நான்கைந்து பேர்வருகின்றனர்.

வந்தவர்களில் ஒருவன் : திருட்டுப் பசங்க. ஓடிட்டானுகளே. படிச்சப் பயலுக எல்லாம் இதுல ஈடுபடுறானுக. அதுல ஒரு நாலு பேரயாவது புடுச்சி முட்டிய ஒடைக்கணுன்னு ஆபீஸர் பாக்குறாரு. ஒருத்தனும் அம்புட மாட்டேங்குறானே.

மற்றொருவன்: சரி அகப்பட்ட வரைக்கும் சரி. மூட்டைகள வேனுக்குத் தூக்கு.

அவர்கள் மூட்டைகளைத் தூக்குகின்றனர். தூரத்தில் ஒளிந்தபடி இவர்களைப் பார்த்துக் கொண்டிருக்கும் இளைஞர்களில் ஒருவன் மற்றொருவனிடம் சொல்கிறான்.

இளைஞன் : பத்து நாளு தூக்கிச் செமந்த லாபம் இன்னிக்கு ஒரு நாள்ல போச்சு.

ஒரு பத்து நிமிஷ நேரம் கழித்து வேன் புறப்பட்டுச் செல்லும் ஒலி கேட்கிறது. மீண்டும் இவர்கள் ஒவ்வொருவராகக் கூடுகின்றனர்.

ஒரு இளைஞன் : இப்ப என்ன செய்றது?

ராமையா : (ஆத்திரமும் தீர்மானமுமாக) என்ன செய்றது? (பெண்களிடம்) நீங்க எல்லாம் வீட்டுக்குப் போங்க. (தோழர்களிடம்) நீங்க எல்லாம் என் பின்னால வாங்க.

வெள்ளையம்மாள் : நீ எங்கப்பா போற.

ராமையா : (ஆத்திரத்துடன் அதட்டுகிறான்) நீ வீட்டுக்குப்போ, ஆத்தா.

பெண்கள் வியப்பும் திகைப்பும் மேலிட புறப்படுகின்றனர்

முதல் இளைஞன் : நாம எங்க போகலாம் ராமையா?

ராமையா : சந்திரசூடனைப் பாக்க.

முதல் இளைஞன் : ஏன்?

ராமையா : ஏன்? கடைசியாக கடைசி எடத்துக்குத்தான் போக வேண்டியிருக்கு.

காட்சி மாற்றம்

மாலை மங்கும் நேரம். பஸ் ஒன்று எரிந்து கொண்டிருக்கிறது. அதைச் சுற்றிலும் முன்காட்சி இளைஞர்களோடு வேறு சிலரும் நின்று கொண்டிருக்கின்றனர். புதிதாக வரும் பஸ் ஒன்றையும் தடுத்து நிறுத்துகின்றனர்.

இளைஞர்கள் : (பயணிகளிடம்) எல்லாரும் எறங்குங்க. பஸ்ஸ கொளுத்தப்போறோம். எறங்குங்க. சீக்கிரம்.

ஒருவன் : டேய் கோபால். டீசல டயர்ல ஊத்து. சீக்கிரம்.

பயணிகள் பதறியடித்து அவசர அவசரமாக இறங்குகின்றனர்.

பஸ் வழியில் நிற்கும் இளைஞன் : (இறங்குவோரிடம்) ம்... ம்... சீக்கிரம்

கடைசியாக வந்த ஒரு யுவதி மட்டும் வழி வரை வந்தவள் அங்கிருந்து இறங்காமல் கம்பியைப் பிடித்துக் கொண்டு நிற்கிறாள்.

இளைஞன் : ம். சீக்கிரம்

யுவதி : சாரி. நான் எறங்க முடியாது. வேண்ணா இந்த பஸ்ஸோட என்னையும் சேத்துக் கொளுத்திடுங்க.

இளைஞன் : (வியந்து) ஏன்?

யுவதி : உங்க ஆத்திரத்துக்கும் ஆவேசத்துக்கும் நியாயமான காரணங்கள்கூட இருக்கலாம். ஆனா போராட்ட முறை சரியில்லே. இந்த

பஸ்களக் கொளுத்தறதுனால என்ன காணப்போறீங்க. நாளக்கி உங்க குறை நிவர்த்திக்கப்பட்டுவிடலாம். ஆனா இப்ப கொளுத்துற பஸ் நாளக்கி வந்திடுமா? பொதுச் சொத்த நாசம் செய்றபோது நீங்க உங்க சொத்தத்தான் நாசம் செய்யறீங்கன்னு உங்களுக்குத் தோணலியா?

அந்த மாணவன் திகைத்துப் பின்னால் திரும்பிப் பார்க்கிறான். அங்கே இதுவரை இந்த வேலைகள் எதிலும் ஈடுபடாமல், ஆனால் எல்லாவற்றையும் மேற்பார்வையிடுபவன் போலவும் தோற்றத்திலேயே இவன்தான் தலைவனாக இருக்க முடியும் என்று எண்ணும் படியும் உள்ள ஆஜானுபாகுவன இளைஞன் ஒருவன், யுவதி ஏதோ சொல்வதையும் நண்பன் உதவியை எதிர்பார்ப்பதையும் உணர்ந்து அவர்களிடம் வருகிறான். அந்த நிலையிலும் அவனது மிடுக்கான தோற்றம் அவளிடத்தில் ஒரு கவர்ச்சி அதிர்வை உண்டாக்குவதை அவள் கண் மின்னல் காட்டுகிறது.

தலைவன் : Pardon.

யுவதி : நாளக்கி உங்கள் பிரச்சனைகள் தீர்ந்து போயிடுறப்போ நீங்க கொளுத்துன பஸ் திரும்பி வந்நுடுமான்னு கேட்டேன்.

தலைவன் : பிரச்சனைகள் தீர வழியே இல்லாதப்போ?

யுவதி : தீரும் வழியே இல்லாதப்போ, எரியிற பஸ் மட்டும் தீர்த்துடுமா?

தலைவன் : தீர்க்கும். இதெல்லாம் வெறும் பொருளோ, சொத்தோ இல்ல, எங்க எதிரிகளின் ரத்த ஓட்டம்.

யுவதி	:	அது எப்படி?
தலைவன்	:	அத Foot- board ல வச்சு சொல்லிக் கொடுக்க முடியாது. அதுக்கு எங்க வகுப்புகளுக்கு நீங்க வரணும்.
யுவதி	:	இதெல்லாம் தட்டிக் கழிக்கிற பேச்சு. உண்மையிலே நீங்க சொந்த நாட்டு அன்னியர்களா இருக்கீங்க. ஒருத்தன் அந்நிய நாட்டுப் பொருள்கள அழிக்கிற அதே உணர்வோடதான் நீங்களும் இதச் செய்றீங்க.

இளைஞர் கூட்டம் முழுவதும் அங்கே கூடி விடுகிறது. ராமையாவும் நின்று கொண்டிருக்கிறான்.

ராமையா	:	சந்திரசூடன், இதென்ன வெட்டிப் பேச்சு? வெளியே இழுத்து எறிங்க.
தலைவன்	:	இருக்கட்டும். கேக்கத் தெரிஞ்ச ஒண்ணு ரெண்டு பேருக்காச்சும் நாம பதில் சொல்வோம். (யுவதியிடம்) ம்... அதாவது இந்த பஸ் மாதிரி உள்ள பொருள்கள் எல்லாம் எங்களுக்கு சொந்தந்தான் அப்படிங்கறத, எங்களால உணர முடியலேன்னு சொல்றீங்க, இல்லியா?
யுவதி	:	ஆமா.
தலைவன்	:	சரி, இது எனக்கும் சொந்தமான பஸ்னா இதுல நானும் பயணம் போக முடியணும், இல்லியா?
யுவதி	:	எஸ்.
தலைவன்	:	என்னால போக முடியலியே.
யுவதி	:	ஏன் முடியல? நாங்க வரல? டிக்கெட் எடுத்தா நிச்சயம் ஏத்திக்குவாங்க.
தலைவன்	:	டிக்கெட் எடுக்க எங்ககிட்ட காசு இல்லே.

யுவதி : அது உங்க பொறுப்பு. காச நீங்க உழைச்சு சம்பாதிக்கணும்.

தலைவன் : (திடீரென்று முஷ்டிகளை பெருமிதமாக உயர்த்திக் காட்டி) நான் உழைக்கத் தயார். வேலை கொடுக்க யார் இருக்காங்க?

இதைக் கேட்டு அவள் திகைக்கிறாள்.

எங்கள சொந்த நாட்டு அன்னியர்கள்னு சொன்னீங்க. இருக்கட்டும். வாதத்துக்காக அப்படியே இருக்கட்டும். ஆனா அந்த நிலைக்கு நாங்களா வந்தமா, இல்லே யாரும் ஆக்குனாங்களான்னு நீ யோசிச்சுப் பார்க்கணும். தாய்நாட்டை நேசிக்க முடியாத ஒரு பிரஜை அன்னியனாயிடுறது போலவே சொந்த மக்களை போஷிக்க முடியாத ஒரு நாடும் அவங்களுக்கு அன்னியமாயிடுறத நீங்க உணரணும்.

நாங்க ஏறி இறங்காத கட்டடங்க உண்டா, ஆபீஸ்கள் உண்டா, பேக்டரிகள் உண்டா? எதாலயும் எங்களுக்கு வேலை கொடுக்க முடியலே. சோறு போட முடியல.

இவனப் பாருங்க. இவன் நேத்து ஒரு ஹோட்டலுக்குப் போனான். அதால இவனுக்குச் சோறும் கொடுக்க முடியல, வேலயும் கொடுக்க முடியல. இவர்களப் பாருங்க, எல்லாம் பட்டதாரிகள். பத்து நாளா மலைப்பாதை வழியா அரிசி கடத்தி, திருட்டு அரிசி செமந்து பொழச்சாங்க. இன்னிக்கி அதுவும் பறி போயிடுச்சு, போற எடத்துல எல்லாம் இந்த நாடுதான் இவங்கள அன்னியமுன்னு சொல்லுதே தவிர இவங்க சொல்லல. எங்க குடியிரிமைய நாங்க

138 ஜெயந்தன் நாடகங்கள்

துறக்கலே. சில மாயாவிங்க அதப் பறிச்சுக் கிட்டாங்க.

அந்த மாயாவிங்க சந்தோசமாகவும் நிம்மதியாவும் இருக்கக் காரணமாயிருக்கிற சகலத்தையும் நாங்க நொறுக்க நெனக்கிறோம். இதெல்லாம் அவங்க ரத்த நாளங்கள முறிக்கிற வேலதான். தயவு செய்து கீழ எறங்குங்க. போலீஸ்விசிலும் ஜீப் சத்தமும் கேட்கிறது.

இளைஞர் : போலீஸ், போலீஸ்.

தலைவன் : ஆல் ரைட். முடிஞ்சா திரும்ப சந்திப்போம்.

எல்லோரும் விரைந்து சென்று காட்டிற்குள் இருளில் மறைகின்றனர். யுவதி அவர்கள் சென்ற திசையை வெறித்துப் பார்த்தபடி நிற்கிறாள்.

திரை

காட்சி 5 இரவு நேரம். ஊருக்கு மிக ஒதுங்கிய பாழ்பட்டுக் கைவிடப்பட்ட ஒரு கட்டடம். நான்கைந்து இளைஞர்கள் வேகமாகச் சைக்கிளில் வந்திறங்கி அதன் முன் நிற்கின்றனர்.

இளைஞன் 1 : சைக்கிள் எல்லாத்தையும் பின்னால கொண்டு வச்சுடுவோம்.

அவன் குரலில் ஒரு பயமும் நடுக்கமும் தெரிகிறது. அனைவரும் சைக்கிள்களை கட்டடத்திற்குப் பின்புறம் கொண்டு சென்று விட்டுக் கட்டடத்திற்குள் நுழைகின்றனர். பிறகு அவர்கள் பேச்சு முழுவதும் அடங்கிய குரலிலேயே இருக்கிறது.

இளைஞன் 2 : பாத்து. பூச்சி பொட்டு இருந்துடப்போவுது.

இளை 1 : (கொஞ்சம் பலமாக) அதெல்லாம் இருந்து கடிச்சாலும் காரியம் முடியிற வரைக்கும்

விஷம் ஏறாது.

இளை 3 : மெதுவாப் பேசுடா.

இளை 1 : நீ ஏண்டா நடுங்கிச் சாவுற. இந்தச் சுடுகாட்டுக்கு நம்மத் தவிர எவனும் வரமாட்டான்.

இளை 3 : வர்றான், இல்ல வரல. நாம ஜாக்கிரதையா இருந்துடுறது நல்லது.

இளை 1 : இப்படிப் பயந்தா நீ என்னடா செய்யப் போறே.

இதைச் சொல்லிவிட்டு மெதுவாகச் சிரிக்கிறான். 3 ஆவது இளைஞனைத் தவிர மீதிப்பேரும் சிரிக்கின்றனர்.

இளை 4 : இவனயெல்லாம் பிரேஸிலுக்கு அனுப்பணும். அங்கதான் ஒரு திருவிழா நடக்குதாம். அன்னிக்கி வயிறு முட்டக் குடிச்சிட்டு எவனும் எவள வேண்ணாலும் என்ன வேண்ணாலும் செய்யலாமாம். ஒரு வேள அங்க போனா பயப்படாம கலந்துக்குவான்.

இளை 1 : இவன் அங்கயும் போக மாட்டான். அங்க அன்னிக்கி பத்து கொலையாச்சும் விழுகாம அந்த விழா முடியறதில்லியாமே.

இளை 2 : அது வேறயா!

இளை 1 : (இளைஞன் 4விடம்) நீ ரிக்ஷா பெறப்படுறத பார்த்தது இல்லே?

இளை 4 : பார்த்தேன்.

இளை 1 : பொறப்பட்டு எவ்வளவு நேரமிருக்கும்?

இளை 4 : கா மணி நேரமிருக்கும்.

இளை 1 : பின்ன, இன்னம் காணாம்?

இளை 4 : நான் உடனே ஒங்ககிட்ட வந்துட்டேன். அவன்

போக்குக் காட்டிக்கிட்டு இருப்பான்னு நெனக்கிறேன். ரெண்டு வீதிய சும்மா சுத்திக்கிட்டு கொண்டாருவான்.

இளை 1 : ஆளு எப்படி இருந்தா?

இளை 4 : ஜோராத்தான் இருந்தா!

இளை 1 : செகப்பா?

இளை 2 : ஏன், கருப்புன்னா விட்டுடப் போறியா?

இளை 1 : எங்க வந்தாளாம்?

இளை 4 : இங்க ஏதோ நாளக்கி இண்டர்வியூவுக்கு வந்துருப்பா போலிருக்கு. ஒரு பிரண்ட் அட்ரஸ் குடுத்து விசாரிச்சுக்கிட்டு இருந்தா.

இளை 3 : முடிஞ்சதும் அவளை எப்பிடி டிஸ்போஸ் பண்றது.

இளை 1 : ஒரே வெட்டு.

இளை 3 : (அதிர்ந்து) என்ன கொலையா?

இளை 1 : நீ செத்துப் போயிடாத. சும்மா சொன்னேன். நடந்தது நடந்து போச்சுன்னு சொல்லிப் பணத்தக் குடுப்போம். போன வாரம் கெடச்சவளாட்டம் ஒத்துக்கிட்டுப் போயிட்டா சரி. இல்லே தகராறு பண்றான்னா வாய கைய கட்டிப் போட்டுட்டு நாமளே போலீசுக்கு போன் பண்ணிட்டுப் போயிடுவோம்.

வெளியே ரிக்ஷா வரும் சப்தம் கேட்கிறது. இவர்கள் தலையை மட்டும் நீட்டி எட்டிப் பார்க்கின்றனர். ரிக்ஷாவின் உள்ளே ஒரு பெண் உட்கார்ந்திருப்பது மங்கலாகத் தெரிகிறது. ரிக்ஷா கட்டடம் முன் வந்ததும் இவர்கள் சூழ்ந்து நிற்கின்றனர்.

இளை 1 : ஏய் ரிக்ஷா! எங்க போறே?

ரிக்ஷா வாலா : (ரிக்ஷாவை நிறுத்தி) ஏன்? எஸ்.பி.அய்யர் வீதிக்குப் போறேன்.

இளை 1 : ஏண்டா, எஸ்.பி. அய்யர் வீதி இங்கயா

இருக்கு? யாருக்குக் காது குத்துற? (பெண்ணைப் பார்த்து) ஏம்மா, இவனயெல்லாம் நம்பி இந்த ராத்திரில பொறப்படுறீங்க? இதத்தாண்டி சுடுகாடுதான் இருக்கு. (ரிக்‌ஷாக்காரனிடம்) டேய், உண்மையைச் சொல்லு. இவங்கள என்ன நோக்கத்தோட இங்க கொண்டாந்தே?

ரிக்‌ஷா வாலா : ம்... வெங்காய நோக்கம். தள்ளுங்கடா. (ஒரு கத்தியை உருவி மிரட்டுகிறான்) கிட்ட வந்திங்கன்னா கொடல உருவிடுவேன்.

ரிக்‌ஷாவை மிதிக்கிறான். பெண் சட்டெனக் கீழே இறங்கிவிடுகிறாள். உடனே இளைஞர்கள் அவள் வாயைப் பொத்தி கட்டிடத்திற்குள் அவள் திமிறத் திமிறத் தூக்கிச் செல்கின்றனர். ஒருவன் ரிக்‌ஷாக்காரனுக்குப் பணம் கொடுக்கிறான். இந்த நேரத்தில் டைனமோ பொருத்திய மேலும் ஏழெட்டு சைக்கிள்கள் அங்கு வருகின்றன. அவற்றிலிருந்து குதிப்பவர்களும் இளைஞர்களாகவே உள்ளனர்.

வந்தவர்களில் ஒருவன் : மொதல்ல ரெண்டு பேரு இந்தப் பயல (ரிக்‌ஷாக்காரனை) பிடிச்சு வையுங்க. மீதிப்பேரு உள்ளே பூந்து சாத்துங்க. கண்ணு காது போனாலும் பரவாயில்லே.

இரண்டு பேர் ரிக்‌ஷாக்காரனைப் பிடித்துக் கொள்கின்றனர். மீதிப்பேர் உள்ளே தாவுகின்றனர். உள்ளே அடி உதை விழும் சப்தம் கேட்கிறது. சிலர் அய்யோ அம்மா என்று கத்துகின்றனர். பின்பு ஒவ்வொருவராக வெளியே கொண்டு வருகின்றனர். அந்தப் பெண் பயந்து நடுங்கியபடி வெளியே வருகிறாள்.

ஏண்டா, நீங்கல்லாம் காலேஜ் ஸ்டூடண்ஸ். அதுவும் எங்க காலேஜ் ஸ்டூடன்ஸ். எங்களுக்குத் தூக்குப் போட்டுக்கணும்போல

இருக்குடா. காலேஜ்ல கலாட்டா கோஷ்டி கலாட்டா கோஷ்டின்னு, கடைசியில நீங்க கற்பழிக்கிற வரைக்கும் வந்துட்டீங்க. உங்கள போலீஸ்லயே பிடிச்சுக் கொடுத்திருப்போம். காலேஜ் பேரு இழுபடுமேன்னு ஒதையோட சும்மா விடுறோம். ஏண்டா கோபால், நீ ரொம்பப் பெரிய வீட்டுப் பிள்ள, ஒங்க அப்பனுக்கு பெரிய அந்தஸ்து வேற! ஆனா நீ இப்பிடி நடக்குற.

வந்தவர்களில் 2 ஆவது இளைஞன்: இவன் இப்பிடி நடக்குறதே, இவன் அப்பனுக்குள்ள செல்வாக்கு தைரியந்தான். நாம இவன அடிக்காம போலீஸ்ல ஒப்படச்சிருந்தா அந்த அடிகூட இல்லாம தப்பிச்சிருப்பான். அந்த தைரியந்தான்.

அவர்கள் தலைகுனிந்தபடி இருக்கின்றனர். இளைஞன் அந்தப் பெண்ணிடம் பேசுகிறான்.

இளை : ஏம்மா, வெளியூருக் கெல்லாம் கொஞ்சம் முன்னாடியே வந்து சேரக்கூடாது? எங்க பிரண்ட் ஒருத்தன் சந்தேகப்பட்டுத் தகவல் சொல்லாட்டி ஒன் கதி என்னவாயிருக்கும் பாத்தியா? நடம்மா.

திரை

காட்சி 6 பட்டமளிப்பு விழா மண்டபம். விழா நடந்து கொண்டிருக்கிறது. கவுரவப் பட்டம் வாங்கிக் கொண்ட அமைச்சர் ஒருவர் பட்டதாரி உடையில் தமது உரையை வாசித்துக் கொண்டிருக்கிறார்.

அமைச்சர் : .... ஆக, இன்றைய துயரங்களுக்கெல்லாம் காரணம் கீதாச்சாரியன் சொல்லிய கர்மத்தைச் செய், பலனை எதிர்பார்க்காதே என்ற

தத்துவத்தை நாம் மறந்து விட்டதும், மறுத்து விட்டதும் தான் என்பது தெளிவாகிறது. வாழ்க்கைப் படகில் காலடி எடுத்து வைக்கப் போகும் நீங்கள் கடமையை முதலில் செய்யவும், உரிமையைப் பிறகு கேட்கவும் பழகிக் கொள்ள வேண்டும்.

ஒரு மாணவன் : (திடீரென்று எழுந்து நின்று) நாங்கள் உரிமையைப் பற்றிக் கவலைப்படாமலேயே கடமையைச் செய்கிறோம். எங்களுக்குக் கடமையைக் கொடுங்கள்.

அமைச்சர் : (சில விநாடிகள் திகைப்பிற்குப் பின்) கடமையை... கொடுப்பதா?

மாணவன் : ஆமாம், கடமை என்பது அவரவர்களுக்கு விதிக்கப்பட்ட வேலைதான். எங்களுக்கு வேலையை விதியுங்கள். வேலை கொடுங்கள்.

அமைச்சர் : நாங்கள் வேலை கொடுக்காமலா இருக்கிறோம்.

மாணவன் : கொடுத்துதான் நாட்டில கோடிக்கணக்கில் இளைஞர்கள் வீதி சுற்றுகிறார்களா?

அமைச்சர் : வேலை இல்லாத் திண்டாட்டத்தைக் கொஞ்சம் கொஞ்சமாகத்தான் ஒழிக்க முடியும்.

மாணவன் : இத்தனை ஆண்டுகளில் வேலை இல்லாத் திண்டாட்டத்தைக் கொஞ்சம் கொஞ்சமாக ஒழித்திருக்கிறீர்களா? வளர்த்திருக்கிறீர்களா?

மாணவர்கள்: shame! shame! வெட்கம்.

அமைச்சர் : இந்தப் பிரச்சனை உலகம் பூராவும்தான் இருக்கிறது.

மாணவன் : அது இல்லாத நாடுகளின் பட்டியலைச்

சொல்லவா?!

மாணவர்கள் : shame! shame!

இது அதிக நேரம் நீடிக்கிறது. மேடையில் இருப்பவர்கள் எல்லோரும் திகைத்துப் போகின்றனர். யாரோ ஒரு பேராசிரியர் விரைந்து வந்து பேசுகிறார்.

பேராசிரியர் : மாணவர்களே! இது பட்டமளிப்பு விழா மட்டுமே, அரசியல் கருத்தரங்கம் அல்ல.

வேறு ஒரு மாணவன் : (வேறு ஒரு மூலையிலிருந்து) வேலை கேட்பது அரசியலா? பணத்தைக் கொட்டி படித்திருக்கிறோம். பணத்தை இரைத்துக் கல்லூரிகளை நடத்துகிறார்கள். ஆனால் வேலை தர வேண்டியவர்கள் மேடையில் இருக்கிறார்கள். அவர்களிடம் கேட்பது அரசியலா? இந்தக் காகிதத்தைக் கொடுக்கத்தானா இத்தனைக் கல்லூரிகளும் இவ்வளவு பெரிய மனிதர்களும் இருக்கிறார்கள்?

பட்டத்தை ஆட்டிக் காட்டுகிறான். மாணவர்கள் கை தட்டுகின்றனர்.

பேராசிரியர் : ஆமாம். இந்த விழாவைக் கூட்டியிருப்பதின் நோக்கம் அது மட்டுமே.

வேறு ஒரு மாணவன் : நீ யார் அதைச் சொல்ல? விலகு. அமைச்சரும் கவர்னரும் என்ன சொல்கிறார்கள்?

அமைச்சர் : கிட்டத்தட்ட அதே பதில்தான்.

மாணவன் : நீங்கள் அதற்காகத்தான் வந்திருக்கிறீர்கள் என்றால் இவற்றை நீங்களே எடுத்துக் கொண்டு போங்கள்.

அவன் பட்டத்தை விட்டெறிகிறான். மாணவர்கள் ஆர்ப்பாட்டத்தில் மண்டபமே அதிர்கிறது. பல மாணவர்கள்

ஜெயந்தன்

தங்கள் பட்டங்களை கிழித்துக் காற்றில் வீசுகின்றனர்.

மாணவர்கள் : *(திரும்பத் திரும்ப)* நாங்கள் கேட்பது வேலை. காகிதமல்ல. வேலை கொடு. காகிதம் வேண்டாம்.

இது நீண்ட நேரம் ஒலிக்கின்றது. இது ஓயாது என்று தெரிவதால் மேடையிலிருந்தவர்கள் வெளியேறுகின்றனர். பின் மாணவர்களும் கொஞ்சம் கொஞ்சமாக வெளியேறுகின்றனர்.

திரை

காட்சி 7 வேலையில்லா இளைஞர்கள் சங்க மாநாடு நடந்து கொண்டிருக்கிறது. பந்தல் நிறைய இளைஞர் கூட்டம். இளைஞர் தலைவன் அக்னிராஜ் முழங்கிக் கொண்டிருக்கிறான்.

அக்னிராஜ் : Grabbed age and youth. cannot live together.

இதைச் சொன்னவன் ஷேக்ஸ்பியர். அவன் இதை மட்டுமா சொன்னான்.

youth is a summer brave.

 Age is like winter bare.

youth is hot and bold

Age is week and cold.

youth is wild and age is tame.

இளமைக்கும் முதுமைக்கும் இத்தனை வேறுபாடுகள் உண்டு. இந்தக் காலத்திலும் உண்டு. இன்னமும் சொல்லப்போனால் இந்த முரண்பாடு இந்தக் காலத்தின் போல் வேறு எந்தக் காலத்திலும் அவ்வளவு கூர்மையாக இருந்ததில்லை.

நமது இயக்கத்திற்குப் பெரியவர்களின் *(பெயரியவர்கள் என்ற சொல்லை*

வேண்டுமென்றே இழுத்து இளப்பமாக உச்சரிக்கின்றனர்) அறிவுரையைப் பெற வேண்டுமென்றும், அதைத் தானாகவே இனாமாகத் தர முன் வந்திருக்கும் ஜெகரட்சகன் என்னும் சமூக விஞ்ஞானியின் சேவையைப் பெற்றுக் கொள்ள வேண்டுமென்றும் தீர்மானம் கொண்டுவந்திருக்கும் நண்பர்களுக்கு ஒன்று சொல்வேன். நம் தலையில் வந்து விழுந்திருக்கும் எல்லா இழவுகளுக்குமே காரணம் இந்த முதியதுகள்தான். இவர்கள் போட்ட தூக்கமும், பிடித்த மூன்று மூன்று கால் முயல்களும் தான் காரணம். இவர்கள் வயது ஆயிரம் முதல் இரண்டாயிரம் வரை. இவர்கள் ஸ்தாபனங்கள் இருநூறு முதல் இரண்டாயிரம் ஆண்டுகள் வரை பழையன. இவர்கள் தாங்கள் புறப்பட்ட அன்றே உலகம் தனக்குத்தானே ஆணி அடித்துக் கொண்டு நின்று போய்விட்டதாக கருதிக் கொண்டிருக்கின்றார்கள். கால வெளியில் உலக உருண்டையின் பரிணாமம் என்பதிலெல்லாம் இன்னும் இவர்களுக்கு நம்பிக்கை வரவில்லை.

இவர்களாலும் இவர்கள் தத்துவங்களாலும் நமக்குச் சோறுபோட முடியாது. வேலை தரமுடியாது. ஆனால் மெதுவாக, மெதுவாக என்று சொல்லிச் சொல்லி நமது ஆற்றலின் வேகத்தைக் கட்டுப்படுத்த முடியும். சாந்தி, சாந்தி என்று வாய் வேதம் பாட முடியும். யாருக்கு வேண்டும் இந்தச் சோறு தர முடியாத சாந்தி?

நாம் காட்டாற்று வெள்ளத்தின் வேகத்தோடு கிளம்பி ஜெய ஸ்தம்பம் நாட்டுவதற்கு முன்

மோதி உடைத்து தூள் தூளாக்க வேண்டியதே இவர்களது ஸ்தாபனங்களையும் தத்துவங்களையும்தான்.

இவர்களோடு நமக்கு ஒட்டும் கூடாது. உறவும் கூடாது. இவர்களும் நமது எதிரிகளே. நமது பாசறையில் நமது பகைவனின் சாகஸப் பேச்சுக்கு இடம் வேண்டாம். நமது படையெடுப்பிற்கு நமது எதிரியே திட்டம் போட்டுக் கொடுக்க வேண்டாம்.

ஜெகரட்சகர்கள் முதலில் அவர் வயதுக்காரர்களுக்கு புத்தியும் வழியும் சொல்லிப் பார்க்கட்டும். அது போதும். நாம் நாமாகவே கம்பீரமாக நிற்போம். நடப்போம். அந்தக் கவிதை சொல்வதைப் போல கோடையின் கம்பீரத்திற்கு மார்கழிச் சூனியம் வழி சொன்ன கொடுமையும், துள்ளிக் குதிக்கும் குதிரைக் குட்டிக்கு செக்கு மாடு டிரில்மாஸ்டர் வேலை செய்த கேலிக்கூத்தும் சென்ற தலைமுறை யோடேயே நின்று போகட்டும். இந்தத் தீர்மானத்தை குப்பைத் தொட்டியில் எறியுங்கள்.

இளைஞர்கள் கை தட்டுகின்றனர்.

திரை ஒரு முறை இறங்கி ஏறுகிறது.

வேறு ஒரு இளைஞன் பேசிக்கொண்டிருக்கிறான்.

இளைஞன் : (மிகவும் சாதாரண நிதானமான நடையில்) இந்த ரெண்டாவது தீர்மானம் என்னா சொல்லுது? இளைஞர்களுக்குள்ளேயே இருக்காங்க. மற்றொரு சாரார் அவங்கள நாமதான் கண்டிக்கணுன்னு சொல்லுது. இது

சரியான்னு சில பேர் நினைக்கலாம். அது சரிதான். ஏன்னா இளைஞர் அப்படிங்கற வார்த்தைக்கே உத்தமர்கள்னு அர்த்தமில்லே. அதுலயும் பாடாவதிப் பசங்க உண்டு. இவங்கள இப்படியே வுட்டுட்டா, இன்னிக்கி நாம எதுத்து போராடிக்கிட்டு இருக்கம் பாருங்க, சில பெரிய சக்திங்க, அதுகளுக்கு இவங்க நாளக்கி வாரிசாப் போயிடுவாங்க.

இப்பவே பாருங்க, நாம இங்க ஏன் கூடியிருக்கோம்? நமக்கு வேலை இல்லே, சோறு இல்ல, அதைக் கொடுன்னு கேட்க கூடியிருக்கோம். ஆனால் அங்க சில இளைஞர்கள் தண்ணி போட்டுக்கிட்டு, டிஸ்கொதே அடிச்சுக்கிட்டு ஸ்டிரீக்கிங் எப்படிப்போறதுன்னு மண்டைய ஒடச்சிக் கிட்டிருக்கான்கள். நாம வாழுற உரிமைக்காக போர்க்கொடி தூக்குறப்ப, அவன் காப்பி அடிக்கிற உரிமைக்காக வாத்தியாரை தாக்கிக்கிட்டு இருக்கான். பசி தினம் தினம் நம்ம வயித்த பண்ணுது. அவங்களுக்கோ போகாம பொழுது போக மாட்டேங்குது.

இவங்களால, ரொம்பப் பேரு, இளைஞர் சமுதாயமே இப்படித்தான் பொறுப்பில்லாததுன்னு நெனச்சிக்கிட்டு இருக்காங்க. அந்த எண்ணத்தை மாத்தவும், இவங்களைத் திருத்தவும் இவங்க கண்டிச்சுதான் ஆகணும். அதுக்கான வழிமுறைகளை வகுத்துதான் ஆகணும்.

மாநாட்டினர் கை தட்டுகின்றனர். அவன் மேடையைவிட்டு இறங்கிப் போகிறான்.

தலைவன் : தோழர்களே! அடுத்து வருகிறது கம்ப்யூட்டர் தீர்மானம். இன்றைய பிரச்சனைத் தீர்மானம். இதை நாம் நிறைவேற்றி விட்டுப் போய்விட

முடியாது. இதை நாம் நிறைவேற்றி விட்டால் செய்யப்பட்டாக வேண்டும்.

இந்தப் பகுதியில் பிரம்மாண்டமானதொரு தொழிற்சாலையைக் கட்ட ஆரம்பித்தார்கள். நம்மில் சுமார் நானூறு பேருக்கு வேலை வாய்ப்பு இருக்குமென நம்பினோம். அப்படித்தான் நம்பிக்கையும் கொடுத்துக் கொண்டிருந்தார்கள். ஆனால் இப்போது பரம ரகசியமாக ஒரு கம்ப்யூட்டரைக் கொண்டு வந்து நிறுவியிருக்கிறார்கள். அது ஒன்றே நம் நானூறு பேரின் வேலையைச் செய்யப் போகிறது. அதாவது நானூறு பேரின் வயிற்றில் மண் அடிக்கப் போகிறது. அதை இயக்க ஒரு ஆளே போதும். அவனும்கூட அது பிறந்த பூமியிலிருந்தே வந்து சேர்ந்து விட்டான்.

நாம் நிர்வாகத்தோடு பேசிப் பார்த்தோம். மிரட்டிப் பார்த்தோம். அவர்கள் மசிவதாக இல்லை. சட்டமும் போலீசும் தங்களுக்குத்தான் சாதகமாக இருக்கும் என்ற நம்பிக்கையில் ரொம்பவும் திமிரான வார்த்தைகளைச் சாதாரணமாகப் பேசுகிறார்கள். எனவே நாம் அந்த எந்திரத்தையும் நிர்வாகத்தையும் எதிர்த்துப் போராடியாக வேண்டிய கட்டாய நிலைக்குத் தள்ளப்பட்டிருக்கிறோம். நாம் போராடித்தான் ஆக வேண்டுமென்பதில் கருத்து வேற்றுமை இருக்க முடியாது. ஆனால் எப்படிப் போராடுவது என்பதைத் தீர்மானிப்பதில் கருத்து வேறுபாடுகளும் ரகசியங்களும் இருக்குமென்பதால் அதை செயற்குழு விவாதிப்பதே நல்லதென நினைக்கிறேன்.

செயற்குழுவிற்கு அந்த அதிகாரத்தை அளிக்கும்படி கேட்டுக் கொள்கிறேன்.

அவை கைதட்டல் மூலம் அந்த அதிகாரத்தை அளிக்கிறது.

மீண்டும் ஒருமுறை திரை இறங்கி ஏறுகிறது.

இப்போது செயற்குழு கூடியிருக்கிறது. பத்துப் பன்னிரெண்டு இளைஞர்கள் மட்டுமே உள்ளனர்.

தலைவன் : நாம் இப்போது மிகவும் நாசூக்காகவும் திறந்த மனதோடும் பிரச்சனைகளை அணுகி ஆக வேண்டும். ஏனென்றால் போராட்ட முறைகள் பற்றி நம்மிடையே பலமான கருத்து வேறுபாடு இருக்கிறது. அது இயல்புதான். இங்கே பொறுமைசாலிகள், தீவிரவாதிகள் எல்லாருமே இருக்கிறோம். உணர்ச்சிக்கு இடம் கொடுக்காமல் தங்கள் கருத்துக்களைச் சொல்லுங்கள். நடராஜன் என்ன நெனக்கிறீங்க?

நடராஜன் : நான் அந்தக் கம்ப்யூட்டரை நொறுக் கிடனுன்னு நெனக்கிறேன்.

சிவநேசன் : நொறுக்கிட்டா தீர்ந்து போயிடுமா? வேற ஒண்ணு வராதா?

நடராஜன் : சரி, உங்க வழி என்ன?

சிவநேசன் : நாம மறியல் செய்யலாம். இல்லாட்டி உண்ணாவிரதம் இருக்கலாம்.

நடராஜன் : தினமும் ஆயிரம் மறியலும் உண்ணாவிரதமும் தான் நடக்குது. பலன் என்ன? அப்பவும் போலீஸ் வந்து கூட்டிக்கிட்டுதான் போகுது. வேணுன்னா தண்டனை கொறச்சலா இருக்கலாம். வேற பிரயோஜனம்?

சிவநேசன் : தண்டனைய மட்டும் அதிகமா வாங்குறதில என்ன பிரயோசனம்?

வேல்முருகன் : நாம தண்டனையை அதிகம் வாங்கினாலும் எதிரியின் பொருளாதாரத்த பலவீனப் படுத்துறோம். மான ஈனமில்லாத லாபம் ஒன்னுக்காகவே இருக்கும் அவனச் சரியான முறையில பயப்படுத்துறோம். இந்தச் செக்கு ரொம்ப நாளக்கி ஓடாதுன்னு அவனுக்குப் புரிய வக்கிறோம்.

சிவநேசன் : வன்முறைகள் ஆரம்பத்தில் என்னதான் நியாயமா தெரிஞ்சாலும் கடைசியில அது அராஜகத்தில்தான் கொண்டு விடும். இந்த நாட்டுக்கு அது ஒத்துவராது.

வேல்முருகன் : காரணம்?

சிவநேசன் : இது காந்தி பிறந்த நாடு.

வேல்முருகன் : ஏன் கோட்சே பிறந்த நாடு இல்லியா?

சிவநேசன் : எதுக்கு வேணுன்னாலும் குதர்க்கம் பேசலாம்.

வேல்முருகன் : இது குதர்க்கமா? யோசிச்சுப் பாருங்க. கொலைகாரனையும், கொள்ளைக் காரனையும், தம் பெட்டி ரொம்பினாப் போதுன்னு கம்ப்யூட்டரைக் கொண்ணாந்து நம்ம வயத்தில மண்ணப் போடுறவனையும், காந்தி பிறந்த நாட்டில பிறந்ததுக்காகப்பூஜை பண்ண முடியுமா?

சிவநேசன் : அவனத் திருத்தணும். அவன் மனச மாத்தணும். அவனும் மனுசன்தான். நாம மனுசன நம்பணும்.

நடராஜன் : அதையும் இருபத்தஞ்சு வருசமா பாத்தாச்சுல்ல. அவன் இந்தத் தத்துவத்த ஏமாளித் தத்துவமா நெனச்சு மேலே மேலே ஏச்சுக்கிட்டு போறானில்ல.

சிவநேசன் : போரான்னா காரணம் நாமதான். நாம முழுக்க முழுக்க காந்திய முறையில அவன அணுகல. ஒரு பெரிய ஏகாதிபத்தியத்தையே எதுத்து சுதந்திரம் வாங்கின நம்மால இவங்க மனச மாத்த முடியாதா?

நடராஜன் : முடியாது, சிவநேசன், முடியாது. அவன் வெளிப்பகை. இவன் உட்பகை. அவன் கண்ணியமான எதிரி. இவன் சொந்த நாட்டு ஒட்டுண்ணி.

சிவநேசன் : நீங்க ஒரு வெறியில பேசுறீங்க. வன்முறைன்னு ஆரம்பிச்சுட்டா உண்டாகுற நாசங்கள் நீங்க நெனச்சுப் பாத்திருக்கீங்களா? ஒரு ஏழை நாட்டில வன்முறை புரட்சி ஆரம்பிச்சா உண்டாகிற அழிவு ஈடுசெய்ய முடியாததாதான் இருக்கும். நபிகள் நாயகம் சொன்னார், உங்களால் திறக்க முடியாத கதவப் பூட்டிடாதீங்கன்னு. அப்படி ஒரு கதவ நாம பூட்டிடக் கூடாது.

வேல்முருகன் : ஈடு செய்ய முடியாததுன்னு ஒரு அழிவே கிடையாது. புரட்சியிலயும் சரி, பாரிலேயும் சரி, தரைமட்டமான தேசங்கூடத் திரும்பவும் பூக்காமப் போனதில்லே.

நடராஜன் : (பொதுவாகவும் மெதுவாகவும்) ஐயோ, இங்க அழிய என்னதான் இருக்கோ?

தலைவன் : வாதத்துக்கு என்ன முடிவு இருக்கு? எல்லாருமா சேர்ந்து அதிகபட்சம் என்ன செய்யலாம்? அதுக்கு வாங்க.

சிவநேசன் : வன்முறைன்னா நாங்க கலக்குற மாதிரி இல்லே.

நடராஜன் : எனக்கொரு சமரச யோசனை தோணுது.

வேல்முருகன் : சமரசம்?

தலைவன் : என்ன, தலைவன் ஆனதும் ரொம்பக் கிழங்க சொல்ற வார்த்தை வருதேன்னு பாக்குறீங்களா? இதுவேற.

வேல்முருகன் : சொல்லுங்க.

தலைவன் : உங்க ரெண்டு பேருக்கும் முறையிலதானே வேறுபாடு? பிரச்சனையில இல்லியே?

நடராஜன், சிவநேசன் : இல்ல

தலைவன் : ஒருவருக்குப் பிறகு உங்க முறை சரிப்பட்டு வராதுன்னு தெரிஞ்சா அடுத்தத எடுக்கத் தடையில்லையே?

வேல்முருகன் : இல்லே.

சிவநேசன் : *(சிறிய தயக்கத்துடன்)* இல்லே.

தலைவன் : அப்ப ஒண்ணு செய்வோம். முதல்ல சாத்வீகக்குழு போகட்டும். வெற்றி கால்பங்கு தெரிஞ்சாலும் மத்தவங்க சேர்ந்துக்கட்டும். தோல்வின்னு தெரிஞ்சா புரட்சிவாதிகள் புறப்படட்டும். முன்னவங்களும் இவர்களோட சேர்ந்துக்கட்டும்.

சிறிது நேரம் மௌனம் நிலவுகிறது.

வேல்முருகன் : நல்ல சமரசம்தான்.

சிவநேசன் : நல்ல யோசனைதான். அப்ப நாங்க மொதல்ல புறப்படுறோம். ரெண்டு நாளைக்குள்ள நண்பர்களை வரவேற்கும் வாய்ப்பு இருக்குன்னு நம்புறேன்.

நடராஜன் : நாங்க வருவோம். ஆனா நிச்சயம் அது உங்களைக் கூப்பிடத்தான் இருக்கும்.

தலைவன் : களம் அத நிர்ணயிக்கட்டும்.

திரை

காட்சி 8	சமூக விஞ்ஞானி ஜகரட்சகனை பத்திரிகை நிருபர்கள் பேட்டி காண்கின்றனர்.

நிருபர் 1 : நீங்கள் வலியச் சென்றும் இளைஞர்கள் உங்களை அவமதித்தது குறித்து என்ன நினைக்கிறீர்கள்?

ஜகரட்சகன்: (புன்னகையுடன்) அவர்கள் என்னை அவமதிக்கவில்லை.

நிருபர் 1 : பின்?

ஜகரட்சகன் : அவர்கள் என் முதுகுலத்தையே அவமதித்தார்கள்.

நிருபர் 1 : இருக்கட்டும். அதைப்பற்றித்தான் என்ன நினைக்கிறீர்கள்?

ஜகரட்சகன் : இளைஞர்கள் மிக நியாயமாக நடந்து கொண்டதாகவே நினைக்கிறேன்.

நிருபர் 1 : அவர்கள் செயலை எந்த வகையில் நியாயப்படுத்துகிறீர்கள்?

ஜகரட்சகன் : சோறு போடாத அப்பனைப் பிள்ளை திட்டுகிறான்.

நிருபர் 2 : அப்பனுக்கே கதி இல்லாதபோது?

ஜகரட்சகன் : தன் நிர்கதிக்குத் தானே காரணமாக அப்பன் நிற்கும்போது?

நிருபர் திகைக்கிறார். சிறிது நேரம் மௌனம் நிலவுகிறது.

நிருபர் 3 : மோசமான இளைஞர்கள் பிரச்சனை குறித்து இவர்கள் ஏதோ பேருக்கு ஒரு தீர்மானத்தைப் போட்டுத் தங்களை அவர்களிடமிருந்து பிரித்துக் காட்டிக் கொண்டு விட்டார்கள். ஆனால் அந்த மோசமானவர்கள்

பிரச்சனையைச் சமூகம் எப்படிச் சமாளிக்கும் என்று நினைக்கிறீர்கள்?

ஜகரட்சகன் : அவர்கள் என்னமோ பிரித்துத்தான் காட்டிக் கொண்டார்கள். ஆனால் உண்மையில் இருவர் பிரச்சனையும் ஒன்றுதான். இரண்டுமே ஒரு செடியில் பூத்தவைதான்.

நிருபர் 3 : எப்படிச் சொல்கிறீர்கள்?

ஜகரட்சகன் : இந்தச் சமுதாயம் அப்படியிருக்கிறது. ஒருபுறம் செல்வச் செழிப்பு. மறுமுனையில் கொடிய வறுமை. இருப்பவர்கள் தங்கள் சுயநல வெறியால் இந்த இடைவெளியை நாளுக்குநாள் அகலப்படுத்திக் கொண்டே போகிறார்கள். ஆகவே ஒரு முனையில் இருப்பவன், அதாவது இல்லாதவன் போர்க்கொடியைத் தூக்குகிறான். மறு முனைக்காரன் நிர்வாண ஓட்டம் ஓடுகின்றான். முன்னவன் சிலரது செய்கைகளின் மறைமுக நிர்பந்தம். பின்னவன் நேரே பிதுக்கிய புழு. சமுதாயத்துக்கும் இது பொருந்தும். இப்போது இளைஞர் பிரச்சனைகள் அல்ல.

நிருபர் 3 : இதற்கு நிவாரணம்?

ஜகரட்சகன் : ரொம்பச் சுலபம். இடைவெளியை இல்லாமல் செய்யுங்கள். இரண்டு பேருமே இருக்கமாட்டார்கள்.

நிருபர் 1 : வழி.

ஜகரட்சகன் : நல்ல வேலையானது தனது வழியைத்தானே வகுத்துக் கொண்டு செல்கிறது. அது நடந்து கொண்டிருக்கிறது.

நிருபர் 1 : உதாரணம்?

ஜகரட்சகன் : நேற்றைய மாநாடு.

நிருபர் 3 : அவர்கள் உதறிவிட்டது போலவே இந்தச் சமூகப் புனரமைப்பில் உங்களுக்கெல்லாம் பங்கு கிடையாது என்று நினைக்கிறீர்களா?

ஜகரட்சகன் : அப்படியல்ல. பங்கெடுக்கலாம். ஆனால் வெறும் உபதேசத்தால் அல்ல. போராட்டத்தின் கொடுமைகளைச் சந்திக்கிற உறுதியோடும் தெம்போடும் நேரே களத்தில் குதிக்கவேண்டும்.

நிருபர் 2 : இருக்கட்டும். அரசியல், பொருளாதார, மத, வியாபாரப் பெரியவர்கள் இருக்கிறார்கள். அவர்களைப் பற்றி என்ன நினைக்கிறீர்கள்?

ஜகரட்சகன் : அவர்கள் ரொம்பவும் அவசரமாக தங்களைத் திருத்திக் கொள்ள வேண்டும்.

நிருபர் 2 : அது நடக்குமென்று நினைக்கிறீர்களா?

ஜகரட்சகன் : நடந்தால் நல்லது. நடக்காவிட்டால்... (சிறிது யோசித்து) அதைவிட நல்லது.

நிருபர் 2 : எப்படி?

ஜகரட்சகன் : அவர்கள் அழிக்கப்படுவார்கள்.

(திரை)

நினைக்கப்படும்

அங்கம் 1

காட்சி 1

அரங்கம் இது ஒரு நடுத்தர வர்க்கத்தின் வீடு என்று புலப்படுத்தும் பொருட்களோடு கூடிய ஒரு கூடம்.

அரங்கில் ஒளி விழும்போது வேட்டியும் பனியனும் அணிந்த சுமார் 45 வயது மதிக்கத்தக்க ஒரு மனிதர் மருதநாயகம் உணவு பரிமாறப்பட்ட தட்டின்முன் உட்கார்ந்திருக்கிறார். உண்ணும்போது இருக்க வேண்டிய அமைதிக்குப் பதிலாக அவர் மிகவும் உணர்ச்சி வசப்பட்டுக் கோபமாக இருக்கிறார் என்பதை அவர் முகம் காட்டுகிறது. அரங்கில் வேறு யாருமில்லை.

மருதநாயகம் : (அரங்கின் வலதுப்புறம் உள்ளே பார்த்துப் பெரிய குரலில்) குடும்பத் தலைவனா இருக்கிறதே ஒரு சாபம் போல இருக்கு. அவன் பாடையில போனாலும் குடும்பத்துக்குச் செய்ய வேண்டியத செய்துட்டுதான் போகணும். ஆனா அவனுக்கு மட்டும் ஒருத்தரும் கிடையாது. அவன், பொஞ்சாதிக்குப் புருஷன், பிள்ளைக்கித் தகப்பன், தம்பிக்கு அண்ணன். ஆனா அவனுக்கு ஒரு கஷ்ட நஷ்டம் வந்துட்டா ஆறுதல் சொல்லக்கூட ஒரு நாதி வராது. கேவலமாகக் குத்திப் பேச மட்டும் ஆளு இருக்கும். (பிறகு பெருமளவுக்கு இறங்கிய தொனியில்) நன்றி கெட்ட ஜென்மங்க (ஒரு வாய் எடுத்து வைக்கிறார்)

அரங்கின் வலது நுழை வாயிலிலிருந்து ஒரு மாது, அவர் மனைவி மரகதம்மாள் அவர் குரலுக்குச் சற்றும் சளைக்காத குரலில் பேசிக் கொண்டே வருகிறாள். அவள் கையில் ஒரு பாத்திரம் இருக்கிறது.

மரகதம்மாள் : இப்ப என்ன சொல்லிட்டேன்னு இப்பிடி கத்துறீங்க. காலேஜ் பீஸ் கட்டணும்னு அவன் நாலு நாளா கேட்டுக்கிட்டு இருக்கான். நீங்க பாட்டுக்கு உக்காந்துகிட்டு இருக்கீங்களேன்னு சொன்னா அது தப்பா?

மருத : இருந்த நாளையில எல்லாம் நீ நாலு நாளு கேட்டுத்தான் கொடுத்தனா? அத நெனச்சுப் பாத்தியா?

மர : ஒங்ககிட்ட இல்லேன்னு சொல்லிடுறதுனால காலேஜ்காரன் பீஸ் வேண்டாம்னு சொல்லிடப் போறானா?

மருத : (மீண்டும் ஆத்திரமாக) அதுக்கு என்ன செய்யச் சொல்ற? என்ன எங்கயாச்சும் போயி திருடச்

சொல்றியா? ஒங்க எழவுக்குப் போட்டு கட்டலேன்னுதான லஞ்சம் வாங்கி மாட்டி, இப்ப ஒரு வருஷமா வீட்ல உக்காந்துகிட்டு இருக்கேன். இது போதாதா?

மர : எங்களுக்குக் கட்டலேன்னு நாங்க ஒங்கள லஞ்சம் வாங்கச் சொன்னமா?

மருத : சொல்லலியா?

மர : எப்பச் சொன்னோம்?

மருத : வாயத் தொறந்து லஞ்சம் வாங்குன்னு சொன்னாத்தான் சொன்னதா? நான் ஒழுங்கா இருந்த நாளையிலயெல்லாம் இவரு பொளைக்கத் தெரியாத மனுஷன், பொளைக்கத் தெரியாத மனுஷன்னு ஊரெல்லாம் சொல்லிக்கிட்டு திரிஞ்சியே, அதுக்கு என்ன அர்த்தம்? மொத மொதல்ல நூறு ரூவாயக் கொண்ணாந்து போட்டதும் முப்பத்திரண்டு பல்லும் தெரியச் சிரிச்சியே, அதுக்கு என்ன அர்த்தம். அப்புறம் தெனம் தெனம் ஆபீஸ் விட்டு வந்ததும் சட்டைப்பையைப் பாத்து ஓடுவியே, அதுக்கு என்னா அர்த்தம்? நம்ம புருஷன் லஞ்சம் வாங்கக் கூடாதுன்னு நெனச்சவதானா கான்வெண்ட்ல சேத்தே? மாசம் ரெண்டு சேல எடுத்து லாத்துன. பையன என்ஜினியரிங் காலேஜுக்கு அனுப்புனே?

மர : நீங்க ஆம்பள. கொண்டாற வேண்டியவரு. கொண்டாந்து போட்டிங்க. நான் அதுக்குத் தக்கன செலவு செஞ்சிருப்பேன்.

மருத : அப்பிடியா? ஒரு பத்து நாளக்கி ஒண்ணும் கொண்டாரலேன்னா மொகத்தச் சுண்டிச்

சுருச்சு செலவுக்குத் தகராறு பண்ண ஆரம்பிச்சுருவியே, அத மறந்துட்டியா?

மர : பொம்பளக்கி ஆயிரம் ஆச இருக்கும். அதுக்காவ நீங்க ஆள் தெரியாம தரம் தெரியாம வாங்கி மாட்டிக்கணுமா?

மருத : (பொங்கி வரும் ஆத்திரத்தை அடக்கிக் கொண்டு) ஓகோ, வாங்குனது குத்தமில்லே, மாட்றமாதிரி வாங்குனதுதான் குத்தமாக்கும். சரிதான். இதுல ஒன் பங்கு ஒண்ணுமில்ல பாரு. சரிதான். ஒன்னச்சொல்லி என்ன பிரயோஜனம். எம் மாதிரி ஆளுகளுக்கு புத்தி சொல்லத்தான் வால்மீகி வேடன் க(ை)த இருக்கு. ஆனா படாம எவனுக்குப் புத்தி வருது. உண்டான சம்பளத்தக் கொண்டாந்து எறிஞ்சுட்டு, பொஞ்சாதி பட்டுப் பொடவ கட்டுனா என்னா கந்தலக் கட்டுனா என்னா பிள்ளைங்க கான்வெண்ட்ல படிச்சா என்னா படிக்காம போனதான் என்னான்னு நான் பாட்டுக்கு போயிருந்தா இன்னிக்கி சஸ்பெண்ட் ஆகியிருக்க மாட்டேன், நீங்களும் என்னப் போட்டுப் பிழிய மாட்டீங்க.

மர : ஆமா ரொம்பத்தான் பிழிஞ்சோம். மொதல்ல சாப்புட்டு முடிங்க.

சிறிது குழம்பு ஊற்றுகிறாள். அவர் பிசைந்து இரண்டு வாய் உண்கிறார். இந்தச் சிறிது நேர இடைவெளியில் அவர்களிடம் ஓரளவு அமைதியை உண்டாகிறது.

மர : இன்னிக்கிதான எம்எல்ஏ ஒங்கள வரச்சொன்னது?

மருத : ஆமா.

மர : எப்பப் போகப் போறீங்க?

மருத : போகணும். சாயந்திரம் போனாக்கூடப் போதும். போயிதான் என்னா ஆயிடப்போவுது. இதோட நூறு தடவபோயாச்சு.

மர : என்னா சொல்றாரு?

மருத : என்னா சொல்றாரு? போறப்ப எல்லாம் அதுக்கென்னா மினிஸ்டரப் பாத்துடுவோம். நாளன்னிக் செக்ரெட்டரியப் பாத்துடுவோம்னு சொல்றாரு. ஆனா மறுநாள் போனா ஆளுதான் இருக்கிறதில்ல. ஒவ்வொரு நாளக்கி நம்மளக் கண்டா அவருக்கு அடையாளமே தெரியறதில்லை. அவரு என்னா சொல்றாருன்னு நமக்கு வௌளங்கறதும் இல்லே.

மர : சிரஸ்தார் என்னமோ செக்ரெட்டரியப் பாக்கலாம்னு சொன்னதாச் சொன்னீங்களே?

மருத : அது ஒண்ணும் பிரயோஜனப்படாது.

மர : ரெண்டு மாசம் முந்தி மெட்ராஸ் போயி யாரோ ஆபிஸரப் பாத்துட்டு வந்ததாச் சொன்னீங்களே அது என்னாச்சு?

மருத : அவனுக்கும் ஐநூறு ரூபா அழுதிட்டுதான் வந்தேன். நீ போ, பின்னால ஆர்டர் வந்துடும்னு சொன்னான். இன்னம்தான் வருது.

மர : இவனுகளுக்கு அழுதத வச்சிருந்தாவே ரெண்டு வருஷச் சோத்துக்கு வந்திருக்கும். கையில மெய்யில இருந்தத எல்லாம் நானாச்சுன்னு வந்தவனுக பின்னால அலஞ்சே கரச்சாச்சு.

மருத : என்னைய சஸ்பெண்ட் செஞ்ச ஆபீஸரும் அப்பவே அதத்தான் சொன்னான். நான்

கொஞ்சம் வீம்பா பேசுனதுக்கு, நீ யாரையாச்சும் பிடிச்சு போஸ்டிங்ஸ்கூட வாங்கிடுவே, ஆனா அதை வாங்கக் கண்டவன் பின்னாலயெல்லாம் அலைவ பாரு. அந்த அலச்சலும் செலவும் மனக் கஷ்டமுமே போதுமான தண்டனையா இருக்கும்னு சொன்னான். அது சரியாப் போச்சு. யார் யாரப் பிடிக்கிறது, எவனெவனக் கெஞ்சுறது, எவ்வளவு கொடுக்கிறது. அந்த வேதன போதாதுனு இங்க ஒன் வேதன வேற.

மர : சரி சரி பழையபடி ஆரம்பிச்சுடாதீங்க. சாப்புடுங்க.

அவர் மீண்டும் உண்ணத் தொடங்குகிறார். அவள் எழுந்து சென்று அரங்கின் இடது வாயில் வழியாக வெளியே பார்க்கிறாள்.

இதப்பாருங்க, இந்த வெயில்ல போயி நாய் மாதிரி சுத்திட்டு வர்றத.

ஓர் இளைஞன் அவர்கள் மகன் ராஜு அரங்கில் வருகிறான்.

ராஜு : சும்மா கோபால் வீட்டு வரைக்கும் போயிருந்தம்மா.

மருதநாயகம் எழுந்து கை அலம்ப அரங்கின் வலது புறம் உள்ளே செல்கிறார்.

ராஜு : (தாயிடம் மெதுவாக) என்னம்மா, கேட்டியா?

மர : நீயே கேளு. நான் கேட்டா அவருக்கு எப்படியோ வருது.

அவளும் உள்ளே போகிறாள். ராஜு மேஜையிடம் சென்று அதன் டிராயரை வெறுமனே இழுத்துப் பார்க்கிறான்.

மருதநாயகம் துண்டில் கைதுடைத்தபடி வந்து அங்கிருக்கும் இரண்டு நாற்காலிகளில் ஒன்றில் உட்காருகிறார். பேசாமல் நிற்கும் மகனைப் பார்க்கிறார்.

மருத : சாப்புடு போ.

ராஜு : அப்பா எனக்கு லீவு முடியுது. திங்கக் கெழம காலேஜ் திரும்பணும்.

மருத : ம்.

ராஜு : டேர்ம் பீஸ் கட்டணும்.

மருத : ம்.

சில விநாடிகள் செல்கின்றன.

ராஜு : வெறுமனே 'ம்' சொன்னா எப்படிங்கப்பா?

மருத : எங்கிட்ட இல்லியே ராஜு. இருந்த நாளையில எல்லாம் நீ கேட்டு தான் நான் கொடுத்தனா?

ராஜு பேசாமல் இருக்கிறான். மீண்டும் சில விநாடிகள் மௌனம்.

ராஜு : அப்ப நான் படிப்ப டிஸ்கண்டினியூ பண்ணிடட்டுங்களா அப்பா?

மருத : ....ம் (யோசித்து) ஒண்ணு வேண்ணா செய்யி. எனக்கு எப்பிடியும் ரெண்டு மாசத்துல வேல கெடச்சுடும்னு நம்பிக்கையிருக்கு. நீ ஒங்க அம்மா சங்கிலியை அடகு வச்சுப் பணம் வாங்கிட்டுப் போ. பணம் வந்ததும்...

மர : (கணவன் சொன்னதைக் கேட்டு கொண்டே வந்தபடி) அதெல்லாம் முடியாது. கொடுத்ததெல்லாம் போதும். இருக்கிறது இது ஒண்ணுதான். இதயும் குடுத்துட்டு நான் மூளிக் கழுத்தா திரிய முடியாது. இன்னும் பத்து நாளையில எங்க அக்கா மகக் கல்யாணம் இருக்கு. அங்கப் போயி வெறுங்கழுத்தோட என்னையப் பாருங்கன்னு நிக்க முடியாது. மொதல்லயே என்னய எல்லாரும் ரொம்பப் பெருமையா பாக்குறாங்க.

ராஜு : என்னமா இது? என்னா பேசுற? எல்லாத்தையும்விட நீதாம்மா நம்மள ரொம்பக் கேவலப்படுதுற. ஒரு ஆபத்துக்கில்லாத நக எதுக்குமா இருக்கு. அப்பிடி நெனப்பாங்கன்னா அந்தக் கல்யாணத்துக்குப் போகாம இருந்துட்டுப் போயேன்.

மர : நான் ஏன் எங்க அக்கா வீட்டுக் கல்யாணத்துக்குப் போகாம இருக்கணும். வேண்ணா பணங் கேட்டு இவரு தம்பிக்கி எழுதச்சொல்லேன்? இவரு அவருக்கு எவ்வளவோ செய்யலியா? இல்ல அவருகிட்டதான் ஒண்ணுமில்லையா? இந்த ஒரு வருஷத்துல அவருக்கு ஒரு நூறு ரூபா கேட்டு எழுதியிருக்காரா?

மருத : அவன் தர்ரதா இருந்தா எழுத மாட்டானா? அவன்தான் நான் சஸ்பெண்ட் ஆயிருக்கறதாப் போட்ட மொதல் லெட்டரப் பாத்ததுமே அவங்ககிட்ட ஒண்ணும் எதிர்பார்க்க வேணாம்னு ரொம்ப நாசூக்காகவும் கண்டிப்பாகவும் எழுதி விட்டானே.

மர : ம்... எங்கிட்டே நீங்க சொல்லவேயில்லையே. நான் அப்பவே சொல்லுவேன் அவரப் பத்தி. நீங்கதான் தம்பி தம்பின்னு தூக்கி வச்சு ஆடுவீங்க. இப்பத்தான் ஒங்களுக்குத் தெரிஞ்சிருக்கு. ஒங்களுக்கு எப்பவுமே பட்டாதான் புத்தி வருது.

மருத : அவன மட்டுமா தூக்கி வச்சிக்கிட்டு ஆடுனேன். ஒன்னையும்தான். இப்ப அவன் ஒதுங்கிற நெலையில இருக்கிறதுனால ஒதுங்கிட்டான். நீ ஒதுங்க முடியாததுனாலே

இங்கேயே இருக்கே. இருந்தே கொல்ற.

மர : அப்படி என்னா நான் சோத்துக்குப் பதிலா மண்ணையா ஆக்கிப்போடுறேன்.

மருத : பெத்த புள்ள படிப்புக்குக் குடுக்க முடியாதுன்னு அக்கா வீட்டுக் கல்யாணத்துக்குக் கழுத்தத் தயார் பண்றியே, இதைவிட என்னா செய்யணும்?

அவள் முகம் சுண்டி விடுகிறது. அந்த நேரத்தில் 11, 9, 5 வயதிருக்கும் மூன்று பெண் குழந்தைகள் அரங்கில் வருகின்றனர்.

ராஜூ : எங்க சீத்தா, இந்நேரத்துக்கு போயிட்டு வர்ரீங்க?

சீத்தா : பெரியம்மா வீட்டுக்கு.

மருத : (மரகதத்திடம்) இந்த நேரத்துக்குப் பிள்ளைகள ஏன் அங்க அனுப்புற? நாம இருக்க நெலைமக்கி, சோத்துக்குத்தான் சோத்து வேளைக்கி வந்திருக்கறதா நெனைக்கவா?

மர : நெனச்சா என்ன கெட்டுப்போச்சு. நான் அனுப்புனதே அதுக்குத்தான். இன்னிக்கி இருந்ததே காப்படிதான். சொல்லக்கூடாதுனு நெனச்சா ரொம்பக் கொழிக்கிறிங்களே?

சீத்தா : நாங்க அங்கேயும் சாப்பிடலம்மா. நாங்க இருக்கப்பவே சேது அவங்க பாட்டிக்கிட்ட சோறு போடச் சொன்னான். அந்தப் பாட்டி அவன அடுத்த ரூமுக்கு கூட்டிக்கிட்டு போயி, 'செத்த பொறு அந்த சனியனுக போய்த் தொலையட்டும்'னு சொன்னாங்க. ஒடனே நான் இவங்களக் கூட்டிக்கிட்டு வந்துட்டேன்.

அவர்கள் இடிந்து போய் நிற்கிறார்கள். சிறிது நேரம் கனமான மௌனம் நிலவுகிறது.

அப்போது பன்னிரெண்டு வயது மதிக்கத்தக்க ஒரு சிறுமி அரங்கில் வருகிறாள். அவள் முகம் கோபத்தோடு வந்திருக்கிறாள் என்பதைக் காட்டுவதோடு இவள் இயல்பாகவே வயதுக்கு மீறிய

கோணல் புத்தியோடு வளர்ந்து விட்டவள் என்பதையும் காட்டுகிறது. வந்தவள் இரண்டு கைகளையும் இடுப்பில் வைத்துக் கொண்டு விறைத்து நின்றபடி மருதநாயகத்தைப் பார்க்கிறாள்.

சிறுமி : வாடகை தர்றதா ஒங்களுக்கு நெனப்பு இருக்கா இல்லியா?

மருத : (சிறுமியிடம்) அப்பா எங்கம்மா?

சிறுமி : அப்பா குப்பா எல்லாம் வரமாட்டாரு. அவரு வந்தாதான் என்னமோ பேசி, திருப்பி அனுப்பிச்சுடுறீங்களே. சிநேகம்னா வாடகையில எல்லாமா சிநேகம். நாங்களும் இந்த வாடகையை வாங்கித்தான் சோறு திங்கறோம். நாங்க பட்டினி கெடக்கணும்னு என்ன வந்திருக்கு? சம்பளம் வரலேன்னு நீங்க சாப்புடாம இருக்கீங்களா?

மர : சரி போடியம்மா, பெரிய மனுஷி வந்துட்டியாக்கும். ரெண்டு நாளையில கொண்டாரம் போ.

சிறுமி : அந்தச் சாக்குப் போக்கு எல்லாம் வேண்டாம். வாடகை வந்தாதான் சோறு ஆக்குவேன்னு எங்கம்மா சொல்லிட்டா. எங்கப்பா போட்டு அடிஅடின்னு அடிச்சிட்டாரு. அவரு பெரிய தர்மகர்த்தா. உசுரு போனாலும் வாயத் தொறந்து ஒங்கக்கிட்ட வாடகக் கேக்க மாட்டாராம்.

இவளை எப்படித்தான் சமாளித்து அனுப்புவது என்று மூன்று பேரும் யோசிப்பது தெரிகிறது.

ராஜு : சரி, நீ போ. நான் சாயந்திரம் கொண்டாறேன்.

சிறுமி : அதெல்லாம் முடியாது. ஆயிரம் தடவ சொல்லியாச்சு. வாடக குடுங்க. இல்ல வீட்டக் காலி பண்ணுங்க. இல்ல நாக்கப் பிடுங்கிக்கிற மாதிரி ரெண்டு வார்த்த கேட்டுடுவேன், ஆமா, எங்கம்மா சொல்லித்தான் விட்டிருக்கா.

ராஜு : இப்ப நீ ஒத வாங்கிட்டு போகப்போறே.

சிறுமி : ஒதப்பியா? எங்க ஒதச்சுப்பாரு?

ராஜு : அறஞ்சேன்னா. (பொய் மிரட்டலாக ஓரடி முன்னால் வருகிறான்).

மர : டேய்.

சிறுமி திடுக்கிட்டு விடுகிறாள். பின் அழ ஆரம்பித்து விடுகிறாள். அழுதுகொண்டே அரங்கவாயிலுக்கு வருகிறாள். அங்க வந்ததும் அழுகையை நிறுத்திவிட்டுச் சொல்கிறாள்.

சிறுமி : அறைவாராமில்ல அறைவாரு. வாடகக் குடுக்க வக்கில்லேன்னா எங்கயாச்சும் சத்திரம் சாவடியில போயி இருக்கிறது.

இப்போது உள்ளே போய்விடுகிறாள். குரல் மட்டும் வருகிறது

இல்லேன்னா நாண்டுக்கிட்டுச் சாகுறது?

ராஜு நாற்காலியைத் தள்ளிவிட்டு இரண்டடி முன்னால் வருகிறான். மரகதம் தடுக்கிறாள்.

மர : நீ சும்மாயிருடா. நம்ம நேரம் ரொம்ப நல்ல நேரமா இருக்கு.

மருதநாயகம் குலைந்து போய் விடுகிறார். மீண்டும் அங்கே மௌனம்.

ராஜு : அப்ப நான் படிப்ப நிறுத்திட்டு ஏதாச்சும் வேலைக்கி முயற்சி பண்றேன் அப்பா.

அவர் இன்னமும் தீவிர சிந்தனையில் இருக்கிறார்.

        என்னப்பா சொல்றீங்க?

மருத : (அவர் சற்றும் எதிர்பார்க்காதத் தீர்மானமான உறுதியோடு) வேண்டாம். நீ திங்கக்கெழம காலேஜுக்குப் போ. நான் ஒரு வாரத்துல பணம் அனுப்புறேன். ஒரு பதினஞ்சு நாளையில நான் மறுபடியும் வேல வாங்கிடுவேன்.

ராஜு : என்னப்பா இது திடீர்னு?

மருத : ஆமா. ஒரு எடத்துக்குப் போனா அது நடந்துடும். அங்க இன்னிக்கிப் போகப் போறேன்.

மர : அப்படி என்னா எடம் அது. இவ்வளவு நாளு ஏன் போகலே?

மருத : கொஞ்சம் கவுரவம் பாத்தேன். (தாங்கில் தொங்கும் சட்டையை எடுத்துப் போட்டுக்கொள்கிறார்).

மர : (கோபமாகவும் இகழ்ச்சியாகவும்) இங்க சோத்துக்கே லாட்டரி. நீங்க கவுரவம் பாத்துக்கிட்டு இருந்தீங்களாக்கும். நான் ஒரு சங்கிலியப் போட்டுக்கிட்டு இருந்ததுதான் ஒங்கக் கண்ண உறுத்திக்கிட்டு இருந்துச்சு.

அவர் அவளைத் திரும்பிப் பார்க்கிறார். அவள் வேகமாக உள்ளே போகிறாள்.

மருத : (வெளியே புறப்பட்டுக் கொண்டே) நீ சாப்புடு ராஜு. (சிறிது தயங்கி யோசித்துவிட்டு) ம்... நீ ஹோட்டல்ல சாப்புட்டு வந்துடு. (சட்டைப் பையில் கைவிடுகிறார்)

ராஜு : வேண்டாம். நான் கோபால் வீட்ல

சாப்பிட்டுத்தான் வந்தேன். (தங்கைகளைப் பார்த்து) நீங்க போய்ச் சாப்புடுங்க.

குழந்தைகள் உள்ளே செல்கின்றனர். மருதநாயகம் வெளியே செல்கிறார். ராஜு நாற்காலியில் உட்காருகிறான்.

திரை

காட்சி 2   அரங்கம் ஓர் எளிமையான வீட்டுக் கூடம். இடது மேல்மூலையில் ஒரு மேஜை, நாற்காலி இருக்கிறது. அதில் கொஞ்சம் புத்தகங்கள் உள்ளன. நடுவில் ஒரு நாற்காலியில் உட்கார்ந்து பெரியவர் ஒருவர் பேப்பர் படித்துக் கொண்டிருக்கிறார். மாணவனாகத் தெரியும் ஒரு இளைஞன் (பெரியவர் மகன் செல்வம்) இன்னொரு நாற்காலியில் உட்கார்ந்து ஓர் ஐந்து வயதிருக்கும் சிறுவனை இழுத்து அவனோடு பேச்சுக் கொடுத்துக் கொண்டிருக்கிறான். அரங்க இடது நுழைவுக்கு முன்னால் ஒரு பெரியம்மா (முதியவர் மனைவி) உட்கார்ந்து அரிவாள்மனையில் காய் நறுக்கிக் கொண்டிருக்கிறாள். அவள் முன்பாக 25 வயதிருக்கும் பெண் ஒருத்தி (செல்வத்தின் அக்காள்) உட்கார்ந்திருக்கிறாள். அவர்கள் ஏதோ பேசிக் கொண்டிருக்கிறார்கள்.

செல்வம் : (சிறுவனிடம்) எத்தனாவது படிக்கிறே?

சிறுவன் அவனை ஏறிட்டுப் பார்த்துவிட்டுப் பேசாமல் இருக்கிறான்.

அக்காள் : சொல்லுடா. மாமா கேக்குறாங்க இல்ல.

செல்வம் : சும்மா சொல்லு. எத்தனாவது படிக்கிறே?

பையன் மாமனின் முழங்காலில் நன்றாகச் சாய்ந்துகொண்டே வலது கையின் ஐந்து விரல்களையும் காட்டுகிறான்.

செல்வம் : அடேயப்பா. என்னக்கா மாப்பிள இப்பவே அஞ்சாவது படிக்கிறாராமில்ல?

பையன் : இல்ல ஒம்போ.....து

செல்வம் : அடிசக்க. (தானும் 5 விரல்களைக் காட்டி) இது ஒம்போதா? சரி. ஒண்ணுல ஒண்ணு போனா எத்தினி?

பையன் : சைபர்.

செல்வம் : ரெண்டுல ஒண்ணு போனா?

பையன் : ஒம்போது?

செல்வம் : பிரமாதம்டா. நல்லா படிக்கிறடா.

அக்காள் : நல்லாத்தான் படிப்பான்.

யாரையாச்சும் புதுசா கண்டா கிறுக்கு வந்துடும். (சிறுவனிடம் மிரட்டலாக) டேய் பா பா பிளாக் ஷிப் சொல்லு.

சிறுவன் பேசாமல் இருக்கிறான்.

பெரியவர் : (பேப்பரைத் தாழ்த்திக் கொண்டு) அவன் புத்திசாலிதான். ரயில்ல வர்றப்ப அதத் தொலச்சுட்டான். அவ்வளவுதான். ஏண்டா பாண்டி?

பையன் : (திடீரென்று மாமாவிடம்) ஒம்போது லெச்சத்துல ஒண்ணு போனா எவ்வளவுனு ஒங்களுக்குத் தெரியுமா?

செல்வம் : அடேயப்பா. புத்திசாலிதான் நீயே சொல்லு.

பையன் : ஒங்களுக்குத் தெரியாதா?

செல்வம் : தெரியாதே?

பையன் விழிகளை உருட்டி முகட்டு வளைவைப் பார்க்கிறான். அவன் என்ன சொல்லப் போகிறானென்று அவர்கள் ஆவலுடன் பார்க்கிறார்கள்.

செல்வம் : ம். சொல்லு.

பையன் : ஒம்போ...து

நால்வரும் கொல்லென்று சிரிக்கின்றனர்.

செல்வம் : பெரிய ஒம்பது எக்ஸ்பர்ட் போல இருக்கு. சரி ஒரு கத சொல்லு.

பையன் : நரி கதையா?

செல்வம் : ம்.

பையன் : தெரியாது.

செல்வம் : பின்ன நரி கதையானு கேட்டே?

பெரியவர் : (பேப்பரை உரத்து படிக்கிறார்) லஞ்சம் வாங்கிப் பிடிபட்ட அதிகாரி தற்கொலை.

செல்வம் : எந்த ஊர்ல அப்பா?

பெரியவர் : அதுதான் நானும் பார்த்தேன். இது நம்ம ஊர்ல இல்ல. செங்கல்பட்டுல. என்ன இருந்தாலும் திக்குங்குது இல்ல?

செல்வம் : இவன் அப்பிடியெல்லாம் செய்துக்குற ஆள் இல்ல. இவன் மத்தவங்கள கொல செய்வான். அடேய்யப்பா எவ்வளவு திமிரு! எவ்வளவு arrogance. நான் ஒரு பி.எல் ஸ்டூடண்ட் ஒரு கவர்மெண்ட் எம்பிளாயியோட சன்தான்னு சொல்றேன், நீ ஜனாதிபதியோட மகனா இருந்தாதான் எனக்கென்னா, கொடுக்க வேண்டியதைக் கொடுத்துட்டு வாங்கிட்டுப்

போன்னு சொல்லிட்டான்.

பெரியவர் : அது சரி, நியாயம் நம்ம பக்கம்தான் இருக்கு. இவனுக செய்றதைப் பாத்தா ஆத்திரம் வரத்தான் செய்யும். ஆனா பிடிச்சுக் கொடுத்ததும் பாதிக்கப்படுறது இவனுக மட்டுமில்ல. இவனுக பொஞ்சாதி பிள்ளைங்களும் தெருவுக்கு வந்துடுவாங்க. அதுதான் சங்கடம்.

செல்வம் : இவன் பெரிய முதலையாம். அதெல்லாம் ரெண்டு தலைமுறைக்கினாலும் சேத்து வச்சிருப்பான்.

பெரியவர் : என்னத்த. நாம நெனைக்கிற மாதிரி இவனுகள்ள ரொம்பப் பேரு அப்பிடி இருக்கிறதில்ல. என்னமோ காலங்காலத்துக்கும் இப்பிடியே ஓடிக்கிட்டு இருக்கும்னு நெனச்சு தர்பார் செலவு செஞ்சுக்கிட்டு இருப்பாங்களே தவிர சேமிப்புன்னு ஒண்ணும் வச்சுக்க மாட்டாங்க. அதில்லாம உழைக்காம வர்ற காசு, அப்பிடிச் செய்யத்தான் மனசு வரும்.

செல்வம் : இப்பிடி ஒரு நாளைக்கு மாட்டிக்குவோம்னு தோணுதா?

பெரியவர் : தோணாது. லஞ்சம் வாங்குறவன், சூதாடி, திருடன் இந்த மூணு பேருமே ஒண்ணுதான். மொதல்ல ரெண்டொரு தடவ ரொம்ப ஜாக்கிரதயாதான் இருப்பாங்க. அப்புறம், இனிமேதான் நாம பிடிபடப் போறமா, பிடிபட மாட்டோம்ன்னு ஒரு தைரியம் வந்துடும்.

செல்வம் : அது உண்மையாத்தான் இருக்கணும். இல்லேன்னா இவன் அப்படி நடந்துக்க முடியாது. என்னப்பா நான் மேலே ரிப்போர்ட்

ஜெயந்தன்

செய்ய வேண்டி வரும்ன்னு சொல்றேன்.

போய்யா மினிஸ்டர்கிட்ட வேண்ணாலும் போ, இந்தா ரிப்போர்ட் எழுதப் பேப்பர் வேணுமான்னு ஒரு பேப்பரை எடுத்து மேலே போடுறான். ஒரு வேள இவனுக்கு ரொம்பப் பெரிய எடத்துல சப்போர்ட் இருக்குமோன்னு நானே மலச்சுட்டேன். சரி செய்றத செஞ்சு வப்பமேன்னுதான் மேலே போனேன்.

பெரியவர் : இந்த ஆளுகூட ரொம்பக் கஷ்டப்படுறதாதான் கேள்விப்பட்டேன்.

செல்வம் பேசாமல் இருக்கிறான். இதற்குள் சிறுவன் தன் அம்மாவிடம்போய் உட்கார்ந்து கொண்டிருக்கிறான். செல்வத்தின் அம்மா இடது மேல்அரங்கிற்கு வந்து அங்குள்ள மூட்டையிலிருந்து அரிசி எடுத்து முறத்தில் போடுகிறாள். அவளுக்குப் பதிலாக அவளது பெண் காய் நறுக்குகிறாள். பெரியவர் பேப்பரைத் தொடர்கிறார்.

இடது மறைஅரங்கில் சார், சார் என்று அழைக்கும் மருதநாயகத்தின் குரல் கேட்கிறது. அம்மா கையில் முறத்துடன் கொஞ்சம் முன்னால் வந்து அங்கே பார்க்கிறாள். செல்வமும் பெரியவரும்கூட அங்கே பார்க்கின்றனர்.

மருதநாயகத்தின் குரல்: சார்... சார்...

அம்மா : (அரங்கு ஓரம் சென்று) என்னங்க?

குரல் : இது மிஸ்டர் செல்வம் வீடுங்களா?

அம்மா : ஆமா.

குரல் : இருக்காருங்களா?

அம்மா : இருக்கானே. உள்ள வாங்களேன். (திரும்பி) செல்வம் உன்னய யாரோ தேடி வந்திருக்காங்க.

இவர்கள் எதிரே பார்க்கின்றனர். மருதநாயகம் உள்ளே வருகிறார்.

செல்வம் : (அடையாளம் காணமுடியாமல்) நீங்க...?

மருத : என்னத் தெரியலிங்களா? (அவர் தலை தானாகக் கவிழ்ந்து உடல் குறுகிக் கொள்கிறது)

செல்வம் : (மீண்டும் அவரை நிதானித்தபடி) தெரிய...லியே?

மருத : நான்தான்.

அவர் தலை நிமிர்த்தி அவனைப் பார்க்கறார். அதற்குள் அவனுக்குப் புரிந்து விடுகிறது. அவன் வியப்பும் பரிதாபமும் கலந்த உணர்ச்சியோடு அவரைப்பார்க்கிறான். இருந்தாலும் அவன் சீக்கிரமே அவற்றிலிருந்து விடுபட்டு மீண்டும் உள்ளே கடினம் கொள்வதை முகம் காட்டுகிறது.

செல்வம் : ஓகோ, நீங்களா? எங்க வந்தீங்க?

மருத : பாத்துட்டுப் போகலாம்னு.

செல்வம் : ஏன்?

பெரியவர் மருதநாயகத்தைப் புரியாது பார்க்கிறார்.

மருத : வயசுல நான் ஒங்க தகப்பனார் மாதிரி.

செல்வம் : வேண்டாம். இப்பிடியொரு தகப்பனாருக்கு நான் பிள்ளையா பொறக்க வேணாம்.

மருத : ஏதோ தெரியாம தப்பா நடந்துட்டேன்.

செல்வம் : அதனால மன்னிச்சுடனுமாக்கும்? புகார வாபஸ் வாங்கனுமாக்கும்?

அவர் பேசாமல் இருக்கிறார்.

நீங்க செய்ற அயோக்கித்தனத்துக்கெல்லாம் ஏதோ தெரியாம செய்துட்டேன்னு சொல்லிடுறது பரிகாரம் ஆயிடுமாக்கும். நீங்க ஒரு தடவையா லஞ்சம் வாங்கியிருக்கீங்க. சர்வீஸ் பூராதான் வாங்கியிருக்கீங்க. வாங்குறது நீங்க ஒருத்தர் மட்டும்தானா? வாங்க முடிஞ்ச எடத்துல இருக்க எல்லாம்தான் வாங்குறான். பிடிபடுறவன் எப்பவோ எவனோ ஒருத்தன். அவனையும் ஏதோ தப்பா நடந்துட்டேன்னு சொல்றதுக்காக விட்டுட்டா நாடு உருப்பட்டுப் போயிடும்.

மருத : நான் கொழந்த குட்டிக்காரன் தம்பி. பிள்ளைங்க எல்லாம் படிச்சிட்டு இருக்காங்க. பையன் ஃபைனல் இயர் படிக்கிறான்.

செல்வம் : யாருக்குத்தான் கொழந்த குட்டிக இல்ல. யாரு பிள்ளைங்கதான் படிக்கல.

மருத : இந்தக் குற்றத்துக்கு நான் மரண தண்டனை அடையலாமா தம்பி?

செல்வம் கொஞ்சம் திகைக்கிறான்.

நான் அதைத் தவிர எல்லா தண்டனையையும் அனுபவிச்சிட்டேன்.

செல்வம் : (மீண்டும் கடுமையை வரவழைத்துக் கொண்டு) அதெல்லாம் கண்டதைச் சொல்லிக்கிட்டு இருக்காதீங்க. நான் எழுதித் தரமாட்டேன். நீங்க அன்னிக்கி ஒன்னால முடிஞ்சத செஞ்சுக்கப்போன்னு சொன்னீங்க. நான் என்னால முடிஞ்சத செஞ்சுட்டேன். அன்னிக்கு என்ன தைரியத்த வச்சுச் சொன்னீங்களோ அந்த தைரியத்த வச்சுதான் பொழைக்கணும்.

மருத : அப்பிடியெல்லாம் எந்தத் தைரியமும் கிடையாது தம்பி. வெறும் திமிர்லதான் அப்பிடிப் பேசினேன். இப்ப நீங்க எழுதித் தரலேன்னா நான் வீட்டுக்குப் போக முடியாது.

செல்வம் : அதனால எங்களுக்குக்கென்னா?

மருத : என் கொழந்தைங்க பட்டினி கெடக்குற அளவுக்கு வந்தாச்சு.

பெரியவர் : போவுது. எழுதிக் கொடேன் செல்வம்.

செல்வம் : நீங்க பேசாம இருங்கப்பா. இவங்களுக்கெல்லாம் இரக்கப்படுறது, எந்த அர்த்தமும் கெடையாது.

மருதநாயகம் யாரும் எதிர்பாராதபடி திடீரென்று செல்வத்தின் காலில் விழுகிறார். எல்லோரும் மின்னலாகத் திடுக்கிடுகின்றனர்.

மருத : இப்ப எங்கக் குடும்பத்துக்கு நீங்கதான் தெய்வம்.

செல்வம் : (பதறி எழுந்து விலகி, கத்தாத குறையா) என்னங்க இது, எந்திரிங்க எந்திரிங்க.

பெரியவர் : (பாய்ந்து அவரைத் தூக்கியபடி) ஐயையோ என்னா இப்படிச் செய்துட்டீங்க. எந்திரிங்க. (தூக்குகிறார். மருதநாயகம் எழுந்து நிற்கிறார்)

அம்மா : நீங்க இவ்வளவு பெரிய மனுஷனா இருந்துகிட்டு இப்பிடிச் செய்யலாமா? எந்தப் பாவத்த என் பிள்ளை தலையில போட வந்தீங்க.

அக்கா : டேய் செல்வம், மொதல்ல எழுதிக்குடுடா போடா. செல்வம் மேஜையிடம் சென்று ஒரு தாள், வைத்து எழுதும் அட்டை, பேனா இவற்றை எடுத்துக் கொண்டுவந்து பழையபடி உட்கார்ந்து எழுத ஆயத்தம் செய்கிறான்.

ஜெயந்தன்

செல்வம் : (மருதநாயகத்திடம்) என்ன எழுதணும்?

பெரியவர் : (மருதநாயத்திடம்) தான் உட்கார்ந்திருக்கும் நாற்காலியைக் காட்டி இதுல உக்காந்து சொல்லுங்க.

மருத : பரவாயில்லீங்க.

செல்வம் அவரை நிமிர்ந்து பார்க்கிறான். எண்சாண் உடம்பையும் ஒரு சாண் ஆக்கி அவர் கூனிக் குறுகி நிற்பதைக் கண்டு அவரைத்தான் அளவுக்கு அதிகமாக அவமானப்படுத்தி விட்டதாக உணரும் அதிர்ச்சியில் சட்டென எழுந்து, அவரைப் பார்த்தபடியே மூளையின் நரம்புகள் செயல் இழந்து விட்டதைப்போல நிற்கிறான்.

பெரியவர் : ஏன், எழுது செல்வம்.

செல்வம் : (இன்னமும் அந்த நிலையிலிருந்து விடுபடாமல் அனிச்சையாக) ம்?

பெயரிவர் : ஏன் செல்வம்?

அவன் அழ ஆரம்பித்துவிட்டதை அவன் தோள் குலுக்கல் காட்டுகிறது.

பெயரிவர் : (பரிவுடன் தோளில் தட்டிக் கொடுத்து) ஆல் ரைட், ஆல் ரைட் எழுது.

திரை

காட்சி 3

முதல் காட்சியில் இருந்த அரங்கம் இங்கொருவர் அங்கொருவராய் உட்கார்ந்து குழந்தைகள் படித்துக் கொண்டிருக்கிறார்கள். மரகதம்மாள் சற்றுப் பெரிய பித்தளைப்

பாத்திரங்களைச் சுமந்தபடி மெதுவாக இடது நுழைவை நோக்கிப் போய்க் கொண்டிருக்கிறாள். அவள் சென்று மறைய இருக்கும் நேரத்தில் மருதநாயகம் அரங்கில் வருகிறார். அவர் ஆள் அரவம் கேட்டு மரகதம்மாள் திரும்பிப் பார்க்கிறாள்.

மர : போனது என்னாச்சு? அது என்ன கையில?

மருத : (மேஜை அருகில் வந்து கொண்டே முணுமுணுப்பாக) ம். வாழ்க்க.

மர : (அவர் சொல்வது விளங்கவில்லையென்று) இத வச்சுட்டு வர்றேன்.

அவள் உள்ளே போகிறாள்.

மருத : (தானாக) வாழ்க்க. மானம் கெட்ட வாழ்க்க.

சீதா அவரை ஆச்சரியத்தோடு நிமிர்ந்து பார்க்கிறாள். அவர் கொண்டு வந்த தாளை மேஜையில் போட்டுவிட்டு நாற்காலியில் உட்காருகிறார்.

மர : எங்கப் போனீங்க? என்னா பேப்பர்?

மருத : பேப்பரா? வேலக்கி மறு உத்தரவு.

மர : (சந்தோஷமாக) மறுபடி வேல கெடச்சுடுச்சா! என்னங்க இது? ஆச்சரியமா இருக்கு. அதெப்படி சொன்ன மாதிரியே ஒரே நாளில் வாங்கிட்டீங்க? அதென்ன எடம் அது? இப்பிடி ஒரு எடம் இருக்கப்ப மொதல்லயே போயிருக்கக் கூடாது?

அவர் ஒன்றும் பேசாமல் அவளையே தீர்க்கமாகப் பார்க்கிறார். அவள் மேஜைமேல் கிடக்கும் தாளை எடுத்துப் படிக்கிறாள்.

இதுல என்னமோ யாரோ எழுதிக் குடுத்த மாதிரியில்ல இருக்கு?

மருத : ஆமா.

மர : என்னது? யாரு எழுதுனது?

மருத : தெரியல? புகார் கொடுத்தவன் (திருத்தி) கொடுத்தவரு எழுதியிருக்காரு. நமக்கு சாதகமா.

மர : (சிறிது சந்தேகமாக) இது போதுமா?

மருத : போதும். (சிறிது விட்டு) இதுக்கு மேல டிபார்ட்மெண்டுல கொஞ்சம் வேல செஞ்சாப் போதும்.

மர : யார வச்சு எழுதி வாங்குனீங்க? (அதை மேஜை டிராயரில் பத்திரமாக வைக்கிறாள்)

மருத : ரொம்ப பெரிய மனுஷன் ஒருத்தன வச்சு. (அவர் சட்டையைக் கழட்டி தாங்கியில் மாட்டுகிறார்).

மர : அது யாரு அவ்வள பெரிய மனுஷன்? (சொல்லிக் கொண்டே இடது வாயில் அருகில் வருகிறாள்).

மருத : ம்...

அப்போது ராஜு வேகமாக உள்ளே நுழைகிறான். வந்த வேகத்தில் அம்மாவை பார்க்கிறான்.

ராஜு : (ஆத்திரமாக) அப்பா வந்துட்டாராம்மா?

மர : (வியப்போடு) வந்துட்டாரே? ஏன்! தோ இருக்காரே.

ராஜு அவரைப் பார்த்ததும் ஒரு கணம் தயங்குகிறான். ஆனால் உடனே தன் நிலைக்கு மீள்கிறான்.

ராஜு : (அவரிடம் கொஞ்சம் முன்னால் வந்து)

ஜெயந்தன் நாடகங்கள்

சாயந்திரம் எங்கே போயிருந்தீங்க? (அவர் பேசாமல் இருக்கவே) சொல்லுங்க. எங்கே போயிருந்தீங்க?

மருத : (நிதானமாக) நீ கேள்விப்பட்ட எடத்துக்குத்தான்.

ராஜு : ஒங்கள புகார் செய்தவன் வீட்டுக்குத்தான?

மருத : ஆமா.

ராஜு : எதுக்குப் போனீங்க? அவன் புகார வாபஸ் வாங்கச் சொல்லிக் கேக்கத்தானே?

மருத : ஆமா

ராஜு : அவனச் சம்மதிக்க வக்க என்னா செய்தீங்க? (அவன் குரல் உயர்ந்துகொண்டே போய்ப் பதறுகிறது)

மர : (மகன் நிலையைக் கண்டு) அப்பிடி என்னடா நடந்துச்சு, இப்பிடிப் பதர்றே?

மருத : நீ எதக் கேள்விப்பட்டு இவ்வளவு ஆத்திரப்படுறியோ அதத்தான் செஞ்சேன்.

ராஜு : ஓகோ, மீச மொளைக்காத அந்தப் பொடிப்பய கால்ல விழுந்துட்டு வந்து வீறாப்பு வேறயா?

மர : என்னா கால்ல விழுந்தாரா? (விக்கித்துப் பேசுகிறாள்).

ராஜு : ஆமாம்மா. அவன் எழுதித் தரமாட்டன்னானாம். இவரு அவன் கால்ல விழுந்தாராம். குடும்ப மானத்தையே ஏலம் போட்டுட்டு வந்திருக்காரும்மா. இதவிடப் பேசாம தூக்குப் போட்டுகிட்டு தொங்கியிருக்கலாம்.

மருத : (ஆவேசம் வந்தவராக எழுந்து) என்னடா சொன்னே? தூக்குப் போட்டுக்கிட்டு

தொங்கியிருக்கலாமா? சரிடா. அதுக்குப் பிராயச்சித்தம் இருக்கு. நான் செய்துடறேன். நீங்க மானரோசம் உள்ளவங்க என்ன செய்வீங்கன்னு பாக்குறேன். (மேஜைக்கு விரைந்து எழுந்து அதன் டிராயரை இழுத்து தான் கொண்டுவந்த தாளை எடுக்கிறார்) இத வாங்கத்தானே கால்ல விழுந்தேன். இதக் கிழிச்சு எறிஞ்சுடுறேன். சரியாப் போயிடுமில்ல (அதை அவர் கிழிக்கப்போகிறார். மரகதம் எட்டித் தடுத்து அவர் கையைப் பிடித்துக் கொள்கிறாள்).

மர : இன்னம் ஒரு பைத்தியக்காரத்தனத்தன செய்யாதீங்க.

மருத : பாருடா. எழந்த மானத்த மானசீகமா சரிக்கட்டுறதுகூட இவளுக்குப் பைத்தியக் காரத்தனமா தெரியுது. மானம், ரோசம், நீதி, நேர்மை சின்னப்பய ஒனக்கென்னடா தெரியும். வாழ்க்க நீ படிச்ச ரெண்டு மூணு நீதிநூல் புஸ்தகம் இல்லடா. என் மானம் இப்பத்தானாடா போச்சு. என்னிக்கு வேலையில சேந்தேனோ அன்னியில இருந்து போய்க்கிட்டுதாண்டா இருக்கு. ஒரு பொடிப்பய மேலதிகாரியா வந்துட்டோம்னு பதினஞ்சு வயது மூத்த என்ன, செறைக்கப் போறதுதானேன்னு கேட்டு வருசம் பத்து ஆச்சுடா. அதயெல்லாம் இந்தக் குடும்பத்துக்காகத் தாண்டா பொறுத்துக் கிட்டேன். இன்னிக்கும், இதயும் இந்தக் குடும்பத்துக்காத்தாண்டா செய்தேன். இந்தக் கொழந்தைங்க பிச்ச சோத்துக்குப் போன மாதிரி அவங்க பெரியம்மா வீட்டுக்குப் போயிட்டு அதுவும் கெடைக்காமத் திரும்பி

வந்து அந்த வெயில்ல நின்னதுகளே, அதப் பார்க்கச் சகிக்காம தாண்டா செஞ்சேன். லஞ்சம் வாங்குறாரு லஞ்சம் வாங்குறாருன்னு முணுமுணுப்பியே, அதே நேரத்தில இவரு சம்பளத்துல நம்மால எப்பிடி இன்ஜினியரிங் காலேஜ்ல படிக்க முடியுதுன்னு எப்பவாச்சும் யோசித்துப் பாத்துருக்கியா? இப்பவும் ஒண்ணும் மோசமில்ல. இந்தா (தாளை மேஜையில் எறிகிறார்) நீங்க அவ்வளவு மானரோசம் பாக்குறவங்களா இருந்தா இதக் கொளுத்திப் போட்டுடுங்க. ஆனா எங்கிட்ட ஒரு பைசா கேக்காதீங்க. ஆமா, ஒரு பைசா கேக்காதீங்க.

அவர் உள்ளே போகிறார். இவர்கள் மலைத்து நிற்கின்றனர்.

திரை

அங்கம் 2   ஓர் ஒற்றையறை அரங்கம். 3 சோபாக்கள் நல்ல விசாலத்தில் போடப்பட்டுள்ளன. அவற்றுக்கு நடுவே ஒரு பெரிய டீபாயும் அதன்மேல் மதுப்புட்டி ஒன்றும், இரண்டு மூன்று காலி கண்ணாடி டம்ளர்களும் உள்ளன. நேர் எதிர் சோபாவில் ஒருவரும் (பிரபல வாரப் பத்திரிகையொன்றின் ஆசிரியர் பரஞ்சோதி) வலது சோபாவில் ஒருவரும் (அவரது நண்பர் ரமணி) உட்கார்ந்திருக்கின்றனர். இடது மேல் அரங்கில் சுவர் ஓரம் சுவரில் இருக்கும் ஓவியம் ஒன்றை ஒரு நபர் (பரஞ்சோதியின் இன்னொரு நண்பர் முத்துசாமி) பார்த்துக் கொண்டிருக்கிறார்.

பரஞ்சோதி : (எதுக்களிப்பை அடக்கிக் கொண்டு) வெயிட்டர்.

மறை அரங்கில் 'எஸ் சார்' என்னும் வெயிட்டரின் குரல் கேட்கிறது. பிறகு நான்கு நொடிகளில் வெயிட்டர் வலது நுழைவு வழியாக அரங்கில் வருகிறான்.

வெயிட்டர் : (பரஞ்சோதியிடம் வந்து) சார்?

பரஞ் : இன்னம் ஒரு ஸ்காட்ச் கொண்டா.

ரமணி : இன்னம் எதுக்கு?

பரஞ் : நான் எப்பவும் அப்படித்தான் எப்பவாவது ஒரு தடவை வச்சுக்கறது. பிடிக்கறதும் வசமா பிடிச்சுடறது.

வெயிட்டர் போகிறான்.

ரமணி : (நின்று கொண்டிருக்கும் முத்துசாமியைப் பார்த்து) என்னமோ சொல்லிக்கிட்டு இருந்தீங்களே. (சிறிது யோசித்து) ம். இப்பெல்லாம் (பரஞ்சோதியைக் காட்டி) இவங்க பத்திரிகையத் தவறாம படிக்கிறீங்களா? ஆச்சரியம்தான்.

முத்துசாமி : (இங்கு திரும்பாமல் இன்னும் ஓவியத்தைப் பார்த்தபடி) காரணமாத்தான். ஒரு சமூகக் கலாச்சாரச் சீரழிவ நான் கண்டுக்காம இருக்க முடியாது பாருங்க.

ரமணி : நீங்க சொல்றதப் பாத்தா இவங்க பத்திரிகைய சமூகக் கலாச்சாரச் சீரழிவோட அச்சு வடிவம்னே சொல்லிவீங்க போல இருக்கே.

முத்து : (திரும்பி சோபாவுக்கு வந்துகொண்டு) எந்தக் கோயிலுக்குப் போகலாம்.

ரமணி : என்ன சார் பெரிய மகான்கள் எல்லாம் இதுல எழுதுறாங்க?

முத்து : (வந்து இடது சோபாவில் உட்கார்ந்து) அப்ப

நான் தார்மீகச் சீரழிவையும் சேத்துக்குறேன்.

இவர்கள் பேசுவதைப் பரஞ்சோதி புன்னகையுடன் கேட்டுக் கொண்டிருக்கிறார். வெயிட்டர் ஒரு பாட்டிலையும் இரண்டு சோடாக்களையும் கொண்டுவந்து வைக்கிறான்.

வெயிட் : (பணிவாக) வேற?

பரஞ் : போதும்.

வெயிட்டர் போகிறான்.

பரஞ் : (பாட்டிலைத் திறந்தபடி) ம். நீங்க பேசுங்க. நீங்க பேசுங்க.

ரமணி : எனக்கென்னமோ அது அவ்வளவு தூரத்துக்கு எதையும் சீரழிச்சுடுற மாதிரி தெரியல. படங்கள் கொஞ்சம் பிளைனா இருக்கு. அத சிலபேரு ஆபாசம்னு சொல்றாங்க. எது ஆபாசம் எது ஆபாசமில்லேங்கறதுக்கு என்ன வரையறை இருக்கு சொல்லுங்க.

முத்து : இந்தக் கேள்வியத்தான் ரொம்பப் பேரு ஒரு சௌகரியமா வச்சு காரியம் நடத்துறாங்க. நீங்களும் ரொம்பப் பேருகிட்ட இதக் கேட்டிட்டிங்கன்னு நினைக்கிறேன். பதில் சரியா கெடைக்கல போல இருக்கு. நான் சொல்றேன். இது ஆபாசம் இது ஆபாசமில்லேன்னு எந்தப் பொருளும் தனியா கெடையாது. எவன்கிட்ட எது எந்த விளைவை ஏற்படுத்துதோ அத வச்சுத்தான் அங்கே அந்த நேரத்துக்கு அது ஆபாசமா இல்லையான்னு சொல்ல முடியும். ஒரு உன்னதமான கலைஞன் கையில் உருவாகி ஒரு உண்மையான ரசிகன் கையில இருக்கற

முழு நிர்வாணப் படம், உருவான எடத்துலயும் சரி, ரசிக்கப்படுற எடத்தலயும் சரி ரசிகனுக்காக, காச குறிக்கோளா வச்சு, ஒரு வியாபாரக் கலைஞன் போடுற கொஞ்சம் தாவணி வெலகின படமும் கூட ரெண்டு எடத்திலயும் ஆபாசம்தான்.

இந்த விளக்கம் ஓவியத்துக்கு மட்டுமில்ல, கதை, கவிதை, டிராமா, சினிமா எல்லாத்துக்கும்தான்னு சொல்ல வேண்டியதில்லேன்னு நெனைக்கிறேன்.

இவர்கள் பேசிக்கொண்டிருக்கும்போதே பரஞ்சோதி ஒரு கிளாசில் மதுவையும் சோடாவையும் ஊற்றி முதலில் ரமணியிடம் தள்ளுகிறார். ரமணி சைகையாலேயே வேண்டாம் என்றதும் முத்துச்சாமியிடம் நகர்த்துகிறார். அவரும் மறுக்கவே தானே அருந்தத் தொடங்குகிறார்.

ரமணி : ஆல் ரைட் அப்பிடியே வச்சுக்குவோம். அப்ப என்னோட ரெண்டு சந்தேகங்களுக்கு நீங்க பதில் சொல்லணும். ஒண்ணு, இவங்க பத்திரிகையில எழுதுறவங்க காசு ஒண்ணுக்காகத்தான் எழுதுறாங்க, அதுவும் முதிராத வாசகன்கிட்ட இவங்க எழுத்து ஒரு மலின உணர்ச்சிய உண்டாக்கும்னு தெரிஞ்சுதான் எழுதுறாங்க அப்பிடிங்கறதுக்கு என்ன ஆதாரம்? ரெண்டு, பத்திரிகை நடத்துறவங்க ஒரு படத்தையோ கதையையோ வெளியிட்டதும் இது நல்ல ரசிகன் கிட்டப்போவுதா இல்ல எவனாச்சும் கிட்ட போகுதான்னு பாத்துக்கிட்டு இருக்க முடியுமா? அது சாத்தியமா?

முத்து : பத்திரிகை எவங்கிட்ட போகுதான்னா? நாட்ல எந்தெந்த செக்ஷன்ல எத்தினி பேரு இருக்கான். எவனெவனுக்கு என்னென்ன வீக்னெஸ் இருக்கு, அவனவனுக்கு எத எத கொடுக்கணும், அப்பிடி கொடுத்தா எவ்வளவு காசு போடுவான், இதுக்கு சர்வேயே எடுத்து வச்சிருக்காங்க சார், அப்பிடி சர்வே எடுக்கறதுல இவன் டாக்டரேட் வாங்குனவன்.

பரஞ் : அப்படிப்போடு ராஜா!

முத்து : இவன் ஒரு தடவை என்னா செய்தான் தெரியுமா? பத்துப் பன்னெண்டு காலேஜ் பையன்களைக் கூட்டிக்கிட்டு, பேட்டியோ சைகாலஜி டெஸ்டோ என்னமோ ஒண்ண சொல்லிக்கிட்டு ஒரு விலைமாதுகிட்ட கொண்டுவிட்டான். இந்தப் பசங்க அவளோட கண்ணாமூச்சி வெளையாடுறத கலர் போட்டோ எடுத்துப் பத்திரிகையில போட்டான். அவ்வளவுதான். அடுத்த வாரமே எல்லா காலேஜ் ஸ்டூடன்ஸூம் ஒரு அம்பது அறுபது விலைமாதுக்களும் எங்களுக்கும் சான்ஸ் வேணும்னு கேட்க ஆரம்பிச்சுட்டாங்க. இதப் பாத்துட்டு நம்ம சாந்தி சேனை கோபால் இல்ல, அவரு ஆய் ஊய்னு குதிச்சு இப்படி ஒரு அக்கிரமமான்னு பிட் நோட்டீஸ் விட்டாரு. உடனே இவன் என்னா செஞ்சான் தெரியுமா? மறுநாளே நாலஞ்சு விலைமாதுக்களை இழுத்துக்கிட்டுபோயி அவருகிட்ட விட்டான். பேட்டி காண விடுறானாம். அதோட அவருக்கு வேற என்னென்ன செஞ்சு வச்சானோ அப்புறம் அந்த ஆளு வாயத் தெறக்கவே இல்லே.

இதைக் கேட்டு பரஞ்சோதி கடகடவென்று சிரிக்கிறார். மீண்டும் கொஞ்சம் குடிக்கிறார்.

ரமணி : என்னா இவரு ஒங்கள இந்த வாரு வார்றாரு. நீங்க அதக்கேட்டு பாராட்டிக்கிட்டு இருக்கீங்க?

பரஞ் : இவன் எப்பவுமே அப்பிடித்தான். யாரையாச்சும் வாரிக்கிட்டுதான் இருப்பான். ஹைஸ்கூல்ல இருந்தே அப்பிடித்தான். இப்ப வடக்க எல்லாம் போய் சுத்திட்டு வந்திருக்கான். கேக்கணுமா? இன்னம் என்னென்ன சொல்றான்னு கேளுங்க. (முத்துசாமியிடம்) டேய் சொல்றா.

முத்து : ம். கேட்டுக்கங்க. இவன் எதுக்கும் கவலப்படமாட்டான். இப்ப ஒரு அம்பது ரூபா கொடுத்தா நான் சொல்ல நினைக்கிறதையே என்னைவிட அழகாச் சொல்லுவான். இவனெல்லாம் எடிட்டராக இருக்கறபத்திரிக அது.

பரஞ் : (மீதியை ஒரே மிடறில் விழுங்கிவிட்டு, தொண்டையக் கனைத்து, உற்சாகம் கொண்டவராக) நீ என் பால்ய சிநேகிதன். பணம் வேண்டாம். திறமையை மட்டும் காட்றேன். நீ சொல்றபடியே சொல்லட்டுமா? ம்... நீ என்ன சொன்னே? இன்னம் என்ன சொல்லணும்? நாங்க காசுக்காக எழுதுறத நிரூபிக்கணும், இல்லியா?

அவர் எழுந்து நின்று உள்ளங்கைகளைத் தேய்த்துக் கொண்டு சிறிது யோசிக்கிறார். திடீரென்று அரைக்கோபம் போல பேசுகிறார்.

நாங்க காசுக்காக எழுதலேன்னா எங்க எழுத்தாளனுங்க ஏன்யா பெண் வேசம்

கட்டிக்கிட்டு ஆடணும்? அவன் ஏன் சேலையைக் கட்டிக்கிட்டு வாசகன் மடியில போய் உக்காந்துகிட்டு ஒரு கையில கதையக் காட்டி, மறுகையில சொறிஞ்சுவுட்டு நல்லா இருக்கா நல்லா இருக்கான்னு கேக்கணும். தான் விடுற புருடாவுக்கெல்லாம் இது உண்மைக்கதை, இது என்னோட அத்தைக் கதை, அம்மாயி கதைன்னு மகிமை சேக்கணும். இதெல்லாம் எதுக்கு? ரொம்ப லெட்சணமாக இந்த வாசகன் சந்தோசப் படணும்னா? எல்லாம் காசுக்குத்தான். (முத்துச்சாமியைப் பார்த்துக் கண்சிமிட்டி) என்னடா கரெக்டா சொல்லிட்டானா?

முத்து : பிரமாதம்டா.

ரமணி : இப்படி என்னக் காலவாரி விடுவீங்கன்னு நெனைக்கல. ஒங்கள நம்புனா ஆளு பாதியிலயே கோவிந்தாதான் போல இருக்கு.

முத்து : ஆமா. அதுல என்ன சந்தேகம். நீங்க என்னா, அத்தம் பெரிய எழுத்தாளர் கிரிதாரியவே பாதியில காலவாரி விட்டவன் ஆச்சே இவன். அவரைக் கெஞ்சிக் கிஞ்சி ஒரு தொடர் நாடகம் எழுத வச்சான். அவரும் நாலு வாரம் எழுதுனாரு. ஆனா இவன் ரசிகர்கள் மண்டையில அவரு எழுத்து ஏறல ஆகல. அது தெரிஞ்சவுடனே இவனே அவருக்கு நாடகம் எழுதுவது எப்படின்னு சொல்லிக் கொடுக்க ஆரம்பிச்சுட்டான். அவரு போடான்னு மூஞ்சியில எறிஞ்சிட்டுப் போனவுடனே, மீதி நாடகத்தையும் இவனே எழுதி, இவன் எழுதுனாதான் எப்பிடி இருக்கும்னு தெரியுமே. அவர் பேர்லயே போட்டுட்டான். எல்லாரும் அவரப் பிடிச்சு

'என்னய்யா ஒம் மூள இப்பிடிப் போச்சு'ன்னு வாங்க ஆரம்பிச்சுட்டாங்க.

ரமணி : (பரஞ்சோதியிடம்) என்ன சார் நெஜமாவா?

பரஞ் : இவன நீங்க நம்பலாம். பொய் சொல்ல மாட்டான். (சொல்லிவிட்டுச் சிரிக்கிறார், அவர்களும் சிரிக்கிறார்கள்). ஆனா எனக்கு அதுல உண்மையில ரொம்ப வருத்தம்.

பரஞ் : ஏண்டா வருத்தம் இருக்காதா? எவ்வளவோ பிகு பண்ணி கண்டிஷன் போட்டு எழுத வர்ற பெரிய பெரிய ஆளுங்க எல்லாம், பணத்தையும் பக்கத்தையும் ஒதுக்கறத பாத்துட்டு நான் சொல்றதுக்கெல்லாம் சரிதான் . இப்ப என்னான்னு தலையாட்டிட்டு போய்க்கிட்டு இருக்கப்ப இந்த ஒரு ஆளு மட்டும் தப்பிக்கிட்டா வருத்தமா இருக்காதா?

முத்து : ஓகோ, ஒனக்கு அந்த வருத்தமா? சரி, சின்சியராத்தான் கேக்குறேன். இப்பிடி எல்லாம் திட்டம் போட்டு ஒரு மட்டமான பத்திரிக நடத்தி நீ பெர்சனலா என்ன காணப் போறே?

பரஞ் : (பொதுமேடை பாணியில், கையை வெகுவாக நீட்டி முழக்கி) இந்த ஏர்கண்டிஷன் ரூம், ஸ்காட்ச் விஸ்கி, இன்னம் கொஞ்ச நேரத்தில வரப்போற கார்ல் கேர்ள், நிம்மதியான குடும்ப வாழ்க்கை. அவ்வளவுதான்.

(சொல்லிவிட்டு இலங்கை வானொலியில் வருவதுபோல் பாடுகிறார்) நல்ல குடும்பம்... நலமுள்ள குடும்பம்... நாளும் பிரீதியுடன் வாழும் குடும்பம்....

முத்து : ஒன் குரல் ஒன்ன விடப் பயங்கரம்.

பரஞ் : (அரங்கின் வலது வாயிலை நோக்கி மெதுவாக நடந்து கொண்டு) ஒரு காலத்துல நம்மக் குரலக் கேட்டு இந்த உலகமே நடுங்கணும்னு நெனச்ச ஆளு நான்.

முத்து : இப்பவும் ஒண்ணும் மோசமில்ல. ஒன்னையக் கண்டாத்தான் இலக்கியத்துக்கு நடுக்கமும் குளிர் காச்சலும் வந்துடுதே.

பரஞ் : அப்பிடியா? தேங்க்ஸ்டா.

ரமணி : போனவாரம் மனச்சாட்சின்னு ஒரு கதை எழுதுனீங்க போல இருக்கே?

பரஞ் : (நின்று) ஆமா, அத ஏன் இப்ப கேக்குறீங்க?

ரமணி : சும்மா கேட்டேன்.

பரஞ் : என்னடா இப்பிடிச் பேசுற ஆளு மனச்சாட்சியைப் பத்தியும் பேசுறானேன்னு நெனக்கிறீங்களா?

ரமணி பேசாமல் இருக்கமாட்டான்.

ஆனா மிஸ்டர் ரமணி, என்னைப்போல மனச்சாட்சி உள்ளவன் எவனும் இருக்கமாட்டான்.

முத்து : இவன் வளக்குற இலக்கியமே அதுக்கு சாட்சி.

பரஞ் : (திரும்பி வந்து, சற்று உரத்து கோபம் போல) நான் எப்பவாவது இலக்கியம் வளக்குறதா யார்கிட்டயும் சொல்லியிருக்கனா? என் மனச்சாட்சியையும், இலக்கியத்தையும் நான் செய்ற வேலையையும் போட்டுக் குழப்பாதே. நான் உன்னதமான ஒரு குடும்பத்தலைவன். ஒரு விசுவாசமுள்ள வேலைக்காரன். இதுல பழுது இருந்தா சொல்லு. என் குடும்பத்த நான் நல்ல முறையில் போஷிக்க

ஜெயந்தன்

வேண்டியிருக்கு. அதுக்காக வேல பாக்குறேன். என் முதலாளி ஒரு வியாபாரம் நடத்துறாரு. பிரிண்டிங் இண்டஸ்டிரி. அத நான் நிர்வாகம் பண்றேன். அவ்வளவுதான். இந்த ஹோட்டலும் எங்க முதலாளியோடதுதான். இத எந்த நோக்கத்துக்காக நடத்துறாரோ அதே நோக்கத்திற்காகத்தான் இந்தப் பத்திரிகையையும் நடத்துறாரு. லாபம். லாபம் மட்டும்தான் அவரோட குறிக்கோள். நான் அதுக்கு கியாரண்டி சொல்லிட்டுத்தான் இந்த வேலைக்கி வந்திருக்கேன். சம்பளம் வாங்குறேன். இந்த ஹோட்டலுக்குச் சூதாடி வரலாம். குடிகாரன் வரலாம், சோரம் போரவ வரலாம். ஸ்திரி லோலன் வரலாம். யார் வந்தாலும் அவுங்க கேக்குறதுக்கு ஏற்பாடு செய்யவேண்டியதுதான் இந்த ஹோட்டல் மானேஜர் கடமை. அதப் போல என் பத்திரிகையிலயும் எந்த ரசிகன் எத எதிர்ப்பார்க்குறானோ, எதக் கேக்குறானோ அத சப்ளை செய்ய வேண்டியது என் கடமை. இதுலப் போயி இலக்கியம் அது இதுன்னு எல்லாம் இழுத்துப் போட்டுப் பேசக்கூடாது. இலக்கியம் எல்லாம் பெரிய சங்கதி. சுதந்திரம், சுபிட்சம், தன்மானம் இதுக மாதிரி. இதுகளுக்கு உள்ள விலையக் கொடுக்காம இதெல்லாம் கெடைக்காது. அதுமாதிரிதான் இலக்கியமும். அதுக்குண்டான வெலையக் கொடுக்காம அத வளர்க்க முடியாது, அப்பிடி வளக்குறேன்னு முன்வர்றதுகூட எல்லாராலயும் முடியாது. அதுக்குன்னு சிலபேரு பொறந்திருக்கான். அதச் செய்யாம அவனால இருக்க முடியாது. இல்லாம போனா நாப்பது வருஷத்துக்கு முன்னால கையில்

ஐவேஜ் பூஜ்யமான ஒரு கோஷ்டி நவீனத் தமிழ் இலக்கியத்துக்கு விதை போட்டிருக்க முடியுமா? ஒரு தனிப்பட்ட ஆளு மாசம் நூத்தி அம்பது ரூபா நஷ்டத்தோட எட்டு வருஷம் ஒரு இலக்கிய பத்திரிகையை நடத்தியிருக்க முடியுமா? முந்நூறு பிரதி போட்டு பன்னெண்டு வருஷம் ஒருத்தரால எப்பிடி தாக்குபிடிக்க முடிஞ்சது? இன்னிக்கும் தன் நாவல்ல வர்ற பணத்தையெல்லாம் தன்னோட பத்திரிகையில விட்டுக்கிட்டு இருக்க ஒரு மனுஷனால எப்பிடி முடியுது? நாளெல்லாம் பேயா சுத்தறதுக்காக ஒரு கம்பெனி தர்ற பணத்துல பத்திரிகையை நடத்திக்கிட்டு தன் பிள்ளைங்க காலேஜ் பீஸ் கேக்குறப்ப மட்டும் தலையைச் சொறிஞ்சுகிட்டு நிக்க ஒரு மனுஷனால எப்பிடி முடியுது? சொந்தத் தேவைக்கே நீயிழு நான் இழுன்னு இருக்கப்ப பத்துப் பன்னெண்டு யங்ஸ்டர்ஸா சேந்துகிட்டு ஆளுக்கு அஞ்சு பத்துன்னு போட்டு பிட்நோட்டீஸ் மாதிரி கவிமடல் கத மடல்ன்னு எப்படி நடத்த முடியுது? அது வேற. வியாபாரம் வேற. ரெண்டயும் போட்டுக் குழப்பாதீங்க.

முத்து : (வியப்புடன்) என்னடா இது, ஜோக் அடிச்சுக் கிட்டே இருந்தே, திடீர்னு இப்பிடி போட்டுத் தள்ளிட்டே?

பரஞ் : இது திடீர்னு வந்தது இல்ல. பல நாள் யோசிச்சு, என்னையவே கேள்வி கேட்டுக் கேட்டு உருவாக்கிக்கிட்ட பதில். அத இல்வளவு அழகா வெளியில கொண்டாந்தது (மதுவைக் காட்டி) உள்ள போன இது.

பழையபடி வலது நுழைவாயிலை நோக்கி நகருகிறார்

ரமணி : (திரும்பி) ஆனா பத்திரிகையில எழுதறப்ப இலக்கிய வளர்ச்சிக்கு எங்கள் மகத்தான பங்குன்னு எழுதுறீங்க?

பரஞ் : (போய்க்கொண்டே) அது வியாபார தர்மம். நான் இப்பப் பேசுனது மனசாட்சியின் குரல்.

ரமணி : வியாபார தர்மமா?

பரஞ் : ஆமா, பொய் வியாபார தர்மம் இல்லியா?

அவர் உள்ளே போய்விடுகிறார், இவர்கள் ஒருவரைப் பார்த்து ஒருவர் புன்னகை செய்து கொள்கின்றார்கள்.

ரமணி : சரியான ஆசாமிதான்.

முத்து : இன்னம் பாருங்க. பேச்சுக் குடுத்தா அலசி எடுப்பான்.

சிறிதுநேரம் அவர்கள் பேசாமல் இருக்கின்றனர். இந்த நேரத்தில் முத்துச்சாமி சிகரெட் பற்ற வைக்கிறார், பரஞ்ஜோதி பேண்டை மேலே இழுத்து விட்டுக்கொண்டே பழையபடி வருகிறார்.

ரமணி : (பரஞ்ஜோதி உட்கார்ந்ததும்) அப்ப மக்கள ரொம்ப தூரம் கொண்டு போறதா முடிவு பண்ணிட்டிங்க. எவ்வளவு தூரம் கொண்டு போறதுன்னு ஒரு லிமிட்டாவது வச்சிருக்கீங்களா?

பரஞ் : லிமிட்டா? அதெல்லாம் முடியாது. என்னக்கி மக்கள முன்னேத்துறத நிறுத்துறமோ அன்னிக்கே எங்க பத்திரிகையும் நின்னு போயிடும். எல்லைகள மீறி சரக்குகளக் குடுக்கறதுதான் எங்க வியாபார ரகசியம். ஒரு புது சங்கதி மூணு வாரத்துக்குத்தான எங்க ரசிகனுக்குத் தாங்கும். அப்புறம் அதையும் தாண்டி வேற ஒன்னக் கொடுக்கலேன்னா போர்னு பத்திரிகையக் கீழப் போட்டுடுவான்.

	அதனால புதுசு புதுசா கொடுத்துக்கிட்டுதான் இருப்போம், சட்டத்தின் கையில் அகப்படாம எவ்வளவு கொடுக்க முடியுமோ அதக் கொடுத்துக்கிட்டுத்தான் இருப்போம்.
ரமணறி	: (முத்துச்சாமியிடம்) அப்ப இவங்களத் தடுக்கணும்னா ஒரு சர்வாதிகாரியே வரணும் போல இருக்கு.
முத்து	: அதுவும் இவங்க பிரெய்ன் வாஷ் பண்ண முடியாத சர்வாதிகாரியா வரணும்.

வெயிட்டர் உள்ளே வந்து பரஞ்ஜோதியிடம் ஒரு சீட்டைக் கொடுத்துவிட்டுப் போகிறான், பரஞ்ஜோதி அதைப் பார்த்துவிட்டு புன்னகை செய்கிறார்.

பரஞ்	: அது அப்ப நீங்க பொறப்படலாம்.
முத்து	: என்னடா திடீர்னு வெரட்டுறே?
ரமணி	: ஓ, ஆளு வந்தாச்சாக்கும்.
முத்து	: (புரிந்துகொண்டு) நாங்க ஆளப் பாத்துட்டுப் போறமே.
பரஞ்	: அதுதான்டா ஆபத்து. அனுபவிக்கிறதுகூட சுலபம். ஆளத் தெரிஞ்சுக்கிறதுதான் கஷ்டம். ஏன்னா வர்றது பிராஸ்ட்யூட் இல்ல, காள்கேர்ல்.
முத்து	: (எழுந்தபடி) அப்ப நாம அடுத்த வாரம் பாப்பமா?
பரஞ்	: ஓ.கே. (திடீரென்று) நோ நோ அடுத்த வாரம் எனக்கு வேல இருக்கு, பையன் அமெரிக்கா போற விசயமா மினிஸ்டரப் பாக்கணும்.
முத்து	: அமெரிக்காவுக்கு என்ன விஷயமா?

ஜெயந்தன்

பரஞ் : மேல் படிப்புக்கு.

முத்து : சரி வர்றோம்.

ரமணியும் முத்துச்சாமியும் புறப்பட்டு இடது நுழைவு வழியாக வெளியேறுகின்றனர். பரஞ்ஜோதி பேண்ட்டிலிருந்து ஒகு சீப்பை எடுத்துத் தலை சீவி கொள்கிறார்.

திரை)

அங்கம் 3 (திரை உயருகிறது)

அரங்கு ஒற்றையாக இருக்கிறது. இது யாரோ வசதியானவன் இருப்பிடமென்று தெரிகிறது. மேல் அரங்கில் சுவரோரம் வலது மூலையில் ஒரு சோபாவும் இடது மூளையில் ஒரு கட்டிலும் இருக்கின்றன கட்டிலின் முன் ஒரு ஸ்டூல் சோபாவுக்கும், படுக்கைக்கும் நடுவில் இது இதற்காகவே செய்யப்பட்டது என்று தெரியும். ஒரு உயரமான ஸ்டூலின் மேல் ரேடியோ இருக்கிறது நடு அரங்கின் வலது கோடியில் ஒரு மேஜையும், நாற்காலியும் இருக்கின்றன.

அரங்கில் ஒளி இயல்பாக இள மஞ்சளாக, இருக்கிறது. மேஜையின் மேல் லேசாகச் சாய்ந்து ஒரு மனிதன் கையிலிருக்கும் கப் அன் சாசரில் ஏதோ குடித்துக் கொண்டிருக்கிறான் அவனுக்கு வயது ஐம்பதிலிருந்து ஐம்பத்திரண்டிற்குள் இருக்கும். உடலும் உடைகளும் அவன் நல்ல செழுமையான ஆள் என்பதைக் காட்டுகிறது. ஆனால் முக பாவம் அதற்கு எதிரான சோகத்தில் இருக்கிறது. ரேடியோவில் ஒரு தமிழ்த் திரைப்படப் பாடல் ஒலித்துக் கொண்டிருக்கிறது. அது முடிந்ததும் அறிவிப்பு

வருகிறது.

ரேடியோ அறிவிப்பு : நேயர்கள் இதுவரை கேட்டது திரைப்படப் பாடல்கள். இதனுடன் எமது காலை நிகழ்ச்சிகள் முடிவடைகின்றன. எமது அடுத்த ஒலிபரப்பு பகல் பன்னிரெண்டு மணிக்கு ஆரம்பமாகும். நேயர்களுக்கு வணக்கம்.

இதையடுத்து ரேடியோ வெறுமனே இயங்கும் மெதுவான சப்தம் கேட்கிறது. இந்த மனிதன் கப் அன் சாசரை மேஜைமேல் வைத்துவிட்டு ரேடியோவை நோக்கிப் போகிறான். இப்போது பின்னணியில் ஒலி கேட்கிறது.

ஒரு ஆண் குரல் : (ஆத்திரமாக) இப்ப நீ பணத்தத் தரப்போறியா? இல்லியா?

மற்றொரு ஆண் குரல் : திரும்பத் திரும்பக் கேட்டா குடுக்காத பணம் குடுத்ததா ஆயிடுமா?

முதல் குரல் :அதெல்லாம பேசாத. தரப்போறியா இல்லியா?

மறு குரல் :இன்னம் நான் பேசத் தயார்ல இல்ல.

முதல் குரல் :(முடிவாக என்பது போல்) தரப்போறியா இல்லியாடா?

மறு குரல் :மரியாதையா பேசணும்.

முதல் குரல் :(அதிரும் குரலாக) தரப்போறியா இல்லியாடா?

மறு குதல் : மொதல்ல நீ வெளியே போ.

முதல் குரல் : என்னடா சொன்னே? ... வெளியே ...

அடுத்து துப்பாக்கிக் குண்டுகள் வெடிக்கும் சப்தம் மூன்றுமுறை கேட்கிறது. தொடர்ந்து ஒரு பெண் குரல் கிரீச்சிடும் ஒலி. இங்கே இந்த மனிதன் இந்த ஒலிகளால் நிறுத்திவிட்டு வெறுமனே கொஞ்ச நேரம் அதன்முன் நிற்கிறான். அவன் முகபாவம் மட்டும்

அவன் மேலும் அதிகமாகச் சிந்தனையும் சோகமும் கொள்வதைக் காட்டுகிறது. அவன் முகத்தில் விழும் ஒளி இதைக் கண்டுகொள்ள உதவுகிறது.

அவன் சென்று சோபாவில் உட்காருகிறான். பின்னணியில் ஒரு கார் விர்விர்ரெனப் பாய்வதும், திரும்புவதும் பின் பறப்பதுமான ஒலி கேட்கிறது.

ஸ்பாட் லைட்டுகள் இளம் நீலத்தில் அரங்க நுழைவுகளில் அங்குமிங்குமாக அடுத்தடுத்து 5 இடங்களில் 2 அடி விட்டத்தில் விழுகின்றன. அவை விழும்போது ஒவ்வொரு இடத்திலும் ஒரு மனித உருவம் தலையை மட்டும் நீட்டி எட்டிப் பார்ப்பது தெரிகிறது. அந்த உருவங்களில் ஒன்று பெண்ணாக இருக்கிறது. அது கருப்புச் சேலையும் வெள்ளை ஜாக்கெட்டும் அணிந்திருக்கிறது. ஆண் உருவங்கள் வெள்ளை பேண்ட்டும் வெள்ளைச் சட்டையும் அணிந்திருக்கின்றன.

உருவம் 1 : (அந்த மனிதனைப் பார்க்காமல், பொதுவாக) வரலாமா?

உருவம் 2 : (எதிர்த்திசையிலிருந்து) வரலாமா?

உருவம் 3 : (ரகசியம் போல) வரலாமா?

உருவம் 1 : (கொஞ்சம் முன்னாள் வந்து) சரி வருவோம். நம்மள வேணான்னு அவரு ஏன் சொல்லப்போறாரு. நம்மள விட்டா அவருக்கு வேற துணை யாரு?

உருவம் 2 : அது சரி, வேற கதிதான் யாரு?

உருவம் 3 : அது சரி, அது சரி.

அவர்கள் எல்லோரும் அரங்கின் நடுவில் வருகின்றனர். அரங்கம் முழுக்க நீல நிறமாகிறது, அவர்களில் ஆண்கள் எல்லாம் ஒரே ஸ்டைலில் வருகின்றனர். பெண் அவள் பாணியில் வருகிறாள். ஆனால் அவள் இந்தக் கூட்டத்தில் சேர்ந்தும் கொஞ்சம் தனித்தே

இருக்கிறாள். இவர்கள் இவ்வளவு பக்கத்தில் வந்தும் இவர்களுக்கும் அந்த மனிதனுக்கும் எந்த சம்பந்தமும் இல்லாத ஒரு நிலை இருக்கிறது.

உருவம் 1 : இப்ப நாம என்ன செய்யலாம். (அவர் எல்லோருமே தனித்தனி பாணியில் யோசிக்கின்றனர்)

உருவம் 2 : அந்த உச்சக் கட்டத்த ...

உருவம் 3 : கிளை மாக்ஸ்.

உருவம் 2 : ஆமா கிளைமாக்ஸ அவருக்கு நடிச்சுக் காட்டலாமா?

உருவம் 1 : (கொஞ்சம் சலிப்பாக) அது பத்தாயிரம் தடவை பண்ணியாச்சு.

உருவம் 2 : அதனால என்ன? பத்தாயிரம்னாலும், இருபதாயிரம்னாலும் அது அவருக்குச் சலிக்காது.

உருவம் 4 : அலுக்காது.

உருவம் 2 : அவரு அதை விட்டாலும் அது அவர விடாது.

உருவம் 3 : அதுசரி அதுசரி.

உருவம் 5 : (திடீரென்று அதிகாரமாக) Then keep your positionaredy

அவர்கள் உடனே மாறி ஒரு நிலை அமைப்பில் நிற்கிறார்கள்.

அவர்கள் நின்ற பிறகு உருவம் 5 அவர்களில் இரண்டொருவரைத் திருத்துகிறான்.

உருவம் 5 : (பெண் உருவத்திடம்) நீ இப்பிடி இருக்கல. இப்பிடி இருந்தே (அவன் இடத்தையும் நின்ற தோரணையையும் செய்து காட்டுகிறான். அவளும் அந்த இடத்தில் அதே மாதிரி நிற்கிறாள்).

(உருவம் 2விடம்) இடது கையில பைய இறுக்கிப்பிடி, துப்பாக்கி அதுலதான் இருக்கு.

(உரு 2 தன்னைச் சரிசெய்து கொள்கிறான். இவன் தள்ளி வந்து கத்துகிறான்) யெஸ். ஸ்ட்டார்ட்.

உட்காரந்திருக்கும் மனிதன் விரல்களால் நெற்றியை அழுத்திக் கொள்கிறான்.

உரு 2 ஒரு சிறிய கண் மறைப்பை எடுத்து அணிந்து கொள்கிறான். அவன் அந்த மனிதனை பிரதிபலிக்கும் போதெல்லாம் அதை அணிந்து கொள்கிறான்.

உருவம் 2 : (உரு 1குடம்) இப்ப நீ பணத்தத் தரப் போறியா இல்லியா?

உருவம் 1 : திருப்பித் திருப்பிக் கேட்டா குடுக்காத பணம் குடுத்ததா ஆயிடுமா?

உருவம் 2 : அதெல்லாம் இன்னம் பேசாத. தரப்போறியா இல்லியா?

உருவம் 1 : இன்னம் நான் பேசத் தயார்ல இல்ல.

உருவம் 1 : (முடிவாக என்பது போல்) தரப்போறியா இல்லியாடா?

உருவம் 2 : மொதல்ல நீ வெளியே போ.

உருவம் 1 : என்னடா சொன்னே? வெளியே.......

இடது கைப்பையின் ஜிப்பை இழுத்துத் திறந்து அதிலிருந்து துப்பாக்கியை எடுத்து நீட்டுவதுபோல் நடிக்கிறான்.

உருவம் 5 : (கத்துகிறான்) Freeze.

எல்லோரும் உறைநிலையில் அப்படியே நிற்கின்றார்கள். பின்னணியில் நல்ல இடைவெளியோடு மூன்று குண்டுகள் வெடிக்கும் சத்தம் கேட்கிறது.

உருவம் 5 : yes Action please. slow motion.

உருவம் 1. Slow motion ல் முன்னால் குனிந்து அப்படியே சரிகிறான். பெண் உரு கிரிச்சிடுகிறாள். பின் அவளும் மயங்கிக் கீழே சாய்கிறாள். உருவம் 3ம் 4ம், உருவம் 2ஐ நோக்கி ஒரடி முன் எடுத்து வைக்கின்றனர்.

உருவம் 2 : யாரும் நகராதீங்க. நகந்தா இன்னம் மூணு குண்டு பாக்கியிருக்கு, ஜாக்கிரதை.

உருவங்கள் 3ம் 4ம் பின்னடைகிறார்கள். உரு. 2 ஜாக்கிரதையாக பின்புறமாகவே நடந்து உள்ளே போய் விடுகிறான். அவன் சென்றதும் மற்ற உருவங்கள் சாதாரணமாக கலைந்து நின்று கொள்கின்றனர்.

உருவம் 3 : ஏன் சுட்டாரு?

உருவம் 4 : சொந்த மருமகனையே ஏன் சுட்டாரு?

உருவம் 5 : (அடுக்கு மொழியான லயத்தில்) சந்தனக் கட்டிலிலே. தங்கத்தாலான தொட்டிலிலே. வீரியே, என் விழி நிறைந்தவளே! என்று யாரைச் சீராட்டி, பாராட்டி, தாலாட்டி வளர்த்தாரோ அவளின், அந்த அருமை மகளின் தாலியைப் பிடுங்கிக் குப்பையிலே ஏன் எறிஞ்சாரு.

உருவம் 4 : அப்பிடி என்னா அவருக்கு ஏழு பெண்ணுங்களா இருந்தாங்க? அவ ஒருத்திதான? அவ கலியாணத்துக்கு இவரே மூன்று லட்சம் செலவு செய்யலியா? இப்பவும் இவருகிட்ட என்ன கொஞ்சமாவா இருக்கு? அதுல ரெண்டு லட்சம் என்னா பிச்சக்காசு. இதுக்குப்போயி அவனையும் சுட்டு இவரும் தற்கொலை பண்ணிக்கப்

போயிட்டாரே!

உருவம் 5 : தற்கொலை! ஆமா! தற்கொலை. அந்த சீனும் நல்லாயிருக்குமே. (உள்ளே பார்த்து) யெஸ் கமான் கமான்.

உருவம் 2 : அரங்கில் வருகிறான், வந்து நடு நாயகமாக நிற்கிறான்.

உருவம்5 : ஞாபகமிருக்கா? இது தற்கொலை முயற்சி சீன்.

உருவம் 2 : தலையாட்டுகிறான்.

நீ எங்க இருக்கே?

உருவம் 2 : நான் கார்ல இருக்கேன்.

உருவம் 5 : ம். எப்பிடியிருக்கே?

உருவம் 2 : உள்ளங்கால்ல இருந்து உச்சந்தலை வரைக்கும் ஆவி பறக்குது. சதையெல்லாம் இறுகிப் புடிச்சிருக்கு. முகம் மாறிப் போச்சு. மனம் மரத்துப் போச்சு, மரணங்குற ஒரே புள்ளியை மட்டும் நோக்கி பாயத் தயாரா இருக்கேன்.

உருவம் 5 : யெஸ். Proceed

அரங்கம் இருட்டாகி அவனது கால்களில் மட்டும் சிவப்பு ஒளி விழுகிறது. அவனது கால் சதைகள் இறுகி முறுக்கமடைவது தெரிகிறது. ஒலி மேலேறும்போது ஒவ்வொரு பகுதியாக இறுக்கமடைந்து வருகின்றன. ஒளி கைக்கு வரும்போது அதுவும் இறுக்கமடைந்து ஸ்டியரிங் பிடித்திருப்பது போலாகிறது. முகத்தில் பழி தீர்க்கும் குரோதவெறி தெரிகிறது.

உருவம் 5 : சபாஷ், இப்ப என்ன செய்யறதா உத்தேசம்?

அரங்கம் முழுவதும் பழையபடி நீல ஒளி.

உருவம் 2 : தன்னிலையிலே இருக்கிறான்.

உருவம் 4 : இப்ப அவரால பேச முடியாது.

உருவம் 1 : அவரு இப்பக் கார நூறு மைல் வேகத்தில கெளப்பி எதாவது மரத்து மேலயோ, பாலத்து மேலேயோ மோதி அப்படியே ஜாம் ஆயிடப் போறாரு.

உருவம் 5 : அப்பிடியா போகட்டும்.

உருவம் 1 'விர்' ரென்று கார் புறப்படுவது போலச் சத்தம் கொடுக்கிறான். உருவம் 2, காரை வேகமாகச் செலுத்துவது போல் நடிக்கிறான். உருவங்கள் 3ம் 4ம் இதுவரை உருவம் 2ன் பக்கம் நின்று கொண்டிருந்த வர்கள். ஒரு கார் தங்கள் இடையே பாய்வதைக்கண்டு தெறிப்பவர்கள் போல இருபுறமும் துள்ளி விழுகிறார்கள். இந்த மூன்று செய்கைகளும் ஒரே நேரத்தில் நடக்கின்றன. ஆனால் உருவம் 2 அசையாமல் அங்குதான் நின்று கொண்டிருக்கிறான். பின்னணியில் முதலில் கேட்ட கார் செல்வதும் திரும்புவதுமான சத்தம் கேட்கிறது.

உருவம் 3 : (தெறித்து விழுந்தவன்) அம்மாடி என்னா வேகம், என்னா வேகம்! நடுவுல எவனாவது அம்புட்டா சட்டினியாயிடுவான்.

உருவம் 5 : என்னா கார் போய்க்கிட்டேயிருக்கு. எதுலயுமே மோதலியே?

உருவம் 1 : இல்லே.

உருவம் 5 : ஏன்?

உருவம் 1 : முடியல.

உருவம் 5 : ஒரு மரம் கெடைக்கலியா?

உருவம் 3 : ஆயிரம் கெடச்சுது. ஆனா முடியல.

உவரம் 5 : ஒரு பாலம்.

உருவம் 3 : வந்தது ஆனா முடியல,

உருவம் 5 : பெட்ரோல ஊத்திக் கொளுத்திக் காரோட போயிடுறது?

உருவம் 3 : அதுவும் பாத்தாரு, பெட்ரோல் டின்ன எடுக்க டிக்கிக்குள்ள கைய விட்டாரு. பெட்ரோல் கூட இருந்துச்சு. ஆனா உயிர விட முடியல.

உருவம் 5 : ஏன் முடியல?

உருவம் 3 : ஆசையா வளத்த உயிரு.

உருவம் 2ஐத் தவிர எல்லோரும் பலமாகச் சிரிக்கின்றனர்.

உருவம் 5 : ஆசையா வளத்த உயிரா? அப்ப மருமகன் உயிரு.

உருவம் 3 : அது சும்மா வளந்த உயிரு.

உருவம் 5 : அன்னிக்கி ஆள் வச்சு அந்தத் தொழிற்சங்கத் தலைவனைத் தீர்த்துக் கட்டினாரே அந்த உயிரு?

உருவம் 3 : அது தவுட்டுக்கு வாங்குன உயிரு.

உருவம் 5 : அப்புறம் கடைசியா என்னதான் செய்தாரு?

உருவம் 3 : தன்னால சாகவும் முடியாது, வீட்டுக்குப் போகவும் முடியாதுன்னு தெரிஞ்ச ஒடனே தூரமா இருக்க இந்தப் பிரண்டு வீட்டுக்கு வந்து சேந்துட்டாரு.

உரு 2 சாதாரணமாகிறான்.

பெண் உருவம் : போதும். இதெல்லாம் அவரோட வேதனையத் தான் அதிகமாக்கும் அவரு மனசுக்கு இதம் தர்ற மாதிரி நாம ஏதாவது செய்யணும்.

உருவம் 1 : அதுவும் சரிதான், என்ன செய்யலாம்?

உருவம் 3 : ஒரு பாட்டுப் பாடலாம்.

உருவம் 4	:	என்ன பாட்டு?
உருவம் 3	:	தாலாட்டுப் பாட்டு
உருவம் 5	:	(கையை உயர்த்தி) ஜோர்.
உருவம் 3	:	இவரு மக குழந்தையா இருந்தப்ப அவளோட அம்மா தாலாட்டுறப்ப கேட்டுச் சொக்கிப் போவாரே அந்தப் பாட்டு.
எல்லோரும்	:	(கையை உயர்த்தி) ஜோர் ஜோர்

பெண் உரு அந்த மனிதன் இருக்கும் சோபாவுக்குப் பின்னால் நிற்கிறாள் மற்றவர்கள் சோபாவின் இருபுறமும் நிற்கின்றனர்.

உருவம் 5	:	(பெண் உருவிடம்) பாடு.
பெண் உரு	:	(பாடுகிறாள்) ஆராரோ... ஆராரோ... ஆராரோ...
உருவம் 5	:	ம், எல்லோரும்.
எல்	:	(உருவம் 5 உட்பட) ஆராரோ... ஆராரோ... ஆராரோ...
பெ. உரு	:	ஆரடிச்சார் நீயழுதே....
எல்	:	ஆரடிச்சார் நீயழுதே....
பெ. உரு	:	அழுதாரைச் சொல்லியழு.
எல்	:	அழுதாரைச் சொல்லியழு.
பெண்	:	மாமன் அடிச்சானோ மல்லிகைப்பூ செண்டாலே.
எல்	:	மாமன் அடிச்சானோ மல்லிகைப்பூ செண்டாலே.
எல்	:	பாட்டி அடிச்சாளோ பால்வார்க்கும் கையாலே.

மறுபடியும் மாமன் அடிச்சானோ மல்லிகைப்பூ செண்டாலே என்ற வரி இரு சாராராலும் மூன்று முறை சொல்லப்படுகிறது. ஒவ்வொரு முறையும் அதில் சோகத் தொனி கூடிக்கொண்டே போகிறது. பின் திடீரென்று பின்னணி இசை மாறுபட்டு உரத்த

பாவனையே மாறுகிறது.

பெண் : அக்கினிக் குண்டத்திலே என் ஐயா.
நியேன் இப்பிடிக் கால் மிதிச்சே.

எல் : அக்கினிக் குண்டத்திலே என் ஐயா.

இதன்பிறகு அவர்கள் இப்படித் திரும்பிப் பாடும்போது எல்லோரும் (பெண் நீங்கலாக) ஒருவருக்கொருவர் பக்கவாட்டில் கை கோர்த்து அரங்கில் வரிசையாக முன்னும் பின்னும் பக்கவாட்டிலும் நகர்ந்து கால்களை விசிறி நடந்து ஒரு Slow motion *லயத்தில் இயங்குகிறார்கள்.*

எல் : அக்கினிக் குழம்பெடுத்து என் ஐயா
நீயேன் இப்பிடித் தலை குளிச்சே?

பெண் : என்ன சுகம் வேணுமின்னு - நீ
மேரு மல தாண்டி வந்தே?

எல் : என்ன சுகம் வேணுமின்னு - நீ
மேரு மல தாண்டி வந்தே.

பெண் : என்ன சுகம் கிடைக்கலேன்னு - நீ
பிள்ள நெஞ்சக் குறியெடுத்தே?

எல் : என்ன சுகம் கிடைக்கலேன்னு - நீ
பிள்ள நெஞ்சக் குறியெடுத்தே?

பெண் : இந்திரன் பதவி தேடி - நீ
சுத்தியது ஏழு லோகம்.

எல் : இந்திரன் பதவி தேடி - நீ
சுத்தியது ஏழு லோகம்.

பெண் : பதவி கெடச்ச பின்னே - நீ
அறுத்ததோ மக தாலி.

எல் : பதவி கெடச்ச பின்னே - நீ
அறுத்ததோ மக தாலி

பெண் : அறுத்ததோ மக தாலி

பின் ஒவ்வொருமுறையும் சோகம் கூடிக் கொண்டே போகிறது.

எல் : அறுத்ததோ மக தாலி.

பெண் : அறுத்ததோ மக தாலி.

எல் : அறுத்ததோ மக தாலி.

பெண் : அறுத்ததோ மக தாலி.

எல் : அறுத்ததோ மக தாலி.

பெண் : அறுத்ததோ மக தாலி.

எல் : அறுத்ததோ மக தாலி.

உருவம் 4 : (கீழ் அரங்கில் இடது மூலைக்கு வந்து நின்று கொண்டு) போதும் நிறுத்துங்க. என் கேள்விக்கு என்ன பதில்? சொந்த மருமகனையே அவரு ஏன் சுட்டாரு?

உருவம் 2 : (கோபமாக இங்கிருந்தபடியே) நீ என்னா சும்மா அதைக் கேக்குற, அந்த மருமகன் வாங்குன பணத்தையே ஏன் இல்லேன்னு சொன்னான்? நீ அதக் கேட்டியா?

உருவம் 1 : ஆமா அவன் ஏன் வாங்கலேன்னு சொன்னான்?

உருவம்4 : அவன் வாங்குனாங்குறது நிச்சயம்தானா?

உருவம் 2 : அதுல என்ன சந்தேகம்?

உருலம்5 : ஆல் ரைட், அந்தக் காட்சியையும் போட்டுக் காட்டிட்டாப் போவுது. கைதட்டி ஸ்டார்ட்.

சட்டென்று அவர்கள் கலைந்து வந்து நிலை அமைப்பில் நின்று கொள்கிறார்கள், பெண்

ஒரு முதியவளைப் போல முந்தானையை எடுத்துப் போத்திக் கொள்கிறாள்.

எல்லோரும் தன்னைச் சுற்றியிருக்க உரு 2 மிகுந்த பரபரப்போடு உலாத்திக் கொடுக்கிறான். என்ன செய்ய வேண்டும்? ஏதாவது செய்தாக வேண்டுமே என்கிற ஆத்திரம். ஒரு சிகரெட்டை எடுத்துப் பற்ற வைக்கிறான். கை நடுங்குகிறது. சிகரெட்டை விட்டெறிகிறான்.

உருவம்2 : ம்... ரவி, நீ ஒண்ணு செய்யி. இந்த டாக்குமெண்ட்ஸ் எல்லாம் நீ எடுத்துக்கிட்டுப் போயி ஒன் வீட்ல ஒளிச்ச வையி, யாராச்சும் ரெய்டு பண்றாங்கன்னு தெரிஞ்சா கொளுத்திடு. போனா பரவாயில்ல, செய்கையாலேயே ஒரு File - ஐ எடுத்து உருவம் 3-இடம் தருகிறான். உருவம் 3 - அதை வாங்கிக்கொண்டு எட்டப் போய் நிற்கிறான். தினகரா (உருவம் 1 இடம் ஒரு பெட்டியை எடுத்துக் கொடுப்பதாக) இதுல 2 லட்சம் இருக்கு, இதை நீ கொண்டு போ, நம்ம வீடுக எதுக்கும் போகாதே. யாராச்சும் பிரண்ட்ஸ் வீட்ல கொண்டு போயி வையி.

உருவம் 1 : சரிங்க அப்பா (பாவனையில் பெட்டியை வாங்கிக் கொள்கிறான்)

பெண் : (வயதானவள் என்ற தோரணையில்) சிநேகித காரங்க வீட்லயா எப்படி நம்புறது?

உருவம் 2 : நம்ப வேண்டியதுதான், மீறிப்போனா போனதுதான்,என்ன செய்யறது? இருந்தா இவனுக எடுத்துட்டுப் போயிடுறதுமில்லாம கேஸூம் போட்டுடுவானுகளே (உருவம் 1இடம் ஒண்ணு செய்யி. நீ பிரண்ட்ஸ்

வீட்டுக்குப் போறப்ப இதுல பணம் இருக்குதுன்னு சொல்லாதே. ஏதோ விருந்தாளியா வந்த மாதிரி சொல்லிச் கொஞ்ச நேரம் தங்கு. அப்புறம் கடைவீதி வரைக்கும் போயிட்டு வந்துடுறதா சொல்லிட்டு நேரா இங்க வந்துடு. வந்ததும் அவசரமா ஊருக்குத் திரும்ப வேண்டி வந்துட்டதுனால சொல்லாம வந்துட்டதாகவும் பெட்டிய அடுத்த வாரம் வந்து எடுத்துக்கிறதாவும் சேதி அனுப்பிவிடு.

உருவம் 1 : சரிங்க அப்பா. (அவனும் பெட்டியோடு தூரப் போய் நின்று கொள்கிறான்)

உருவம் 2 : (உருவம் 4 இடம்) ம்... மாப்ள நீங்க இந்தப் பெட்டியை எடுத்துக்கிட்டுப் போங்க. இதுலயும் ரெண்டு லட்சம் இருக்கு. தினகரனுக்குச் சொன்னதுதான் உங்களுக்கும் அந்த மாதிரியே செய்யுங்க (பெட்டியைக் கொடுக்கிறார்).

உருவம் 4 : (பெட்டியை வாங்கிக்கொண்டு) சரிங்க மாமா!

பெண் உருவம் : (உருவம் 4 இடம்) ரொம்ப நம்பகமான ஆளாப் பாத்துக் குடுங்க.

உருவம்4 : ம்...

அப்போது அந்த மனிதன் சோபாவிலிருந்து எழுந்து வருகிறான். இவர்கள் உறைநிலை ஆகிறார்கள். அரங்கில் ஒளி சாதாரணமாகிறது. மனிதன் வந்து அரங்கின் வலது நடுவில் இருக்கும் ஒரு கண்ணாடி அலமாரியைத் திறந்து பிராந்தி பாட்டிலையும் மதுக் கோப்பையையும் எடுக்கிறான். பின் எதையோ தேடிவிட்டு உள்ளே குரல் கொடுக்கிறான்.

மனிதன் : மாதவன்.... மாதவன்......

பதில் இல்லை. கொஞ்சம் பலமாக மாதவன்

உள்ளிருந்து ஒரு ஆண்குரல் : என்னங்க ஐயா.

மனிதன் : இங்கே வா.

சில நொடிகளில் ஒரு சிப்பந்தி உள்ளே வருகிறான்.

சிப்பந்தி : ஐயா.

மனிதன் : சோடா வேணுமே

சிப்பந்தி : இருந்துதுங்களே

மனிதன் : இல்ல தீந்து போச்சு.

சிப்பந்தி : *(தலையைக் சொறிந்தபடி)* இன்னம் ஊருக்குள்ள போகணும்.

மனிதன் : யாரையாவது போகச் சொல்லேன்.

சிப்பந்தி : ம்... *(திரும்பிச் செல்கிறான்)*

அவன் சென்றதும் மனிதன் திரும்பி அரங்கின் மேல் இடது மூலையிலுள்ள கட்டிலை நோக்கி நேராக உறை நிலையிலுள்ள உருவங்களுக்கு இடையே செல்கிறான். அப்படிச் செல்லும்படியான விதத்தில் நிலை அமைப்பு அமைக்கப்பட்டுள்ளது. அவன் அவர்களைத் தாண்டியதும் அவர்கள் உறைநிலை கலைகிறது. அரங்கில் பழையபடி நீல ஒளி விழுகிறது. மனிதன் கட்டிலில் படுத்துக் கொள்கிறான்.

உருவம்1 : அப்ப, அந்தப் பையன் பணம் வாங்குனதுல சந்தேகம் இல்ல?

உருவம்4 : சந்தேகம் இல்ல. வாங்கிட்டுமா இல்லேன்னு இருக்கான்.

உருவம் 3 : அதுவும் எப்பிடி சாமத்தியமா, ஒன்னுமே தெரியாத மாதிரிசொன்னான்.

உருவம் 4 : ரெய்டு எல்லாம் முடிஞ்சதும் வரும் அவன் வீட்டுக்குப் போயி நாளக்கி அந்தப் பணத்தை கொண்டாந்துடுங்க

மாப்ளேன்னு சொல்றாரு. அதுக்கு அவன் சொல்றான்...

(மிகவும் பவ்யமாக) எந்தப் பணம் மாமா?

உருவம் 2 : அதுதான் மாப்ள, ரெய்டு வந்த அன்னிக்கு கொடுத்தது.

உருவம்4 : ரெய்டு வந்த அன்னிக்கா, எங்கிட்ட என்னா கொடுத்தீங்க?

உருவம் 1 : அப்ப அவருக்குக் கோபம் வந்துதான இருக்கும்.

உருவம் 3 : அதுசரி, அந்தப் பையன் ஏன் அப்படிச் சொன்னான்?

உருவம் 5 : தாயப்போல பிள்ளை, நூலைப்போல சேலை, மாமனாரப் போல மருமகன். பையன் மாமனாரப் போல, மாமனார் வழியிலேயே மேல வரப் பாத்துட்டான் போல இருக்கு, எல்லா உருவங்களும் ஒன்றுக்கொன்று பார்த்துக்கொண்டு ரகசியக் குரலில் உஷ்...... இங்கதான் எங்கயோ விடை இருக்கு. நாம கண்டு பிடிக்கணும்.

உருவம் 1 : நாம இந்த மனுசன் வந்த வழியப் பாக்கணும்.

உருவம் 3 : வளர்ந்த வழியப் பாக்கணும்.

உருவம் 1 : இவரு எப்படி வந்தாரு?

உருவம் 3 : எப்படி வளர்ந்தாரு?

உருவம் 4 : ஏன் போடேன். காட்சிகளை பெறட்டிப் போடேன், வெளிச்சத்தில் போடேன்.

உருவம் 5 : யெஸ். சீன் நம்பர் ஆட்டின் ஆஸ்.

பெண் உரு அரங்கின் நடுவில் வந்து, பிற ஆடவன் முன் பேசக் கூச்சப்படுகின்ற. நடுவயது மங்கையின் பாவனையில். உருவம் 2 ன் முன் நிற்கிறாள். மற்றவர்கள் விலகி தூரப் போய் நிற்கிறார்கள்.

பெ.உரு : இந்தாங்க ஐயா, இதுல முந்நூறு ருபா இருக்கு.

(செய்கையில் தருகிறாள்)

உருவம் 2 : (வாங்கிப் பாக்கெட்டில் வைத்துக் கொண்டே)

சரி, இத கரண்டுக்கு அட்வான்ஸா கட்டிடுறேன்.

பெண் : கட்டுங்க.

உருவம் 2 : தங்கராசு வேற, தபால்ல என்ன எழுதியிருக்கான்?

பெண் : எல்லாம் நல்லபடியாத்தான் எழுதியிருக்காரு. (கொஞ்சம் தயங்கி) இந்தத் தடவ ஒருவரி எதுக்கோ சேர்த்து எழுதியிருக்காரு.

உருவம் 2 : என்னா எழுதியிருக்கான்?

பெண் : தோட்டம் வாங்கிப் பத்திரம் பதிஞ்சப்ப, ஆபீசுக்கு நீயே நேர்ல போனியா, பத்திரம் ஒன் பேர்ல தான் இருந்துதுன்னு நல்லா தெரியுமான்னு கேட்டு எழுதியிருக்காரு.

உருவம் 2 : ஏன் இப்படி திடீர்னு எழுதியிருக்கான்?

பெண் : தெரியல. இங்க இருந்து யாராச்சும் மொட்டக் கடுதாசி போட்டிருப்பாங்களோன்னு எனக்குத் தோணுது.

உருவம் 2 : இருக்கும். இருக்கும். இந்த ஊர்ல இருக்கிறவனுக எல்லாம் பிச்சக்காரப் பசங்களும், பொறாமை புடுச்சவன்களும்தான். எழுதிப் போட்டாலும் போட்ருப்பானுக. தங்கராசும் நானும் இந்தா இவ்வளவு புள்ளையில இருந்து சிநேகிதம். அவன் ஏதோ கடல் தாண்டிப் போயி சம்பாதிக்கிறத, என்ன நம்பிக் குடுக்கச் சொல்லி அத ஒரு மொதலு ஆக்குன்னு சொல்லியிருக்கான். நான்

அவனுக்குத் துரோகம் செய்ய மாட்டேன். செஞ்சா உருப்படவும் மாட்டேன்.

பெண் : அது சரிங்க ஐயா. ஊருன்னு இருந்தா நாலு வாயி நாலு பேசத்தான் செய்யும். நாம சுத்தமா இருக்கப்ப, அது நம்மள என்னா செய்யப் போவுது.

உருவம் 2 : அதுசரி, இந்த நாய்கள யாரு சட்டப் பண்றா. பத்திரம் ரெண்டு நாளையில கைக்கு வந்துடும். அப்புறம் நீயே பாத்துக்கயேன்.

பெண் : சரிங்க ஐயா, பத்திரம் பாத்துத்தான் ஒருத்தர நம்பணுமா? ஒருத்தரு பேசுற பேச்சில இருந்தே கண்டுக்க முடியாதா?

உருவம் 5 : (பிரகடனத் தொனியில்) ஆனால் இந்தப் பேச்சு அந்த அம்மாளின் கணவன் தங்கராசு மலேசியாவிலிருந்து திரும்ப வந்ததும் எப்படியிருந்தது?

இதற்குள் உருவம் 1ம் 4ம் முறையே, மேஜைமுன் இருந்த நாற்காலியையும் படுக்கைப் பக்கயிருந்த ஸ்டூலையும் கொண்டு வந்து நடுவில் போட்டிருக்கின்றனர். உருவம் 2 நாற்காலியில் உட்கார்ந்து கொள்கிறான். உருவம் 1 அரங்கில் தூரமாகச் சென்றுவிட்டுத் திரும்ப வருகிறான்.

உருவம் 2 : அடடே தங்கராசா! வா. வா. என்னாது திடீர்ன்னு எப்ப வந்தே?

உருவம் 1 : (வந்து ஸ்டூலில் உட்கார்ந்தவாறே) ராத்திரிதான் வந்தேன். வர்றதா லட்டர் போட்டுட்டுத்தான் வந்தேன். ஆனா இந்த லட்டர் மட்டும் எப்படியோ வந்து சேராம போயிருக்கு.

இதற்குள் பெண் உரு அரங்கின் வலது நுழைவு வழியாக உள்ளே போகிறாள்.

உருவம் 2 : அப்பிடியா? (உள்ளே பார்த்து) சிவகாமி, சிவகாமி.

பெண் : இந்தா வர்றேன் (அரங்கில் வருகிறாள்)

உருவம் 2 : (அவள் வரும்போதே) வந்து யாரு வந்திருக்கான்னு பாரு.

பெண் : வாங்க. வாங்க எப்ப வந்தீங்க?

உருவம் 1 : ராத்திரிதான் வந்தேன்.

பெண் : (அசட்டுச் சிரிப்பாக) சௌக்கியம் தானே?

உருவம் 1 : சௌக்கியம்தான்.

பெண் : அதென்னா போனவரு அஞ்சு வருசத்துக்கு ஒரேயடியா இருந்துகிட்டா, இங்க அந்த அக்கா சின்னஞ்சிறுசுகள வச்சிக்கிட்டு எப்பிடிச் சமாளிக்கும்?

உருவம் 1 : எல்லாம் நீங்கள்ளாம் இருக்க தைரியம்தான்.

பெண் : ரெண்டு வருசத்துக்கு ஒரு தடவையினாலும் வந்துட்டுப் போயிருக்கலாமில்ல.

சொல்லிவிட்டு அவள் உள்ளே போகிறாள். இவன் உருவம் 2 இடம் பதில் சொல்கிறான்.

உருவம் 1 : எல்லாம் பணம்தான் காரணம். ரெண்டு வருசத்துக்கு ஒரு தடவைன்னு வச்சாலும், இப்ப ரெண்டு தடவ வந்திட்டுப் போயிருந்தாலும் கொறஞ்சது நாலாயிரம் செலவாயிருக்கும். தோட்டத்துல பாதி கெணறுன்னு சம்பாதிக்கிறதுல பாதிய போகவர செலவு செஞ்சுட்டா என்ன மிஞ்சும்ன்னுதான் பல்லக் கடிச்சுக்கிட்டு இருந்துட்டேன்.

பெண் உருவம் அப்போது இரண்டு கைகளிலும் இரண்டு

டம்ளர்களில் காப்பி கொண்டு வருகிறாள். ஒன்றை உருவம் 2 இடமும் பிறகு ஒன்றை உரு 1 இடமும் தருகிறாள்.

உருவம் 1 : (தன்னிடம் தரும்போது) இப்பதான் குடிச்சிட்டு வந்தேன். எதுக்கு?

பெண் : சும்மா குடிங்க. இத்தினி மைலு தண்ணி தாண்டிப்போயிட்டு இத்தினி வருசம் கழிச்சு வந்திருக்கீங்க. ஒரு காப்பிகூடக் குடிக்காட்டி எப்பிடி?

உருவம் 1 : (வாங்கிக் கொண்டே) இப்ப என்னா, இனிமே இங்கதான இருக்கப் போறேன். தினசரி குடிச்சாப் போவுது.

உருவம் : (கொஞ்சம் காப்பி குடித்துவிட்டு) பொழப்புக்கு என்ன வயக்காட்டப் பாத்துக்கிட்டு ரெண்டு மூணு பால் மாடுகளையும் வச்சுக்கலாம்னு ஒரு யோசனை.

உருவம் 2 : (சிறிது வியப்புடன்) வயக்காடா? வாங்கப் போறியா?

உருவம் 1 : (வியப்புடனும், சந்தேகத்துடனும் யோசித்துவிட்டு) வயக்காடு, நாம வாங்கியிருக்க வயக்காடுதான்.

உருவம் 2 : நாம வாங்கியிருக்கிறதுனா?

உருவம் 1 : என்னங்க இது? நான் அவளுக்கு அனுப்பிச்ச பணத்தையெல்லாம் அவ ஒங்கக்கிட்டக் குடுத்து, அதவச்சு நீங்கதான் நம்ம செவா ஊருணி வயக்காட்ட வாங்கி அவ பேருக்கு கெரயம் செஞ்சு வச்சிருக்கீங்க, இப்ப நீங்களே எந்த வயக்காடுன்னு கேக்கறீங்க?

உருவம் 2 : செவா ஊருணி வயக்காடா? (பெண் உருவிடம் திரும்பி) என்னாடி இது கூத்தா இருக்கு. நான்

இருக்கிறத எல்லாம் பொறட்டி எடுத்து ஒன் நக நட்டயெல்லாம் அடகு வச்சு அந்தக் காட்ட வாங்கியிருக்கேன், இந்த ஆளு திடீர்ன்னு வந்து இவரு பொஞ்சாதி கொண்ணாந்து எங்கிட்ட பணத்தக் குடுத்து அந்தம்மா பேருக்குத்தான் அதக் கெரயம் செய்திருக்கிறதா சொல்லுது.

பெண் : அதான (உருவம் 1 இடம்) இத யாருங்க ஒங்க கிட்ட சொன்னா?

உருவம் 1 சிறிது நேரம் தலைகுனிந்து மௌனமாக இருக்கிறான்.

உருவம் 2 : என்ன தங்கராசு இது?

உருவம் 1 : (மௌனம் கலைந்து தீர்க்கமாக) மொட்டக் கடுதாசி வந்தப்ப நான் நம்பல. இப்ப நம்பறதத் தவுர வேற வழியில்ல. மோசம் பண்ணிட்டீங்க.

பெண் : யார நாங்க மோசம் பண்ணுனோம்?

உருவம் 1 : (எழுந்து கொண்டே) பெறத்தியார் காசுக்கு ஆசப்படுறவங்க உருப்பட மாட்டாங்க. இத நெனப்புல வச்சுக்குங்க. ஆனா நான் இத விட்டுடப் போறதில்ல. சட்டப்படிப் பாத்துக்கிறேன்.

உருவம் 2 : சட்டப்படியா? பாத்துக்க போ... போ...

பெண் : அதுக்கு முன்னால ஒன் பொஞ்சாதி பணத்த யாருகிட்ட குடுத்தாளோ அதக் கேட்டுத் தெரிஞ்சுக்க.

உருவம் 1 : அவளப்பத்தி ஏதாச்சும் பேசுனா உங்க நாக்கு அழுகிடும். (நகருகிறான்).

பின் தள்ளிப் போய் சாதாரணமாக நின்று கொள்கிறான்.

உருவம் 2 : *(இளக்காரமாக)* ம். அவ பெரிய உத்தமி. இவன் பெரிய உத்தமன். சாபம் விட்டதும் நாக்கு அழுகிடப் போவுது.

பெண் : ஊக்கும்... *(அவனைப் பார்த்துச் சிரிக்கிறாள்).*

உருவம் 2 : இன்னிக்கி நீ கோழி அடி. நாக்கு அழுகுறதுக்கு முந்தி ருசியா சாப்புட்டுக்குவோம்..

பெண் : ஊக்கும் *(சிரிக்கிறாள்)*

உருவம் 3 : *(உருவம் 5விடம்)* சரிதான். நீ சொன்னது சரிதான். அப்பன் கொணம் பிள்ளக்கி எறங்கும்ன்னு சொல்வாங்க. இங்க மாமன் மாமி ரெண்டு பேத்திக் கொணமுமே மருமகனுக்கு எறங்கியிருக்கு.

உருவம் 5 : சரி அடுத்த காட்சி. கிளாவர் ஆஸ்

இப்போது இதுவரை அங்கில்லாத ஒரு புதிய உருவம் (உருவம் 6) ஒன்று அரங்கில் வருகிறது. அவன் விநோதமாக தன்னையே சுற்றிக் கொண்டு வந்து நபர் 2 ஐப் பார்த்து நிற்கிறான்.

புது உருவம் :*(பைத்தியக்காரன் பாவனையில்)* அய், பலே பரமசிவம், உன் வேலைய எங்கிட்டியே காட்டிட்டியே. காட்டி ஜெயிச்சுட்டியே. சபாஷ், சபாஷ். நான் பாராட்டுறேன். தின்னு, எங்காசத் தின்னு, ஆப்பிள் ஜூஸ்ல தொட்டு தின்னு. கள்ளக் கடத்தல், பொம்பள கடத்தல் காரங்ககிட்ட கூட ஒரு சத்தியம் உண்டு. அவன் வாடிக்கக்காரன ஏமாத்த மாட்டான். அவனையும் ஏமாத்துனா அப்புறம் அவன எவன் நம்புவான்? அதுக்காக நான் ஒன்னைய நம்புனேன், நீ அந்தச் சத்தியத்தையும் காசாக்கிட்டே. என்னையத் தெருவுல

நிறுத்திட்டே,

பரவாயில்ல, தின்னு. திடீரென்று கோபமாக ஆனா ஒன்னு. ஒன்னைய ஏன் அந்தக் காசத் திங்கச் சொல்றேன் தெரியுமா? ஒன் ரெத்தத்த நான் குடிக்கிறப்ப என் காசோட ஜூஸா அது இருக்கணும், ம்... *(உறுமி அவன் சட்டையைப் பிடிக்கிறான்.)*

உருவம் 2 : டெலிபோன் டயல் செய்துவிட்டு ஹலோ... போலீஸ் ஸ்டேஷன்.

புதிய உருவம் பழையபடி சுழன்று கொண்டு உள்ளே போய் விடுகிறான்.

உருவம் 2 : ஆனா எங்கிட்ட மாட்ன பசங்கள்ளயே இவன் தான் புத்திசாலி, மத்தவனுக எல்லாம் பைத்தியம் புடுச்சுதான் எங்கிட்ட வந்தானுக. இவனுக்கு மட்டும் எங்கிட்ட வந்ததும்தான் பைத்தியம் புடுச்சுது.

பெண் : *(களுக்கென்று சிரித்து)* இன்னிக்கும் கோழி அடிச்சுடவா?

உருவம் 2 : நீ ஒரு கர்னாடகம். ரேங்கு ஏறியிருக்கப்பவும் பழைய கோழியா? இன்னிக்கு காக்டெயில் பார்ட்டி. *(சிரிக்கிறான். அவளும் சிரிக்கிறாள்)*

உருவம் 5 : எஸ். காட்சி மூணு, டைமன் ஆஸ்.

பின்னணியிலிருந்து ஒரு வயதான மாதின் நடுங்கும் குரல் கேட்கிறது.

குரல் : பாவி. நீ நாசமாப் போயிடுவே. நல்லாயிருக்க மாட்டே. இந்த வயசுல என்னைய பிச்சக்காரியா ஆக்கிட்டியேடா. நீ உருப்புடுவியா?

பெ. உரு : இன்னிக்கிக் காக்டெயில் பார்ட்டியா?

உருவம் 2 : இல்ல. பிரண்ட்ஸுக்கெல்லாம் இன்னிக்கி டின்னர்.

சிரிக்கிறான்

உருவம் 5 : போதும். பத்தாதா?
மற்றவர்கள்: போதும் போதும்.

உருவம் 1 : இந்த மனுசன் வாழ்க்கையையே சூதாட்டமாக்கி, மோசடி செஞ்சே ஜெயிச்சு மேல வந்திருக்கான்.

இதற்கு இடையில் அந்த மனிதன் கட்டிலிலிருந்து எழுந்து கீழ் அரங்கின் மூலைக்கு வந்து ஓர் ஓரத்தில் சிந்தித்தபடியே நிற்கிறான்.

உருவம் 2 : ஆமா இந்த மனுசன் இதையெல்லாம் ஏன் செஞ்சாரு?

உருவம் 3 : விஞ்ஞானி ஆகவா?
மற் : இல்லியே.
உருவம் 1 : வேதாந்தியாகவா?
மற் : இல்லியே.
உருவம் 1 : உயிரோட சொர்க்கம் போகவா?
மற் : இல்லியே.
உருவம் 1 : பின்ன?
உருவன் 4 : பணக்காரன் ஆக.
மற் : பணக்காரன் ஆகவா? இதுக்குத்தானா? (எல்லோரும் சிரிக்கிறார்கள்).

உருவம் 4 : நிறுத்துங்களேன். ஒருத்தன் பணக்காரன் ஆவுறது அவ்வளவு கேலியான விசயமா?

உருவம் 1 : பின்ன?

ஜெயந்தன்

உருவம் 4 : அது ஒரு சந்தோசமான விசயம் இல்லியா?

உருவம் 1 : என்ன சந்தோசம்?

உருவம் 4 : பங்களாவுல குடியிருக்கலாம்.

உருவம் 1 : ம்....

உருவம் 4 : படகுக் கார்ல போகலாம்.

உருவம் 1 : ம்....

உருவம் 4 : நெனச்சதத் திங்கலாம். நெனச்ச மாதிரியிருக்கலாம்.

உருவம் 1 : அப்பிடியா?

உருவம் 4 : ஆமா.

உருவம் 3 : சரி, இவரு பங்களாவை, பங்களாவா நெனச்சக்கிட்டு எத்தினி நாளு குடியிருந்தார்ன்னு கேளு.

உருவம் 2 : ரெண்டு நாளு. கிரகப் பிரவேசம் செஞ்ச மொத ரெண்டு நாளு.

உருவம் 3 : சரி. அதுல மொசைக் போட்டிருந்தாரே, அது எதாவது உபகாரம் பண்ணுச்சான்னு கேளு. இவரு ஆத்திரமும், கோபமுமா உலாத்துனப்ப எல்லாம் ஏதாவது கொஞ்சம் கோபத்தக் கொறச்சதான்னு கேளு.

உருவம் 2 : அதெல்லாம் ஒண்ணுமில்ல. அது மேலேயும் அப்ப நான் நெருப்புமேலே நிக்கிற மாதிரிதான் நின்னேன்.

உருவம் 3 : சரி இவரு மருமகன, சுட்டுத் தள்ளப் பொறப்பட்டுப் போனாரே அப்ப இந்தப் படகுக்காரு வேண்டாம் மொதலாளின்னு புத்தி சொல்லுச்சா.

உருவம் 2 : (உதட்டைப் பிதுக்கித் தலையைப் பலமாக ஆட்டுகிறான்.)

இஷ்டப்படிச் சாப்டுட்டு இஷ்டப்படி இருக்கலாம்னு சொல்றியே. இவரு இஷ்டப்படிச் சந்தோசமா இருந்தாரா?

உருவம் 4 : (உருவம் 2 இடம்) ஏன் இல்லியா?

உருவம் 3 : யாரோ ஒரு குறும்புக்காரன் ஒரு ஃபோன வச்சுக்கிட்டு இவர என்னா செஞ்சுட்டான்? மில்லுல நெருப்பு பிடுச்சுக்கிட்டதா ஃபோன் வந்ததும் இவருக்கு எப்படியிருந்தது?

உருவம் 2 : என் தலையே எரியிற மாதிரி இருந்தது.

உருவம் 3 : ஒவ்வொரு தடவை ரெய்டு வதந்தி வந்தப்பவும் என்னா நடந்திருக்கு?

உருவம் 2 : வயத்தால ஓடியிருக்கு.

உருவம் 3 : தூங்காத ராத்திரி எத்தினி?

உருவம் 2 : தூங்குன ராத்திரி எத்தினின்னு கேளு?

உருவம் 3 : கண்ட கனாவெல்லாம் என்ன?

உருவம் 2 : ஒரு தடவ கனவுல எல்லாமா சேந்து என்ன அடிச்சே கொல்ல வந்தாங்க.

பெண் : சீச்சீ, என்னா காசு இது. இதுனால இல்லாதவனுக்கும் சொகமில்ல, இருக்கிறவனுக்கும் சொகமில்லே.

உருவம் 1 : இல்லாதவனுக்குன்னாலும் ஒரு கவல. இருக்கிறவனுக்கு நூறு கவல. சேக்கவும் நாயா அலையிறான், காக்கவும் நாயா அலையிறான், இதுலதான் அவன் பொழுதே போவுது,

உருவம் 4 : அப்ப இந்த சொத்து இல்லாதவனவிட இருக்கவனதான் ரொம்பப் படுத்துதா

உருவம் 1 : அதுல என்ன சந்தேகம், இந்தப் பணம் இருக்கே, இது இல்லாதவன் கால்ல குத்துனா, இருக்கவன் தலையில குத்துது. இவன் வயித்துல எரிஞ்சா, அவன் நெஞ்சுல எரியுது. இல்லாதவனோட எலும்பத் தின்னா, இருக்கவன் ஆத்மாவையே திங்கிது.

உருவம் 3 : கடைசியா எனக்கு ஒரு சந்தேகம்.

உருவம் 1 : என்னா?

உருவம் 3 : காதுவலிக்காரனக் கண்டா இன்னொரு காதுவலிக்காரனுக்கு அனுதாபம் உண்டாகும், ஒரு திருடனக் கண்டா இன்னொரு திருடனுக்குப் பிரியம் உண்டாகும்ன்னு எல்லாம் சொல்வாங்க. அப்பிடியிருக்கப்ப ஒரு பெரிய ஃபிராடு ஆன இவரு சின்னப் பிராடு ஆன மருமகன ஏன் மன்னிக்க முடியாமப் போச்சு?

உருவம் 1 : ஆமா. மன்னிச்சுதான் இருக்கணும். எங்கிட்டே என் வேலையவே காட்றிங்களே மாப்ளேன்னு ஒரு புன்னகையோட மன்னிச்சுதான் இருக்கணும். ஏன் மன்னிக்கல?

உருவம் 4 : நாம யோசிக்கணும்.

உருவம் 3 : யோசிக்கணும்.

உருவம் 5 : யோசிக்கனும்.

எல்லாரும் யோசனையாக நடந்து கொண்டிருக்கிறார்கள் மனிதன் சென்று சோபாவில் உட்காருகிறான். சில விநாடிகள் செல்கின்றன.

உருவம் 4 : (திடீரென்று) கண்டுபிடிச்சுட்டேன்.

எல்லோரும் நிற்கிறார்கள்.

கோழிக் குழம்பு, காக்டெயில் பார்ட்டி, டின்னர் விருந்து.

உருவம் 1 : என்ன இதெல்லாம்?

உருவம் 4 : பெரியவர் பரமேஸ்வர ஐயா அவர்கள் அனுபவித்த சந்தோஷங்கள்.

(உருவம் 2 இடம், மெதுவாக)

தெரியுதுங்களா ஐயா, துப்பாக்கிக் குண்டுக்கும் கோழிக் குழம்புக்கும் நடுவுல இருக்க ஒரு முடிச்சு. உருவம் 2 யோசிக்கிறான்.

நல்லா யோசிங்க.

உருவம் 2 : ஆமா தெரியுது.

எல் : (ஆவலாக) என்னாது?

உருவம் 2 : நான் ஒவ்வொருத்தனா ஏக்கிறப்ப அந்தப் பணம் வந்ததுக்காக மட்டும் சந்தோஷப்படல. ஒருத்தன முட்டாள் ஆக்குறதுக்காகவும் சந்தோஷப்பட்டேன். அந்த சந்தோஷத்தக் கொண்டாடத்தான் கோழிக் கொழம்பு சாப்புட்டேன். பார்ட்டி வச்சேன்.கொடுத்தவன் வயிறு எரிஞ்சுப் போனப்ப, அவன முன்னால விட்டுப் பின்னாலே இருந்து சிரிச்சேன். என்னப் போல ஏக்கிறவன்தான் புத்திசாலின்னு நெனச்சேன். ஏமாந்தவன எல்லாம் அடிமாடா நெனச்சேன். ஆனா என்னையும் ஒருத்தன் ஏச்சுட்டப்ப மொதல்ல எனக்கு ஒண்ணும் புரியல, புரியாம வந்துடக் கூடத்தான் செஞ்சேன். ஆனா மாடிய விட்டுக் கீழ வந்தப்ப, அவனும் என்னையப் போலவே, என்னைய முன்னால பின்னால நாக்க நீட்டியிருப்பானோன்னு நெனச்சப்ப, அவனும் அட்டகாசமா டின்னர் பார்ட்டிக்கி ஆர்டர்

கொடுத்திருப்பானோன்னு நெனச்சப்ப என்னால தாங்க முடியல, நாலு பேத்துக்கு முன்னால நானும் ஒரு அடிமாடா? என்னால என்னையவே சகிக்க முடியல. அதுனால என்ன மறந்துட்டேன். நான் மேல போனேன். அதுக்குத் தகுந்த மாதிரி அங்க அவனும் அவன் பிரண்ட்ஸூம் சிரிச்சுக்கிட்டு இருந்தாங்க அப்பறம்... அப்பறம்... அருமையா வளத்த மகளோட தாலிகூட கண்படல. சுட்டேன்.

முழு வெறித்தனத்தோடு மீண்டும் mimel சுட்டுக் காட்டுகிறான், பின்னணியில் வெடிச்சத்தம் கேட்கிறது. சிறிது நேரம் மௌனம்.

உருவம் 1 : அப்ப இது தன்வினை...

உருவம் 3 : தன்னைச் சுட்ட வினை.

பெ. உரு : ஆமா.

மீண்டும் சிறிது ஆழ்ந்த அமைதி

அந்த மனிதன் லேசாகக் கொட்டாவி விட்டு சோபாவில் முழுக்கப் படுத்து விடுகிறான்.

உருவம் 4 : அவருக்குத் தூக்கம் வந்துடுச்சு. நாம போவமா?

உருவம் 5 : போவோம், போயிட்டு அவரு முழிச்சதும் வருவோம்.

உருவம் 3 : ஆமா இந்தத் தலைமறைவு வாழ்க்கையில நம்மள விட்டா அவருக்கு வேற யாருதான் துணையிருக்கா? போயிட்டு அவரு கண்ணத் தொறந்ததும் வந்து நிப்போம்.

உருவம் 1 : எனக்கொரு சந்தேகம்.

உருவம் 3 : என்னா?

உருவம் 1 : ஒரு வேள நாமதான் அவரோட வேதனையோ?

சரியான தண்டனையோ?

உருவம் 3 : இருக்கலாம். அதுக்கு நாம என்னா செய்றது? அவரு பெத்த பிள்ளைங்க நாம. நாம வேற எங்க போவோம்?

உருவம் 2 : சரி சரி நடங்க.

அவர்கள் ஒவ்வொருவராகத் தாங்கள் வந்த வழியே உள்ளே போகின்றனர். ஒளி சாதாரணமாகிறது. அரங்கில் அந்த மனிதன் மட்டுமே படுத்திருக்கிறான், மீண்டும் மூன்று துப்பாக்கி வெடிகள். வெகு தூரத்தில் கேட்பது போல மெதுவாகக் கேட்கின்றன. அவன் மெல்ல அசைந்து கொடுக்கிறான்.

(திரை இறங்குகிறது)

ஜெயந்தன்

தெய்வம்

காட்சி 1

திரை அகன்று ஒளிவரும்போது மேல் அரங்கில் ஒரு நீளத் திண்ணை மட்டும் இருக்கிறது, அது இரண்டு பக்கமும் இரண்டிரண்டு படிகளைக் கொண்டதாக இருக்கிறது. மற்றபடி மேடை bare and unfurnished ஆக இருக்கிறது.

இடது கீழ்வாயில் வழியாக மரிக்கொழுந்து மேடையில் வருகிறாள். மேடையில் சில அடிகள் மட்டுமே நடப்பவள், எதிரே பார்த்து, வெட்கம் கலந்து துணுக்குற்றவளாகத் திரும்ப உள்ளே போய்விடுகிறாள். வலது மேல்வாயில் வழியாக சூத்ரதாரி அவசரமாக வந்து அவையினரிடம் சொல்கிறான்.

சூத்ரதாரி : (ஒரு கண் சிமிட்டியபடி) ஒண்ணுமில்லே.

மரிக்கொழுந்துக்கு வெக்கம். இந்த லச்சணமான தொழிலுக்குப் போறப்ப இவரு எதுக்கால வர்றாரேன்னு.

அவன் போய் விடுகிறான்.

அவன் போனதும் வலது கீழ்வாயில் வழியாக பிள்ளையார் வருகிறார். அவரும் சில அடிகள் நடந்ததுமே எதிரே பார்த்து மரிக்கொழுந்து போலவே துணுக்குற்றவராகத் திரும்ப உள்ளே போய்விடுகிறார்.

பிள்ளையார் போனதும் சூத்ரதாரி மீண்டும் வருகிறான்.

சூத்ரதாரி : ஒண்ணுமில்ல. இவருக்கும் அதே வெக்கம்தான்.

இவங்கள எல்லாம் இப்படிப் பொளைக்க வச்சிருக்கமேன்னு.

அவன் போய் விடுகிறான்.

இப்போது இடது நடு அரங்கத்திலிருந்தும் வலது நடு அரங்கத்திலிருந்தும் ஒரே நேரத்தில் மரிக்கொழுந்தும் பிள்ளையாரும் மேடையில் வருகிறார்கள். வேகமாகவும் தலைகுனிந்த படியும் வரும் அவர்கள் நடுமேடையில் இடித்துக் கொண்டு நிற்கிறார்கள்.

பிள்ளையார் : ஓ!

மரிக்சொழுந்து: மன்னிக்கணும் சாமி. பாக்கல,

பிள்ளையார் : பரவாயில்லை, நானும்தான் பாக்கல.

மரிக்கொழுந்து: (நினைவு கொண்டவளாக) கும்புடுறேன் சாமி.

பிள்ளையார் : நல்லா இரு.

இருவருக்கும் தொடர்ந்து என்ன பேசுவதென்று கொஞ்சம் திகைப்பு

மரிக் : என்ன சாமி இந்தப் பக்கம்?

ஜெயந்தன்

பிள்ளை : இருந்து இருந்து அலுத்துப் போச்சு. கொஞ்சம் காலார நடக்கலாம்னு.

மீண்டும் அவர்களிடம் என்ன பேசுவதென்ற தயக்கம். இருவருமே சிறிது நேரம் வானம் பார்க்கிறார்கள்

பிள் : பையன் நல்லா இருக்கானா?

மரிக் : இப்பப் பரவாயில்ல சாமி.

பிள் : ஏதோ டாக்டர மாத்தணும்னு சொன்னியே?

மரிக் : ஆமா சாமி. அந்த எருமமாட்டு டாக்டர மாத்திட்டேன். இப்ப இந்த டாக்டரு பரவாயில்ல. கவனிச்சுப் பாக்குறாரு.

பிள் : புருசன் எப்பிடியிருக்கிறான்?

மரிக் : இருக்கான். தடிமாடு, எப்பவும் போல. குடிச்சுக்கிட்டும், அடிச்சுக்கிட்டும். ஏன் சாமி, நீங்கதான் பாத்து அவனுக்கொரு புத்தி குடுக்கக் கூடாதா?

பிள்ளையார் மீண்டும் சங்கடப்படுகிறார். மரிக்கொழுந்து அவர் முகம் பார்த்துத் தானும் சங்கடப்படுகிறாள்.

மரிக் : ஓங்கக் குடும்பத்துல எல்லாம் எல்லாரும் சௌக்கியமா சாமி? அப்பா அம்மா தம்பி?

அவர்கள் பேசிக் கொண்டே கீழ் அரங்கிற்கு வருகிறார்கள்.

பிள் : எல்லாம் சௌக்கியம்தான். (பின் புன்னகைத்து) அது சரி. அவங்கள்ளாம் சௌக்கியமா இல்லாம பின்ன எப்படி இருப்பாங்கன்னு நெனைக்கிறே?

மரிக் : (நாக்கைக் கடித்துக்கொண்டு) அது சரிதான் சாமி. பழக்க தோசம். மனுசங்க மாதிரியே ஓங்களையும் நெனச்சுட்டேன்.

பிள் : பரவாயில்ல, நீ என்னா எல்லாருமே

அப்பபடித்தான்.

சூத்ரதாரி வருகிறான்

பிள் : என்னா சூத்ரதாரி?

சூத்ரதாரி : *(பிள்ளையார் வேஷதாரியிடம்)* வெள்ளச்சாமி, அந்த முக அணிய எடுத்துடு, அது இருக்கப்ப நீ பேசுறப்ப ஒலி வேற எங்கயோ இருந்து வர்ற மாதிரி இருக்கு. முகபாவமும் இல்லாம போயிடுது. இப்பதான் நீ பிள்ளையார்தான்னு சபைக்கி உறுதியாயிடுச்சு இல்லியா?

பிள் : சரி.

அவன் துதிக்கையோடு கூடிய பிள்ளையார் முகத்தைக் கழட்டிச் சூத்ரதாரியிடம் கொடுக்கிறான்

முக அணி கழட்டிய பின், பிள்ளையார் வேஷதாரியின் முகம் சுமாராக முருகன் முகம் போல ஒப்பனை செய்யப்பட்டிருப்பது தெரிகிறது. ஆனால், வேஷதாரி நல்ல அழகன் என்று சொல்ல முடியாது. அவன் கழுத்தில் தொங்கும் பெரிய துண்டால் முக வியர்வையை ஒத்திக் கொள்கிறான்.

முக அணியைப் பெற்றுக்கொண்ட சூத்ரதாரி புறப்படுகிறான்.

பிள் : சூத்ரதாரி.

சூத்ரதாரி நிற்கிறான் அத கொஞ்சம் வசதியான எடத்துல வையி. அடுத்த காட்சிகள்ள தேவைப்படுறப்ப தடவிக்கிட்டு இருக்கக் கூடாது.

சூத்ர : சரி.

அவன் போய் விடுகிறான்.

மரிக் : இல்ல சாமி, நான் ஒங்கக் குடும்பத்தில சௌக்கியம் கேட்டதுல இன்னொரு நியாயமும் இருக்கு.

பிள் : என்னா?

மரிக் : சொன்னா வருத்தப்பட மாட்டீங்களே?

பிள் : சும்மா சொல்லு.

மரிக் : போன வருசம் ஒங்களக் கடத்திக்கிட்டுப் போயிட்டாங்க இல்லியா? அதுமாதிரி அவுங்களுக்கும் ஏதாச்சும்...

பிள்ளையார் வாய்விட்டுச் சிரிக்கிறார்.

ஏன் சாமி? நீங்க ஒரு சாமியா இருந்தும், அவங்க ஒங்கள எப்படிக் கடத்திக்கிட்டுப் போக விட்டீங்க?

பிள்ளையார் முன்னிலும் பலமாகச் சிரிக்கிறார். மரிக்கொழுந்து அவர் முகம் பார்த்துச் சந்தோசப் படுகிறாள்.

மரிக் : சாமி தெய்வீக சிரிப்புங்கறது சரியாத்தான் இருக்கு. அதிருக்கட்டும் சாமி. ஒங்கள ஏன் அவங்க கடத்திட்டுப் போனாங்க?

பிள் : நான் அழகா இருக்கனாம்.

மரிக்கொழுந்து முதலில் கொஞ்சம் ஆச்சரியப்பட்டு குபுக்கென்று சிரித்து விடுகிறாள். பிள்ளையார் சங்கடத்தோடு அவளைப் பார்க்கிறார்.

மரிக் : பிள்ளையார் சாமி அழகா?

பிள் : என்னமோ ரெண்டு மூணு வெள்ளக்காரனுக அப்பிடி நெனச்சுட்டானுக.

மரிக்கொழுந்து யோசிக்கிறாள்.

மரிக் : அழகு கடவுளுக்கும்கூட ஆபத்தாப் போச்சு; இல்ல சாமி!

பிள் : நீ அழகாலதான் கெட்டியா?

மரிக் : அழகா இருந்ததுனாலயோ என்னமோ ஆனா

அழகியா நெனச்சுக்கிட்டதுனால.

பிள் : அப்படின்னா?

சூத்ரதாரி மீண்டும் வருகிறான்

சூத்ரதாரி : ஏன் மரிக்கொழுந்து ஒன் கதையைத்தான் சொல்லேன். அது நம் ஜனங்களுக்குச் சுவாரஸ்யமாத்தான் இருக்கும்னு நெனைக்கிறேன்.

மரிக் : அப்படியா சொல்றே?

சூத்ர : ஆமா. அப்படி உட்காந்துதான் சொல்லேன். சாமி நீங்களும்தான் செத்த உக்காருங்களேன்.

அவன் திண்ணையைக் காட்டுகிறான்

மரிக் : இந்தப் பாவப்பட்ட ஜென்மத்தோட கதை ஜனங்களுக்கு சுவாரஸ்யமா இருக்குமுன்னா சொல்றேன்

சூத்ர : (கொஞ்சம் தள்ளி வந்து) என்னா, இவ ஏதோ பொடி வக்கிற மாதிரியில்ல இருக்கு?

மூவரும் திண்ணை நோக்கி நடக்கிறார்கள். முதலில் பிள்ளையார் உட்காருகிறார். அவர் உட்கார்ந்ததால் மரிக்கொழுந்து நின்று விடுகிறாள்.

சூத்ர : நீ வேண்ணா அப்படி உக்காந்து சொல்லேன்.

அவன் திண்ணையின் இரண்டாவது படியைக் காட்டுகிறான்

மரிக் : ஏன், நான் ஜனங்களுக்கு ரொம்பப் பக்கத்துல இருந்தே சொல்றேன். அவங்களுக்குத்தான சொல்லப் போறேன்.

சூத்ர : சரி. செய்யி.

மரிக்கொழுந்து கீழ் மேடைக்கு வருகிறாள். அவள் அங்கே வரவும் அங்கே ஒரு ஆள் மைக் ஒன்றை வைத்து விட்டுப் போகவும் சரியாக இருக்கிறது. அந்த மைக் வேலை செய்ய

வேண்டும் என்றில்லாவிட்டாலும் அது ஒரு குறியீடாகவும் மேடை கொஞ்சம் செய்யப்பட்ட மாதிரியும் ஆகிறது.

மரிக்கொழுந்து இங்கே கொடுக்கப் பட்டிருக்கும் சற்று தூக்கலான வசன நடையிலேயே பேசினாலும் பேசலாம். அல்லது கதாகாலட்சேபம் போன்றதொரு ஏதாவது இசை கலந்த வடிவத்தில் நிகழ்த்தினாலும் நிகழ்த்தலாம்.

மரிக்கொழுந்து :

பிறந்தேன் பிறந்தேன் பிறந்தேன்!

இந்தியாவும் இந்தியாவின் ஆத்மாவும்

கோயில் கொண்டதாய் தேசப்பிதா

நற்சான்று வழங்கிய நல்கிராமங்களில்

சின்னக்கிராமம் ராயாப்பட்டிசந்நிதித் தெரு

மூலவீடு இருசப்ப மணிக்காரன்

எட்டாம் செல்வமாய்ப் பெண்ணாய்,

வாசமுள்ள மரிக்கொழுந்து பேர் தாங்கி

இந்தவாசமுள்ள வாழ்க்கை வாழ

வந்து விழுந்தேன் விழுந்தேன்!

கோயிலில்லா ஊரில்தானே குடியிருக்க வேண்டாம்;

தண்ணியில்லா ஊர்வாழ தடையென்ன வந்ததென்று,

தங்கிவிட்ட ஜீவன்கள் முன்னூற்றுப் பத்தோடு பதினொன்றால்

வந்து விழுந்தேன். விழுந்தேன்!

இந்தச் சீதை வளர்ந்த மிதிலா நகராம்

ராயாப்பட்டி படம் ஒன்று போடுகிறேன் பாருங்கள் முதலில்.

ஆதாமும் ஏவாளும் சொந்தக் கையால்

மண் பிசைந்து கட்டிய ஊர் எங்கள் ஊர்!
அல்லது ஆதி நாடோடி மனிதன் தன்னை ஓரிடத்து
நட்டுக்கொண்ட முதல் ஊர் எங்கள் ஊர்!
ஊரோரம் :
பாசி படர்ந்த குளம்
நாங்கள் குளிக்கும் குளம்
எங்கள் பிணம் கழுவும் கங்கை
பேரும்கூட மோர்க் குளம்
ஊரைச்சுற்றி :
கள்ளி அரண்! கத்தாழைக்காடு! சரளைக்கடல்!
கத்தாழைக் காட்டில் பழம் பறிக்கும் சிறுசுகள்
ஊர்நடுவே:
முன்னூறு தலைகள் மட்டும் பக்தரான
கோபத்தில் அல்லது பசியில்
சிவந்த நாதுறுத்தி சதா
பயம்காட்டும் பிடாரி அம்மன்!
என்ன செய்ய? மக்கள் எப்படியோ அப்படியே கடவுளும்
என்ற சூத்திரம் அறியாள் போலும் அவளும்!
எங்கள் பொருள் வளம் தெரியணுமோ?
காந்தியாருக்கு காந்தியுடை அடையாளம் சொன்னவனே
எங்களூர் சீமான்தான் தெரிந்துகொள்ளுங்கள்.
ஆனாலும் காந்தியார் ஆடம்பர மோகி!
எங்கள் ஆடவர் மூவர் உடையை

ஜெயந்தன்

அவர் ஒருவரே போர்த்திப் பிலுக்கினார்.
உபரித் தகவலுக்கு மன்னிக்க வேண்டும்.
எங்கள் சிறார்கள் பிறந்தபடிவளர்ந்தவர்கள்
பத்துவயதுவரை கண்ணுக்கே தெரியும்.
அவர்கள் காற்றைப் போன்றவர்கள்.
வேர்கள் வேண்டாத பால்நிலவுகள்.
வேர்கள் இல்லவும் இல்லை.
தாய்வழி தந்தைவழி ஞானமெல்லாம்
ஒருநாளும் வந்து அவரை உறுத்தியதில்லை.
அவர்கள் பிறந்தபடி வளர்ந்தவர்கள்
அத்திப்பூக்கும்போது அவர்களுக்கு நெல்லுச்சோறு!
புதுச்சட்டை வந்தால்வீட்டில் கல்யாணமும் வரும்!
பஞ்சுமிட்டாய் வருகை ஊரில்
சப்பரம்   புறப்பட்ட காட்சி
கல்வி. கேள்வி காதோரம்
வண்டிச்சத்தம் புத்தகம் சிலேட்டுக்கு
அப்பன் முடிந்து வைத்திருக்கிறானா
ஆயா முடிந்து வைத்திருக்கிறாளா?
எங்கள் ஆண்களைத் தெரியுமா?
காற்றைப் பிடித்தடைக்கும் காசி ராஜாக்கள்!
கல்லில் நார் உரிக்கும்   கிங்கரர்கள்
அந்தச் சரளைக்கல் பாலையிலே
வரகு விதைக்க அறுத்தெடுக்க அறிந்தவர்கள்!

பக்கத்து ஃபாரஸ்டில் அந்திவேளை அதிகாலை
கொஞ்சம் விறகு திருடும் கலையும் தெரியும்.
கதிர் அறுக்கத் தெரியும் ஊர் ஊராய்
ராஜசுய யாகம்போய் ஒருமூடை அரைமூடை
தானியம் சுமந்து வருவார்கள்;
மூன்று திங்கள் இரண்டு திங்கள் கூலியாக.
அப்புறம் அவர்கள் அறிந்த கலை
வேறு ஒன்று! அதை அப்புறமாய்ச் சொல்லுகிறேன்.
எங்கள் பெண்கள்; எதனாலோ திடமாகவே
இருப்பார்கள்; சுமப்பார்கள்; சிரிப்பார்கள்.
அடிதடி குடுமிப்பிடியில் அதிக ஆர்வம்
புருசன்தான் தோசம் மீதியெல்லாம் சந்தோசம்!
ஏதோ ஒன்று கிடைத்துப் போனதாய் கண்களில்
எப்போதும் ஒரு சேதி இருக்கும்.
அதையும் அப்புறமாய்ச் சொல்லுகிறேன்.
நாங்கள்: குமரிகள்! ஆ! நட்சத்திரங்கள்!
பொங்கி வருவோம் சும்மா!
புரள்வோம்; புதுவெள்ளமாய், அலையாய்.
என்னமோ ஒன்று உள்ளே எப்போதும் குதிரைக்குட்டியாய்
துள்ளிக்கொண்டே இருக்கும், குதிக்கும்!
சிரிப்பு சிரிப்பு சிரிப்பு.
அடித்துப் பிடித்து உரசி மோதி ஓடிஓடிப் பிடித்து,
எப்போதும் சிரிப்பு சிரிப்பு.

ஜெயந்தன்

ஏழ்மையும் வெம்மையும் பசியும் குளிரும்.

எதுவும் வாலாட்டாதுஅந்தச் சிரிப்பிடம்.

அவள் அந்த வகைச் சிரிப்பு நன்கு சிரிக்கிறாள். பின்பு சட்டென்றுமுகம் மாறி தொடர்கிறாள்.

ஏனிந்த சந்தோச வெடிகள்?

இன்றும் தெரியவில்லை எனக்கு.

அது எங்கிருக்கும் வராத

அதுவே அதான; அதற்கே அதுவானசுயம்புவா?

அல்லது நேரே வந்துநீட்டி நிமிர

நெஞ்சுரமில்லாத ஏதோ ஒன்றின்

போர்வை போர்த்திய வடிகாலா?

ஆனாலும் ஒன்று தெரிந்தது,

எங்கள் ஆண்கள் அறிந்த கலை ஒன்றுண்டு;

அது அப்புறமாய் என்றேனே;

ஏதோ ஒன்று கிடைத்துப் போனதாய் எங்கள் மங்கையர்

கண்களில் தெரியும் ஒரு சேதி என்றேனே;

அந்த இரண்டும் ஒன்றுதான்.

அந்த ஒன்றோடு மட்டும் இந்தச் சிரிப்புக்

ரொம்பச் சொந்தம் இருந்தது.

இந்தச் சிரிப்புக்கு அதைத்தான் அடிக்கடி தொட்டுக் கொண்டோம்.

ரகசியமாய் பரம ரகசியமாய்.

(அவள் மெல்லப் புன்னகை செய்கிறாள்)

அந்த ஒன்று அவசியமோ உங்களுக்கு?

(அவள் சிரிக்கிறாள்) ஒன்றுமில்லை.
அதன் பேர் படல் தாண்டல்!
நித்தியம் மாலை மங்கியதும்
ராக்கன் வீட்டில் மூக்கனும்,
மூக்கன் வீட்டுப்பாயில் ராக்கனுமாய் இருப்பார்கள்,
ஊரெல்லாம் இப்படியே ஜோடி ஜோடி!
இந்த வாழ்வுக்கு அர்த்தமாய் அதையே எடுத்ததுபோல்!
வெறியோடு, திணவோடு!
அந்த உறவுகளில் முளைக்கும் ஜோரான சிறுகதைகள்.
குமரிகள் எங்களுக்கு இலவச சினிமா!
சினிமா! ஆ! அந்த அற்புதம்! அந்த ஆலிங்கன சுகம்!
பார்ப்பது எப்போதோ என்றாலும்
எப்போதும் எங்களுடன் இருந்த பரவசம்
அந்த வெள்ளைத்திரை எங்களுக்கு
வேண்டிய மட்டும் கொட்டிக்கொடுத்த வள்ளல்
ராயாப்பட்டிக்கு வெளியே இன்னொரு உலகம்
இருப்பதைக் காட்டிய ஒளி விளக்கு!
மாட மாளிகைகள் கூட கோபுரங்கள் மகாராணிகள்
தங்கம் பூசிய எங்கள்காதலர்கள்!
படைபடையாய் வந்தார்கள் அதிலிருந்து குதித்து.
எங்களை நாகரிகம் செய்தது அது!
எங்களுக்கு அரசியல் சொல்லிய ஆசான்.
எங்களை ஆளத் தெரிந்தவரை அங்குதான் நாங்கள்

அடையாளம் கண்டோம்.
அதில் வாராத கதையும் கதையல்ல!
அதில் வாராத பாட்டும் பாட்டல்ல!
அதில் வாராத தலைவனும் தலைவனல்ல! அல்ல!
அது எங்கள் மூச்சுக்குச் சமமானது.
எங்கள் சம்போகத்திற்கும் மேலானது.
எங்கள் சம்போக இச்சையின் மெல்லிய வடிகால்.
அதே நேரம் அதன் விநியோக கேந்திரம்,
எங்கள் கயறுகளை அறுத்த வாள்!
எங்கள் சுவர்களை உடைத்தசம்மட்டி
இருட்டில் நாங்கள் திரையைப் புணர்ந்தபோது;
எந்த மயிரானும் இடையில் வர முடிந்ததில்லை.
அது சுகமோ சுகம்!
மாமன்   மருமகள் சந்நியாசி - பத்தினி
இரவுக் கதைகளுக்கு
இணையான கிளர்ச்சி கிளர்ச்சி.
போகட்டும் இப்போது திரும்புகிறேன் சொந்தக் கதைக்கு,
இவ்விதம் உணரும் உறவும் மனுசரும்,
கதைகளும் கலையும் பருவமும்
திரண்டு வந்து   தாக்கத் தாக்க,
தகித்துத் தவித்தேன் பதிமூன்றில்,
ஆணெனும் ரகசியச் சுரங்கத்தின் கபாடம் திறக்க
யார் வருவார் என்ற தேடல், தேடல்,

திறக்கும் கைகளை எடுத்து கும்பிட வெறி.
ஆடையில்லாதொரு ஆண் எப்படியிருப்பான்?
எப்படியிருப்பான்!
நாலாயிரத்து நானூறு நரம்பிலும் தெரித்த கேள்வி.
பதினைந்தில் ஓர் நாள் விடை கேட்டுத் துணிந்து
கண்களை அசைத்த போது
ஓடிவந்த பட்டாளம் கண்டு உள்ளபடி பயந்து போனேன்.
அட, பக்கத்துக்காட்டு சப்பாணி முதல்
எதிர்வீட்டு தாத்தன் வரை
அப்படியா வருவார்கள்   உதவிக்கு!
பத்திரம் கருதி சப்பாணியைத் தேர்ந்தால்,
சப்பாணி சுகமே மூச்சு முட்டிப் போகிறது!
மூச்சு முட்டிப் போகிறது!
இன்னும் இந்திரன் சந்திரன் என்ன தருவானோ
கேள்வி ஆலாய் விரிந்தாடிய ஒரு வேளையில்தான்
கள்ளிக்காட்டை ஊடுருவி வந்தது ஒரு ஊளைக் காற்று.
வந்து சேதியாய் சொன்னது அதை.
இந்த சுகமே வாழ்வதாய் அமைய வகையுண்டு நகரத்தில்!
கரும்பு தின்னக்கூலியும் உண்டு.
நித்திய கல்யாணி! கேட்கவே புல்லரித்தது மனசு!
நித்தம் நித்தம் நெல்லுச் சோறு,
நெய் மணக்கும் கத்தரிக்காய்,
அப்படியும் ஒரு அதிர்ஷ்டமா?

நான் புறப்பட்டு விட்டேன்,
பரிசுக்கும் விற்பனைக் காசுக்கும் பேதம் தெரியாமல்
மனசுக்கும் உடம்புக்கும் உறவறியாமல்
புறப்பட்டேன் புறப்பட்டேன் புறப்பட்டேன்.
காசுள்ள குரங்கெல்லாம் பிய்த்தெரிய,
சட்டமும் நோயும் நினைத்த நேரம் வேட்டையாட,
சொரிகல்லாய் என்னையே நட்டு நின்று நாற
புறப்பட்டேன்.
(சிறிது மௌனமாய் இருக்கிறாள்)
ஆசைப்பட்ட சோறு இன்று குமட்டுகிறது.
கை கட்டி கால் கட்டி நெற்றியில் ஆணி இறக்கி
மூக்கை அழுத்தி தொண்டையில் அந்தக் கவளம்
திணித்தாகிறது.
குமட்டுகிறது. ஆனாலும் அதுதான் சோறு போடுகிறது.
சோறு விழுங்கி சோறு வாங்கும் வாழ்க்கை!
நித்தம் ஓராண்டாய் இளமை கழிய,
இப்போது நானே குரங்குகளை விரட்டிப் போகிறேன்.
வலைபோட்டு வணங்கி வரவேற்கிறேன்,
வலைபோட்டு வணங்கி வரவேற்கிறேன்.
(சிறிது நேரம் எடுத்து வீட்டு)
இதுவரை இதுதான் இவளின் கதை,
நாளை என்ன நடக்கும்?
(பிள்ளையார் பக்கம் திரும்பி)
அந்தத் தெய்வம் அறியலாம்.

வேண்டினால் அவரைக் கேட்கலாம் நீங்கள்.

(அவள் போய்த் திண்ணையில் கடைசிப் படியில் உட்கார்ந்து கொள்கிறாள்.

இதுவரைத் திண்ணையின் இந்தப் பக்கக் கடைசிப் படியில் உட்கார்ந்திருந்த சூத்ரதாரி எழுகிறான்)

குந்ரதாரி : என்னா மரிக்கொழுந்து, உன் வாழ்க்க நாங்க நெனச்ச மாதிரி அவ்வளவு சுவாரஸ்யமா இல்லியே?

மரிக் : அப்பிடியா? உங்க சுவாரஸ்யத்துக்கு ஏத்த மாதிரி அது எப்பிடியிருந்திருக்கும்?

சூத்ர : நாங்க ரொம்ப எதிர்பார்த்தோம்,

மரிக் : என்னென்ன எதிர்பாத்தீங்க?

சூத்ர : முதலாவதா நீ, நீயா கெட்டுப் போயிருக்கக் கூடாது. நீயா கெட்டா உன் மேல எங்களுக்கு எப்பிடி அனுதாபம் வரும்? வேற யாரோதான் நீ கெட்டதுக்குக் காரணமா இருந்திருக்கணும்.

மரிக் : அப்பிடியா?

சூத்ர : உன் கதையில ஒரு வில்லன் வந்திருக்கணும் அவன் உன்னோட முரட்டு மாமனாவோ, சித்தப்பனாவோ பெரிய மீச வச்ச ஊர் மணியமாவோ இருந்திருக்கலாம்.

(மரிக்கொழுந்து சிரிக்கிறாள். பிள்ளையார் அவர்களை வேடிக்கை பார்க்கிறார்.)

இல்லேன்னா சாகப்போற ஒரு கெழவனுக்கு ஒன்னக் கட்டி குடுத்து நீ விரகதாபத்துனால, தப்பு செய்திருக்கலாம்.

(மரிக்கொழுந்து மீண்டும் சிரிக்கிறாள்!)

இல்லேனா இளம் விதவையா இருந்திருக்கலாம்.

மரிக் : இல்லேன்னா ஒரு ஒன்பதுக்குக் கட்டிக் கொடுத்திருந்தா இன்னம் சுவாரஸ்யமா இருக்கும்.

இல்லேன்னா உங்க அப்பன் கடன் வாங்கியிருக்கணும். கொடுத்தவன் தான் வில்லன்.

சூத்ர : ஆமா.

மரிக் : இல்லேன்னா அப்பன் குடிகாரனா இருந்திருக்கலாம்

சூத்ர : அதுகூட சரிதான். இல்லேன்னா உன்னக் கூட்டியாந்தவன்சினிமா ஆசை காட்டிக் கூட்டியாந்து. பாதி ரயில்ல கையில கால்லா இருந்தத கழட்டிக்கிட்டு ஓடியிருக்கலாம் ஒண்ணுமே இல்லியேம்மா.

மரிக் : எனக்கே வெக்கமாத்தான் இருக்கு. என்னா கதாநாயகியோ நான்!

சூத்ர : சரிவிடு. இனிமே வர்ற உன் கதையாச்சும் ரசிக்கும்படியா இருக்கான்னு பாப்போம்.

சரி, நீயும் சாமியும் பேசிக்கிட்டு இருங்க. எனக்குக் கொஞ்சம் வேல இருக்கு. வர்றேன் சாமி.

(பிள்ளையளளார் தலையாட்ட, அவன் வெளியேறுகிறான்)

(இவர்களிடையே சில விநாடி மௌனம்)

மரிக் : ஏன் சாமி, இந்தப் பெரியாரு என்னா இப்பிடிப் பேசுறாரு? நீங்கள்ளாம் இல்லேன்னு சொல்றாரே?

பிட்ளை : அவர் கருத்த அவர் சொல்றாரு.

மரிக் : கடவுள் இல்லாமயா மழை பெய்யுது, வெயில் அடிக்கிது, சந்திரன் சூரியன் எல்லாம் சுத்தி வருது?

பிள்ளை : மழை தானா பெய்யாது; வெயில் தானா அடிக்காது; சந்திரன் சூரியன் எல்லாம் தானா சுத்தி வராதுன்னா, இதுகள எல்லாம் செய்றதா சொல்ற கடவுள் மட்டும் எப்பிடி தானா வந்திருப்பார்ன்னு அவரு கேக்குறாரு,

மரிக் : (வியந்து பார்த்து) என்ன சாமி நீங்களே அவரு கட்சியப் பேசுறமாதிரி இருக்கு?

(பிள்ளையார் சிரிக்கிறார்)

பெரியாருக்கு அண்ணாதுரை தேவலாம் சாமி. ஒருவனே தேவன்னு ஒரு சாமி இருக்கறதுன்னாலும் ஒத்துக்குறாரு அவரு.

பிள்ளை : அவரத்தான் என்னால புரிஞ்சுக்க முடியல, ஒருத்தர் கடவுள் உண்டுன்னு சொல்றார்; சரி. ஒருத்தர் இல்லேன்னு சொல்றாரு; சரி. ஆனா இவரு, கடவுள் உண்டு, ஆனா ஒரே ஒரு கடவுள்தான் உண்டுன்னு சொன்னா அது எதுல சேத்தி? ஒண்ணு உண்டாகுற சாத்தியம் வந்துட்டப்ப, ரெண்டோ பத்தோ நூறோ ஏன் உண்டாக முடியாது?

மரிக் : (சிந்தித்தபடி) நீங்க சொல்றதும் சரிதான்.

(அப்போது புறமேடையில் ஒரு குடிகாரக் குரல் கேட்கிறது.)

குரல் : கனியினும் இனியன்...
கடிபட்ட கரும்பினும் இனியன்.

(இவர்கள் இருவரும் திரும்பிப் பார்க்கின்றனர்,

பிள்ளையார் தோள்துண்டை எடுத்துத் தலையில் கட்டிக்

கொள்கிறார்.

சிறிது நேரத்தில் நடு வயது தாண்டிய குடிகாரன் ஒருவன் மேடையில் பாடியபடியே வருகிறான்.

வந்து பிள்ளையாரைப் பார்த்ததும் சாமி... என்று தரையில் விழுந்து கும்பிடுகிறான்.)

மரிக்கொழுந்து : (வியந்து) என்னா தலைவரே. சாமி மாறுவேசத்தில் இருக்கப்பவும் எப்படிக் கண்டுபிடிச்ச?

குடிகாரன் : (எழுந்தபடி) சும்மா இருந்தா கண்டுபிடிக்க முடியாதுதான். நான்தான் இப்ப ஞானப்பால் குடிச்சுட்டு வந்திருக்கனே. (பாடுகிறான்) அம்மையே அப்பா. நானுனைத் தொடர்ந்து சிக்கெனப் பிடித்தேன். (அதோடு பாட்டை முடித்து) சாமி... என்னைய ஆசீர்வாதம் பண்ணுங்க.

பிள்ளை : நல்லா இருப்பா.

மரிக் : சாமி என்னா ஆசீர்வாதம் செய்றது, இந்தக் குடிய விட்டா நீயே நல்லாதான் இருப்பே,

(குடிகாரன் இப்போது மரிக்கொழுந்தைப் பார்க்கிறான். அதிகமாக, அதிக நேரமே. பார்க்கிறான். பின் திடீரென்று அழ ஆரம்பிக்கிறான். குலுங்கிக் குலுங்கி அழுகிறான்)

மரிக் : என்னா தலைவரே. இப்ப ஒனக்கு என்ன?

குடிகாரன் : (பிள்ளையாரிடம்) சாமி, இந்தப் பொண்ணுக்கு ஒரு வழி செய்யுங்க சாமி, இது ஒரு மண்ணும் தெரியாத பூவுங்க சாமி. பாவப்பட்ட ஜென்மம். எப்பிடியோ வந்து இந்தச் சகதியில எறங்கிடுச்சி. காப்பாத்து சாமி.

பிள்ளை : இந்தப் பொண்ணுமேல ஒனக்கென்னப்பா

அவ்வளவு அக்கறை?

குடி : (வியந்து) என்னாசாமி அப்படி கேட்டுட்டீங்க? அந்தப் பொண்ணு ஒரு வோட்டு இல்லீங்களா, ஒரு அரசியல்வாதி ஓட்டு மேல எப்பிடிங்க அக்கறை இல்லாம இருக்கமுடியும்?

பிள்ளை : அப்ப நீ இவள ஒரு வோட்டா மட்டும்தானா மதிக்கிறே?

குடி : என்ன சாமி அப்பிடி கேட்டுட்டீங்க; அவள ஒரு வோட்டாவே மதிக்கிறேன் சாமி.

பிள்ளை : (புன்னகையுடன்) சுக முனிவருக்குப் பாத்ததெல்லாம் சிவனாத் தெரியுமாம். அது மாதிரி உனக்குப் பாக்குற மனுசங்க எல்லாம் ஓட்டாத் தெரியுறாங்களோ?

குடி : அதேதான் சாமி. அது மட்டுமல்ல. கடவுள் மேல எனக்கு ரொம்ப சந்தோஷம் வர்றதுக்கு காரணமே, அவரு, நாடு நகரமெல்லாம் காடு மோடல்லாம் இந்த ஓட்டாவே ரொப்பி வச்சிருக்கறதுதான் சாமி. இந்தியா முழுவதும் நூறு கோடி ஓட்டு! என்னா கருணை சாமி! கருணாமூர்த்தின்னு சும்மாவா சொன்னான்.

(அவன் பாடுகிறான்) கருணைக் கடலே...

மரிக் : அப்பிடி இந்த ஓட்டு ஒனக்கு என்னதான் கொடுத்துடும்?

குடி : என்னா பொண்ணு அப்பிடிக் கேட்டுட்டே? ஓட்டு என்னா தருமா? (பாடுகிறான்)

தனம் தரும்! கல்வி தரும்! என்னாளும் தளர்வறியா மனம் தரும்! நாற்காலி தரும்!

பிள்ளை : நாற்காலி என்ன தரும்?

குடி : (பாடலாகவே)

பணம் தரும்! பங்களா தரும்! மாருதி தரும்! மாலை தரும்! பட்டம் தரும்! டாக்டர் பட்டம் தரும்! பரிசு தரும்! ஞானபீடப் பரிசு தரும்! ராஜ ராஜன் பரிசு தரும்! மனைவிகள் தரும்! மக்கள் தரும்! மக்களுக்குப் பதவி தரும்! நானூறு தரும்! நூறு கோடி தரும்! அதிகாரம் தரும்! அதட்ட முடியும்! அடிக்க முடியும்! சரித்திரத்தில் நிலைக்க முடியும்! மொத்தத்தில் சுவர்க்கம் தரும்! சுகமோ சுகம் என்றாகும்.

பிள்ளை : வோட்டுப் போட்டவர்களுக்கு என்ன தரும்?

குடி : (பாடல் தொனியிலேயே) அடுத்தடுத்து ஓட்டுப் போட அதிகாரம் தரும்.

பிள்ளை : பொருளாதார ரீதியில்?

குடி : போட்டுக் கொள்ள நாமக்கட்டி தரும்.

பிள்ளை : வோட்டர்கள் எங்கள் சைவராக இருந்தால்?

குடி : அதுவே பட்டை அடித்துவிடும்.

(பிள்ளையார் விழுந்து விழுந்து சிரிக்கிறார்)

சரிங்க சாமி நான் வர்றேன். இன்னம் நெறைய ஓட்டுகளச் சந்திக்க வேண்டியிருக்கும்.

பிள் : சென்று வா.

(அவன் போகிறான்)

மரிக் : ஏன் சாமி, உடம்புல மட்டும் அத்தினி மனுசங்களையும் ஒண்ணா படைச்சுட்டு கொணத்துல மட்டும் இப்பிடி ஏகப்பட்ட வகையறா ஏன் படைக்கணும்? மனுசங்களையும் மொத்தம் ரெண்டு மூணு

சைஸ்ல மட்டும் படைச்சிருக்கக் கூடாதா?

பிள்ளை : இது பிரம்மா சம்பந்தப்பட்ட கேள்வி மகளே.

மரிக் : காமராஜர் மாதிரி ரொம்ப சோக்கா நழுவுறீங்க சாமி. பிருமா விசயமா இருந்தாலும் ஒங்களுக்குத் தெரியாமப் போயிடுமா? நீங்களும் சாமிதான.

(பின் அவளாகவே)

சரி சரி. அது என்ன தெய்வ ரகசியமோ, நான் என் புத்திய வச்சு அளக்கப் பாத்தா எப்பிடி? மனுசப் புத்தியக் கடந்தவர்தானே கடவுள். இல்லியா சாமி?

பிள்ளையார் புன்னகை மட்டும் செய்கிறார், சூத்ரதாரி தலையை மட்டும் நீட்டிச் சொல்கிறான்.

சூத்ர : மனம் நாடரிதாய்

புத்தித் தேடரிதாய்

பாரதி பாரதி

(பின் தலையை இழுத்துக் கொள்கிறான்)

மரிக் : (பெரும் புன்னகையுடன்) சாமி, ஒரு சந்தேகம்,

பிள்ளை : என்ன?

மக் : ஒரு கத சொல்றாங்களே நெஜமா?

பிள் : என்ன கத?

மரிக் : ரெண்டு பேரு பயணம் வந்தாங்களாம். இருட்டுனதும் ஒங்க கோயில் ஒண்ணுல வந்து படுத்துக்கிட்டாங்களாம். ஒருத்தன் மரியாதையா ஒரு ஓரமா படுத்துக் கிட்டானாம். ஒருத்தன் ஒங்க முன்னாலப்

படுத்து, காலத்தூக்கி ஒங்க மேலயே வச்சுக்கிட்டானாம். பாதி ராத்திரியில நீங்க பிரசன்னம் ஆகி, ஒழுங்கா படுத்திருந்தவன எழுப்பி, டேய் அவன் கால எடுக்கச் சொல்றியா இல்ல ஒன் கண்ணக் குத்தட்டுமான்னு கேட்டீங்களாம்.

(பிள்ளையார் முகச்சலனமற்று இருக்கிறார். இதைக் கண்டு மரிக்கொழுந்து வியப்படைகிறாள்.) என்னங்க சாமி.

பிள்ளை : உண்மைதான் மரிக்கொழுந்து. அப்பிடித்தான் செஞ்சேன். என்னப் படைச்சவன் ஆசப்படிதானே நான் நடக்க முடியும்.

மரிக் : படைச்சவனா? ஒங்களப் படைச்சவனா? அது யாரு சாமி?

(பிள்ளையார் மௌனம் காக்கும்போது யாரோ வரும் அரவம் கேட்க இருவரும் திரும்பிப் பார்க்கிறார்கள். இருவர் முகத்தில், குறிப்பாக மரிக்கொழுந்து முகத்தில் தர்ம சங்கடம், அவள் நெளிகிறாள்.

ஒரு ஆள் மேடையில் வருகிறான். அவன் ஏதோ பாடலைச் சீட்டி அடித்த மாதிரியே வருகிறான். அவன் நடை அலாதியாக இருக்கிறது. பின் வாய் திறந்தே பாடுகிறான்.

அவன் : (பாடல்) வதனமே சந்திர பிம்பமோ

மலர்ந்த சரோஜமோ... மோ...

வதனமே...

(அவன் மடையைக் கடப்பதற்குள் நான்கு முறை மரிக்கொழுந்துதையும் இரண்டு முறை பிள்ளையாரையும் பார்த்துப் பாடுகிறான். ஒரு முறை அண்ணாந்து கழுத்தில் நெட்டி முறிப்பதுபோல் மரிக்கொழுந்திடம் ஜாடை காட்டவும் செய்கிறான். அவன் உள்ளே போனதும்)

பிள்ளை : மரிக்கொழுந்து, நான் மேட்டுத்தெரு முருகன் கோயில் வரையிலயும் போயிட்டு வர்றேன்.

மரிக் : சரிங்க சாமி.

(பிள்ளையார் இடதுபுற மேடைக்குப் போக மரிக்கொழுந்து வலதுபுற மேடையில் நுழைகிறாள்)

(மெல்ல இருள் சூழ்கிறது).

காட்சி 2 மீண்டும் ஒளிவரும்போது திண்ணை நடுவில் பிள்ளையார், அதைப் பீடமாகக் கொண்டு, முக அணியோடு கோயில் கொண்டிருக்கிறார்.

முக அணியோடு சில விநாடிகளில் மேடையில் அந்த அரசியல்வாதி வருகிறான். ஆனால் இம்முறை அவன் வேறு ஒரு ஆள் என்று நினைக்குமளவுக்கு வேறுபாடாக நடந்து கொள்கிறான். அவனது பேச்சின் தொனி ஒரு மைக் முன் நின்று பேசுவது போல் இருக்கிறது ஆனால் நிகழ்த்துதல் மேடையில் நீளம் முழுவதையும் எடுத்துக்கொண்டு, அலட்டலாக, அலாதியாக இருக்கிறது.

அவன் : உள்ளங்கைகளில் மாறி மாறி முஷ்டிகளால் குத்தி, நீள நடந்தபடி) அருமை மிகுந்த நண்பர்களே, தாய்மார்களே, பெரியோர்களே, உங்களுக்கு என் சிரம் தாழ்த்திய வணக்கத்தைச் சொல்லிக் கொள்கிறேன் முதலில். (நின்று) நான் அதிகம் பேசப் போவதில்லை.

சென்றவாரம் இதே வெள்ளிக்கிழமை, இதே பிள்ளையார் கோவில் திடலில் நின்று முழக்கினாராமே, பிரபல பார்லி

மெண்ட்டேரியன், அரசியலில் அறுபது வருடம் பழம் தின்று கொட்டை போட்டவர், அகில உலகம் சுற்றியவர், கம்யூனிஸ்டுகளின் ஒப்பற்ற தலைவர், தோழர் காசிராம்; அவரைப் போல இரண்டு மணி நேரம் பேசாமல், இரண்டே நிமிடத்தில், ஒரேயொரு கேள்வி கேட்கிறேன். அவர் பதில் சொல்லட்டும், முடிந்தால்.

(கூட்டத்தின் பலமான கைதட்டல் கேட்கிறது)

இந்தக் கம்யூனிஸ்ட்டுகள், இந்த மண்ணைப் புரிந்து கொள்ளாமல், இந்த மரபின் பெருமைகளை அறிந்து கொள்ளாமல், ஜெர்மனிக்கும் ரஷ்யாவுக்கும் போய் ஒரு இரவல் தத்துவத்தைத் தழுவிக்கொண்டு வந்திருக்கும் அபத்தத்தைக்கூட நான் மன்னித்து விடுகிறேன்.

(மீண்டும் கைதட்டல் ஒலி)

ஆனால் அந்த இரவல் தத்துவத்தைக்கூட ஒருநாள் ஒரு பொழுது ஒரு அய்ந்து நிமிடம் தங்கள் சொந்தப் புத்தியில் வைத்து நிறுத்திப் பார்த்தார்களா இவர்கள்?

(இடையிட்டு பலமான கரகோசம்)

என்ற கேள்வியைத்தான் என்னால் கேட்காமல் இருக்க முடியவில்லை.

தோழர்களே, பெரியோர்களே, இவர்கள் சொல்கிறார்கள்; எல்லாரும் சமம். ஆண்டான் கிடையாது; அடிமை கிடையாது; முதலாளி கிடையாது; தொழிலாளி கிடையாது; பணக்காரன் கிடையாது; ஏழை கிடையாது.

எல்லாரும் கையில் ஒரு ரூபாய் பத்து பைசாதான் வைத்துக் கொள்ள வேண்டும். ஒரு பையன் கையிலும் ஒரு ரூபாய் இருபது காசு இருந்து விடக்கூடாது; அதுதான் சமதர்மம் என்று. நான் கேட்கிறேன், அட மண்டூகங்களே, நம்மைப் படைத்த கடவுள்கள் முதலில் சமமாக இருக்கிறார்களா? பொதுவுடமை அடிப்படையில் தங்கள் சொத்துக்களைப் பிரித்துக் கொண்டிருக் கிறார்களா?

உலகத்தின் முதல் பணக்காரன் ஆன திருப்பதி வெங்கடாசலபதியைப் பாருங்கள். இங்கே உலகத்தின் கடைசி ஏழையான நமது விநாயகப் பெருமானையும் பாருங்கள். அங்கே அவர் வைர வைடூரியங்களைத் தரித்துக் கொண்டு, லட்டும் அக்கார அடிசலும் உண்டு, தினம் ஒரு கல்யாணம் செய்து கொள்ள, இங்கே இவரோ, சுண்டல், அவல், பொரியில் தன் பானை வயிறை நிரப்பிக் கொண்டு, இந்த ஓட்டாண்டிக்கு எவன் பெண் கொடுப்பான் என்பதுபோல் கட்டைப் பிரம்மச்சாரியாகக் காலம் கழிக்கிறார். பாவம்.

(இதைக் கேட்கும் போது பிள்ளையார் படக்கென்று தலையைக் கவிழ்த்துக் கொள்கிறார்)

இப்படி நம்மைப் படைத்த கடவுள்களிலேயே ஏழை பணக்காரன் இருக்கும் போது, இந்த கம்யூனிஸ்ட்டுகள் வந்து சொல்கிறார்கள். மனிதர்களில் ஏழை பணக்காரன் வித்தியாசம் இருக்கக்கூடா தென்று. இவர்களை எதில் சேர்ப்பது என்றுதான் தெரியவில்லை.

எனக்கொரு கதை ஞாபகம் வருகிறது, ஒரு நாள் அப்பாஜிராவ் தெருவில் வந்து கொண்டிருந்தார். இப்போது புறமேடையில் பெரிய கலவரமான ஒலிகள் கேட்கின்றன.

அடி, வெட்டு, குத்து, விடாதே! இந்தக் கட்சிக்காரப் பய ஒருத்தன் இனிமே உயிரோட இருக்கப்படாது.

சரி வாங்கடா. நாமளும் பாத்துடுவோம்.

ஆ, அம்மா, செத்தோம், அய்யோ. அம்மா என்ற கலவையான குரல்கள் இதைக் கேட்டதும் இவன் உடல் சிலிர்க்கிறது)

அவன் : ஆ! புதிய குருட்சேத்திரம் நடக்கிறது. நான் இருக்க வேண்டிய இடம், நான் ஒரு முட்டாள். இங்கே நின்று உபதேசம் செய்து கொண்டிருக்கிறேன், இதோ வந்து விட்டேன்.

(அவன் பாய்ந்தோடுகிறான்)

(சூத்ரதாரி வருகிறான்)

சூத்ர : ஆகா, என்னமாப் பாய்றான்.

பிள்ளை : புது குருட்சேத்திரத்துக்கு இல்ல போறான்.

சூத்ர : அது சரிங்க சாமி, அவன் பேசுனதுல அரசியல விட்டுட்டாலும் கடவுள்கள் விசயமா கொஞ்சம் சிந்திக்கணும் போல இருக்கே.

(பிள்ளையார் பெருமூச்சு விடுகிறார்)

சூத்ர : கடவுள்களுக்குள்ளேயே ஏன் இந்த பேதம் சாமி?

பிள்ளை : சொல்லட்டுமா?

சூத்ர : சொல்லுங்க சாமி.

(அவன் கீதோபதேசம் கேட்கும் அர்ச்சுனன் போல் மண்டியிட்டு உட்கார, பிள்ளையார் அருள் பாலிப்பதாக கை உயர்த்தி நிற்க, பின்னணியில் இந்தக் கவிதை ஒரு சமஸ்கிருத வேத ஸ்லோகத்தின் தொனியில் உரத்து ஒலிக்கிறது)

குரல்

விதையொன்று போட
சுரையொன்று முளைக்குமா தோழா!
அந்தரத்தில் விழுதுகள் இறங்க
எங்காவது நீ கண்டதுண்டா?
கல்லாததைச் சொல்லித்தர
எந்தக் குருவால் முடியும் சொல்லு.
பிள்ளைக்கறி கூட பிள்ளை
இருக்கவேதான் படைத்தான் சிறு தொண்டன்.
எங்களைப் படைத்தவனும் தன்
கபால நரம்பெடுத்தே படைத்தான், உண்மை.
அப்புறம் அவன் சாயலில்
அவனாய், யாம் இருப்பதில் வியப்பென்ன!

சூத்ர : (எழுந்து) உங்களப் படைச்சவனும் இப்படித்தான் இருக்கானா? ஆமாம் சாமி. ஞாபகம் வருது, மரிக்கொழுந்து கிட்டக்கூட இப்பிடித்தான் சொன்னீங்களாம். அவ வந்து ஆச்சரியமாவும் ரகசியமாவும் கேட்டா. அதெப்பிடி சாமி? நீங்கதான முழுமுதற் கடவுள். உங்களையும் படைச்சது இன்னொன்னா? ஆச்சரியமா இருக்கே!

(பிள்ளையார் பேசாமல் இருக்கவே) அது எது சாமி?

பிள்ளை : சொல்லறேன் சும்மா இரு.

சிந்தி. தெளியும் போது தெளியும்,

சூத்ர : சரிங்க சாமி. உங்க சித்தம்.

(சொல்லிவிட்டுத் தற்செயலாய் இடது

புற மேடையைப் பார்ப்பவன், வியப் படைகிறான், பின் பெரிதாகச் சிரித்து வரவேற்கத் தயாராகிறான்.)

சூத்ர : *(உயரக் கைகூப்பி)* வரணும்! வரணும்!

(சிறிது விட்டு) பஞ்சாயத்து போர்டு தலைவரும், விவசாய கூட்டுறவு சங்கச் செயலாரும், அகில உலக உழைப்பாளர் மேம்பாட்டுக் கழக மாவட்டப் பிரதிநிதியும், பல் தொழில் அதிபரும், சிவன் கோயில் தர்ம கர்த்தாவுமான பி.சி. சொக்கலிங்கம் அவர்களே, வரணும் வரணும்!

(சொக்கலிங்கம் மேடையில் வருகிறான். நல்ல வாட்டசாட்டமாக இருக்கும் அவன், பட்டு வேட்டி, பட்டு ஜிப்பா, பெரிய துண்டு, எட்டுவிரல் மோதிரம், மணிக்கட்டில் தங்கச் செயின், கழுத்தில் வெளியே தெரியும் அய்ந்து பவுன் சங்கிலி, நெற்றி நிறைந்த பட்டை, நடுவில் குங்குமம், கையில் பளபளக்கும் தோல்பை, சிகரெட் பாக்கெட் என்று பந்தாக்களின் உருவகமாகவே இருக்கிறான். அவன் பின்னால் கைகட்டிய நான்கு ஜால்ரா கூலிகள்.)

சூத்ர : *(சொக்கலிங்கம் சில அடிகள் நடந்ததும்)* அய்யோ, ஒங்க நடையே ராஜ நடைங்க.

சொக் : அது அப்பிடித்தான் இருக்கும்.

(அவன் போய்ப் பிள்ளையாருக்குச் சற்று தள்ளித் திண்ணையில் அட்டகாசமாக உட்காருகிறான்)

சூத்ர : ஒங்களப் பாத்தா இன்னொரு தெய்வம் மாதிரியே இருக்கு.

சொக் : அட ஏன்யா, மூணு கோடி ரூபா சொத்து வச்சிருக்கவன் பின்ன என்னா சொங்கி மாதிரியா இருப்பான்?

சூத்ர : வாய் பிளந்து) மூணு கோடியா?

சொக்கலிங்கம் : பின்ன?

சூத்ர : இல்லீங்க... போன மாசம் மேட போட்டு ஒங்களத் திட்டுன எதிர்க்கட்சிக்காரன்கூட, பத்து வருசத்துக்கு முன்னால் சோடா வித்துக்கிட்டிருந்த சொக்கலிங்கத்துக்கு இப்ப லட்ச லட்சமா சொத்து வந்தது எப்பிடின்னுதான் கேட்டான்.

சொக்க : அவனா, அவனுக்கென்னயா பணத்தப் பத்தித் தெரியும்? பார்ட்டி மெம்பர் கொடுக்குற காசுல காலம் தள்ற கட்சிக்காரன்தானயா அவன், அவன் என்னத்தய்யா லெட்சத்தக் கண்டான், கோடியக் கண்டான்! அவனுக்கு ரொம்பப் பணம்னாவே அது லட்சம் தான். அவனுக ஒரு பாவப்பட்ட ஜென்மங்கய்யா. சரி அத வுடு.

சூத்ர : அட அது அப்பிடியே லட்சமாத்தான் இருந்துட்டுப் போவுதுங்க. கடவுளா பாத்து அதத் தர்றப்ப அதச் சொல்ல இவனுக யாருங்க?

சொக் : கடவுளா? என்னாயா கிண்டல் பண்றியா? எல்லாம் நான் சம்பாதித்துதுயா? திருடி...

சூத்ர : ஆங்!

சொக் : மொள்ளமாறி..

சூத்ர : ஆங்! ஆங்!

சொக்க : கொள்ளையடிச்சு.

சூத்ர : அய்யோ

சொக்க : கொல செஞ்சு...

சூத்ர : அய்யய்யோ

சொக்க : சாராயம் காய்ச்சி, சாமி செலையக் கடத்தியது சட்டத்தில் எது எது செய்யக் கூடாதுன்னு இருக்கோ அவ்வளவையும் செஞ்சு சம்பாதிச்சதய்யா,

சூத்ர : அப்பிடியா சொல்றீங்க?

சொக்க : பின்ன என்னய்யா. கல்லு ஒடைக்கிறவன், மூட்ட செமக்குறவன், வாத்தியார் வேல கிளார்க் வேல செய்யிறவன், நேர்மையான கலெக்டர். இவனுக்கா பணம் சேரும்?

சூத்ர : அப்ப நேர்மையானவனுக்குப் பணம் சேரவே சேராதுன்னா சொல்றீங்க?

சொக் : யோவ். இங்க வாய்யா, பொருளாதாரத்தோட அரிச்சுவடியே தெரியாது போல இருக்கே ஒனக்கு. ஒன்னைய எந்த முட்டாள்யா சூத்ரதாரியா போட்டான்?

சூத்ர : எந்த முட்டாளும் போடலீங்க. நானாதான் போட்டுக்கிட்டேன். அதுக்காகவே இந்த நாடகத்த நான் எழுதுனேன்.

சொக்க : நல்லா எழுதுன போ.

சரி சரி, இங்க வா, நாடகம் எழுதுறேன்னு சொல்றியே, எதுக்காக நாடகம் எழுதுறே?

சூத்ர : அப்பிடின்னா?

சொக் : அதாவது, உன் நாடகக் கொள்கை என்னா? அப்பிடி எதாவது வச்சிருக்கியா, இல்ல. எதையாச்சும் எழுதி எவனையாச்சும் நாலுபேத்த மேடையில குதிக்க விட்டு, வசனங்களத் துப்பவிட்டா சரியாப் போச்சுன்னு

எழுதுறியா?

சூத்ர :இல்லீங்க, அப்பிடி விட்டா இந்த விமர்சகர்களே மேடைக்கு வந்து குதிக்க ஆரம்பிச்சுடுவாங்கன்னு எனக்குத் தெரியுங்க. அவங்கள மெரட்டுறதுக்குன்னாலும் நானும் கொள்கை அது இதுன்னு ரெண்டு கோசம் கொடுக்கணும்னு தெரிஞ்சுதான் வச்சிருக்கேன்.

சொக்க : பரவாயில்ல. ஆளு தேறிடுவ போலத்தான் இருக்கு. சரி உன் கொள்கையச் சொல்லு.

சூத்ர : ஒண்ணு. நாடகம் என்பது நடிகன் என்னும் தூரிகையோடு எழுதப்படுவது.

சொக் : சரி.

சூத்ர : ரெண்டு, நிகழ்வுகளைக் காட்சி ரூபமாக்கி ரசிகன் கண்ணுக்கு விருந்து வைப்பது.

செக்க : சரி.

சூத்ர : மூணு, நாடகத்தின் உள்ளடக்கம் ரசிகனின் சிந்தனைக்குத் தீனி போடுவதாக இருப்பது.

சொக் : அதாவது ...?

சூத்ர : ஆமா. நாலாவது, ரசிகனின் கற்பனை வளத்தை மேலும் செழுமைப்படுத்துவது.

சொக்க : பரவாயில்லை. பாஸாயிடுவ போலத்தான் இருக்கு. இருந்தாலும் இன்னம் ஒரே ஒரு கேள்வி. பாத்திரங்கள் அதாவது கேரக்டர்ஸ்ஸ எப்படி பண்றே?

சூத்ர : அப்பிடின்னா?

சொக்க : அதாவது பாத்திரங்கள எப்பிடி வார்க்குற? உதாரணமா என்னயே எடுத்துக்க நான் யாரு?

சூத்ர : அதுதான் உங்கள வரவேற்கும் போதே சொன்னனே, விலாவாரியா பஞ்சாயத்து போர்டு தலைவரும்.. கூட்டுறவு சங்க..

சொக்க : அய்ய, அவ்வளவுதானா? ஒரு மகிபாலன்பட்டி சொக்கலிங்கத்துக்காக ஒரு நாடகமா? ஒரு மகிபாலன் பட்டிக்காரனப் பத்தி மதுரையில இருக்கிறவனுக்கும் மெட்ராஸ்ல இருக்கவனுக்கும் என்னய்யா அக்கறை?

நான் கொறஞ்சது ஒரு லட்சம் பேரோட அக்கறைக்கி பாத்திரம் உள்ளவனா கனமா இருக்கணும். அதாவது நான் நூறு சொக்கலிங்கத்தையாவது பண்ணணும்.

(அவன் எழுந்து வந்து சூத்ரதாரியின் தோளில் கை வைத்து, பாந்தமாகவும் அழுத்தமாகவும் சொல்கிறான்)

நான் இந்த மானிடத்தின் பொதுச் சோகம் சூத்ரதாரி, தர்ம நியாயங்களையும் சட்டங்களையும் கால்லப் போட்டு மிதிச்சு, எத்தி எறிஞ்சுட்டு, நீ சொன்னியே ராஜநடை.. அந்த ராஜநடை நடக்கிற சக்திகளின் குறியீடு நான். இந்தச் சக்திகளின் வேர்களையேத் தோண்டி எடுத்துக் காட்ற காரியமாத்தான் நீ என்னைப் படைச்சிருக் கணும். என் வேர்களத் தேடிப்போனா நீயே ஆச்சரியப்பட்டுப் போவ.

சரித்திரத்தில் நான் யார் தெரியுமா?

சூத்ர : சொல்லுங்க.

சொக் : டெல்லியில மீர்ஜாபர்; மைசூர்ல பூர்ணய்யா; தென்சீமையில எட்டப்பன்; ரோமாபுரியில் சீஸரைப் பின்னாலிருந்து குத்தியவர்கள்,

ரஸ்யாவில் ரஷ்புடீன்... இத்தியாதி இத்தியாதி, இதிகாசத்தில் இலக்கியத்தில் தெரியுமா?

சூத்ர : சொல்லுங்க.

சொக் : மகாபாரதத்தில் நான்தான் சகுனி.
ராமாயணத்தில் கூனி, மாரீசன்.
சிலப்பதிகாரத்தில் பொற்கொல்லன்
மனோண்மணியத்தில் குடிலன்
ஒத்தல்லோவில் ஈயாகோ
மனோகராவில் வசந்தசேனை.

நாங்கள் இரும்பு இதயம் படைத்தவர்கள். முருகன் கைவேலைப் பிடுங்குவோம், தடுக்கவரும் கோயில் குருக்களை அதாலயே குத்துவோம். குத்திவிட்டுத் தேர்தலுக்கும் நிற்போம். நின்று ஜெயிக்கவும் செய்வோம். *(சிரிக்கிறான்)*

ஒரு வேலைக்காரி தான் வேலை செய்யும் வீட்டில் ஒருநாள் பத்து ரூபாய் திருடிவிட்டாள் என்று வைத்துக்கொள். மறுநாள் போகும் போது ஒரு வேளை அது அவர்களுக்குத் தெரிந்து போயிருக்குமோ என்ற சந்தேகத்தில் அவள் கால்கள் பின்னும். நாக்கு தடுமாறும்.

ஆனால் நாங்கள் அம்மன் தாலியையே திருடி விற்றுவிட்டு அவள் கோயிலுக்கே, அவள் முன்பாகவே நீ சொன்னாயே ராஜநடை... அந்த நடை நடந்து போய் நாமாவளி பாடுவோம். *(சிரிக்கிறான்)*

அகப்பட்டவனுக்கு விஷஊசி போட்டுக் கொலை செய்துவிட்டு அந்தப் பணத்தில்

கொஞ்சத்தில் ஏழுமலையானுக்குக் கல்யாணமும் செய்து வைத்து சேவிப்போம். (சிரிப்பு)

எங்களை எதுவும், எதுவும் செய்ததில்லை. செய்ய முடியாது.

சூத்ர : இருந்தாலும் முடிவு...

சொக்க : என்ன, பாரதி சொன்னதா? தருமத்தின் வாழ்வுதனைச் சூது கவ்வும், தருமம் மறுபடியும் வெல்லுமா? வென்ற தருமத்தை மறுபடியும் சூது கவ்வும் தெரியுமா? உலக சரித்திரத்தில் தருமம் தனியாக இருந்த நேரத்தைவிட எங்கள் பல்லில் அகப்பட்டுக் கிடந்த காலமே அதிகம்.

இவ்வளவு விசயமும் என் ஒரு பாத்திரப்படைப்பு மூலம் நாடகத்தில் வந்தாக வேண்டும் சூத்ரதாரி, தெரியுதா? அப்புறம் மற்ற பாத்திரப்படைப்பைப் பத்தி நீயே யோசிச்சுக்க.

சூத்ர : ரொம்ப நன்றி அய்யா.

(இதற்குள் மரிக்கொழுந்து அங்கே வந்து ஒரு ஓரமாக நின்றிருக்கிறாள்.)

ஜால்ரா ஒருவன் : அய்யா போர்டு மீட்டிங் போகணும் நேரமாச்சு.

சொக்க : போகலாம்பா, இப்ப என்னா நான் லேட்டா போனா அதுக்குள்ள அவனுக மீட்டிங்க நடத்திடுவானுகளா? அவ்வளவு தில் இருக்கா அவனுகளுக்கு? வாங்கய்யா, நெஞ்சாரச் சாமிய சேவிச்சுட்டுப் போவோம்.

(அவர்கள் சென்று பிள்ளையார் முன் இருவரிசையாக நிற்கிறார்கள். சொக்கலிங்கம் மிகவும் பக்தி சிரத்தையோடு,

தோப்புக் கரணம் போட்டு, தலையில் குட்டிக் கொண்டு, திவ்யமாகப் பாடுகிறான்.)

சொக்கலிங்கம் : பக்தியுடையார் காரியத்திற் பதறார்! மிகுந்த பொறுமையுடன் வித்து முளைக்குந் தன்மைபோல் மெல்லச் செய்து பயனடைவார். சக்தித் தொழிலே அனைத்துமெனில் சார்ந்த நமக்கு சஞ்சலமேன்?

வித்தைக் கிறைவா, கணநாதா, மேன்மைத் தொழிலிற் பணியெனை. சரி வர்றேன் சூத்ரதாரி. நாடகத்தப் பாத்து நடத்து.

சூத்ர : நல்லதுங்க அய்யா.

(சொக்கலிங்கமும் உடன் வந்தவர்களும் வெளியேறுகிறார்கள். சென்றதும் பிள்ளையார் வேஷதாரி முக அணியைக் கழட்டி அருகில் வைக்கிறான். மரிக்கொழுந்தும் நெருங்கி வந்து நிற்கிறாள்).

சூத்ர : (பிள்ளையாரிடம்) என்னங்க சாமி, இவன் இப்பிடிப் பேசிட்டுப் போறான்?

பிள் : (சற்று எரிச்சலுடன்) அவன்தான் புட்டுபுட்டு வச்சுட்டுப் போறானே; அப்புறம் எங்கிட்ட வேற என்னா கேக்குற?

சூத்ர : (அவனும் கொஞ்சம் எரிச்சலுடன்) அதுக்கில்ல சாமி, அவன் கோயில் சம்பந்தப்பட்ட சில விசயங்களச் சொல்லிட்டுப் போறான், ஒங்கக்கிட்டத் திருடிட்டு ஒங்க முன்னாலயே ராஜநடை நடந்து வந்து நாமாவளிப் பாடுவோம்னு. அதுக்கு நீங்கதான பதில்...

பிள்ளை : (குறுக்கிட்டு) இந்த பாரு, இங்கிலீஷ்காரன்தான் சொல்லுவான், சகஜமாதல் இழிவுன்னு அது

சரியாப்போச்சே, ஒங்கிட்டக் கொஞ்சம் தாராளமா பழகுனா நீயும் எனக்குச் சமமா கோவப்படுறியே?

(தனிமொழியாக, மெதுவாக) நானே இவன் கேக்குற கேள்வியத்தான் கேட்டுக்கிட்டு இருக்கேன்.

(சூத்ரதாரி பலமாக தலையைச் சொறிந்து கொள்கிறான்)

சூத்ர : கோவிச்சுக்காதீங்க சாமி, மனுச சுபாவம், சாமி, ஒண்ணு செய்யப்போறேன் தெரியுங்களா?

பிள்ளை : என்னா?

சூத்ர : இந்த சொக்கலிங்கத்த, இந்த நாடகத்துல இருந்தே எடுத்துடப் போறேன்.

பிள்ளை : ஏன்?

சூத்ர : பின்ன என்னா சாமி. அவன் நான் படைச்ச ஒரு பாத்திரம். அவன் எனக்கே புத்தியும் பாடமும் சொல்லிட்டுப் போறான். அதிகப் பிரசங்கி.

பிள்ளை : எப்படியோ போங்க. நீயாச்சு உன் பாத்திரமாச்சு.

மரிக்கொழுந்து : சாமி கும்புடுறேனுங்க

பிள்ளை : (பழைய கோபத்திலிருந்து மீள்பவராக) வா மரிக்கொழுந்து. எங்க நாலு நாளாக் காணம். உடம்புக்கேதும் சரியில்லையா?

மரிக் : இல்லீங்க சாமி. ஒரு புதுப்பிரச்சனை. எங்க வீட்டுக்காரன் என்னமோ சினிமா பாத்தானாம். அதுல உழைப்பின் மகிமை பத்தி வந்துதாம். அதனால இனிமே நீ இந்த ஈனத்தொழிலுக்குப் போகவேண்டாம். உடல் உழச்சுக் கொண்ணாந்து போடுன்னு சொல்றான்.

பிள்ளை : அதாவது, அப்பவும் நீதான் உழைச்சு இவனுக்குப் போடணுமா?

மரிக் : ஆமா.

(இதற்குள் சூத்ரதாரி. ஒரு காகிதத்தில் எதையோ அவசரமாசக் குறிக்கிறான்.)

பிள்ளை : என்னா அவசரமா குறிக்கிறே சூத்ரதாரி?

சூத்ர : இல்ல ஒரு சினிமாவுல ஒரு நல்ல செய்தி சொல்லியிருக்கிறது ஒரு பெரிய விசயம் இல்லையா?

பிள்ளை : (சலிப்பாக) ஆமா, இவனுக சொன்னானுக. படம் பூரா, குடிக்கிறது, ஆடுறது பொண்ணுங்கள வெரட்டுறதுமா எடுத்துட்டு கடைசியில ரெண்டு வரி உழைப்பின் மகிமையைச் சொல்வானுக. படம் பார்த்தவனுக்கு அதைத்தவிர மீதியெல்லாம் புத்தியில நிக்கும். காபரே டான்ஸர் வாழ்க்கையைக் காட்றேன்னு சொல்லிவிட்டுப் படம் பூரா ஜட்டியோட டான்ஸ் ஆட வுட்டுட்டு, கடைசியில அவளுக்குச் சேல கட்டித் தமிழ்ப் பண்பாடு பத்தி வசனம் பேசச் சொல்வானுக.

படம் பூரா வன்முறையா இருக்கும். கடைசியில போலீஸ் வர்றமாதிரி, காந்தியும் வருவாரு.

மரிக் : அப்பிடியும் சொல்லிட முடியாது சாமி. எவ்வளவோ நல்ல படங்களும் வருது. சாமிப் படமெல்லாம் வருது.போனவாரம்கூட ஒரு படம் பார்த்தேன் புருஷன்காரன் பொஞ்சாதியக் கொன்னுடுறான். சாமி அவ

ரூபமே எடுத்து வந்து அவனப் பழிவாங்குது.

(பிள்ளையார் முகம் இறுகத் தொடங்குகிறது)

சூத்ர : அது சரிதான் மகளே, நான்கூட ஒண்ணு பாத்தேன். ஒரு புருசனுக்கு வியாதி வந்துடுது. டாக்டர்களாலெல்லாம் முடியல. கடைசியில நேர்த்திக்கடன் ஒண்ணு தவறிப்போனது நெனப்புக்கு வந்து போயி அங்கபுரம் பொறள்ரா. அவ உருள உருள இங்கே இவனுக்கு உடம்பு சரியாயிடுது.

(மேலும் முகம் இறுக்கமடையும் பிள்ளையார் சட்டென்று எழுந்து உள்ளே போய்விடுகிறார்)

மரிக் : என்னது, சாமி எந்திரிச்சுப் போயிட்டாரு? ஏதாச்சும் கோபமா?

சூத்ர : பயப்படுற மாதிரி நாம ஒண்ணும் பேசலியே.

மரிக் : அதான. நாம கடவுளைப் பத்தி பெருமையாதான பேசுனோம்.

மரிக் : இன்னிக்கி அவர ரொம்பக் கெஞ்சிக் கேட்டுக்கனும்னு வந்தேன்.

சூதர : என்ன கேட்க?

மரிக் : குடும்பத்துக்கு எதாச்சும் செய்யிங்க கஷ்டம் பொறுக்க முடியலேனு, எனக்கு அவற விட்டா வேற யாரு இருக்கா? வேற எந்த தெய்வத்துக்கிட்ட நான் இவ்வளவு பக்தியா இருக்கேன். இவரே உதவி செய்யலேனா வேற யாரு செய்வா?

சூத்ர : கேட்டிருக்கலாம்தான்.

மரிக் : சொக்கலிங்கம் வேற வந்து லெச்சர் அடிச்சிகிட்டு இருந்தாரு.

சூத்ர : பரவாயில்லை மரிக்கொழுந்து, சாமி நேர்ல இல்லாட்டி கடவுள் இல்லாத எடம் இருக்கா? நாம எங்க இருந்து கேட்டாலும் அது அவர் காதுல விழும்.

மரிக் : அதுவும் சரிதான்.

(அவள் பயபக்தியோடு கையெடுத்து வணங்குகிறாள். அவள் உதடுகளின் அசைவு அவள் கோரிக்கை விடுப்பதைக் காட்டுகின்றன.

இப்போது மூன்று இளைஞர்கள் மேடையில் வருகிறார்கள்)

இளைஞன் : மரிக்கொழுந்து இங்க வந்தாப்புலயா?

மரிக் : ஏன் என்ன விசயம்? நான்தான்.

இளை : வீட்டாண்ட போனோம். இங்க இருப்பேன்னு சொன்னாங்க. எங்களுக்கு வீட்டு வேலைக்கு ஒரு ஆள் வேணும்.

மரிக் : என்னைய எப்பிடித் தெரியும்?

இளை : நாங்க ஒங்கத் தெரு டீக்கடைகிட்ட நின்னு பொதுவா ஒரு ஆள் கெடைக்குமான்னு கேட்டுக்கிட்டு இருந்தோம். அப்ப அங்க நின்ன ஒரு பெரியவரு சொன்னாரு. நீ வந்தாலும் வருவேன்னு. உன் புருசன்கூட வேலைக்குப் போன்னு சொல்லிக்கிட்டு இருந்தானாம் (மரிக்கொழுந்தும் சூத்ரதாரியும் ஒருவரையொருவர் பார்த்துக் கொள்கிறார்கள்).

மரிக் : வேல எங்கே?

இளை : மாடத்தெருவுல.

மரிக் : அவ்வளவு தூரத்திலயா?

இளை : போக்குவரத்துக்குத் தனியா கொடுத்துடுறோம்.

மரிக் : சம்பளம் என்னா தருவீங்க?

இளை : ரெண்டு வேள சோறு போட்டு மாசம் இருநூறு ரூபாய் கொடுத்துடுறோம். *(அவள் மீண்டும் சூத்ரதாரி முகம் பார்க்கிறாள்)*

மரிக் : கட்டாதுங்களே.

இளை : நீ சரின்னு சொன்னா மம்மிகிட்ட சொல்லி ஏதாச்சும்கூடப் போட்டுக்கொடுக்கச் சொல்றோம்.

(மரிக்கொழுந்து இன்னமும் தயங்குகிறாள்)

சரி, இருநூத்து அம்பதுன்னு நாங்களே மம்மிகிட்ட சொல்லிடுறோம். விலாசம் கொடுத்துட்டுப் போகவா? *(மரிக்கொழுந்து சூத்ரதாரியைப் பார்க்க அவன் சரி சொல்லச் சொல்லித் தலையாட்டுகிறான்)*

மரிக் : சரி குடுங்க. எப்ப வர?

இளை : நாளைக்கே வந்தாலும் சரி. *(இளைஞன் விலாசம் குறித்துக் கொடுக்கிறான்)*

மரிக் : ஏதாச்சம் அட்வான்ஸ் குடுத்துட்டுப் போங்க. *(இளைஞன் நூறு ரூபாய் நோட்டை எடுத்துக் கொடுக்கிறான்).*

இளை : அப்ப நாங்க வர்றோம்.

சூத்ர : *(இளைஞன் 1 இடம்)* இது யாருங்க

இளை : இவன் என் தம்பி. இவன் பிரண்ட் *(அவர்கள் போகிறார்கள். மரிக்கொழுந்து நோட்டைக் கண்ணில் ஒற்றிக்கொள்கிறாள்)*

சூத்ர : என்ன மரிக்கொழுந்து, நீ கேட்டது

ஜெயந்தன் நாடகங்கள்

பிள்ளையார் சாமி காதுல விழுந்துட்டது போல இருக்கே. நாம மனமுருகிக் கேட்டாத் தராம போகமாட்டான் மகளே.

மரிக் : அது சரி, அவன விட்டா நமக்கு வேற யாருதான் இருக்கா? நான் வரட்டுமா.

சூத்ர : போயிட்டுவா, மொத சம்பளம் வாங்குனதும் வந்து சாமிக்கி அஞ்சு தேங்கா.. சூர வுடு.

மரிக் : கட்டாயம் போடுறேன். (அவள் புறப்படுகிறாள் சூத்ரதாரியும் போகிறான்).

(இருள் சூழ்கிறது)

காட்சி 3

இந்தக் காட்சி ஓர் ஒற்றை நடிகன் நாடகமாக இருக்கிறது. அந்த நடிகன் நடு கீழ் அரங்கில், அதாவது பார்வையாளர்களுக்கு வெகு நெருக்கமாக, வெளிப்படையாக நின்று கொண்டிருக்கிறான். அவன் தன் முன்னால் உள்ள வெளியை, தான் எதிர்கொண்டிருக்கும் மனிதர்களாய்ப் பாவித்துப் பேசுகிறான். அந்த மனிதர்களின் வினைகள் வெறும் குரல்களாக மட்டும் பார்வையாளர்களுக்குக் கிட்டுகின்றன. அந்தக் குரல்கள் வரும் திசைக்கு ஏற்ப இவனது பார்வை திரும்புவதும் நடிப்பதும் ஓர் நடிப்பு காட்சி அனுபவமாக இருக்கிறது.

அந்த நடிகர் ஏற்றுள்ள பாத்திரம் சுமார் 35 வயதுள்ள ஒரு கிராமத்துக் குறும்புக்காரன், அம்மாசி. ஒரு அரைக்கைச் சட்டையும் வேட்டியும் உடுத்தியிருக்கும் அவன் தோள் துண்டைக் கக்கத்தில் வைத்து ஒரு அதீதப்பட்ட (போலி) பணிவோடு நிற்கிறான்.

ஒளி வந்ததும் அவன், அவனது முன்னால் இருப்பவர்களை ஒவ்வொருவராகப் பார்க்கிறான். உதட்டில், கண்களில் அதீதக் குறும்பு).

குரல் : டே அமாசி, மொதல்ல அந்தத் துண்ட எடுத்து இடுப்புல கட்டு.

அம்மாசி : (அந்தத் துண்டை எடுத்து உதறிக்கட்டி) இல்லீங்க, ரொம்ப சிறுசுங்க. (இடுப்பில் வைத்துக்காட்டி) பத்தாதுங்க.

(திரும்ப கக்கத்தில் வைத்துக்கொள்கிறான். மீண்டும் அந்தப் புன்னகை)

குரல் : துண்டு கெடக்குதுங்க. மொதல்ல அவன் சிரிக்கிறத நிறுத்தச் சொல்லுங்க, அவன் என்னா நம்மள எல்லாம் நக்கல் பண்றானா? எப்பப் பாத்தாலும் ஒதட்ட நெளிச்சுக்கிட்டே இருக்கான்.

குரல் 1 : ஆமா, அதான. ஏன்டா இதென்னா சிரிப்புன்னு நீ சிரிக்கிற? (அதட்டலாக) அங்.

அம்மாசி : (பின்னும் அதிகமாகப் பல் தெரிய) அட சாமி, அதட்டுடுங்க, அது ஒரு வெக்கம்கெட்ட சிரிப்புங்க. என்னா கருமமோ, ஒரு சீக்குமாதிரி எங்கிட்ட ஒட்டிப்போச்சுங்க.

குரல் 3 : சீக்கா, ரெண்டு குடுத்தா தன்னால ஓடுது.

அம்மாசி : சரியா சொன்னீங்க சாமி, யாராச்சும் வந்து ரெண்டு போடுங்க சாமி. அப்பன்னாலும் இந்த சனியன் போவுதான்னு பாக்குறேன். எதுக்குங்க இந்த மானம் கெட்ட சிரிப்பு எனக்கு (சிரிக்கிறான்).

குரல் 4 : சரி. விடுங்கய்யா, செத்த பயல வச்சு

மாறடிச்சுக்கிட்டு.

குரல் 2 : அதுக்கில்ல நாட்டாம...

குரல் 4 : சரி நீ சும்மா இருய்யா. டே அம்மாசி, நீ சோசடியர் வீட்ல திருடுனது உண்மையா?

அம்மாசி : உண்மைதாங்க.

குரல் 4 : என்னா? உண்மையா?

அம்மாசி : ஆமாங்க.

குரல் 4 : ஏன் திருடுன?

அம்மாசி : அது சோசியர் அய்யருக்கே தெரியுங்க.

குரல் 4 : என்னா, சோசியர் அய்யருக்கே தெரியுமா?

அம்மாசி : ஆமாங்க.

குரல் 4 : ஏங்க அய்யர் சாமி. இவன் என்னா சொல்றான்?

சோசியர் குரல் : அதான. அவன் ஏன் இப்படிச் சொல்றான்? நேக்குப் புரியலையே.

அம்மாசி : ஏன் சாமி நீங்கதான் எங்கப்பன் வந்து, என்னா சாமி, பய கையி கொஞ்சம் நீட்டமாகவே இருக்கு. என்ன செய்யலாம்னு கேட்டதுக்கு, அவன் அம்மாசி அன்னிக்குப் பொறந்தவன். அவன் அப்படித்தான் இருப்பான்னு சொன்னது?

சோசியர் குரல் : ஆமா, சொன்னன். அதுக்காவ என் ஆத்துலயே திருடணுமா?

அம்மாசி : ஆமா சாமி. திருடுனா தண்டனை கெடைக்காத ஒரு எடம் இருக்கறது தெரிஞ்சும் சும்மா இருக்க முடியுமா?

சோசியர் குரல் : என் ஆத்துல திருடினா ஏண்டா தண்டன

கெடைக்காது?

அம்மாசி : நீங்க அத்தாட்சி கொடுப்பிங்களே சாமி.

சோசியர் குரல் : என்ன அத்தாட்சி கொடுப்பனா?

அம்மாசி : ஆமா சாமி. நான்தான் நானா திருடலியே. அது நான் பொறந்த நாளோட வேலை இல்லியா? குத்தவாளி அதுதான், அதுக்கு நீங்கதான சாட்சி. அப்படி இருக்கப்ப என்னைய வீணா அடிவாங்க விடுவீங்களா?

(சிறிது மௌனம். அவன் ஒவ்வொரு முகமாகப் பார்க்கிறான்)

குரல் 4 : இவன் என்னா சாமி சொல்றான்?

சோசியர் குரல் : ஏண்டா ஒருத்தன் பொறந்த நேரத்தச் சொல்லிச் கொலை பண்ணினா விட்டுட வேண்டியதுதானா?

அமாசி : விட்டுட வேண்டியதுதானுங்களே. பின்ன என்னாங்க செய்றது? ஒருத்தன் பொறந்த நேரம் செய்யிற கொலைக்கி அவனையா தூக்குல போட முடியுமா?

சோ குரல் : நன்னா இருக்கேடா நியாயம்.

அம்மாசி : என்னா சாமி இது, காலநேரம் பாத்துக் கணிச்சுச் சொல்றீங்க இன்ன நேரத்தில இது நடக்கும். இத இவன் செய்வான்னு சொல்றீங்க, அதுக்குத் துட்டும் வாங்கிக்கிறீங்க. அப்புறம் அது நடக்குறப்ப மட்டும் நடத்துறவன் மேல குத்தம் சொல்றீங்க. இப்ப நான்தான் சொல்ல வேண்டியிருக்கு, நன்னா இருக்கே நியாயம்னு.

குரல் 4 : *(குழப்பமும் அலுப்புமாக)* இவன் என்ன சாமி சொல்றான்?

சோ. குரல் : இவன் படிக்காத முண்டம். என்னண்டையே தர்க்க சாஸ்திரம் படிச்சுப் பாக்குறான், இப்பப் பாருங்கோ.

டேய் அமாசி, நீ திருடுனதுக்கு வேண்ணா நீ பிறந்தநாள் காரணமா இருக்கலாம். ஆனா நீ அந்த நாளையில பொறந்ததுக்கு காரணம் என்ன தெரியுமோ? உன் கர்ம வினை. போன ஜென்மத்தில் செய்த பாவம். இப்ப நீ பிடிபட்டு அடிபடப்போறது நீ போன ஜென்மத்திலே செய்த பாவத்துக்கு தெரியறதா? அத்தாட்சிதானேடா, நான் குடுப்பேண்டா. பேஷா கொடுப்பேன். இவன் இந்த ஜன்மத்தில செய்ததுக்கு ஒண்ணும் வேணாம். போன ஜென்மத்திலே செய்ததுக்காக மட்டும் இவனக் கட்டி வச்சு தோல உரிங்கோன்னு. ஓகோ... கோ... (சிரிப்பு).

அமாசி : அப்படியா சாமி, நானும் கொஞ்சம் ஒங்கக்கூட, அது என்னா தர்க்கமா அதப் பேசிப்பாக்குறேன்.

ஏன் சாமி போன ஜென்மத்தில நான் செஞ்ச பாவத்துக்கும் அந்த ஜென்மத்தில நான் பொறந்த நேரம்தான் காரணமா இருந்திருக்கும்?

சோ. குரல் : அதுக்கு, அதுக்கு முந்தின ஜென்மவினை காரணமா இருந்திருக்கும்.

அம்மாசி : சரி சாமி, அப்படியே தள்ளிக்கிட்டுப் போனா அதுக்கு முன்னாடி ஒரு பூர்வ ஜென்மம் இல்லாத மொத்த ஜென்மத்திலே அதாவது எந்த முன் வினைப்பயனும் இல்லாத பச்ச மண்ணா நான் பொறந்த ஜென்மத்தில,

என்னப் பாவம் செய்ய வைக்கிற நேரத்தில பெறக்க வச்சது யாரு குத்தம் சாமி. என்ன அந்த நேரத்தில பொறக்க வச்ச சாமி இல்லியா குத்தவாளி?

சோ. குரல் : நாஸ்தீகம் பேசாத. பகவான் எல்லாருக்கும் புத்தியக் கொடுத்தார். ஒருத்தன் நல்ல புத்தியா அதன வச்சுக்கிட்டான். ஒருத்தன் துர்புத்தியா அத ஆக்கிவிட்டான். அதன்படி அத அனுபவிக்கிறான்.

அமாசி : ஒருத்தன் துர்ப்புத்தியா ஆக்கிக்கிற மாதிரி அவரு ஏன் படச்சாரு? எல்லாரும் நல்ல புத்தியா இருக்கற மாதிரியே எல்லாரயும் படச்சிருக்க வேண்டியதுதானா? அப்டித்தானே படச்சிருக்கணும், இல்லியா சாமி?

ஓர் இளங்குரல் : அப்பா, இதுக்கு நான் பதில் சொல்றேன்.

அம்மாசி : ஆகா, சின்ன அய்யிருங்களா? சொல்லுங்க சொல்லுங்க. நீங்க சொல்லுவீங்க சாமி. ஒங்களப் பாத்தாவே பாலமுருகனப் பாத்த மாதிரி இருக்கு. சொல்லுங்க சாமி.

இளங் குரல்: வானாகி மண்ணாகி வளியாகி ஒன்றாகி இரண்டாகி பலவுமாகி, ஆணாகி பெண்ணாகி, அலியுமாகி அறியவதேதிரே நிற்பவும், அறியமுடியாத படிக்குக் கடந்த வானமாகி, மலையாகி அணுவாகி, அணுவுக்கும் அணுவாகி, பிரம்மன் ஆகி, இன்ன இடம் இல்லையென்று எங்கும் பரவி இருக்க இடம் ஒன்று கண்டு கோயில் கொண்டு, நான் நீ என்றாகி, உன்னை என்னை ஆட்டுவானாகி. தானே ஆடுவானுமாகி, வித்த காட்டுவானாகி,

புத்திக்கு அரியதாய் எளிதாய் நிற்பான் தன் அலகிலா விளயாட்டை கல்லாத மூடம் நானும் நீயும் ஒரு கேள்வி மேல் நிறுத்த ஒரு உரிமையும் காரணமும் இல்ல அம்மாசி.

அம்மாசி : சின்ன அய்யிரே, இப்ப நீங்க என்னா பாசையில பேசுனீங்க? கொஞ்சம் தமிழ்ல சொன்னா பரவாயில்லையே.

(கூட்டம் பலமாக சிரிக்கிறது. அம்மாசியும் சிரிக்கிறான். அவன் சிரிப்போடு உறைந்து போக இருள் சூழ்கிறது)

காட்சி 4 (மீண்டும் ஒளிவரும்போது பிள்ளையார் கோயில் கொண்டிருக்கிறார்)

சில நொடிகளில் சூத்ரதாரி பதற்றத்தோடு வேகமாக உள்ளே வருகிறான்.)

சூத்ர : ஒரு மோசம் நடந்திருச்சு சாமி, மரிக்கொழுந்து போயிட்டா சாமி. அவள ஒரு மூணு பசங்க கொல்லாம கொன்னுட்டானுக சாமி.

பிள்ளை : (முக அணியைக் களைந்தவாறே, வியப்புடன்) என்ன சூத்ரதாரி?

சூத்ர : அவள வீட்டு வேலைக்கின்னு மூணு பசங்க வந்து கூட்டிக்கிட்டுப் போனானுக. ஆனா அவனுக பொண்ணுகளக் கடிச்சுக் கொதறி இன்பம் அனுபவிக்கிற ஸேடிஸ்ட் பசங்களாம். அவனுக அவள அந்தப் படியே அனுபவிச்சுட்டு குத்துயிரும் கொல உயிருமா போட்டுட்டு ஓடியிருக்கானுக.

பிள்ளை : கடவுளே! இது எப்படி நடந்ததாம்?

சூத்ர : வெள்ளிக்கிழம நடந்திருக்கு, மயக்கமா கெடந்த அவள யாரோ பாத்து ஆஸ்பத்திரியில சேத்திருக்காங்க, மூனு நாளு பிரக்ஞையே

இல்லாம இருந்திருக்கா. நேத்துதான் பிரக்ஞை வந்து வீட்டுக்கு வந்தாளாம்.

பிள்ளை : ஓ!

சூத்ர : நான் போயி பாத்துட்டு வர்றேன் சாமி.

அவன் புறப்படுகிறான். ஆனால் எதிரே பார்த்து விக்கித்து நிற்கிறான்.

சில விநாடிகளில் மரிக்கொழுந்து மேடையில் வருகிறாள் அவள் உடல் போர்த்தி, கூனிக் குறுகி, மெல்ல நடந்து வந்து, திண்ணையின் கடைசிப் படியில் உட்காருகிறாள்.

சூத்ரதாரி வருத்தமும் ஆதரவுமாக அவளருகில் வந்து நிற்கிறான்.

அவனை நிமிர்ந்து பார்க்கும் மரிக்கொழுந்து பொங்கி அழுகிறாள்.

துக்கத்தில், கோபத்தில் என்ன செய்வதென்று அறியாதவனாக, சூத்ரதாரி மேடையில் உலவிக் கொண்டிருக்கிறான். பின் பிள்ளையாரிடம் வந்து கேட்கிறான்.

சூத்ர : (தீர்மானமான அடக்கிய ஆத்திரத்துடன்) இது எந்த நியாயத்துல நடந்தது சாமி?

பிள்ளையார் முகத்தில் வேதனை பாவம் என்றாலும் அவர் மௌனமாக இருக்கிறார்.

சூத்ரதாரி பின்னும் சிறிது நேரம் உலவிக் கொடுத்துத் திரும்பவும் அவரிடம் வருகிறான்.

சூத்ர : நீங்கள்ளாம் இருக்கப்பவே இது நடந்திருக்கே சாமி.

மரிக்கொழுந்து நிமிர்ந்து திரும்பி பிள்ளையாரைப் பார்க்கிறாள்.

மரிக் : மொத மொதல்ல அவங்க மேல சந்தேகம் வந்தப்பவே நான் இவரத்தான் நெனச்சேன், நம்ம பிள்ளையாரப்பன் நம்மளக் கைவிட

மாட்டார்னு தைரியப்பட்டேன்.

சூத்ர : இவ என் மக இல்ல சாமி. ஆனா எனக்கும் மக இருக்கா, அவள இவளோட எடத்துல வச்சு சும்மா கற்பனை செஞ்சு பாக்கவே ஒடம்பு நடுங்குது, நீங்கள்ளாம் எங்களுக்குத் தாய் தகப்பன்தானே, தாயுமானவன்னு பட்டப்பேரெல்லாம் வச்சுக்கிட்டீங்களே. எப்படிப் பொறுத்துக்கிட்டீங்க இத. தான் ஆடாட்டியும் தன் சதை ஆடும்னு சொல்லுவாங்க. ஒங்க ஒடம்பு ஆடலியா?

மரிக் : அந்த நாய்ங்க ஒவ்வொரு தடவ கடிச்சுப் பிடுங்குனப்பவும் அய்யோ கடவுளே. அய்யோ கடவுளே தான் அலறுனேன். *(பிள்ளையார் கன்னத்தில் கை வைத்துக்கொள்கிறார், சூத்ரதாரியும் மீண்டும் உலாவிக் கொண்டிருக்கிறான். பின் மரிக் கொழுந்திடம் வந்து நின்று பார்க்கிறான்).*

சூத்ர : இப்ப ஒடம்பு எப்பிடியிருக்கு மகளே?

மரிக் : செத்துப் போயிருந்தா எவ்வளவோ நல்லா இருந்திருக்கும் அப்பா.

(சூத்ரதாரி மீண்டும் சிறிது உலாவி)

சூத்ர : அவ சொன்னதக் கேட்டீங்களா சாமி? அந்தப் பொண்ணு சொன்னதக் கேட்டீங்களா சாமி?

பிள்ளை : சூத்ரதாரி நீ அவ நெனச்சு உரல இடிக்கிறே

சூத்ர : அப்பிடின்னா? *(பிள்ளையார் மௌனம்)* அப்பிடின்னா சாமி?

பிள்ளை : நான் அவ்வளதான் சொல்ல முடியும் நாங்க கடவுள்கள் யாரும் அதுக்குப் பொறுப்பில்ல.

(மரிக்கொழுந்து எழுந்து வருகிறாள்)

மரிக் : நீங்க பொறுப்பில்லையா? பின்ன யார் பொறுப்பு? யார் பொறுப்பு சாமி? *(பிள்ளையார் மௌனம்).*

சூத்ர : விதின்னு சொல்றீங்களா? விதி மேல பழி போடுறீங்களா? ஒங்களவிடப் பெருசா விதி?

பிள்ளை : நான் விதின்னு சொல்லலியே.

சூத்ர : என்னா கர்ம வினையா? போன ஜென்மத்துப் பாவமா?

சூத்ர : நான் அப்படியும் சொல்லலியே.

சூத்ர : பின்ன என்னதான் காரணம்? *(அவன் தரையில் மிதிக்கிறான்)* பின்ன என்னதான் காரணம்?

மரிக் : நான் சொல்றேன் அப்பா. இந்தக் கடவுள்கள் ஒரு மோசடிக் கூட்டம். என்ன கூட்டிக்கிட்டுப் போனானுங்களே, அவனுகளவிட ரத்த வெறி கொண்ட கூட்டம் இவங்க நம்மள படைச்சிருக்கிறதே நம்மள துன்புறுத்திப் பார்க்கத்தான். மனுசங்க கடைசியில வெட்டித் திங்கறதுக்காக ஆடு மாட்ட தீனி போட்டு வளக்கற மாதிரி இவங்க எதுக்கோ நம்மள உண்டாக்கி வளக்குறாங்க. அன்பு அருள் கருணைன்னு பேசிக்கிட்டே நம்மள மயக்கி நம்ப வச்சுக் கழுத்தறுத்து சந்தோசப் படுறாங்க.

சூத்ர : ஆமா, நீ சொல்றது சரிதான். இது ஏதோ சூதர் கூட்டம். யாரோ பாடுனதா சொல்வாங்களே. தில்லை நடராஜனையும், சீரங்க நாதனையும் பீரங்கி வைத்துப் பிளப்பதென்னாளோன்னு. அது சரிதான்.

ஜெயந்தன் நாடகங்கள்

மரிக் ஆமா. அதுல தப்பில்ல. (அவள் அங்குமிங்கும் தேடி ஓரமாகக் கிடக்கும் இரண்டு அரைச் செங்கற்களை எடுத்து வருகிறாள்)

பிள்ளை : பொறு மரிக்கொழுந்து! பொறு சூத்ரதாரி! நீங்க ஒரு உண்மையைத் தெரிஞ்சுக்கவே இல்லை, மொதல்ல கடவுள்ன்னு நாங்க யாரும் இல்ல, அத நீங்கத் தெரிஞ்சுக்கணும். உங்க உசிதப்படியும் வசதிப்படியும் நீங்களா உருவாக்குன கற்பனை பிம்பங்கள் நாங்க. மனுச மூளையில இருந்து உண்டான கற்பனை, எங்களுக்குக் கிடைச்ச குணாம்சங்கள் எல்லாம் நீங்க பூட்டுன குணாம்சங்கள்தான், நீங்களே ஒன்னா உருவாக்கிட்டு அதுகிட்டயே சரண் அடைஞ்சீங்க.

அப்புறம் அதுக்கிட்டயே கெஞ்சுறீங்க, அலர்றீங்க, கண்ணீர் விடுறீங்க என்ன பலன்? கற்பனை உருவங்கள் எப்படி உங்க வாழ்க்கையிலே தலையிட முடியும்? தெய்வங்களான நாங்க, மனுசங்க நீங்க ஆடும் ஆட்டத்தின் நிழல்கள் சூத்ரதாரி. நிழல்கள் எப்படி அசலுக்குப் பாதுகாப்பா இருக்க முடியும்? *(சூத்ரதாரியும் மரிக்கொழுந்தும் திகைக்கிறார்கள்)*

எங்களுக்குச் சகல சக்தியும் இருக்கிறதா நீங்க நம்புனா போதுமா? இருக்க வேணாமா?

இருந்திருந்தா ஹிரோஷிமா நாகசாகியில அணுகுண்ட வெடிக்க விட்டிருப்பமா? லட்சோப லட்சம் மக்கள ஒரு நொடியில சாம்பலாக்க அனுமதிச்சிருப்பமா?

ஏழு லட்சம் யூதர்கள வாயு அடுப்புக்குள்ள போடட விட்டிருப்பமா?

ஜாலியன் வாலாபாக்கில் தேசத்தொண்டர்கள் மீது குண்டு மழை பொழிஞ்சப்ப சும்மா இருந்திருப்பமா?

வருஷம் தவறாம மழைவெள்ளம் புயல் வறட்சின்னு லட்சக்கணக்கில் மக்கள் சாகுறப்ப நீங்க காட்டுற தீபாராதனையைப் பாத்துக்கிட்டு உக்காந்திருப்பமா?

திருட்டுக் கூட்டங்க எங்களையே உருக்கி விக்க அனுமதிப்பமா? (சிறிது விட்டு) அதனாலதான் சொன்னேன் சூத்ரதாரி. நீ அவல நெனைச்சு உரல இடிக்காதேன்னு.

உங்களோட படைப்பான எங்களப் பூரணமா நம்பிட்டீங்க. எந்தக் கட்டத்திலயும் நீங்க சிந்திக்கிற மாதிரியே இல்ல. அதுக்கு நாங்க என்ன செய்ய முடியும்?

(அவர் புறப்படுகிறார். அவர் முக அணியை எடுத்துக் கொள்வதில்லை என்பது ஒரு முக்கிய அம்சம்.)

(அவர் வெளியேற இருக்கும் தருணத்தில் சூத்ரதாரி அவரை அழைத்து நிறுத்துகிறான்)

சூத்ர : கொஞ்சம் நில்லுங்க, நீங்க பொய்யாவே. கற்பனையாவே இருக்கலாம். ஆனா எங்க வாழ்க்கை உங்கள மையமா வைச்சு அமைஞ்சே போச்சே. நீங்க கடவுள்கள் போயிட்டா எங்களுக்கு வேற கொழுக்கொம்பு என்னா?

பிள் : கொழுக்கொம்பா? அதாவது எங்களுக்குப் பதிலா ஒரு பதிலி?

சூத்ர : ஆமா.

பிள்ளை : மொதல்ல பொய்ய பொய்யின்னு ஒத்துக்கங்க, அந்த உண்மை உங்கள சரியான இடத்துக்குக் கூட்டிப்போகும். நுரை தின்னு பசியாற முடியாது சூத்ரதாரி!

(அவர் உள்ளே போய் விடுகிறார்.

மரிக்கொழுந்து மெல்ல நடந்து பிள்ளையார் உட்கார்ந்திருந்த இடத்தில் உட்கார்ந்து சிந்திக்கிறாள்.

சூத்ரதாரியும் சிந்தனையோடு மீண்டும் உலாவிக் கொண்டிருக்கிறான்.)

(திரை விரிந்து மெல்ல மூடுகிறது.)

ஜெயந்தன்

கணக்கன்

காட்சி 1

திரை உயர்ந்ததும் மேடையில் மெல்ல, பக்க வாட்டிலிருந்து ஒளி வரத் தொடங்குகிறது. ஒளி அதிகரிக்க, மங்கலாக, மேடையின் நடுவே ஒரு மார்பளவுச் சிலை, அதன் பீடம். பீடத்தின் பாதத்தில் சாய்ந்தபடி ஒரு மனிதன், அவன் முன்னால் அவனைப் பார்த்தபடி நான்கைந்து மனிதர்கள் தெரிகிறார்கள்.

அது இரவு என்பதற்காக ஒளி ஓரளவுக்கு மேல் அதிகரிக்காமல் நின்று விடுகிறது. ஒளி பக்கவாட்டிலிருந்தும் குறைந்த அளவிலும் வருவதால் பின்புலம் என்னவென்று தெரியாமல் இருளாகவே இருக்கிறது.

பீடத்தின் பாதத்தில் உள்ள மனிதன்

(விஸ்வநாதன்) தனது ஜிப்பா பாக்கெட்டில் இருந்து ஒரு குவார்ட்டர் பாட்டிலை எடுத்துக் குடிக்கிறார். அவர் வயது ஐம்பதை ஒட்டி. பாதி தாடி. வேட்டி ஜிப்பா. நல்ல உயரம். அவர் குடித்து முடித்ததும் பாட்டிலை மூடி பழையபடி ஜேபியில் வைத்தபடியே. தனது இடது கையை மட்டும் நீட்டி, உரத்து, ஒரு பிரகடனம் போல் பேசுகிறார்.

விஸ் : இன்றைக்கு இந்த நாட்டை ஆள்வது யார்? புருசன் இல்லாத இந்திரா காந்தி, பெஞ்சாதி இல்லாத காமராஜ், பிள்ளை இல்லாத ஈ.வே.ரா பெரியார் அப்புறம் இந்த நாடு எப்படி அய்யா உருப்படும்?

(முன்னால் இருப்பவர்கள் பலமாகச் சிரிக்கிறார்கள். அவர்கள் சிரித்து முடித்ததும் அவர், முன்பு இருந்த பிரகடனத் தொனிக்கு முற்றிலும் மாறாக வேறு மாதிரி பேச ஆரம்பிக்கிறார்.)

சிரிச்சுட்டிங்களா? அய்யோ... (மெல்ல தலையில் அடித்துக் கொள்கிறார்) எது சொன்னாலும் சிரிச்சுட வேண்டியதுதானா? ஏன்யா, ஒருத்தி புருசன் இல்லாம இருக்கிறது, ஒருத்தன் பெஞ்சாதி இல்லாம இருக்கிறது, இன்னொருத்தன் புள்ள இல்லாம இருக்கிறது. இதுக்கும் அவங்க நடத்துற அரசியலுக்கும் என்னய்யா சம்பந்தம்?

இன்னும் சொல்லப்போனா (ஒரு மாதிரி ஏற்ற இறக்கங்களுடன்) அரசியல்வாதிகளுக்குப் புள்ள இல்லாம இருக்கிறது. பொஞ்சாதி இல்லாம இருக்கிறது. புருசன் இல்லாம இருக்கிறது. அவங்களுக்கும் சரி, நாட்டுக்கும் சரி, ரொம்ப நல்லதய்யா, (அவர்கள் மீண்டும் சிரிக்கிறார்கள்) இதுக்கும் சிரிப்புதானா? முதல்

ஜெயந்தன்

சிரிக்கிறார்கள்) இதுக்கும் சிரிப்புதானா? முதல் சிரிப்ப ரெண்டாவது சிரிப்பால் அழிச்சுட்டிங்களா?

இது நம்ம பட்டாளத்தான் ஒருத்தன் மணி அடிச்ச கதை மாதிரியிருக்கு (அவராக லேசாக சிரித்துக் கொள்கிறார்.)

ஆள் 2 : சார் கவிதை ஒன்னு சொல்லுங்களேன்.

விஸ் : கவிதையா? ரெண்டு நாளைக்கி முன்னால ஒன்னு வந்தது. சொல்லட்டுமா?

ஆள் 2 : சொல்லுங்க.

வீஸ் : (எழுந்து நின்று) அந்த வேற்றுக்கிரகத்து மனிதனைத் துப்பாக்கி எடுத்துச் சுட்டேன். கள்ளையும் கற்பையும் உங்களுக்குச் சொல்லிக் கொடுத்தது யாம்தான் என்றானே!

ஆள் 3 : பிரமாதங்க.

வீஸ் : (கவிதையைத் தொடர்கிறார்)

இதைவிட அவர்கள்

இந்தப் பூமிப் பந்தை

பொடி சூரணம் செய்து

போயிருக்கலாமே.

ஆள் 2 : ஆகா!

வீஸ் : என்ன ஆகா ஊகா? என்ன புரிஞ்சுது?

ஆள் 1 : அதிருக்கட்டும் சார். கள்ளப் பத்தி இப்பிடி சொல்ற நீங்க, பின்ன ஏன் குடிக்கிறீங்க?

விஸ் : நான் கள் குடிக்கிறனா? யார் சொன்னது? கள் தான் என்னக் குடிக்கிது.

(திரும்ப பாட்டிலை எடுத்துக் கொஞ்சம் குடிக்கிறார்)

ஆள் 1 : இத உங்களால விடவே முடியாதா?

விஸ் : முடியாது. முடியாது (பாட்டிலைக் காட்டி) இது மோகினி. ஒரு தடவ அண்டிட்டா போதும் ஆள் குளோஸ் ஆகுறவரைக்கும் விடாது. (பின்னும் உற்சாகமாக) இதுல இன்னொரு வேடிக்க தெரியுமா? எழுதுற ஆசையையும் ஒரு மோகினினுதான் சொன்னான் புதுமைப்பித்தன். அதுவும் ஆள குளோஸ் பண்ற வரைக்கும் விடாதுன்னான். (கேலிப் பெருமையாகத் தன் நெஞ்சைக் காட்டி) எமக்கு இந்த இரண்டு மோகினியுமே உறவு ஆக யாம் மீள்வதற்குச் சாத்தியக்கூறுகளே இல்லை. எந்த ரட்சகனாலும் எம்மை மீட்க முடியாது.

ஆஹ்... ஹ... ஹ...

(அப்போது ஓர் ஆள் (மாணிக்கவாசகம்) அரங்கின் வலது நுழைவாயிலிருந்து ஒரு பஞ்சரான சைக்கிளைத் தள்ளிக் கொண்டு வருகிறார். விஸ்வநாதன் அவரைக் கவனித்துப் பார்த்தபின் உற்சாகத்தோடு அழைக்கிறார்).

விஸ் : மிஸ்டர் மாணிக்கவாசகம்! என்னா இந்தப் பக்கம்?

மாணிக்க : (அருகில் வந்து பார்த்துக் கொஞ்சம் பதற்றமும் வியப்புமாக) என்ன சார் இங்க? இந்த நேரத்தில?

விஸ் : என்ன என்னா? இந்த எடத்துக்கு என்னா இட்லர் செத்த எடமா? இந்த நேரத்துக்குத்தான் என்னா? சபிக்கப்பட்ட நேரமா? இதுதானய்யா இளம் ஜோடிகள் சொர்க்கம் போற நேரம்!

அது சரி. அது என்னா சைக்கிள் வச்சுக்கிட்டு பொடி நடையா?

மாணிக்க : எனக்கு ஆபீஸ் இந்தப் பக்கம்தானே, இன்னிக்கி ஒரு பார்ட்டி. அதோட சைக்கிள் பஞ்சர், பஞ்சர் ஒட்ட ஒரு கடகூட இல்ல. தள்ளிக்கிட்டு வர்றேன்.

விஸ் : ஓ! (திரும்பவும் பீடத்தடியில் உட்கார்ந்து) இந்த ரப்பர் பிறவிகளிலேயே பலூன்தான் ஆசீர்வதிக்கப்பட்டது. அது ஒன்று இருக்கும் அல்லது போய்விடும். (ஒரு பலூனைக் குத்துவது போல் காட்டி) டப்! இந்த சைக்கிள் டியூப் மாதிரி கைகாலில் பேண்டேஜ் போட்டுக் கொண்டு ஓட வேண்டிய விதி அதற்கில்லை.

(ஆனால் உடன் திடீர் சந்தேகமாக) ஆமா, இத எதுக்கய்யா சொன்னேன்? இதுக்கு என்னா அர்த்தம்? (அவரே சிரிக்கிறார்.)

ஒரு மண்ணுமில்ல. சும்மா வார்த்தையாலயே புஸ்வாணம் விட்டுப் பாக்குறது.

ஆனா இதுக்கும் ஒரு ரசிகர் கூட்டம் உண்டப்பா. அது சரி, நாட்ல எதுக்குத்தான் ரசிகர் கூட்டம் இல்ல.

(மாணிக்கவாசகம் அங்கிருப்பவர்கள் மேல் ஒரு அளக்கும் பார்வையைச் செலுத்துகிறார். இதை விஸ்வநாதன் கவனிக்கிறார்.)

இவங்க எல்லாம் நம்ம கம்பெனி, கொஞ்ச நாளா. எதுக்கோ இந்தப் பக்கம் வர்றவங்க நம்ம ஆடியன்ஸ் ஆயிட்டாங்க. செம்புலப் பெயல் நீர்... வகையறா.

மாணிக்க : நீங்க எப்ப வீட்ல இருந்து வந்தீங்க?

விஸ்வநாதன் மீண்டும் கொஞ்சம் குடிக்கிறார்.

விஸ் : வீடு!

மாணிக்க : வீடுன்னா வீடுதான், உங்க வீடுதான்.

விஸ் : (மீண்டும் முன்மாதிரியே இடக்கையை நீள நீட்டி) வீடு என்றால் சகலத்திலிருந்தும் விடுபட்டு நிற்கும் இடமல்லவா? என் கவலைகள் எல்லாம் வந்து நின்று என் தலைக்குமேல் கும்மியடிக்கிற அந்த இடம் எப்படி என் வீடாக இருக்க முடியும்?

மாணிக்க : சரி வாங்க போகலாம்.

விஸ் : எங்க?

மாணிக்க : (சிறிது வருத்தமுற்ற கோபமாக) ம்? உங்க ஹோமுக்கு.

விஸ் : சரி, வீடாக இருந்தாலும் அல்லது ஹோம் ஆக இருந்தாலும் அது எனக்குக் கொஞ்சம் சோறு தருகிற இடம், கொசுவுக்கு ஒரு போர்வை தருகிற இடம். எழுகிறார்.

மாணிக்க : (பக்கத்தில் வந்து) குடிக்கக் கொஞ்சம் காசு தர்ற இடம்.

விஸ் : (எழுந்தபடியே) ஓ. அது மகத்தான விஷயம். அற்காகவாகிலும் நான் அந்த இடத்தை மன்னித்துவிட வேண்டும். (கூடியிருப்பவர்களைப் பார்த்து) நல்லது கனவான்களே! மிகவும் நன்றி இந்தக் குளிர்ந்த முன் இரவில் எனக்கு வெதுவெதுப்பாய் இருந்தீர்கள். மீண்டும் சந்திப்போம்.

அவர்கள் மெல்லக் கலைய. இவர்கள் நடக்கிறார்கள்.

இருள் வருகிறது.

காட்சி 2

மீண்டும் ஒளி வரும்போது மேடையானது, முன்அறையும் நடுக்கூடமும் கொண்ட

வீட்டின் ஒகு பகுதியாக இருக்கிறது. வீட்டின் பொருளாதாரம் சமீபமாகச் சரிந்திருக்கலாம் என்று படும்படியாக அதில் உள்ள பொருட்கள் களை இழந்து இருக்கின்றன. குறிப்பாக நடுக்கூடத்தில் உள்ள சோபாவின் முதுகில் ஒரு பெரிய கிழிசல் அகண்டு வெள்ளையாகத் தெரிகிறது. முன் அறையின் பின் சுவரில் புத்தக அலமாரி ஒழுங்கற்று அடுக்கப்பட்டிருக்கும் புத்தகங்களோடு. அதன் முன்னால் ஒரு மேஜை நாற்காலி, மேஜையை ஒட்டி ஒழுங்கற்ற இடைவெளியில் மூன்று நாற்காலிகள்.

முன் அறைக்கும் நடுக்கூடத்திற்கும் இடையில் கதவு ஒன்று. மேடையின் இடது நுழைவு, தெருவிலிருந்து வீட்டிற்குள் வரும் வழியாகவும், வலது நுழைவு, வீட்டின் இதர பகுதிகளுக்குச் செல்லும் வழியாகவும் பாவிக்கப்பட உள்ளன.

நேரம் இரவு.

26 வயது இளைஞன் ஒருவன் (பாரதி) நடுக்கூடத்தில் சோபாவில் உட்கார்ந்து பத்திரிகை பார்த்துக் கொண்டிருக்கிறான்.

ஒரு 46 வயது மாது (அந்த இளைஞனின் தாயும் விஸ்வநாதனின் மனைவியுமான கமலம்) சோபாவிற்குச் சற்று தள்ளி அரிசியில் கல், உமி களைந்தபடி உட்கார்ந்திருக்கிறாள்.

சில விநாடிகள் சென்ற பிறகு ஒரு 18 வயது இளைஞன் (கமலத்தின் இரண்டாவது மகன் சம்பத்) வீட்டின் உள்ளிருந்து கூடத்திற்கு வருகிறான். அவனது கையில் ஒரு வெள்ளைத்தாள்.

சம்பத் : (சிரித்தபடி) அண்ணே, ஒரு கவிதை எழுதியிருக்கேன், கேக்கிறியா?

பாரதி : (தலைநிமிர்ந்து பார்த்து) கவிதையா?

சம்பத் : ஆமா,

பாரதி : (அவனும் சிரித்தபடி) படி பார்க்கலாம்

சம்பத் (படிக்கிறான்)

> பெண்ணே!
>
> கனவுகள் கற்பனைகள் காகிதங்களுக்கு...

கமலம் : சீ, நிறுத்துடா முண்டம், (சம்பத் வெள்ளையாகச் சிரிக்கிறான்)

சிரிக்காத. இந்த பாரு, இந்தக் கவிதை எழுதுறேன், கதை எழுதுறேன்னு நீயும் ஆரம்பிச்சே... சோறு போடமாட்டேன் ஆமா.

சம்பத் : ஏம்மா?

கமலம் : ஆமா, அவரு ஒருத்தரு எழுதுறேன் எழுதுறேன்னு செஞ்சு வச்சிருக்க கோலம் போதும்.

சம்பத் : இது சும்மா இருக்குற நேரத்தில தானம்மா?

கமலம் : சும்மா இருக்குற நேரத்திலயும் வேணாம். சோறு திங்கிற நேரத்திலயும் வேணாம். அப்பிடி கம்மா இருக்க முடியலேன்னா எங்காச்சும் போயி டீவி ரிப்பேர் ரேடியோ ரிப்பேர் இருந்தா படி. ரெண்டு காசுனாலும் வரும். (இடைவிட்டு) எழுத்துஅவ்வளவும் தரித்திரம்.

(சம்பத் மீண்டும் கைத்தாளைப் பார்க்கிறான்)

கமலம் : (கோபமாக) போடா உள்ளே.

(சம்பத் சிரித்தபடி தாளை அடக்கிச் சட்டைப் பையில் வைத்தபடி வாசலை நோக்கி நடக்கிறான்.)

கமலம் : இந்த நேரத்தில் எங்கடா போற?

சம்பத் : எங்கயும் இல்லம்மா, பத்து நிமிசத்துல வந்துடுவேன்.

(அவன் வெளியே போய் விடுகிறான்.)

(பாரதி மீண்டும் பத்திரிகை பார்க்கிறான். பிறகு ஞாபகம் வந்தவனாக.)

பாரதி : ஆமா இந்த நேரத்துல எதுக்குமா அரிசி.

கமலம் : நளினி காலையில ஊருக்குப் போறா. இப்ப சும்மா இருக்குற நேரத்தில செஞ்சு வச்சுட்டா காலையில அவதி மிச்சம்.

பாரதி : நளினி நாளைக்கா போவுது?

கமலம் : ஆமா.

பாரதி : இப்ப எங்க அது?

கமலம் : தூங்குறா. அதுசரி, இன்னும் உன் பொஞ்சாதிகிட்ட இருந்து லெட்டரே வரலியே. நீ போயிட்டு வந்து இப்பப் பதினஞ்சு நாளாவது இருக்காது?

பாரதி : ஆமா, ரெண்டு வாரம்தான் ஆவுது, ஆனா எழுதுறதுக்கு என்னா இருக்கு. குழந்த பிறந்ததும் தெரிவிக்கப் போறாங்க. அவ்வளவுதான?

கமலம் : கொழந்த எப்பப் பொறக்கும்னு டாக்டர் சொல்லியிருக்காரு?

பாரதி : இந்த மாசக் கடைசியில. இருபது இருபத்திரெண்டு நாள் இருக்கு.

கமலம் : அங்க டானிக் கீனிக் எல்லாம் சாப்புடுறா இல்ல?

பாரதி : ம்.

சுமலம் : வாங்கிக் கொடுக்குறாங்க இல்ல?

பாரதி : ஏன் அப்பிடி கேக்கிறீங்க?

கமலம் : அவங்க அப்பன் ஒரு கஞ்சப் பிரபு.

பாரதி : அதெல்லாம் மகள விட்டுடுவாங்களாம்மா? நீங்க வேற.

கமலம் : மாமியா வீட்ட ரொம்பத்தான் தாங்காதடா. ம். எப்பிடியோ தாயும் பிள்ளயும் நல்லபடியா வந்து சேந்தா சரி.

ம்... இன்னொன்னுடா. இவ, நளினிய இதுவரைக்கும் தாத்தா வீட்ல வளத்துட்டாங்க. இப்ப அவளும் காலேஜ் முடிக்கப்போறா. இனிமேனாலும் நாம் கூட்டிக்கிட்டு வந்துட வேணாமா? கல்யாணத்தையும் நீங்களே செஞ்சு வச்சுடுங்கன்னு சொல்லவா முடியும்?

பாரதி : தாத்தா என்ன சொல்றாரு?

கமலம் : அவரு என்ன சொல்வாரு? அவரு கூட்டிக்கிட்டுப் போங்கன்னா சொல்ல முடியும்?

பாரதி : சரி. காலேஜ் முடிஞ்சதும் கூட்டியாந்தா போச்சு.

கமலம் : அவளுக்குக் கல்யாணச் செலவு இருக்கு.

பாரதி : ஆமா.

கமலம் : உன் கல்யாணத்திலயே கொஞ்சநஞ்சம் இருந்ததையும் தொடச்சாச்சு, இதுல வரதட்சண வாங்கக்கூடாதுன்னு வீம்பு வேற,

இப்ப இவ செலவுக்கு எங்க போறது?

பாரதி : பாப்போம்.

கமலம் : (சலிப்பாக) என்னத்தப் பாக்குறது, ஒங்கப்பா எழுதிப் பரிசு வாங்கிக்கிட்டு வரப்போறாரா என்னா? அதென்ன பரிசு... ஒரு லட்சம் தாரானாமில்ல.

பாரதி : அதெல்லாம் இவரு மாதிரி ஆளுங்களுக் கெல்லாம் கெடைக்காது.

கமலம் : ஏன்?

பாரதி : அதுக்கெல்லாம் கால்ல விழுகத் தெரிஞ்சிருக்கணும்.

கமலம் : அது வேறயா?

(பாரதி எழுந்து வீட்டிற்குள் போவதற்காகச் சில அடிகள் நடக்கிறான். அதே நேரம் கமலமும் முறத்தைத் தரையில் வைத்துவிட்டு சிறிது கஷ்டத்தோடு எழுந்திருக்கிறாள். இதே நேரம் விஸ்வநாதனும் மாணிக்கவாசகமும் மேடையில் வருகிறார்கள். அவர்கள் ஒரு அறையைக் கடந்து நேராகக் கூடத்திற்கு வருகிறார்கள். விஸ்வநாதன் இன்னும் அரை போதையில்தான் இருக்கிறார். கமலமும் பாரதியும் அவரைப் பார்க்கிறார்கள்.)

விஸ் : (சோபாவில் உட்கார்ந்தபடி) அப்பாடா, வீட்டை அடைந்தாயிற்று.

பாரதி : அப்பா இகத்திலேயே பரத்தையும் கண்டுவிட்டார்.

(விஸ்வநாதன் ஒரு சந்தோசமான பாதி வியப்போடு மகனைப் பார்க்கிறார்.)

கமலம் : ஒண்ணுமில்ல. கம்பன் வீட்டுக் கட்டுத்தறியும் கவிபாடுது.

(விஸ்வநாதன் வியப்பில் வாய்பிளந்தே மனைவியைப் பார்க்கிறார்)

கமலம் : வியாதி எல்லாரையும் தொத்துது.

(விஸ். முகம் பட்டென்று ஏமாந்து சோர்ந்து போகிறது.)

விஸ் : (இரு கரங்களையும் பாதி உயர்த்தி) ஒரு மின்னல். அதுவும் போய்விட்டது. வந்த மாதிரியே. (இடைவெளி விட்டு) அது சரி, மின்னல் என்றால் வந்த வேகத்தில் போய்விடவும் தானே செய்யும். நீங்க உட்காருங்க மாணிக்கவாசகம். (பக்கத்தில் இடம் தட்டுகிறார்)

மாணிக் : இல்லசார். நான் போறேன். நேரமாச்சு. (கைக்கடிகாரம் பார்த்து) மணியும் 11 ஆச்சு.

விஸ் : அட பரவாயில்ல உக்காருங்க.

கமல : அவரு போகட்டும். அவருக்குக் குடும்பம் இருக்கு. அவரெல்லாம் குடும்பத்த கவனிக்கிறவரு.

விஸ் : ஓ (மாணிக்கவாசகத்திடம் கை நீட்டுகிறார்) பாராட்டுக்கள்!

மாணிக் : சாருக்கு எப்பவும் தமாஸ்தான். நான் வர்றேன் சார், வர்றம்மா, வர்றேன் தம்பி.

(மூவரும் விடை கொடுக்கிறார்கள். மாணிக்கவாசகம் போய் விடுகிறார்.

கமலம் முறத்தை எடுத்துக் கொண்டு உள்ளே போகிறாள். பாரதி ஒரு நாற்காலியில் உட்கார்ந்து தந்தையைப் பார்க்கிறான்.

விஸ்வநாதன் ஜிப்பா பாக்கட்டிலிருந்து அந்த பாட்டிலை எடுக்க, பாரதி சிறிது வியப்பும் எரிச்சலுமாக அவரைப் பார்க்கிறான்.)

விஸ் : காலி பாட்டில்தான்.

பாரதி : ஸ்டாக் வேற வச்சுக்க ஆரம்பிச்சுட்டீங்களா?

விஸ் : இல்ல இல்ல. நாளைக்கி அக்டோபர் ரெண்டு கடை இருக்காதுன்னு சொன்னாங்க.

(ஷோபாவில் மெல்ல சரிகிறார்.)

பாரதி : அதுனால நாளைக்கும் சேத்து வாங்கி அதையும் இன்னிக்கே குடிச்சாச்சா?

விஸ் : ஆமா, சனியன்.

பாரதி : ஏன் அப்பிடி?

விஸ் : யாருக்குத் தெரியுது.

விஸ் : (முழுதும் சரிந்து படுத்தவாறே) செத்துப் போக மாட்டேன்தான். ஆனா குடிக்காம இருக்க முடியாது.

பாரதி : ஏன் அப்பிடின்னேன்? எனக்குத் தெரியலியே.

விஸ் : அதுதான் எனக்கே தெரியலியே. ஓனக்கெப்படி தெரியும்?

பாரதி : (சலிப்பாக) என்னமோ போங்க.

(கமலம் திரும்ப அங்கே வருகிறாள்.)

கமலம் : ஏதாவது சாப்புடுறீங்களா?

விஸ் : (எழுந்தபடி) அதென்னா சாப்புடுறீங்களான்னு..

கமலா : (மகனிடம்) இவரு என்னடா சொல்றாரு?

பாரதி : சாப்புடுங்கன்னு சொல்ல வேண்டியதுதான அம்மா.

கமலம் : இதென்னா குதர்க்கம்? சாப்புடுறீங்களான்னு கேட்டா சாப்புடுங்கன்னு ஆகாதா?

விஸ் : சரி என்னா இருக்கு?

கமலம் : ரெண்டு மூணு தோசதான் இருக்கு.

விஸ் : எப்ப சுட்டது?

கமலம்	:	எட்டு மணிக்கே சுட்டுப் போட்டாச்சு.
விஸ்	:	அய்யோ, பேருக்குதான் அது தோசையா இருக்கும்.
கமலம்	:	ஆமா.
விஸ்	:	திரும்பிக் கொஞ்சம் சட்டியிலபோட முடியாது?
கமலம்	:	முடியாது. இன்னம் நான் போயி அடுப்பு பத்தவைக்க முடியாது. காலையில அஞ்சு மணிக்கி எந்திரிச்சது. இப்ப மணி பதினொன்னு. நான் படுக்கணும். நான் என்னா மனுஷியா இல்ல எருமையா?
விஸ்	:	(கோபமாகவும் தீர்மானமாகவும்) அப்ப எனக்கு வேணாம்.
கமலம்	:	பின்ன பேசாம படுங்க. (அவள் புறப்படுகிறாள்)
பாரதி	:	அம்மா.
கமலம்	:	நீ சும்மா இருடா.
விஸ்	:	(மனைவி வீட்டிற்குள் நுழையும் தருணத்தில்) கமலம்!
கமலம்	:	(திரும்பி) என்னா?
விஸ்	:	அதக் கொண்டா.

(சொல்லிவிட்டு நினைவு கொண்டவராக வாய்விட்டு அட்டகாசமாகச் சிரிக்கிறார்.)

கமலம்	:	என்னா சிரிப்பு?
விஸ்	:	(மகனிடம்) ஒரு கதை தெரியுமா உனக்கு? இப்படித்தான் குடிச்சுட்டு வந்தான் எங்க ஆளு ஒருத்தன். (நடித்துக் காட்டுகிறார்) கஞ்சிக்குத் தொட்டுக்க என்னாடி வச்சிருக்கேன்னு

கேட்டான். அவ கீரை கடைஞ்சு வைச்சிருந்தா.. இத மனுஷன் திம்பானாடின்னு எடுத்து செவுத்துல அடிச்சான். அது போயி செவுத்துல ஒட்டிக்கிச்சு. கொஞ்ச நேரம் உட்கார்ந்திருந்தான். போதை தெளிஞ்சுது. பழையபடி தொட்டுக்க என்னாடி இருக்குன்னு கேட்டான். கீரைதான் இருந்துது. அதையும் தான் எடுத்து செவுத்துல அடிச்சுட்டியே, அங்க பாருன்னு அவ காட்டினா. பாத்துட்டு, கொஞ்ச யோசன பண்ணிட்டு சொன்னான் அதனாலும் வழிச்சு வய்யிடி சொரணை கெட்டவளே அதாவது, அவ சொரணை கெட்டவளாம்.

(பாரதி சிரிக்கிறான். கமலமும் லேசாக சிரிக்கவே செய்கிறாள். பின் இருவரும் உள்ளே போகிறார்கள்.)

விஸ் : எப்படியோ சிரிச்சுக் கழிச்சாச்சு. ம்... பசி வந்திடப் பத்தும் பறந்துபோம். குடி வந்திட நூறும் பறந்து போம். நூறும்... ஆயிரமும்.

(கமலம் இடது கையில் தட்டும் வலது கையில் ஒரு ஸ்டூலுமாக வந்து விஸ்வநாதன். முன்னால் வைக்கிறாள்)

விஸ் : தண்ணி?

கமலம் : கொண்டாரேன்.

(அவள் சென்று ஒரு செம்பில் தண்ணிர் கொண்டு வந்து அந்த ஸ்டூல் ஓரத்தில் வைக்கிறாள்.)

கமலம் : சாப்புட்டுப் படுங்க, நான் போயி படுக்கப் போறேன்.

விஸ் : சரி.

(கமலம் உள்ளே போய் விடுகிறாள். இவர் இரண்டு துண்டுகள் சாப்பிட்டதும் சம்பத் வெளியிலிருந்து வருகிறான்.)

விஸ் : *(தந்தையின் ஸ்தானத்தோடு)* இவ்வளவு நேரமாச்சு. எங்க போயிட்டு வர்றே?

சம்பத் : எங்கயும் இல்லப்பா. கொஞ்சம் தெருமுனை அரட்டை அவ்வளவுதான்.

விஸ் : *(அந்த தந்தை ஸ்தானத்தை தாராளமாகக் கை கழுவிவிட்டு)* இளைஞர்களும் தெருமுனை அரட்டையும் அது ஒரு சுவாரஸ்யமான விசயம்தான். உக்காரு.

(அவர் அருகில் உட்காருகிறான்)

சாப்ட்டியா?

சம்பத் : ம். *(மெதுவாக)* அப்பா ஒரு கவிதை எழுதியிருக்கேன், கேக்கிறிங்களா?

விஸ் : ஏன் கவிதை வரும்போதே பதுங்குது?

சம்பத் : *(பின்னும் மெதுவாக)* எதிரிகள் அருகில் இருக்கிறார்கள்.

(விஸ்வநாதன் உள்ளே விரல்காட்டி செவிட்டூமை மொழியில் அங்கே? என்கிறார்)

சம்பத் : ம்.

விஸ் : ஆங்! மெதுவாச் சொல்லு.

சம்பத் (பாக்கெட்டிலிருந்து தாளை எடுத்துப் படிக்கிறான்)

பெண்ணே!

கனவுகள் கற்பனைகள் காகிதங்களுக்கு

வந்தவனெல்லாம்

வால்கட்டி வால்கட்டி

யாரையும்

பெண்ணே என்றழைக்கவே

பயமாய்ப் போச்சு.

விஸ் : (சிறிது நேரம் எடுத்து) இன்னொரு தரம் படி.

(சம்பத் மீண்டுமொரு முறை படிக்கிறான்)

விஸ் : கனவுகள் கற்பனைகள் காகிதங்கள் மீரா எழுதுன நூலத்தானே சொல்றே?

சம்பத் : ஆமா.

விஸ் : உன் கவித. கவிதை நிலையில் ஒரு அபத்த வளர்ச்சிறச் சுட்டிக் காட்டுது. மீரா எழுதுனப்ப அது அதுக்கு முன்னாடி அப்படி யாரும் எழுதல. அதுவே அதுக்குரிய முதல் பெருமை. ஆனா பின்னால வந்தவங்கள்ளாம் அவரப் பாத்து அடிச்சது காப்பி. சுரணையில்லாத காப்பி.

சம்பத் : கவிதைன்னா என்னான்னு ஒரு வரையறை கொடுக்க முடியுமா அப்பா?

விஸ் : ஒரு வரையறையில கவிதைய அடக்க முடியும்ன்னு நான் நெனைக்கல. வேன்னா பத்துப் பன்னிரெண்டு வரையறை கொடுக்கலாம். அது பூராவையும் இல்லேனா ஒன்னு ரெண்ட, இல்லேனா ஏதாவது ஒன்னையாவது பூர்த்தி செய்யறத, கவிதைனு சொல்லலாம்.

(அப்போது உள்ளிருந்து கமலம் குரல் கேட்கிறது)

கமலம் : டே சம்பத். படுக்கல?

(சம்பத் நாக்கைக் கடித்தபடி எழுகிறான். விஸ்வநாதனும் போயிடு என்று சைகை காட்டுகிறார்)

அவன் உள்ளே போக. அவன் போவதையே இவர் பார்க்கிறார். பிறகு மீண்டும் ஒரு துண்டு தோசையை எடுக்க இருள் வருகிறது.)

காட்சி 3

நேரம் : காலை 10 மணி.

விஸ்வநாதன் வீட்டின் முன்னறையில் மேஜைமுன் நிற்கிறார். அவரின் முன்னால் ஜெயபால், வேல்முருகன் இரண்டு நண்பர்கள். விஸ்வநாதன் இப்போது போதையில் இல்லை. உடைகளும் புதிய சலவையாக உள்ளன. உட்கூடத்தில் முதலில் யாரும் இல்லை. ஆனால் பிறகு எப்போதாவது ஒருமுறை கமலம் ஏதாவதொரு வேலையின் காரணமாக அங்கே வருவதும் போவதுமாக இருக்கிறாள்.

மேடையில் ஒளிவரும் போது தலை குனிந்தபடி பெரிய யோசனையில் இருக்கும் விஸ்வநாதன் சில நொடிகளுக்குப் பிறகு தலை நிமிர்கிறார்.

விஸ் : என்னோட சோஸலிஸம் என்னா தெரியுமா? (இடைவிட்டு) ஏழைகளுக்கு வீடு, (இடைவிட்டு) பணக்காரர்களுக்கு பங்களா.

(நண்பர்கள் சிரிக்கிறார்கள்)

முன்னது லட்சியம். பின்னது நிச்சயம்.

(மீண்டும் சிரிப்பு)

ஜெய : அதுசரி. பணக்காரர்களுக்கு நீங்க என்னா பங்களா கட்டித் தர்றது? அவங்களேதான் கட்டிக்குவாங்களே?

விஸ் : அதனாலதானே அத கொள்கை விளக்கத்தில நிச்சயம் அயிட்டத்தில் சேத்தது. நான் ஒரு பிராக்டிகல் அரசியல்வாதி.

நண்பர் வேல் : அப்பிடின்னா ஏழைகளுக்கு வீடு?

விஸ் : அதனாலதான அத லட்சியத்தில்

வச்சிருக்கேன். லட்சியம்னா என்னா? நம்ம தலைமுறையில நடக்க முடியாதது. கொஞ்ச நாள் கழிச்சு ஜனங்க மறந்து போறது.

ஜெய : (சிரித்தபடி) இருக்க சோஸலிஸங்கள் போதாதுன்னு இது வேறயா? நீங்க பேசாம கதமட்டும் எழுதுங்க.

விஸ் : என்னா மிஸ்டர். இருக்கற சோஸலிசத்துல என் சோஸலிசம் எதுக்குக் கொறஞ்சு போச்சு?

ஜெய : அதென்னமோ. வாஸ்தவந்தான். அது சரிங்க, சில நெத்தியடி லாஜிக் எல்லாம் எங்க கத்துக்கிட்டீங்க?

விஸ் : தெரியல?

ஜெய : உங்ககிட்ட இது இன்னொரு ஆச்சரியம். உங்களப் பத்தி ரொம்ப உயர்வாவும் பேசுறீங்க அது உண்மைங்கறது வேற விசயம். ஆனா அதே சமயம் உங்களயே ரொம்ப கீழே எறக்கியும் பேசிடுறீங்க. எனக்குத் தெரியாது நானும் ஒரு சராசரி மனுசன்தான். அந்த விசயத்தில நான் ஒரு அடிமுட்டாள் காரியம் செஞ்சேன் அப்பிடினு எல்லாம் பேசுறீங்க. இது எப்பிடி சாத்தியம்?

விஸ் : கரெக்ட். ஆனா அது அப்படித்தான் இருக்கு பிரதர். நான் அப்படித்தான் இருக்கேன். ஏன், எல்லா மனுசனுமே அப்பிடித்தான் இருக்கான் (நீள கை நீட்டி) முழு நீளத்துக்கும் யாரும் ஞானப் பிரகாசம் அல்லது goody goody manl கிடையாது. விசேசம் என்னான்னா நான் அத சொல்லிடுறேன். பலர் சொல்றதில்ல. அவ்வளவு தான்.

(சொல்லிவிட்டுக் கதவிடம் சென்று கூடத்தில்

யாரும் இருக்கிறார்களா என்று நோட்டம் விடுகிறார். யாரும் இல்லையென்று தெரிந்ததும் கதவை மெதுவாக இழுத்து விடுகிறார். பின் மேஜையருகில் வருகிறார்.)

விஸ் : (மெல்ல) கொஞ்சம் தீர்த்தம் போட்டுக்கலாம்னு நெனப்பு.

வேல்முருகன் : காலை பத்து மணிக்கேயா?

விஸ் : அழிஞ்சு போறதுக்கு என்னா சுபமுகூர்த்தம்?

ஜெயபால் : இவ்வளவு பேசறீங்க, படிக்கிறீங்க, சிந்திக்கிறீங்க, இந்த விஷயத்தில மனச அடக்கி ஒரு கட்டுப்பாடு செய்துக்க முடியலியா?

விஸ் : (அழுத்தம் திருத்தமாகவும், இடைவெளிகள் விட்டும்) முடியல. முடியல. கஜ கர்ணம் போட்டுப் பாத்தும் முடியல. மது ஒரு அராஜகமான விசயம். ஏதோ நோய்க்கிருமிகள் மூளைக்குள்ள புகுந்த மாதிரி, ஒவ்வொரு அணுவையும் ஆக்கிரமிச்சு சொந்த கட்டளைகளை இட்ட மாதிரி அது. குடியப்பொறுத்தவரைக்கும் நான் என் கையில் இல்ல, யாரோ என்னை ஆட்சி செய்கிறார்கள்.

(இப்போது பஸ்ஸர் ஒலிக்கிறது.)

விஸ் : (வேல்முருகனிடம்) யாருன்னு பாருங்க.

ஜெயபால் : (வேல் முருகன் சென்று திரும்புகிறார். அவர் பின்னால் வந்தவர் வருகிறார்.)

அடடே. சேது, வா வா. (நண்பர்களிடம்) என்னோட மைத்துனர். சேதுராமன் ஒய்ஃபோட பிரதர். இவங்க என்னோட

பிரண்ட்ஸ், ஜெயபால். வேல்முருகன்.

(அவர்கள் வணக்கம் சொல்லிக் கொள்கிறார்கள்.)

விஸ் : (சேதுராமனிடம்) வா போகலாம், (நண்பர்களிடம்) கொஞ்சம் இருங்க வந்துடுறேன்.

ஜெய : நாங்க வேணா போறோம்.

விஸ் : இல்ல. இருங்க வந்துடுறேன்.

(அவர் மைத்துனனை அழைத்துக் கொண்டு உள்ளே போகிறார். ஜெயபால் புத்தக அடுக்கிடம் போகிறார். வேல்முருகன் பத்திரிகை புரட்டுகிறார்.)

விஸ் : கமலம் உன் சகோதரர் விஜயம் செய்திருக்கிறார்.

(கமலம் வருகிறார்)

சுமலம் : வா தம்பி, அங்க எல்லாம் சௌக்கியமா?

சேது : நல்ல சௌக்கியம்.

கமலம் : சரி, வா சாப்பிடு.

சேது : மொதல்ல குளிச்சுடுறேன்.

விஸ் : சரி குளிச்சுட்டு சாப்புடு, அப்புறம் பேசுவோம்.

சேது : சரி அத்தான்.

(சேதுவும் கமலமும் உள்ளே போக இவர் மீண்டும் தனது அறைக்குத் திரும்புகிறார்.)

வேல்முருகன் : (ஒரு பத்திரிகையைக் காட்டி) இங்க பாருங்க பாரதி, கஞ்சாவும் தமிழுமா வாழ்ந்தவனாம்.

விஸ் : ஒதப்பேன். பாரதி தமிழா வாழ்ந்து கஞ்சாவா அழிஞ்சவன். ரெண்டுமா வாழ்ந்தவன் இல்ல. சாட்சிக்கு யதுகிரி அம்மாள் படிச்சுப் பாக்கணும். பாரதி கவிதையில ஒரு உயரத்த

தொட்ட பிறகு கஞ்சாவத் தொட்டவன். அதனால் அவன் கவித்துவம் பொளச்சது அவன் பொளைக்க முடியாமப் போனாலும். அவனும் இருபது வயசுலயே கவிதையையும் கஞ்சாவையும் கையில எடுத்திருந்தா, இந்த ஆசாமிக மாதிரியே, தான் குடிச்சுத் தடுமாறுனதப் பத்தி ஒரு கவிதையும் குடிக்க பெஞ்சாதி காசு கொடுக்காததப் பத்தி ஒரு கவிதையும், நண்பர்கள் தூரக்கண்ட போதே ஒதுங்கியது பத்தி ஒரு கவிதையும், ஆகமொத்தம் மூணு கவிதைகள் எழுதிட்டுக் காணாமப் போயிருப்பான்.

மேஸ்திரி குடிக்கிற மாதிரி. ஒரு பிஸினஸ் எக்ஸிகியூட்டிவ் குடிக்கிற மாதிரி, ஒரு விஞ்ஞானி குடிக்கிற மாதிரிதான் எழுதுறவனும் குடிக்கிறான். அவங்க தங்களையும் தங்கள் தொழில் திறமையையும் அழிச்சுக்குற மாதிரிதான் இவனும் தன்னையும் தன் எழுத்துத் திறனையும் அழிச்சுக்குறான். இதுல, என்னமோ எழுத்தோட பரிணாமம் குடி மாதிரியும், குடியோட இன்னொரு பரிமாணம் எழுத்து மாதிரியும் இவங்க எப்பிடிச் சொல்றாங்க?

(மாற்றிய உடைகளோடும் சிறு ஏப்பத்தோடு சேதுராமன் அங்கே வருகிறார்)

விஸ் : வா உட்கார்.

ஜெய : அப்ப நாங்க பொறப்படுறோம். மைத்துனரோடு பேசுங்க.

விஸ் : சரி. வாங்க.

(அவர்கள் இவர்களிடம் சொல்லிக் கொண்டு புறப்படுகிறார்கள்.)

ஜெயந்தன்

விஸ் : (நண்பர்கள் சென்றதும்) அப்புறம்; என்ன விசேஷம்?

(கமலம் அங்கே வருகிறாள்.)

சேது : ஒண்ணுமில்லை. எங்க கம்பெனி விசயமா ஹெட் ஆபீஸ் வரவேண்டியிருந்தது.

விஸ்வ : அப்பா எப்படியிருக்காரு? போன வாரம் அவரு வந்தப்ப நான் இல்ல.

சேது : சொன்னாரு.

விஸ்வ : நளினி எப்பிடி இருக்கு?

சேது : அதுக்கென்னா? நல்லா இருக்குது.

கமலம் : தம்பி என்னமோ சொல்றான் கேளுங்க.

விஸ் : என்னா?

சேது : ஒண்ணுமில்ல. என்னோட பெஸ்ட் பிரண்ட் ஒருத்தன். ஒரு பதிப்பகம் வச்சிருக்கான். இப்ப மாத நாவல் போடுறான். நல்லா போகுது. நான் உங்களச் சொன்னேன். தாராளமா எழுதட்டும்னு சொன்னான்.

விஸ் : அப்பிடியா?

சேது : நூத்திப் பத்துப் பக்கம் எழுதுனா போதுமாம், ஆயிரம் ரூபா தர்றதா சொல்றான்.

விஸ் : அது என்னா கணக்கு. நூத்திப் பத்துப் பக்கம்?

சேது : நாவலோட விலை ரெண்டு ரூபாதான் வச்சிருக்கான். நாவல் ஓடுறதே அந்த விலையாலதான், ரெண்டு ரூபாய்க்கித் தக்க பக்கம்தான போட முடியும்?

விஸ் : ஓ, செருப்புக்குத் தகுந்த மாதிரி கால...

சேது : நீங்க இன்னமும் இந்த மாதிரி பேசிக்கிட்டு

இருக்கக் கூடாது. அத்தான் இவ்வளவு கஷ்டப்பட்டும் உலகத்தப் புரிஞ்சுக்க மாட்டேங்கிறீங்களே.

விஸ் : அப்பிடியா சொல்றே? அப்பிடியில்ல சேது. இந்த உலகத்தையும் சரி, வாழ்க்கையையும் சரி நான் புரிஞ்சுதான் வச்சிருக்கேன். வேன்னா. நீங்கள்ளாம் புரிஞ்சிருக்க அர்த்தத்தில் நான் புரிஞ்சுக்காம இருக்கலாம்.

கமலம் : இவரு பேசுறது எதாவது புரியுதாடா? இப்பிடித் தாண்டா எப்பவும். என்னமோ சொல்ல வர்ற மாதிரி இருக்கும். அப்புறம் ஒரு எழவும் வெளங்காது.

சேது : (சலிப்பாக) சரி, எழுதுறீங்களா இல்லியா? நான் அவன்கிட்ட சொல்லணும்.

விஸ் : எழுதுவோம்ப்பா. (மனைவியைப் பார்த்தபடி) அதுதான் ஆயிரம் ரூபா தர்றான்னு சொல்றியே.

சேது : ஆனா ஒன்னு.

விஸ் : என்னா?

சேது : நீங்க எப்பவும் இந்தப் பத்து பேத்துக்கு எழுதுற மாதிரி எழுதக்கூடாது.

விஸ் : அப்பிடின்னா?

சேது : கொஞ்சம் ஜனரஞ்சகமாவும் இருக்கணும்.

விஸ் : அப்பிடின்னா?

(சேது பேசாமல் இருக்கிறான்)
நாலு சஸ்பென்ஸ், கொஞ்சம் செக்ஸ், கொஞ்சம் வயலன்ஸ், கொஞ்சம் தமாஷ். எல்லாம் கலந்த ஒரு மசாலா உருண்டை. அப்பிடித்தானே?

ஜெயந்தன்

சேது : அப்பிடித்தான் இருக்கட்டுமே என்னா பெரிய தப்பு? என்னா குடி முழுகிப் போவுது?

விஸ் : அதெல்லாம் இருக்கட்டும், அப்படியெல்லாம் என்னால எழுத முடியாது.

சேது : அந்த பிரண்டு அப்பவே சொன்னான். இதெல்லாம் அவரால முடியாதப்பா. அதுக்கும் ஒரு திறம வேணும்னு.

விஸ் : சீச்சி... நான் முடியாதுன்னு சொன்னது மாட்டேங்குற அர்த்தத்தில்தான தவிர, எழுத வராதுங்குற அர்த்தத்தில் இல்ல மலை முழுங்கி மகாதேவனுக்குக் கதவெல்லாம் அப்பளம்னு கேட்டிருக்கியா? நான் நெனச்சா இந்த மாதிரி நாவல் ஒரு ராத்திரிக்கி ஒண்ணு எழுதிப்போட முடியும். வேண்ணா, சாம்பிளுக்கு ஒண்ணு, நெனச்ச மாத்திரத்தில இப்பவே சொல்லிக்கிட்டே போகட்டுமா?

சேது : (புன்னகையுடன்) எங்க சொல்லுங்க பார்க்கலாம்.

விஸ் : கேட்டுக்க (கொஞ்சம் தொண்டையை கனைத்துக் கொள்கிறார்) பலராமனின் டயோட்டா மவுண்ட்ரோட்டில் பஞ்ச கல்யாணியாய் வந்து கொண்டிருந்தது.

(அவர் இப்படி ஆரம்பித்து, வன்முறை, செக்ஸ், சஸ்பென்ஸ் என்று வகைக்கு நான்கு வைத்து ஒரு கதைச்சுருக்கத்தைச் சொல்லி முடிக்கிறார்.)

விஸ் : கதை எப்படி?

சேது : பிரமாதம் அத்தான். இதையே எழுதிக் கொடுத்திட்டு ஆயிரம் ரூபா வாங்கிட வேண்டியதுதான?

(விஸ்வநாதன் சிரிக்கிறார்.)

(இடையில் ஏதோ வேலையாக உள்ளே போயிருந்த கமலம் திரும்ப வருகிறாள்.)

கமலம் : என்னடா சேது நல்ல கதையா சொன்னாரா?

சேது : பிரமாதமா சொல்றாரு அக்கா. அதுதான், இதையே எழுதிக் கொடுத்துட்டு பணத்த வாங்கிட வேண்டியதுதானேன்னு சொல்லிக் கிட்டு இருக்கேன்.

கமலம் : அதுக்கு என்னா சொல்றாரு?

சேது : சிரிக்கிறாரு.

கமலம் : ஏன்?

விஸ் : நான் போதை மாத்திரை விக்கிற ஆளு இல்லயே.

சேது : அட, நீங்க செய்யலேன்னா அத இன்னொருத்தன் செய்யப்போறானே. அதுக்கு என்னா சொல்றீங்க?

விஸ் : அவன் எழுதுறது என் கையில இல்ல. ஆனா நான் எழுதுறது என் கையில இருக்கே. எனக்கு நான் பதில் சொல்ல வேணாமா?

கமலம் : இவரு ஒண்ணுக்கும் ஒத்துவர மாட்டாருடா. கடைசியில என் கழுத்த அறுக்கறதோட சரி.

(அவள் போய்விடுகிறாள். இவர்கள் இருவரும் மௌனமாகச் சில விநாடிகள் உட்கார்ந்திருக்க மெல்ல ஒளி மங்குகிறது.)

காட்சி 4

வீடு - கூடம்.

காலை.

சம்பத் கையில் ஒரு வாலிபால் வைத்து லேசாக வீட்டிற்குள்ளேயே விளையாடிக் கொண்டிருக்கிறான். அப்போது கமலம் வீட்டிற்குள்ளிருந்து கூடத்திற்கு வருகிறாள்.

கமலம் : டேய், ஏதாவது கண்ணாடியில பட்டு ஒடையப் போவுது.

சம்பத் : அதெல்லாம் ஒடையாது.

கமலம் சோபாவில் இருக்கும் சலவைத் துணிகளை எடுத்துக் கொண்டு மீண்டும் உள்ளே போகிறாள். வெளியே சைக்கிள் மணி ஒலி கேட்கிறது.

குரல் : சார் தந்தி!

(சம்பத் வெளியே போய் சில விநாடிகளில் திரும்பி வருகிறான் தந்தியை படித்தபடி)

சம்பத் : அம்மா அம்மா.

கமலம் : (உள்ளிருந்த படியே) என்னடா?

சம்பத் : நீங்க பாட்டியாயிட்டிங்க.

(கமலம் முகமலர்ச்சியோடு வெளியே வருகிறாள்)

கமலம் : என்னடா?

சம்பத் : அண்ணிக்கு கொழந்த பிறந்திருக்கு. தந்தி வந்திருக்கு.

கமலம் : அப்பிடியா, என்னா கொழந்த?

சம்பத் : (தந்தியைப் படித்தபடி) ஆண்குழதை

கமலம் : அப்பா! எல்லாம் அந்த முருகன் அருள்.

சம்பத் : நல்லா இல்லாம போயிருந்தா யாரு அருளம்மா?

கமலம் : ஒனக்கு அப்பிடியே ஒங்க அப்பா புத்திடா.

(இப்போது விஸ்வநாதன் குளித்த ஈரத்தலையைத் துண்டால் துவட்டியபடி அங்கே வருகிறார்.)

விஸ் : என்னடா அப்பா புத்தியோட
நிறுத்திட்டே. அதுக்கு விளக்கம் ஒண்ணு
குடுப்பியே, சனி புத்தின்னு.

ஜெயந்தன் நாடகங்கள்

சம்பத் : அப்பா, அண்ணிக்கு ஆண் கொழந்த பெறந்திருக்கு.

விஸ் : (முகமலர்ச்சியுடன்) எப்பவாம்?

சம்பத் : இன்னிக்கிக் காலை நாலு முப்பதுக்கு.

விஸ் : ஆகா! வைகறை. அற்புதமான நேரம். தாத்தனுக்குப் பிடிச்ச நேரத்தில பேரன் பெறந்திருக்கான்.

சரி, ஒங்க அண்ணனுக்குத் தெரியுமா?

சம்பத் : இல்ல, அவரு போன கையோடதான் தந்தி வந்தது.

விஸ் : ஆபீஸுக்கு ஒரு ஃபோன் போட்டுச் சொல்லிடு.

சம்பத் : சொல்லிடுறேன்.

கமலம் : நாம எப்பப் போறது?

விஸ் : இதுக்கென்னா டைம் பொறப்பட வேண்டியதுதான்.

காட்சி 5

வீடு

மாலை

(பாரதியும் அவன் நண்பன் ஒருவனும் (வடிவேலு) மேடையில் வருகிறார்கள்)

பாரதி : உக்காரு வடிவேலு.

(கமலம் வருகிறாள்)

அம்மா இது என் பிரண்ட் வடிவேலு. காலேஜ்ல படிக்கறப்ப ரெண்டொரு தடவ இங்க வந்திருக்கான். ஞாபகமிருக்கா?

கமலம் : அப்படியா? சரியா ஞாபகம் இல்லை. உக்காருப்பா.

பாரதி : சேல்ஸ் டாக்ஸ் டிபார்ட்மென்ட்ல வேலை பாக்குறான். இந்த ஊருக்கே மாத்தி வந்து ரெண்டு மாசமாச்சாம். வரணும் வரணும்னு இருந்திருக்கான். கடைசியில ஒரு முக்கியமான விசயமா பாத்தாக வேண்டி வந்து நேரா ஆபிஸுக்கே வந்துட்டான்.

கமலம் : என்ன முக்கியமான விசயம்?

பாரதி : சொல்றேன். நீங்களும் உக்காருங்க.

(மூவரும் உட்கார்ந்து கொள்கிறார்கள்)

கமலம் : (சொல்வதற்கு பாரதி நேரம் எடுக்கவே) சொல்லு பாரதி.

பாரதி : அப்பா ஒரு வேலை செஞ்சிருக்காரு அம்மா, அவரு இவ்வளவு மோசமா இருப்பாருன்னு நான் நெனக்கல.

கமலம் : என்ன செஞ்சிருக்காரு?

பாரதி : கடைய நடத்த முடியாம இழுத்து மூடுனாரு இல்ல. அப்ப அதப்பத்தி ஒரு லெட்டர்கூட சேல்ஸ் டாக்ஸ் டிபார்ட்டெண்டுக்கு எழுதிப் போடாமே, இவரு பாட்டுக்கு விட்டது சனியன்னு வீட்டுக்கு வந்துட்டாரு. அந்தமாதிரி எதுவும் எழுதிக் கொடுக்காததுனாலே, இந்த நாலு வருசமும் கடை நடந்ததாதான் அர்த்தம்னு சொல்லி இந்த நாலு வருசத்துக்கும் வரி பாக்கிக் கேட்டு எழுதியிருக்காங்க.

கமலம் : எவ்வளவு?

பாரதி : எட்டாயித்து சொச்சம்.

கமலம் : எட்டாயிரத்து சொச்சமா?

பாரதி : ஆமா.

கமலம் : இவரு ஏன் எழுதிப் போடல?

பாரதி : எழுதிப் போடாதது மட்டுமில்லாம அங்க போயி இதுக்கும் வசனம் பேசியிருக்காரு.

கமலம் : என்ன பேசினாராம்?

பாரதி : நீங்க ஏன் எங்களுக்கு தெரிவிக்கலேன்னு கேட்டதுக்கு, விடுதலையான மனுசன் ஜெயில் அதிகாரிகள்கிட்ட சொல்லிட்டும் வரலாம் சொல்லாமயும் வரலாம்னு நெனச்சேன், அப்பிடின்னு சொல்லியிருக்காரு.

கமலம் : அவ்வளவும் திமுருடா. கடைய மூடிட்டு சோத்துக்கு லாட்டிரி அடிக்கக் கெளம்புறது விடுதலையாமா?

பாரதி : அது மட்டுமில்ல, பணம் கட்டலேன்னா ஜெயிலுக்குத்தான் போக வேண்டி வரும்னு அவங்க சொன்னதுக்கு, இவரு. பரவாயில்லை, எனக்குக்கூட கொஞ்சநாள் உள்ள இருக்க ஆசைதான், ஒரு நாவல் எழுதத் தேவையா இருக்கு, போட்டு விடுங்கன்னு சொல்லியிருக்காரு.

வடிவேல் : (சிரித்தபடி) அது மட்டுமில்லீங்க அம்மா, ஜெயில்ல தண்ணி வசதியெல்லாம் எப்பிடின்னு கேட்டு ஜோக் வேற அடிக்கிறாரு. பரவாயில்ல, போஸ்ட்மேன் போகாத எடமும் சாராயம் போகாத எடமும் எங்க இருக்க முடியும்னு சிரிக்கிறாரு. அவரு இத ஒரு விஷயமா எடுத்துக்கிட்டதாவே தெரியல. எனக்கு அப்ப அவரத் தெரியாது, நேத்து தற்செயலா இதப் பத்தி இன்னொரு

பிரண்ட் கிட்ட பேசுறப்ப அவன்தான் சொன்னான், அடப்பாவி. அவரு நம்ம பாரதியோட அப்பாடான்னு. அதுதான் இன்னிக்கி விழுந்தடிச்சு ஓடி வந்தேன்.

கமலம் : நோட்டீஸ் வந்து எவ்வளவு நாளாச்சு!

வடி : ரெண்டு மாசம் ஆச்சு.

கமலம் : அதப் பத்தி இங்க ஒரு மூச்சு விடல பாத்தியா? எவ்வளவு சாதாரணமா குடிச்சுக்கிட்டும் சிரிச்சுக்கிட்டும் இருக்காரு கல்லு நெஞ்சுடா. சரி தம்பி, ஒங்க டிபார்ட்மெண்ட்ல முடிவா என்ன செய்றதா இருக்காங்க.

வடி : அவங்க தீவிரமான நடவடிக்கை எடுக்கறதாதான் இருக்காங்க.

கமலம் : (மகனிடம்) இப்ப எட்டாயிரத்துக்கு எங்கடா போறது?

(பாரதி மௌனம்)

வடி : (எழுந்தபடி) சரிங்கம்மா, நான் வர்றேன். பாத்து செய்யுங்க.

பாரதி : அட இருப்பா. இந்தப் பிரச்சனையில காப்பி கூடச் சாப்பிடாம கௌம்புற. அம்மா காப்பி கொண்டாங்க.

கமலம் : கொண்டாறேன். (வடிவேலுவிடம்) அதுசரி. நாலு வருசமா உங்க டிபார்ட்மெண்ட்ல எங்க போய் தூங்குனாங்க? முதல் வருசமே வரி எங்கேன்னு கேட்டிருக்க வேண்டியதுதானே. கேட்டிருந்தா எங்களுக்கு ஒரு வருசத்தோட போயிருக்குமில்ல?

(வடிவேலு சரணாகதி என்பதாய் இரு கரங்களையும் உயரத் தூக்குகிறான். அவர்களது உறை நிலையில் இருள் பரவுகிறது.)

காட்சி 6

இக்காட்சியின் ஆரம்பம் ஒரு கனவு என்பதால் அது முடியும்வரை சில தனி நிலைப் பாடுகளைக் கொண்டுள்ளது. மேடை முழுதும் இருட்டாக இருக்கிறது. எந்தப் பாத்திரத்தின் மீதும் அது பேசும்போது மட்டுமே ஒளி விழுகிறது. எந்த ,நிலையிலும் இரண்டு பாத்திரங்கள்மீது ஒரே நேரத்தில் ஒளி விழுவதில்லை. அதாவது ஒரே நேரத்தில் இரண்டு பாத்திரங்கள் தெரிவதில்லை. ஒளி பெரும்பாலும் மேலே இருந்து பாத்திரத்தின் உச்சிமீது விழுகிறது. ஒரே தடவை மட்டும் ஸ்பாட்லைட் நேர் எதிரிலிருந்து வந்து பாத்திரத்தின் நிழல் சுவரில் பெரிதாக விழக் காரணமாகிறது.

முதலில் மேல் மேடை இடது ஓரம் விஸ்வநாதன் நிற்கிறார். கையில் பாட்டில். ஒளி தலைக்கு மேலிருந்து,

விஸ் : (வழக்கமான இலக்கிய நீள் நடையில்) எந்த மனிதனுக்கும் கடைசிவரை துணையாக வருவது அந்த மனிதன் ஒருவன்தான். ஆனால் அந்த ஒருவனையும் அழித்துப் போடுவது... (பாட்டிலைக் காட்டி) இது, இதற்கு விதிவிலக்கு இல்லை. எனது ஒரே துணையாக இருந்த என்னையும் சீரழித்து, அனாதையாகப் போட்டுவிட்டது இது.

(பின்னும் உரத்து) ஏ மனிதர்களே! எந்தப் பாவியையும் மன்னித்து விடுங்கள். ஒருவனை முதலில் குடிக்க வைத்த பாவியை மட்டும் மன்னித்து விடாதீர்கள்.

(அவர் அவைக்கு முதுகு காட்டித் திரும்ப, மேல ஒளி நின்று

முன் ஸ்பாட்லைட் விழுந்து சுவரில் அவரது நிழல் பெரிதாகத் தெரிகிறது. அவர் இரு கைகளையும் உயர்த்தியிருக்கிறார்.)

விஸ் : வாழ்க்கையை செஸ் விளையாட்டோடு ஒப்பிடுகிறார்கள். இதைப் போல் மூடத்தனம் வேறு உண்டோ? விளையாட்டில் நீங்கள் யானை, குதிரை, ராஜா, ராணியை எந்தக் கட்டத்திற்கு வேண்டுமானாலும் மாற்றுங்கள். அவை, யானை, குதிரை, ராஜா, ராணியாகவே இருக்கும், ஆனால் நிஜத்தில் இந்த மனிதனைக் கொஞ்சம் கீழே இறக்கிப் பாருங்கள். பரியெல்லாம் நரியாகிவிடும், யானைகள் கோழிகளாகிவிடும், வெட்டி யெறியப்பட்ட போதும் ராஜா ராஜாதான், ராணி ராணிதான். ஆனால் உங்கள் வாழ்க்கையில்? ராஜா கால் கழுவி வயிறு வளர்ப்பான், அமைச்சன் தரகு வேலையாவது கேட்டுச் சாலைகளில் அலைவான். வெட்கக்கேடு. வெட்கக்கேடு.

(விளக்கணைந்து அவர் உருவம் மறைய, கீழ் மேடை வலது கோடியில் ஒரு உருவம் சபை பார்த்துக் குந்தியிருந்து பின் எழுந்து நிற்கிறது. அது ஒரு மாதிரி உடம்பை முறுக்கி கோணிக் கொண்டு நிற்கிறது. ஒளி தலைக்கு மேலிருந்து)

(அந்த உருவம் ஒரு மாதிரி அதிகமாக நேரம் இழுத்தும் சிலசமயம் திடீரென்று விரைத்த வேகத்துடனும் பேசுகிறது)

உருவம் : கதா காலட்சேபத்தில் வெங்காயம் திங்காதேன்னு சொன்னவன் வீட்டுக்கு வந்ததும்... ஊருக்குத்தாண்டி உபதேசம் எனக்கில்லேடின்னு.. சொன்னானாம். எழுத்தாளர் ஸ்ரீமான் விஸ்வநாதன் செய்யிறதும்.. அதேதான். அவரு... ஊற வரிஞ்சு கட்டிக்கிட்டு ஏசுவாரு. ஆனா அவரு முதுகுதான் அவருக்குத் தெரியாது, தன் ஊழல்

தானறியா ஜீவன்.

(ஒளி விஸ்வநாதன் மேல் விழுகிறது. இப்போது அவர் மேல் மேடை வலது ஓரம் நின்று கொண்டிருக்கிறார்)

விஸ் : என்ன ஊழல்? நான் குடிக்கிறதா)

(ஒளி உருவத்தின் மேல்)

உருவம் : இல்ல... நானும் குடிக்கிறவன்தான். கையக்கால முறுக்கிக்கிட்டு நிக்கிறபோதே தெரியல. நான் சொல்றது நீ எழுதுறதப் பத்தி.

(ஒளி விஸ்வநாதன் மேல்)

விஸ் : நான் எழுதுறதப் பத்தியா? (அவர் அட்டகாசமாகச் சிரிக்கிறார்) சொல்லு சொல்லு. தமாஷ் எனக்கும் பிடிக்கும்.

உருவம் : மிஸ்டர் விஸ்வநாதன். நீ ஒரு போலி. நீயென்னா எல்லா எழுத்தாளனுமே போலிதான். நீங்க எழுதறது இந்த சமூகத்தோட ஒரு அணுவக்கூட அசைக்காதுன்னு உங்களுக்கே தெரியும். ஆனா எழுதி எதையோ தூக்கி நிறுத்திப் போறதா தெரிஞ்சே புருடா விடுற ஆளுங்க நீங்க. நீங்க எழுதறது எல்லாம் பணத்துக்கும் புகழுக்கும்... ஆனா பண்றது மட்டும் பெரீய... பந்தா. நீங்க செய்றதெல்லாம் எங்க நேரத்த வீணடிக்கிறதுதான். எங்க முன்னேற்றத்தத் தடுத்து நிறுத்துறதுதான். நீங்க மட்டுமில்ல. நீங்க தலையில வச்சு கொண்டாடுறீங்களே So called இலக்கியச் சிகரங்கள் அவங்க லட்சணமும் இதுதான்.

விஸ் : அதி எட்டலண்டி? கொஞ்ச தேட்டக செப்தே மஞ்சிதி நயனகாரு.

உருவம் : சரி, உங்க வள்ளுவன் பிறக்காம போயிருந்தா

இந்த உலகம் அஸ்தமிச்சுப் போயிருக்குமா என்னா?

விஸ் : (குரல் மட்டும்) போயிருக்காதுதான்.

உருவம் : வால்மீகி?

விஸ் குரல் : அப்பவும்தான்.

உரு : ஷெல்லி, ஷேக்ஸ்பியர்!

விஸ். குரல் : அப்பவும்தான்.

உரு : டால்ஸ்டாய்

விஸ். குரல் : அப்பவும் தான்.

உருவம் : அப்படியிருக்கிறபோது இந்த பொம்மைகள் தான் கோபுரத்தைத் தாங்கிக் கொண்டிருப்பதாக நீங்கள் சொல்கிறீர்கள்? கோபுரம் I mean my Society.

(சொல்லிவிட்டு அது பெரிதாகச் சிரிக்கிறது)

(ஒளி இடம்மாறும் போது விஸ்வநாதன் சோபா முதுகின் மேல் உட்கார்ந்திருக்கிறார்.)

விஸ் : சபாஷ் பாண்டியா, பலே கில்லாடி நீ குடிச்சதுனால நீ கையக்கால முறுக்கிக்கிட்டு நிக்கல. உன் மூளையே அப்படி முறுக்கித்தான்.

கெடக்கு. குறுக்கு மூளைக்குப் பரிசு கொடுத்தா உனக்குத்தான் நோபல் பரிசு கொடுக்கணும்.

உனக்காக ஒரு கதை சொல்றேன். கேக்கிறியா?

உருவம் : (குரல் மட்டும்) சொல்லே...ன்.

(அந்த உருவத்தின் வாக்கிய வெளிப்பாட்டு நேரத்தை கேலி செய்கிற மாதிரி அதில் முக்கால் நேரத்தை எடுத்துக் கொண்டு விஸ். பேசுகிறார்.)

விஸ் : ஒரு ஊர்ல, முன்னூறு பேர் கூடுற ஒரு சந்தை, அங்க போனான் ஒருத்தன், ஒன்னாம் நம்பர் ஆளுகிட்ட கேட்டான். இன்னிக்கி நீ வராட்டியும் இந்த சந்தை கூடியிருக்குமா இல்லியா?

அந்த ஆளு ஆமான்னு சொன்னான்.

அப்புறம் ரண்டாம் நம்பர் ஆளு.

அவனும் ஆமான்னுதானே சொல்லுவான். சொன்னான்.

இப்படியே முன்னூறாம் நம்பர் ஆளு வரையிலயும் கேட்டான். எல்லாரும் என்னா சொல்வான்... ஆமா... ஆமா.

இத வச்சு அவன் பிரகடனம் செஞ்சுட்டான். என்னா?

இந்த முன்னூறு பேருமே, அவங்க வராட்டியும் சந்தை கூடியிருக்கும்னு அவங்களே ஒத்துக்கிட்டதுனாலே அடுத்த வாரம் இந்த முன்னூறு பேருமே வராட்டியும் சந்தை கூடிடும்.

அந்த ஆளுதான் நீ.

இப்ப. நான் கேக்குறேன் ஹோமர்ல இருந்து பாரதி வரையில், இந்த முப்பது நூற்றாண்டா, யாருமே எழுதுகோல் எடுக்காம போயிருந்தா உன் மானுட சமுதாயம் இப்ப எப்படியிருக்கும்? எங்க இருக்கும்? கற்காலத்திலயா? கற்காலத்துக்கு முந்துன காலத்திலயா?

(அந்த உருவம் அய்யோ... அய்யோ... என்று நெஞ்சில் அடித்துக் கொண்டு கீழே விழுகிறது.)

விஸ் : தொலடா சனிப்பயலே. விஸ்வநாதன்

கிட்டயே லாஜிக் பேசவா வந்த நீ?

(ஒளி மாற நடுமேடை வலத்தில் கமலம் நிற்கிறாள்)

கமலம் : அய்யோ... சதா உளறுகிற இந்த வாயை யாராவது துணி வைத்தாவது அடையுங்களேன்.

(அவனுக்கு எதிர் முனையில் சேதுராமன்)

சேது : மசாலா கதை எழுதாத இந்தக் கையை வெட்டுங்கடா.

(கீழ் மேடை இடத்தில் பாரதி)

பாரதி : பிள்ளைக்கி சோறு போடாத அப்பனை கல்லால் அடித்தே கொல்லுங்கள்.

(ஒளி மாறி மாறி விழ, அவர்கள் மூவரும் பின்னும் இரண்டு முறை (இரண்டு வரிசை) சொல்கிறார்கள். பட்டென்று மேடை முழுக்க வெளிச்சம் விழ, சோபாவில் படுத்திருக்கும் விஸ்வநாதன் திடுக்கிட்டு எழுந்து உட்காருகிறார். கனவின் உக்கிரத்தை நினைவு கொண்டவராக நெற்றியில் கை வைத்துக் கொள்கிறார். பின், அவர் எழுந்து மெல்ல உள்ளே போக, வாசலில் இருந்து பஸ்ஸர் அழைப்பு. இரண்டு மூன்று முறை, அவர் திரும்பி வரும்போது முகம் அலம்பிய ஈரம்)

விஸ் : (அடுத்த பஸ்ஸருக்கு) இந்தா வர்றேன்.

(சில விநாடிகளில் அவர் திரும்பி வரும்போது அவர் பின்னால் கமலமும் பாரதியும் வருகிறார்கள்.

கமலம் : (கணவன் முகம் பார்த்து) தூங்கிட்டு இருந்தீங்களா?

விஸ் : ஆமா.

கமலம் : சந்தோசம்.

விஸ் : ஏன்?

கமலம் : குடிக்கிறதவிட தூங்குறது நல்லது இல்லியா?

விஸ் : (அவளைச் சிறிது பார்த்துவிட்டு) வந்ததும்

என்மேல விழுகுறமாதிரி அங்க என்ன நடந்தது?

கமலம் : அங்க ஒண்ணும் நடக்கல. இங்க நாய் பூன எல்லாம் புகுந்து உருட்டுற மாதிரி கதவத் தெறந்து போட்டுட்டு குப்புற விழுந்து கெடப்பீங்களோன்னு பயந்துகிட்டே வந்தேன்.

விஸ் : இப்பப் பாத்திருப்பியே. கதவு மூடியிருந்தத?

கமலம் : ரொம்...ப்ப சந்தோசம்.

(இதற்குள் பாரதி கொண்டு வந்த பையை உள்ளே கொண்டு போய் வைத்துவிட்டு திரும்பியிருக்கிறான்.)

பாரதி : அப்பா, உங்க பேரன் அச்சு அசலா உங்கள மாதிரியே வருவான்னு எல்லாரும் சொல்றாங்க.

விஸ் : அப்பிடியா?

கமலம் : அதுக்கு அந்தப் பெரிய மனுசன் என்னா சொன்னான் தெரியுமா?

விஸ் : யாரு?

கமலம் : அவளோட அப்பன்தான்.

விஸ். : என்ன சொன்னாரு?

கமலம் : ஆனா தாத்தாவாட்டம் குடிக்காம இருந்தா சரிதானாம்.

பாரதி : அட, அவரு ஒரு தமாசுக்குச் சொன்னாரம்மா.

கமலம் : என்னடா தமாசு? இதா தமாசு?

விஸ் : உண்மையில அது தமாசு இல்ல.

(இருவரும் அவரைப் பார்க்கிறார்கள்.)

அது ஒரு வாழ்த்து, இதய பூர்வமான வாழ்த்து. அவர் வாழ்த்து பலிக்கட்டும்.

ஜெயந்தன்

(அங்கே சிறிது மௌனம்)

பாரதி : அங்கே எல்லாரும் ஏன் நீங்க வரலேன்னு கேட்டாங்க.

விஸ் : அப்படியா?

கமலம் : ஒடம்பு சரியில்லேன்னு சொல்லிட்டோம்.

விஸ் : அப்பிடியா சொன்னீங்க?

கமலம் : பின்ன என்னா, மூணு பேரும் வரதுக்கில்லேன்னு சொல்லவா?

விஸ் : ஓ! ஐ யாம் சாரி.

கமலம் : ஆமா, எதுக்கெடுத்தாலும் இது ஒன்ன சொல்லிடுங்க. (அவரை மாதிரியே நடித்துக் காட்டுகிறாள்) ஓ அயாம் சாரி, ஓ, அயாம் சாரின்னு.

(பின் அதற்காக அவளே சிரித்துக் கொள்கிறாள், கொஞ்சம் பெருமையாகவும். இவர்களும் சிரிக்கிறார்கள்.அப்போது சம்பத் வெளியிலிருந்து வருகிறான்.)

சம்பத் : (தாயிடம்) எப்ப வந்தீங்க?

கமலம் : இப்பதான்.

விஸ் : எப்ப அனுப்பி வைக்கிறதா சொன்னாங்க?

கமலம் : யார?

விஸ் : நளினியையும் குழந்தையையும்தான்.

கமலம் : (கொண்டு வந்த பையில் இருக்கும் பழம் முதலியவற்றை மேஜைமேல் எடுத்து வைத்த படியே) அதென்னமோ? அதுதான் தெரியல. நானும் ரெண்டு மூணு தடவை கேட்டுட்டேன். ஒருத்தரும் வாயே தெறக்கல.

பாரதி : (ஒரு நாற்காலியில போய் உட்கார்ந்து

கொண்டே) நளினி எங்கிட்ட சொன்னா, தனியா சொன்னா.

கமலம் : என்ன சொன்னா?

பாரதி : இனிமே தனிக்குடித்தனம் வச்சாதான் வருவாளாம்.

கமலம் : (அதிர்ந்து) என்னது?

பாரதி : ஆமாம்மா. அப்பிடிதான் சொல்றா.

கமலம் : ஏன், இப்பிடி திடீர்னு சொல்றா?

(பாரதி பேசாமல் இருக்கிறான்)

சொல்லுடா. எதுக்கு அப்படி சொல்றா?

(பாரதி தொடர்ந்து மௌனம்)

அட சொல்லுடா. என்னதான் சொன்னா?

விஸ் : தன் பெண்டு, தன் பிள்ளை, தன் சோறு, தானுண்டு...

(கமலம் அவரைத் திரும்பிப் பார்க்கிறாள்)

புருசன் சம்பாதிக்கிறத மொத்தக் குடும்பமும் சாப்புட்டு சீரழிக்கிறதா நெனைக்கலாம்.

கமலம் : ஏன்டா அப்பிடியா?

பாரதி : கிட்டத்தட்ட அப்படித்தான்.

கமலம் : ஒரு நாளையில தூக்கி இவ கையில கொடுக்கறதுக்கா, பெத்து வளத்து படிக்கவச்சு படாத பாடுபட்டு ஒரு வேலையும் வாங்கி வச்சோம் ஒனக்கு?

பாரதி : நானும் அதையேதான் கேட்டேன்.

கமலம் : என்ன சொன்னா?

விஸ் : சொல்றது என்னா, கேள்வியப் பத்திரப்படுத்தி

வச்சிருப்பா. தன்னோட அண்ணன் தம்பிக, அவங்க பெஞ்சாதி பின்னால போறப்ப கேக்குறதுக்காக.

சுமலம் : நீங்க சும்மா இருங்க. போதும் ஒங்க தத்துவம். (மகனிடம்) அது சரி, திடீர்னு எப்பிடி இப்பிடி ஆரம்பிச்சா? இங்க இருந்த வரையிலயும் அப்பிடி ஒரு வார்த்த பேசுனது இல்லியே?

பாரதி : பேசாட்டி என்னா? மனசுல இருந்திருக்கலாம். இப்ப ஒரு சாக்கும் கெடச்சுப் போச்சு.

கமலம் : என்ன சாக்கு?

பாரதி : அழிச்சு மாடல் மாத்தச் சொல்லிக் கொடுத்திருந்த அவளோட செயின வித்துட்டேன் இல்லியா.

கமலம் : என்ன செயின வித்துட்டியா?

பாரதி : ஆமாம்மா. அப்பாவுக்கு சேல்ஸ் டாக்ஸ் டிபாட்மெண்ட்ல இருந்து வந்த நோட்டீசுக்கு அத வித்துதான் பணம் கட்டினேன்.

விஸ் : யாரக் கேட்டுக்கிட்டு இதச் செஞ்சே? உன்னைய யாரு அந்தப் பணத்தக் கட்டச் சொன்னா?

பாரதி : பணத்தக் கட்டாம? பின்ன? நீங்க சொன்ன மாதிரி ஜெயிலுக்கு அனுப்பவா? கொஞ்சம்னாலும் பிராக்டிகலா இருங்கப்பா.

விஸ் : (கொஞ்சம் திகைத்து. பின் முணுமுணுக்கிறார்) பிராக்டிக்கல். அது ஏன் பிராக்டிகல் ஆகாதுன்னுதான் தெரியல.

கமலம் : (விஸ்வநாதனிடம்) இப்ப சந்தோசம் தான?

விஸ் : ஏன்?

கமலம் : எப்பிடியோ ஒண்ணு கெடக்க ஒண்ணு செஞ்சு

குடும்பத்த ரெண்டாக்கிட்டீங்க.

விஸ் : இல்ல கமலம். இவன் சொன்ன மாதிரி அந்தப் பொண்ணுக்கு ஒரு சாக்கு வேணும். அவ்வளவுதான் இது இல்லேன்னா ஏதோ வேற ஒன்னு.

கமலம் : எப்படியோ. இந்த சாக்கு கெடச்சிருக்குது இல்லியா?

விஸ் : அது சரி. என்னத் தாக்க எப்பிடியோ உனக்கொரு சாக்கு.

கமலம் : ஆமா உங்களத்தாக்கி எனக்குப் பத்துலட்சம் வருது. (மகனிடம்) சரி முடிவா நீ என்ன சொல்லிட்டு வந்தே?

பாரதி : இத மறந்துடுன்னு சொல்லிட்டு வந்தேன்.

(கமலம் உள்ளே போகிறாள். பின் பாரதியும் போகிறான். இதுவரை எதிலும் கலந்து கொள்ளாமல் எல்லாவற்றையும் கேட்டுக் கொண்டிருந்த சம்பத் இருந்த இடத்திலேயே உட்கார்ந்திருக்கிறான். முகத்தில் பலமான சிந்தனை. விஸ்வநாதன் முன் அறைக்கு வருகிறார்.)

விஸ் : வெள்ளரி பழுத்துடுச்சு. விட்டுட வேண்டியது தான். ஆக இந்தக் குடும்பத்துக்கு இனி நான் சம்பாதிக்கணும். (ஒரு முஸ்டியை மறு உள்ளங்கையில் குத்தி) எப்படிச் சம்பாதிப்பது? எப்படிச் சம்பாதிப்பது? (ஒளி மங்குகிறது)

காட்சி 7

வீடு.

மதிய நேரம்.

மேடையில் யாருமில்லை.

பஸ்ஸர் அடிக்கிறது.

கமலம் உள்ளிருந்து வந்து வாசலை நோக்கி போகிறாள். குரல்கள் கேட்கின்றன.

கமலம் : வாங்க.

ஆண் குரல் ஒன்று : சார் இருக்காங்களா?

கமலம் : இல்லியே, வெளியே போயிருக்காங்க.

ஆ. குரல் : அப்பிடிங்களா? எப்ப வருவாங்க?

கமல : திரும்ப அஞ்சு மணியாகலாம்னு சொன்னாரு.

ஆ. குரல் : அப்ப நாங்க வர்றோம். வந்ததும் சொல்லுங்க.

கமலம் : உள்ள வாங்களேன்.

ஆ. குரல் : பரவாயில்லீங்க. நாங்க நாளைக்கி வர்றோம்.

கமலம் : பரவாயில்ல வாங்க. உங்ககிட்ட ஒரு விசயம் பேச வேண்டியிருக்கு.

(கமலமும், அவள் பின்னால் 4 வது காட்சியில் வந்த நண்பர்கள் ஜெயபாலனும், வேல் முருகனும் உள்ளே வருகிறார்கள்).

கமலம் : (முன் அறைக்கு வந்ததும்) உக்காருங்க.

(அவர்கள் இருவரும் உட்காருகிறார்கள்.) ஒரு மாசமாவே, உங்கள மாதிரி அவரோட பிரண்ட்ஸ் யாருகிட்டயாவது பேசணும்னு யோசனையா இருந்தேன்.

ஜெய : சொல்லுங்க. நீங்களும் உக்காருங்களேன்.

(அவள் ஒரு நாற்காலியை இழுத்துப் போட்டுக் கொண்டு உட்காருகிறாள்.)

கமலம் : அவரு பெரிய அறிவாளிதாங்க. ஆனா வயித்தவிட அறிவு பெருசா இருந்துட முடியுங்களா?

ஜெய : அதெப்படிங்க முடியும்?

கமலம் : பின்ன அவரு அப்பிடி நெனச்சுக்கிட்டு இருந்தா எப்பிடிங்க? ஒங்கள மாதிரி இருக்கிறவங்களாலும் புத்தி சொல்லக்கூடாதா?

(அவர்கள் பேசாமல் இருக்கிறார்கள்)

பெரியவன் சம்பளம் ஒண்ணுதான் குடும்பத்துக்கு வருமானம். அவன் சம்பளம் ஐநூறு. இதவச்சு ஒரு குடும்பத்தையே எப்பீடிங்க நடத்தறது? மாசா மாசம் கடன் ஏறிக்கிட்டே போவுது, அதுலயும் இனிமே செலவு அதிகமாவுற நேரம். அவனுக்கும் ஒரு கல்யாணம் பண்ணி வச்சாச்சு. அவனும் ஒரு பிள்ளைக்குத் தகப்பன் ஆயிட்டான். இனிமே அவன் குடும்பமே பெரிய குடும்பம் ஆயிடும்.

வேல் : நீங்க அவர் என்ன செய்யலாம்னு சொல்றீங்க?

கமலம் : நீங்க சம்பாரிங்கன்னு சொல்றேன். நீங்க எழுதறதுலயே சம்பாரிங்கன்னு சொல்றேன்.

வேல் : எப்படி சொல்லுங்க.

கமலம் : என் தம்பி வந்து மாசம் ஒரு மாத நாவல் எழுதிக் கொடுங்க. நூறு பக்கம் போதும். நான் ஆயிரம் ரூபா வாங்கித் தர்றேன்னு சொல்றான். எழுதக் கூடாதுங்களா? மாசம் ஒரு நாலு நாள் உக்காந்து அப்பிடி ஒரு சாதாரண நாவலை எழுதிக் கொடுத்துட்டு அப்பறம் இருபத்தாறு நாளும் உக்காந்து நீங்க ஆசப்படுற மாதிரியே எழுதிக்கிட்டு இருங்களேன்.

ஜெய : அப்பிடியில்லீங்க. எழுதுறதுக்கு அவரு ஒரு கொள்கை வச்சிருக்காரு.

கமலம் : என்னா, என்னா கொள்கைங்க? இவரு கொள்கையால யாரத் தாங்கப் போறாருங்க? ஆமாங்க. நான் தெரியாமத்தான் கேக்குறேன்.

இவரு ஊரு உலகத்தப் பத்தி கவலப்படுறாரே. இன்னிக்கி ஒரு மனுசன் ஊரு உலகத்தப் பத்திக் கவலப்பட என்னா நியாயம் இருக்குங்க? ஊரு உலகத்தில எவங்க யோக்கியன் இருக்கான். எல்லாரும் அடுத்தவன் அசந்தா சுருட்டிக்கிட்டுப் போறவன் தானுங்களே. பஸ்ஸுக்குப் போனா பைய இறுக்கப் பிடிச்சுக்கிட்டுப் போறோம். கோயிலுக்குப் போனா கழுத்த மூடிக்கிறோம். என்னைக்காவது வீட்டப் பூட்டாமப் போறமா? என்னங்க அர்த்தம்? சுத்தி அவ்வளவு யோக்கியனுக இருக்காங்கன்னுதான அர்த்தம்? நூறு ரூபாய்க்கிக் கொலை செய்துட்டான்னு பேப்பர்ல வருது. ஏழைங்க பேரச் சொல்லி கட்சி ஆரம்பிச்சவன் ஒரு கோடி ரூபாய்க்கி வீட்டக் கட்றான். அவ்வளவு ஏங்க. இவரு தெனம் கொழிக்கிறாரே வஞ்சகமில்லா பாமரர்கள், அவன்ல ஒருத்தனுக்கு நூறு ரூபா கொடுத்து இவரு மண்டைய சூரத்தேங்கா போடச் சொல்லட்டுமா? இவ்வளவு பேசுற இவருக்கு இது தெரியாதுங்களா? அப்பறம் எதுக்குங்க இந்தக் கவல இவருக்கு? ஒரு சாதாரண நாவல் எழுதிப்போட· கை நடுங்குது?

வேல் : நீங்க சொல்றதெல்லாம் சரிதாங்க, நாங்களும்கூட அவருகிட்ட இதப்பத்தி நெறையப் பேசியிருக்கோம். ஒரு நண்பர் ஒருபடி மேல போயி, சுத்த எழுத்துங்கறது உங்ககிட்ட இருக்க, ஒரு இதான்னு கூடச் சொல்லிட்டாரு.

கமலம் : காம்ப்ளக்ஸ்னா?

வேல் : காரண காரியம் தெரியாம, ஒரு விசயத்து

மேல பிடிவாதமான பற்றுதல், இந்த, மதத்துமேல. ஜாதிமேல ஒரு சாதாரண மனுசனுக்கு இருக்கிற மாதிரி.

கமலம் : அதுக்கு என்ன சொன்னாரு?

வேல் : என்ன சொல்றாரு. இருக்கலாம். ஒரு சமயம் எனக்கே அப்பிடி தோன்றது உண்டு. ஆனா அத ஒரு காம்ப்ளக்ஸ்னு நீங்களே சொல்லிட்ட பிறகு, அத நான் மாத்திக்க முடியும்னு நீங்க எப்பிடி எதிர் பார்க்கிறீங்கன்னு கேக்குறாரு.

கமலம் : ஓகோ.

வேல் : அதுமட்டுமில்லீங்க. அடுத்தவனுக்காகச் சிலுவை தூக்குற இந்த காம்ப்ளக்ஸ் ஏசுவுக்கு இருந்திருக்கு. புத்தன், சாக்ரடீஸ், மார்க்ஸ் எல்லாத்துக்கும் இருந்திருக்கு. இந்த மலைகளுக்கெல்லாம் இருந்திருக்கப்ப இந்தக் கொசுவுக்கு இருக்கிறதுல என்ன வெட்கம்னு சொல்லிட்டாரு.

(கமலம் சட்டென மூக்கைச் சுளிக்கிறாள்.)

கமலம் : கொஞ்சம் இருங்க. அடுப்புல பருப்பு போட்டவ மறந்துட்டேன்.

(அவள் அவசரமாக உள்ளே போகிறாள்.)

ஜெய : (மிக மெல்ல) என்னமோ சாதாரணமா நெனக்கிறோம். இவுங்க விசயத்த எப்படி அக்குவேற ஆணிவேறயா பிரிச்சு அலசிப்பாத்து வச்சிருக்காங்க பாத்தீங்களா? அடுத்தவன ஒரே உதறா உதறித்தள்ள எவ்வளவு ஆதாரங்க?

வேல் : (அவரும் மெல்ல) இதுல ஆச்சரியம் ஒண்ணுமில்ல. விசயம் அவங்க

சம்பந்தப்பட்டது இல்லியா? இங்க எந்த மனுசனும், மனுஷியும் தன் சம்பந்தப்பட்ட வரையில பூரண ஞானிதான். அடுத்த விசயத்திலதான் (கதவுப் பக்கம் ஜாக்கிரதையாகப் பார்த்தபடி) கொஞ்சம் முன்ன பின்ன... இல்லேன்னா ஞான சூனியம்.

(ஜெயபாலன் வாய்பொத்தி மெல்லிய சிரிப்பை மறைத்துக் கொள்கிறார்.)

(கமலம் திரும்ப வருகிறாள்)

கமலம் : அப்ப என்ன சொன்னாலும் யார் சொன்னாலும் அவரு கேக்கப் போறதில்லேன்னு சொல்றீங்க? இல்லியா?

ஜெய : அப்பிடி இல்லீங்க. எனக்கு என்னா தோணுதுன்னா, இந்த மாதிரி சிந்தனை சக்தியோடயும், கலைத் திறத்தோடயும் கொள்கைப் பிடிப்போடயும் லட்சத்தில ஒருத்தர்தான் எழுத முடியும். அவர நாம பண்ண வேணுங்க. ஒரு மேதையோட மனைவி, பிள்ளைகள், நண்பர்கள் அப்பிடிங்கறது நமக்கே பெருமை இல்லீங்களா? அவரோட ஜீனியசுக்காக அவரோட சில பலவீனங்கள நாம மன்னிக்கத்தாங்க வேணும்.

கமலம் : அதெல்லாம் சரிங்க. சோத்துக்கு வழி சொல்லுங்க.

ஜெய : இருக்கட்டுங்க. ஒரு பொருளாதார கஷ்டம் எவ்வளவு நாள் இருந்துட முடியும்? ஒரு வழி உண்டாகுங்க. நாங்கக்கூட உங்க சின்ன மகனுக்கு ஏதாவது வேல வாங்க முடியுமான்னு முயற்சி செய்துகிட்டு

இருக்கோம்.

கமலம் : அதாவது, அவர் மட்டும் எப்பவும் சம்பாதிக்கிறதா இல்ல?

ஜெய் : (எழுந்து கொண்டே) பாப்பாங்க, அவருக்கும் ஒரு வேலை பாத்தாப் போச்சு, வர்றங்க.

கமலம் : வாங்க.

(அவர்கள் இருவரும் செல்வதை கமலம் பார்த்துக் கொண்டு நிற்கிறாள். சென்ற பிறகும் சிறிது நேரம் அங்கேயே பார்வை)

கமலம் : (முணுமுணுக்கிறாள்) லட்சத்தில ஒரு மனுசன்... மேதை...

அவரு உருப்புடுறேனு சொன்னாலும் இவனுக உருப்புட விட மாட்டானுக போல இருக்கு.

(அவள் திரும்பி உள்ளே போக இருள் வருகிறது.)

காட்சி 2

வீடு

காலை பத்து மணி

விஸ்வநாதன் சோபாவில் உட்கார்ந்திருக்கிறார். குளித்து உடுத்தி Fresh ஆக, ஏதோ பத்திரிகை பார்த்துக் கொண்டிருக்கிறார். வீட்டில் வேறு நபர் நடமாட்டம் இல்லை.

(சில விநாடிகளுக்குப் பிறகு பஸ்ஸர் ஒலிக்கிறது)

விஸ் : யெஸ் கமின்

(மீண்டும் பஸ்ஸர்)

விஸ் : (சத்தமாக) யெஸ் கமின். தாழ் போடாமதான் இருக்கு.

(ஜெயபாலனும் மாணிக்கவாசகமும் உள்ளே வருகிறார்கள். முன் அறையிலேயே நின்று தயங்குகிறார்கள்.)

விஸ் : பரவாயில்ல. உள்ள வாங்க.

(அவர்கள் நடுக்கதவை மெல்லத் தள்ளி உள்ளே வருகிறார்கள்)

விஸ் : ஜெயபால், மாணிக்கவாசம். உக்காருங்க.

(அவர்கள் சோபா அருகில் உள்ள நாற்காலிகளில் உட்காருகிறார்கள்)

ஜெய : ஹேப்பி பர்த் டே டு யூ.

விஸ் : ஓ! (சுவரில் காலண்டரைப் பார்த்தபடி) இன்னிக்கி மே ரெண்டா? (சிறிது விட்டு) தேங்க் யூ.

மாணிக் : (சுற்றுமுற்றும் பார்த்து) வீட்ல யாரும் இல்லீங்களா?

விஸ் : இல்ல. ஒரு Condolence போயிருக்காங்க.

(ஜெயபால் லேசாக சிரிக்கிறார்.)

விஸ்நாதனும் புன்னகை செய்கிறார்

பர்த் டேய்க்கு என்னா பரிசு கொண்ணாந்து இருக்கீங்க?

(ஜெயபால் கைப் பையிலிருந்து ஒரு பிராந்தி பாட்டிலை எடுத்துக் கொடுக்கிறார்.)

விஸ் : (அதை வாங்கிக்கொண்டே)O, a nice thing (இடைவிட்டு) ஆனா நான் இன்னிக்கி குடிக்கிற மாதிரி இல்லியே.

ஜெய : பரவாயில்ல, நாளைக்கிக் குடிங்க

விஸ் : (லேசாக கண் மூடிச் சிரித்து) நாளைக்கும் நாளைய மறுநாளைக்கும்கூட நான் குடிக்கிறதா இல்ல.

ஜெய : ரொம்ப சந்தோசமான விசயம்தான், அத இப்பிடிக் கொண்டாங்க.

விஸ் : அடடே, இருக்கட்டும் சாமி, அதுக்குள்ள அவசரப்படுறீங்களே. இது கையில இருந்தும் நான் குடிக்காம இருந்தாதான் என் உறுதிக்குப் பெருமை, காதலி பக்கத்தில இருந்தும் ஒருத்தன் பிரம்மச்சரியம் காத்த மாதிரி.

(நண்பர்கள் சிரிக்கிறார்கள்.)

அது இருக்கட்டும். நீங்க இதக் கொண்ணாந்து இருக்கிறத வச்சு. நான் குடிக்கிறத நீங்க பண்றதா சொல்லலாமா?

ஜெய : Approve பண்றதுன்னு இல்ல, நீங்க இதுனால கொஞ்சம் சந்தோஷமா இருப்பீங்க, அவ்வளவுதான்.

(அப்போது சம்பத் வருகிறான்)

விஸ் : என்னா சம்பத், அதுக்குள்ள வந்துட்டே?

சம்பத் : ரொம்ப போர் அப்பா. ஒரு மணி நேரம் இருந்தேன். சாயந்திரம்தான் எடுக்கறதா சொன்னாங்க. அப்பப் போய்க்கலாம்ன்னு வந்துட்டேன்.

விஸ் : அம்மா?

சம்பத் : கொஞ்சம் எட்டிப் பாத்தேன், சொல்லிட்டு வரலாம்னு. அவங்க சந்தோசமா அழுதுகிட்டு இருக்காங்க.

(நண்பர்கள் சிரிக்கிறார்கள்)

மாணிக் : தம்பி உங்க பாதையில வர்றமாதிரி இருக்கு.

(விஸ்வநாதன் புன்னகை செய்கிறார்.)

(சம்பத் தள்ளிப் போய் ஒரு நாற்காலியில் உட்கார்ந்து கொள்கிறான்.)

ஜெய : ஒரு விசயம் சார்.

விஸ் : என்னா?

ஜெய : தொழில் அதிபர் கருணாகரனத் தெரியுமா?

விஸ் : கேள்விப்பட்டிருக்கேன்.

ஜெய : ரொம்ப தயாள குணம்.

விஸ் : அப்பிடியா

ஜெய : அவரோட குளோஸ் பிரண்ட் ஒருத்தர எனக்குத் தெரியும்.

விஸ் : அப்பிடியா?

ஜெய : அவருகிட்ட உங்களப்பநிதிச் சொன்னேன். கொஞ்சம் பணக்கஷ்டத்தில இருக்கிறதாவும் சொன்னேன். அவரு கருணாகரன் கிட்ட சொன்னா ஏதாவது உதவி செய்வாரேன்னு சொன்னாரு. அப்புறம் அவரே அதுக்கு ஏற்பாடு செய்றதாவும் சொன்னாரு.

விஸ் : அப்பிடியா!

ஜெய : நாம ஒரு தடவ அவரப் பாத்தா நல்லா இருக்கும்.

விஸ் : யார்?

ஜெய : கருணாகரன்.

(விஸ்வநாதன் ஷோபாவில் நிமிர்ந்து உட்காருகிறார். அவர் முகம் மாறிவிடுகிறது. சில விநாடிகள் மௌனம்)

ஜெய : என்ன சார்?

விஸ் : கருணாகரன் இலக்கிய ஆர்வம் உள்ளவரா?

ஜெய : தெரியல.

விஸ் : ரொம்பப் படிக்கக் கூடியவரா?

ஜெய : தெரியல.

(விஸ்வநாதன் முகம் பின்னும் தீவிரமடைய அவர் கண்மூடி மௌனமாகிறார்)

ஜெய : என்ன சார்?

(விஸ்வநாதன் தொடர்ந்து மௌனம்)

ஜெய : பிடிக்கலேன்னா வேணாம்.

விஸ்வ : (ஆட்காட்டி விரலை உறுதியான மறுதலிப்பாக ஆட்டி) பிடிக்கலேங்கறது மட்டுமில்ல ஜெயபாலன். எப்பவுமே இதச் செய்யாதீங்க. சத்தியத்துக்குப் பிச்சைக்காரி வேசம் கட்டிப் பணக்காரன் வீட்டு வாசல்ல கொண்டு போய் நிறுத்தாதீங்க. ஒரு பணக்காரனுக்கு ஒரு ஆயிரம் ரூபாயோ பத்தாயிரம் ரூபாயோ அவனுக்குப் பொடிமட்டக் காசு, அந்தத் திமிரோட அத அவன் நம்ம மேல எறிய வேணாம்.

ஜெய : சாரி சார்.

விஸ் : பரவாயில்ல.

(மீண்டும் சில விநாடிகள் மௌனம்)

விஸ் : (சட்டென்று சுறுசுறுப்பு அடைந்தவராக) ஒரு மனிதன் தனது பிறந்த நாளன்று இவ்வளவு சோர்வாக இருக்கக் கூடாதென்று நினைக்கிறேன். (பிராந்தி பாட்டிலைக் காட்டி) இந்த அரக்கன கொஞ்சம் அவனது இடத்தில் வைக்கலாமா?

மாணிக் : சாருக்கு இது உள்ள போனதும்தான் காவிய நடை வரும்னு நெனச்சேன். இத நெனச்சாலே வரும்னு இப்பத்தான் தெரியுது.

விஸ் : கொஞ்சம் இருங்க.

(அவர் பாட்டிலை எடுத்துக் கொண்டு உள்ளே போகிறார். அவர் போன கையோடு பஸ்ஸர் அடிக்கிறது. சம்பத் வாசலுக்குப் போய் திரும்பும்போது அவன் பின்னால் வேல்முருகனும் இன்னொரு இளைஞனும் வருகிறார்கள்.)

ஜெய : வாங்க வேல்முருகன்.

வேல் : வர்ரேன். (இளைஞனைக் காட்டி) இது ராஜசிங்கம் படிச்சிருப்பீங்க.

(அவர்கள் உட்காருகிறார்கள்.)

வேல் : (மெல்ல) சார் இருக்காரில்ல.

ஜெய : இருக்காங்க.

(அப்போது விஸ்வநாதன் உள்ளிருந்து வருகிறார். மது தந்த உற்சாகம் தெரிகிறது. கையில் அரை கிளாஸ் நீர்த்த பிராண்டி)

விஸ் : (வந்தவர்களைப் பார்த்துக் கொஞ்சம் அதிகமான உற்சாகத் தொனியில்) ஹலோ... வாங்க.

வேல் : வணக்கம். பிறந்த நாள் வாழ்த்துகள்.

விஸ் : நன்றி. (உட்காருகிறார்) (கிளாஸை முன்னால் வைக்கிறார்)

வேல் : (இளைஞனைக் காட்டி) இது ராஜசிங்கம். சமீபமான ஒரு காரசாரமான விமரிசகர், படிச்சிருப்பிங்க. இன்னிக்கி உங்கள பேட்டி காண விரும்புறாரு.

விஸ் : ராஜசிங்கம் ஓ அந்தப்பெரிய தகர டின்னு. டிங்கிடி... டங்கிடி... டங்கிடி... (வாய்விட்டு சிரிக்கிறார்) ராஜசிங்கம்! ஏன் மிஸ்டர் சிங்கத்துல மந்திரி சிங்கம் வேற இருக்கா என்னா? சிங்கம்னாவே ராஜா தான்யா. அதுக்குப் பேரே king of the Forest அதப் பாத்திருக்கீங்களா? கொறஞ்சது

சினிமாவுலயாவது. அது வந்து நின்று தலையைத் தூக்கிப் பாத்தாவே தெரியும், அது ராஜாதான்னு ஆனா அது சொல்லாது நான் தான் ராஜான்னு. ஆனா நீங்க... நான் தான் சிங்கம், நான்தான் புலின்னு மீசையை முறுக்கி... நெஞ்சத் தூக்கி...

நீங்க சிங்கம் இல்ல. அசிங்கம். (சிரிக்கிறார்) நீங்க சிங்கம்னா அத அடுத்தவன் சொல்லணும்யா.

இளை : அதிருக்கட்டும். என்னைய தகர டின்னுன்னு சொல்லக் காரணம்?

விஸ் : எழுத்துல சாரங்கெட்டு சத்தம் பேயாட்டம் போடுறதுதான் காரணம். கருத்து மோதல், அபிப்ராய பேதம் இருக்கத்தான் செய்யும். ஆனா அதுக்காக உங்க மொழி எப்படியிருக்கு? எதிர்தரப்பு மேல நீங்க வீசுற வார்த்தைகள் என்னா? தற்குறி, படிச்சா வாந்தி வருது பொட்டையன். அந்த அம்மாவுக்கு பிருஸ்டம்தான் பெரிசு, பெருந்தீனிக்காரன் ஸ்திரி லோலன் - Nymphomania - பாதக்குறடு இப்பிடியா? இப்பிடியேவா?

ஆமா தெரியாமத்தான் கேக்குறேன். உங்களோட கருத்துகள் என்னா அவ்வளவு சாசுவதமானதா? மாறவே மாறாதா? எதையும் மறு சிந்தனையே பண்ணப் போறதில்லையா நீங்க? அப்பிடி மறுசிந்தனையில உங்க கருத்து ஒண்ணு தப்புன்னு தெரிஞ்சா, அதுக்காக, முன்னால, அடுத்தவன் மேல வீசுனிங்களே சேறு, அதுக்கு என்ன பரிகாரம் செய்விங்க? எங்க போயி முகத்த வச்சுக்குவீங்க?

இளை : பேட்டி ஆரம்பிக்கிறதுக்கு முன்னாடியே நீங்க

என‌க்குப் பயம் காட்டிப் பாக்கறதா வச்சுக்கலாமா?

விஸ் : அப்படி எடுக்கறதா இருந்தா எடுத்துக்கலாம். ஆனா அதுக்கு நீங்க பயப்படலேன்னா அதுக்காக பாராட்டு தெரிவிக்கிற முதல் ஆள் நான்தான்.

இளை : பேட்டியை ஆரம்பிக்கலாமா?

விஸ் : தாராளமா.

இளை : நீங்க இப்பிடி ஒரு பெரிய ஆளு மாதிரி ஆட்டம் காட்றீங்க? எதுல நீங்க என்ன சாதிச்சிருக்கீங்க? இலக்கியத்தில் எடுத்துக் கொண்டால்கூட, இன்னும் நீங்க, ஞானபீடம் வேண்டாம், சாகித்ய அகாடமிகூட வாங்கல.

விஸ் : சபாஷ்! நல்ல கேள்வி, (ஒரு மிடறு குடிக்கிறார்) எழுப்பியதற்காக மன்னிப்புக் கேட்டுக் கொள்வாயா? அல்லது அப்போதும், இந்த விருது கிடைத்த பிறகுதான் நீங்கள் பெரிய ஆள் மாதிரி ஆட்டங்காட்டியிருக்க வேண்டும் என்று சொல்வாயா?

(இளைஞன் மௌனம்)

போகட்டும் இன்னொன்றையும் அறிவாயா நண்பா! விருதுகள் இதுவரையில் இருந்த ஒருவனுக்காகத்தான். விருது வாங்கிக் கொண்ட பிறகு வரப்போகும் ஒருவனுக்காக அல்ல. பெர்னாட்ஷா சொன்னதுபோல் விருதுகள் எல்லாமே கரையேறிவிட்டவனுக்கு வீசப்படும் கயிறுகள்தான் சில விதிவிலக்குகள் இருக்கலாம். சில விருதுகள் அதன் பிறகு அவன் அடிக்கப்போகும் ஜால்ராவுக்காகத் தரப்பட்டிருக்கலாம். விதிவிலக்குகள் விதிகள் இல்லையே,

(இளைஞன் புன்னகை செய்கிறான்)

அதெல்லாம் போகட்டும், நான் பெரிய மனிதன் என்று தலை தூக்கித் திரிய மூன்று காரணங்கள் உண்டு.

பணம், புகழ், பதவி!

இல்லானை இல்லாளும் வேண்டாள், ஈன்றெடுத்த தாயும் வேண்டாள் என்று சொல்லும் தமிழ் மூதுரை ஏன், வள்ளுவனே, பொருளல்லவரை பொருளதாகச் செய்யும் பொருள் என்றான் இன்றைக்கு ஒருவன் சிறுநீர்ப்பையில் ஒரு கல் விழுந்துவிட்டால் அதை எடுக்க ரூபாய் பத்தாயிரம் வேண்டும். ஒரு அய்ந்து காசு குறைந்து விட்டால் பல்லவன் ஊர்தியில் கம்பியைத் தொட முடியாது. பணம் என்னும் கையை நீட்டி வாங்க முடியாத பொருளே இல்லை. கிரீஸிலிருந்து ஓனாஸிஸ் என்னும் கிழவன் நீட்டிய பணக் கரத்தின் மேல் அமெரிக்காவிலிருந்து அழகிய இளம் மாது ஜாக்குலின் கென்னடி வாய் பேசாமல் வந்து ஏறி உட்கார்ந்து கொண்டாள்.

இதைப் பற்றி மணிக்கணக்கில் அல்ல, நாட் கணக்கில் பேச வேண்டும். நிற்க.

புகழ்!

அதன் போதை (மதுவைக்காட்டி) இதைவிடப் பெரியது. அதன்முன் எத்தனையோ மாமேதைகள் பெட்டையை முகர்ந்து பார்க்கும் எருமைக்கடாக்களைப் போல் பல் இளித்திருக்கிறார்கள்.

(இதைச் சொல்லும்போது அவரே மெல்லப் புன்னகை செய்ய மற்றவர்கள் சிரிக்கிறார்கள்)

பாரீஸ் நகரத்துக்குத் தனது பெயரைச் சூட்ட வேண்டுமென்று கேட்டாள் எமிலி ஜோலா. தனது சிலைகளின் கீழ் அசைக்க முடியாத பெருங்கடவுள் என்று எழுதி வைத்துக் கொண்டான் ஜூலியஸ் ஸீசர். ஐக்கிய அமெரிக்க நாடுகளின் சக்கரவர்த்தி என்று அடைமொழி கேட்டாள் ஜார்ஜ் வாஷ்ங்டன். ஏன், இங்கேயே ஒரு எழுத்தாளன் தனக்குப் பின்னால் யாரும் தன்னைவிட சிறப்பாக எழுதிவிடக் கூடாதே என்று தினமும் சாமி கும்பிட்டுக் கொண்டிருக்கிறான்.

(அவர்கள் சிரிக்கிறார்கள். அவர் எழுந்து வேட்டியை சரி செய்து கொண்டே பேசுகிறார்.)

பதவி!

ஓ! இதன் காரணமாக கழுத்தறுக்கப்பட்டவர், காலரா வந்து செத்தவர்களைவிட அதிகம். உலக நாடுகள் வரிசையில் தலை சிறந்த நாடகங்கள் இந்தப் பதவி கூட்டுறவு நாடகங்களே. ஆகா! இந்த நாடகக் கலையை ரசிக்கத் தெரியவேண்டும். தங்களால் (ஒரு மாதிரி அடுக்குத் தொனியில்) வேசியென்றும் கூத்தியென்றும், கேடியென்றும், குடிகாரி யென்றும், ஆகாதவள் என்றும் நற்பண்புகள் பேணாதவள் என்றும், பச்சையாகவும் கொச்சையாகவும் வர்ணிக்கப்பட்ட பெண்ணின் முன்பே போய், தாய் என்றும் சேய் என்றும் கவிதை பாடி பதவிக்கு மடிப்பிச்சை கேட்டு மண்டியிட்டு நிற்கும் நடமாடிய பல்கலைக்கழகங்களை நீங்கள் இந்த அரங்கில்தான் காண முடியும்.

(திடீரென்று ஆவேசம் கொண்டவராக) இப்படிப்பட்ட பணம், புகழ், பதவி

மூன்றையும் இந்தக் காலால் எட்டி உதைத்தவன் நான். (அவர் உதைத்துக் காட்டுகிறார்)

(அவர்கள் ஒரு கணம் திகைத்துப் போய் பின் கை தட்டுகிறார்கள்)

இந்த விஸ்வநாதன் ஏதாவது பத்திரிகை வாசலில் போய் நின்று கேட்டான். ஒரு பணக்காரன் வாசலில் போய் நின்று பணம் கேட்டு சீட்டுக்கவி கொடுத்து விட்டான், எவனாவது அரசியல்வாதி பின்னால் நின்று பதவி கேட்டான் என்று யாராவது சுட்டுவிரல் நீட்ட முடியுமா?

வேல் : (உணர்ச்சி வசப்பட்டவராக) No impossibles.

விஸ் : நான் பேனா பிடிப்பவன் என்பது ஒருபுறம் கிடக்கட்டும், நான் ஒரு ஆட்டிடையனாக இருந்தாலும்கூட இந்தக் காரணங்களுக்காக தலை நிமிர்ந்து நடக்கவும், எந்தக் கொம்பனையும் தட்டிக் கேட்கவும் எனக்கு உரிமை உண்டு.

ஜெய : நிச்சயமா, நிச்சயமா.

(விஸ்வநாதன் சட்டென்று நிதானத்திற்கு வருகிறார்.)

விஸ் : நன்றி மிஸ்டர் ஜெயபால்.

(அவர் உட்கார்ந்து கிளாஸை எடுத்துக் கொண்டு இதுவரை இருந்ததற்கு முற்றிலும் மாறாக, இயல்பாக, வெறுப்போ வினயமோ இல்லாமல் இளைஞனைப் பார்த்துச் சிரிக்கிறார்.)

இளை : Really you are srat

விஸ் : ஆங்! Thank you

(குடிக்கிறார்)

வேல்	:	பேட்டி எடுத்த எடுப்பிலேயே நெருப்பு பிடிச்சிருச்சு. கொஞ்சம் சாதாரண விஷயத்துக்குப் போவோம். சார், இட ஒதுக்கீடு பத்தி என்ன சொல்றிங்க?
விஸ்	:	வேண்டும் வேண்டும் வேண்டும்.
வேல்	:	காரணம் சொல்லுங்க.
விஸ்	:	இந்த முற்பட்ட வகுப்பினர் நன்மைக்காக.
வேல்	:	அதாவது...
விஸ்	:	அதாவது, காலங்காலமாக, செத்த மாட்டுக் கறியைத் தின்றுவிட்டு இவர்களுக்கு உழைத்துப் போட்ட மனிதன் இன்றைய விழிப்புற்ற சூழ்நிலையில் தனது முப்பது நூற்றாண்டு காலச் சம்பள பாக்கியைக் கேட்டு இவர்களது குரல்வளையைப் பிடித்து விடாமல் இருப்பதற்காக. .
ஜெய	:	அதாவது புரட்சி வந்துடாம இருக்கறதுக்காகன்னு சொல்றீங்க.
விஸ்	:	ஆமா.
மாணிக்க	:	நீங்க பிரச்சனையை ஒரு கோணத்துல பாக்குறிங்க. இன்னொரு கோணத்திலயும் பாக்க வேணாமா?
விஸ்	:	என்ன கோணம்?
மாணிக்க	:	என்ன இருந்தாலும் திறமைக்கு மதிப்பு கொடுக்கணும் இல்லியா?
விஸ்	:	த்தூ... (அவர் துப்புகிறார்) என்னய்யா திறமை? என்னய்யா கண்டு பிடித்தான் இந்தத் திறமைசாலி. இவன்தான் அணுவப் பிளந்தவனா? சந்திர மண்டலத்தில எறங்குனவனா? இவன்தான் டென்சிங்கா?

ஜெயந்தன் நாடகங்கள்

இவன்தான் தாஜ்மகாலையும் தஞ்சாவூர் கோபுரத்தையும் கட்டுனவனா? என்னய்யா இவன் திறமையில கிழிச்சான்? என்னமோ ஆலையில்லா ஊருக்கு இலுப்பைப் பூ சக்கரைன்னு, காலங்காலமா ஏட்டையே பார்க்காதவன் பரம்பரையோட போட்டி போட்டு இவனுக்குப் பத்து மார்க் கூட எடுக்கத் தெரியும். அல்வளவுதான? அப்புறம் என்னா திறமை? நியாயமா பாத்தா, நீ படிச்சா காதுல ஈயத்தக் காச்சி ஊத்துவேன்னு சொல்லி அவன மண்ணா மரமா வச்சிருந்ததுக்கு பதிலடியா இன்னும் நூறு வருசத்துக்கு நீ ('நீ' யை அழுத்திச் சொல்கிறார்) பள்ளிக்கூடத்துப் பக்கமே வரக்கூடாதுனு சொல்லியிருக்கணும், போனா போவுதுன்னு விட்டா இவன் என்னமோ துள்ளுறான், திறமைசாலியாம்.

லோக சேமத்திற்காக நாங்க ஆண்டவன்கிட்ட வாதாடுறோம்னு சொல்ற நீ, இந்த மக்களுக்காக அனுமதிச்ச சோறு என்னா சொல்லிக் கொடுத்த கலை என்னா? பாடுன பாட்டு என்னா? அட, அவங்களுக்கு வச்ச பேரு என்னா? பிளாவடி, அம்மாசி, மொட்டையன், மண்ணாங்கட்டி,

நீ மட்டும் கல்யாணி, ஹம்சத்வனி, பிலஹரி. சப்தரிஷி, தக்ஷிணாமூர்த்தி, இல்ல?

ஆனா ஆண்டாண்டு காலமா, மண்ணோட மண்ணா கெடந்து, மாட்டோட மாடா உழச்சு உன் தொப்பைக்கி சோறு போட்டவன் பிள்ளைக்கி, ஒரு பத்து மார்க்கச் சலுகை கொடுக்கறது உங்க உடம்ப நடுக்குது, இல்ல? (சட்டென்று இறங்கிய தொனியும் கொஞ்சம்

தமாஸாகவும்)

நன்றி கெட்ட ஜென்மங்களா?

(அவர்கள் சிரிக்கிறார்கள்)

வேல் : ஊகும், இப்பவும் நெருப்புதான். இன்னும் லைட்டான விஷயம் எதுக்காவது போகன்னும்.

விஸ்வ : கிரிக்கெட் என்னாச்சு?

வேல் : கிரிக்கெட்லயும் இன்ட்ரஸ்டா என்ன உங்களுக்கு?

விஸ் : இன்ட்ரஸ்ட்னு இல்ல, லைட்டான விசயமா தேடுனிங்களேன்னு.

(மற்றவர்கள் சிரிப்பு)

ஜெய : பேப்பர்ல ஒரு நியூஸ். நேத்து ராத்திரி ரயில் பெட்டி ஒன்னுல மத்த பயணிகள் முன்னாலயே சில காலிப் பசங்க ரெண்டு இளம் பெண்களைக் கற்பழிச்சிருக்காங்க.

விஸ் : (ஆன்மாவின் அவலறல் முகத்தில் தெரிய, கண்கள் மூடி) அய்யோ... இது ஒரு பொய்ச் செய்தியாய் இருக்கக் கூடாதா?

(அந்த இளைஞன் உணர்ச்சி வசமாகி சட்டென்று எழுந்து அவர் காலைத் தொட்டு கும்பிடுகிறான்.)

விஸ் : (கண்களைத் திறந்து பார்ப்பவர்) என்ன... என்ன இது தம்பி?

(இளைஞன் மீண்டும் எழுந்து உட்கார்ந்து கைகளை நெஞ்சில் கட்டியபடி சிறிது நேரம் இருக்கிறான்.)

இளை : முதன் முதலா ஒரு முழு மனுசனப் பாத்தேன். வணங்க வேணாமா?

சாதாரணமா இந்த மாதிரி செய்திகளக்

கேள்விப்பட்டதும் யாருக்கும் கோபம் வரும், ஆத்திரம் வரும், பழி வாங்க எண்ணம், நடவடிக்கை எடுக்கச் சொல்லி போராடத் தோணும். அதெல்லாம் சரிதான்னாலும் அதெல்லாம் இரண்டாம் பட்ச உணர்வுகள்தான். ஆனா எடுத்த எடுப்பில் தன் கண்ணால்கூடக் கண்டிராத அந்தப் பெண்களுக்கு இந்தக் கொடுமை நேர்ந்திருக்கக் கூடாதேன்னு ஆன்மா அலறிப் போறது, ஒரு மலையத்தனை இதயமில்லாம நடக்க முடியாது.

(அவர்கள் ஸ்தம்பித்துப் போகிறார்கள்)

வேல் : உண்மைதான்.

(சில விநாடிகள் மௌனம்)

ஜெய : அப்ப நாங்க பொறப்படுறோம்.

விஸ் : அப்பிடியா.

ஜெய : ஆமா.

(அவர்களோடு இளைஞனும் எழுந்து நிற்கிறான்)

வேல் : (இளைஞனிடம்) அப்ப பேட்டி பிரதர்?

இளை : வேண்டாம். நான் இன்னம் கொஞ்சம் வளர்ந்த பிறகும், என்னையக் கொஞ்சம் சுத்திகரிச்சுகிட்ட பிறகும் பாக்கலாம்.

(விஸ்வநாதனும் எழுந்து மெல்ல அவனைத் தட்டிக் கொடுக்கிறார்.)

ஜெய : (விஸ்வநாதனுக்குக் கைகொடுத்து) நூறாண்டு காலம் வாழ்க.

விஸ் : நன்றி.

வேல் : நானும் அப்படியே.

விஸ் : அதே நன்றி.

மாணிக்க : நூறாண்டு காலம் இதே நெருப்போடு!

விஸ் : மிக்க நன்றி

(இளைஞன் ஒன்றும் சொல்லாமல் அவர் கையை மட்டும் வாஞ்சையுடன் பற்றி விட்டு நடக்கிறான்.)

அவர், அவர்கள் பின்னால் நடக்கிறார்.

சில விநாடிகள் கழித்து திரும்புகிறார்.

இடையில் சம்பத் ஒரு துண்டுக் காகிதத்தில் எதையோ எழுதி, கையில் எடுத்துக் கொண்டு வந்து நிற்கிறான்.

(விஸ்வநாதன் வந்ததும் அவர் முகம் பார்த்து சிரிக்கிறான்)

விஸ் : என்னா சம்பத்?

    (அவன் அந்தத் துண்டு காகிதத்தை அவரிடம் கொடுக்க அவர் வாய்விட்டுப் படிக்கிறார்.)

    (அவர் ஒரு கணம் நெகிழ்ந்து போகிறார்)

சம்பத் : ஆனா ஒரு ஆச்சரியம் அப்பா, ஊருக்கு ஒரு கோபுரமா தெரியிற நீங்க, வீட்டுக்குள்ள மட்டும் எப்பிடி ஒரு வேண்டாத பண்டமா ஆயிடுறீங்க?

விஸ் : *(சோபாவில் போய் உட்கார்ந்தபடி)* எல்லாம் ஒரே காரணம்தான். *(விரல் சுண்டிக் காட்டி)* இதுதான்.

சம்பத் : எல்லாரும் சம்பாதிக்கக் கூடிய பணம் லட்சத்தில ஒருத்தர் மட்டுமே சம்பாதிக்கக் கூடிய ஞானத்த எப்படிப்பா ஜெயிச்சுடுது?

விஸ் : *(சிறிது நேரம் எடுத்து ஆயாசத்துடன்)* தெரியல மகனே.

சம்பத் : ஒரு தடவ மாமா சொன்னதுக்காக, நீங்க மசாலா நாவல் எழுத ஒப்புக் கொண்ட

மாதிரித் தெரிஞ்சப்ப நான் ஆச்சரியப்பட்டேன். இவரால முடியுமானு அது மாதிரியே நீங்க எழுதல.

விஸ் : உண்மையில ஒரு நாளு அப்பிடி. மாசம் ஒரு மசாலா நாவல் எழுதிப் போட்டுடலாம்னு முடிவு கூட செய்தேன் சம்பத். ஆனா மறுநாள் கண்ணாடி பாத்தப்ப எனக்கே ஒரு சந்தேகம் வந்துடுச்சு. அப்பிடி நாவல் எழுதுன பிறகு என் முகத்த நானே கண்ணாடியில பாத்துக்க முடியுமான்னு. அதுதான் எதுக்குடா வம்புன்னு விட்டுட்டேன்.

(சிறிது மௌனம்)

அதுசரி நீ ஈவினிங் காலேஜ்ல லா படிக்க அப்ளை செய்தியே, என்னாச்சு?

சம்பத் : கெடக்கல அப்பா.

விஸ் : நேத்து மோகன்ராஜ் பாத்தப்ப அவரு பையனுக்கு எடம் கெடச்சுட்டதா சொன்னாரே. அவர் பையன் ஒன்னும் பிரமாதமா, தெரியலையே.

சம்பத் : பதினஞ்சாயிரம் லஞ்சம் கொடுத்து வாங்கியிருக்காரு.

(அவர் முகம் சுருங்குகிறது, அவர் சிறிது நேரம் உலவுகிறார்.)

விஸ் : *(சிறிது சென்று)*

அப்பன் அநியாயக் காசில்

வளர்ந்த வக்கீல் பிள்ளை

பேசுவான் சட்டம் நியாயம்.

(மேலும் சிறிது நேரம் உலாவிக் கொடுக்கிறார்.)

மோகன்ராஜ் தன் மகனுக்கு வக்கீல் வேல

வாங்கித் தந்திருக்கப்ப, என்னால உனக்குக் கொடுக்க முடிஞ்சது இந்த பிஞ்சக் கவிதைதான், இல்ல? வெக்கக்கேடு. (அவர் மேலும் உலாவுகிறார்).

நான் என் இலக்கியத்துக்கு உண்மையா இருக்க முடியுது. ஆனா குடும்பத்துக்கு உண்மையா இருக்க முடியல. இல்லே? ச்சே...

(அவர் தளர்ந்துபோய் முன் அறைக்குச் செல்கிறார். அங்கே நாற்காலியில் உட்கார்ந்து மெல்ல மேஜையை நோக்கிக் குனிந்து மேஜையில் தலை வைத்துக் கொள்கிறார். பின்னணியில் அவர் சொன்னதே கேட்கிறது.)

அவரது குரல் : நான் என் இலக்கியத்துக்கு உண்மையா இருக்க முடியுது. ஆனா குடும்பத்துக்கு உண்மையா இருக்க முடியல, இல்லே? ச்சே.

(அவர் மெல்லத் தலையை உயர்த்தி மேஜை விளிம்பில் இரண்டு முறை இடிக்கிறார். பின் மீண்டும் மேஜையில் தலை வைத்துப் படுத்து விடுகிறார்.

சம்பத் மெல்ல வந்து ஹாலில் இருந்தவாறே இதைப் பார்க்கிறான். அவன் முகத்தில் வேதனை.)

கடைசியில் ஏதோ தீர்மானமாக அவன் தலை மெல்ல ஆடுகிறது.

(இருள் வருகிறது)

காட்சி 9

வீடு

பகல்

சம்பத் ஒரு பெரிய கார்ட்டன் பெட்டியைத் தூக்கிக் கொண்டு வெளியே போகிறான். அதே

சமயம் பாரதி சட்டைத் தூசியை தட்டிவிட்டபடி உள்ளே வருகிறான்.

கமலம் : *(பாரதியிடம்)* எல்லாத்தையும் ஸ்டிராங்கா கட்டிட்டானா? வழியில ஏதாவது விழுந்துடப் போவுது.

பாரதி : இல்லம்மா, அதெல்லாம் ஸ்டிராங்கா கட்டியிருக்காங்க.

கமலம் : கூட சம்பத் போறானில்ல?

பாரதி : போறான்.

கமலம் : ஆமா, நடுவுல ஏதாவது உருவிடப் போறானுக. இந்த வண்டிக்காரனுகள நம்ப முடியாது. அவ எத்தினி மணிக்கி வர்றாளாம்?

பாரதி : அஞ்சு மணி வாக்குல.

கமலம் : மொத மொதல்ல பிள்ளைய தூக்கிக்கிட்டு வர்றவ, பாட்டன் பாட்டிகிட்ட காட்டிட்டுப் போறதுனுகூட இல்லாமப் போச்சு. தனி வீடு வச்சாத்தான் வருவேன்னு அவ சாதிச்சுக்காட்டிட்டா.

பாரதி : சரிம்மா. அதப் பத்தி எத்தினி தடவதான் பேசுறது?

(அவன் சென்று மேஜைமேல் இருக்கும் கைப்பெட்டியை எடுத்துக் கொள்கிறான்.)

அப்ப நான் வர்றம்மா.

(கமலம் ஒரு கணம் தடுமாறிப் போய். கண்கலங்கி, ஒரு நாற்காலியில் உட்கார்ந்து பின் பொங்கி அழுகிறாள்.)

பாரதி : என்னம்மா இது, எல்லாரும் சேர்ந்துதான் தீர்மானம் செஞ்சோம், ஜாமான் செட்டெல்லாம்கூடப் போயாச்சு, இப்ப அழுதா எப்பிடி?

கமலம் : (அழுகையோடு) இவன் சம்பத்துக்கு ஒரு வேல கெடச்சு நீ பொறப்பட்டு இருந்தா நான் கவலப் பட்டிருக்க மாட்டேன். இந்தக் குடிகார மனுசன நம்பி விட்டுட்டுப் போறியேன்னுதான்.

பாரதி : அதுக்குத்தான் மாசா மாசம் பணம் தர்றேன்னு சொல்லியிருக்கேன் இல்ல.

கமலம் : மனசு இருந்தாலும் எவ்வளவுப்பா கொடுத்துட முடியும்?

பாரதி : சீக்கிரமே சம்பத்துக்கு ஒரு வேல ஏற்பாடு செய்வோம். அப்பாவும் பாக்கறதா சொல்லியிருக்காரு.

கமலம் : அவரச் சொல்லாதே நீ. இந்தா, நீ போறேன்னுகூட இல்ல. ஆளு வீட்ல இல்ல.

பாரதி : சரிம்மா. நான் வர்றேன், நாளைக்கிக் காலையில அவளையும் குழந்தையையும் கூட்டிக்கிட்டு வர்றேன்.

கமலம் : சரி செய்யி.

(பாரதி புறப்பட்டுப் போக, இருள்)

காட்சி 10

(முதற் காட்சிக்கு இருந்த அதே மேடை. அதே சிலையின் அடியில் விஸ்வநாதன். எதிரே நான்கைந்து பேர். விஸ்வநாதன் முதலில் சோர்ந்து உட்கார்ந்திருக்கிறார். பின் கொஞ்சம் குடிக்கிறார். பிறகு வீராவேசமாக எழுந்து நிற்கிறார். ஆனால் உடனே சிரிக்கவும் செய்கிறார்.)

விஸ் : ஏற்றமிகு சென்னை நகரத்து எழில் மிக்க வாலிபர்களே! தூக்கிய புத்தகங்களும் திணவெடுத்த தோள்களில் தாங்கிய கனவுகளும் மட்டும் போதாது நண்பர்களே!

இதோ இந்த நவீன மோஸஸ் தரும் ஏழு கட்டளைகளையும் வாங்கிக் கொள்ளுங்கள்.

(ஐந்து விரல்களைக் காட்டி) கட்டளை ஒன்று: உழைப்பவர்களே! பிழைப் பவர்களாகவும் இருங்கள் வெறும் உழைப்பு சோறு போடாது நண்பர்களே! உழைப்பிற்கும் பிழைப்பிற்கும் நடுவில் ஏதோ ஒன்று இருக்கிறது. அதைக் கண்டு கொள்ளுங்கள்.

(ஒரு விரல் காட்டி) கட்டளை இரண்டு: அவனன்றி ஓரணுவும் அசையாது. யார் அந்த அவன்? எதன் குறியீடு அவன்? (விரல் சுண்டிக் காட்டி) இவன் தான் அவன், இவனின்றி ஓரணுவும் அசையாது. இவன்தான் ஆதியும் அந்தமும் இல்லாதவன், உமர்கயாம் கேட்டான் நான் கேட்கிறேன், அசோகன் எங்கே? கரிகாலன் எங்கே? வள்ளுவன் எங்கே? ராஜா சர் அண்ணாமலைச் செட்டியார் எங்கே? எல்லாரும் போய்விட்டார்கள். பணம் மட்டும்தான் இருக்கிறது. அதன் பாதார விந்தம் பணியுங்கள். இக பர சுகம் அனைத்தையும் அடையுங்கள். எவனாவது பணம் என்னடா பணம் என்று சொன்னால் அவன் முகத்தில் காரித் துப்பிவிட்டு பணத்தைப் பூஜை செய்யுங்கள்.

(மூன்று விரல் காட்டி) கட்டளை மூன்று; இந்தப் பணத்துக்கு எங்கே போவது? வியாபாரம் செய்யுங்கள். என்ன வியாபாரம்? மக்கள் வியாபாரம். ரொம்பச் கலபமாகவும் கோடிக்கணக்கிலும் கிடைக்கும் இவர்களை விற்று விடுங்கள்.

யாரிடம் விற்பது?

இவர்களை இவர்களிடமே விற்று விடுங்கள்.

அரசியல், சினிமா, டிராமா, பத்திரிகை! ஏதோ ஒரு தளத்தில் இவர்களை விற்றுப் பிழைத்துக் கொள்ளுங்கள். (மீண்டும் ஒரு விரல் காட்டி) கட்டளை நான்கு; உண்மை பேசாதீர்கள், யதார்த்தவாதி, வெகுஜன விரோதி.

(பத்து விரல்களையும் காட்டி) கட்டளை ஐந்து:

பொய் பேசுங்கள். எல்லாரையும் புகழ்ந்து பேசுங்கள். புகழ்ந்து பேசுங்கள், காக்கைகள் தங்களைக் கிளிகள் என்றால் ஆமாம் என்று சொல்லுங்கள், கிளிகள் பட வேண்டிய கவலையை எல்லாம் நீங்கள் இழுத்துப் போட்டுக் கொள்ளாதீர்கள்.

(நெஞ்சைப் பிடித்தபடி) கட்டளை ஆறு: வாழ விரும்பும் நீங்கள் மலிந்து போங்கள். தழையத் தழைய மலிந்து போங்கள். மலிய மலிய உங்கள் விலை கூடும். மலிய மலிய விலை ஏறக்கூடிய பொருள் உலகத்தில் மனிதனைத் தவிர வேறொன்றுமில்லை.

(நெஞ்சு வலியுடன்) ஆடை குறையக் குறைய ரேட் உயரும் நடிகை.

கட்டளை ஏழு : மலிய மறுத்தால் நொந்து போங்கள். குலைந்து போங்கள். தொலைந்து போங்கள். ஒழிந்து போங்கள்.

ஆ!

(நெஞ்சைப் பிடித்தபடி அவர் முன்னால் சாய இருவர் முன்வந்து அவரைத் தாங்குகின்றனர்.)

(விளக்குகள் பட்டென அணைகின்றன)

காட்சி 11

வீடு

காலை நேரம்

வீட்டில் கமலம் மட்டும் இருக்கிறாள். அவளது தம்பி சேதுராமன் (கையில் ஒரு பயணப் பெட்டியோடு) உள்ளே கூடம் வரை வந்து குரல் கொடுக்கிறார்.

சேது : *அக்கா! அக்கா!*

கமலம் : (வந்து கொண்டே) அடடே வா, எப்ப வந்தே?

சேது : இப்பத்தான் வர்ரேன். எங்க யாரையும் காணம்?

கமலம் : யாரையும்னா எத்தினிபேரு. பெரியவன்தான் தனியாப் போயிட்டான். சம்பத்துதான் அங்க வந்துட்டான். (அவளே குறுக்கிட்டு) சரி அவன் எங்கே?

சேது : அவன்னா? யாரக் கேக்குற?

கமலம் : யாரக் கேக்கிறியா சம்பத்ததான் கேக்குறேன். அவன் அங்க வந்து பத்து நாளாச்சே.

சேது : என்னா. பத்து நாளாச்சா அவன் அங்க வரவேயில்லியே.

கமலம் : வரவேயில்லியா? அய்யோ கடவுளே. அவன் மாமா வீட்டுக்குப்போறேன்னு கௌம்பி, பத்து நாளாச்சே தம்பி.

சேது : என்னக்கா இது, எங்க போயிருப்பான்?

(அப்போது விஸ்வநாதன் உள்ளே வருகிறார்)

கமலம் : (அலறாத குறையாக முன்வந்து) என்னங்க. இவன் சம்பத்து, மாமா வீட்டுக்குப் போகலியாங்க. பத்து நாளாச்சே. வந்து சேந்தேன்னு ஒரு கார்டு கூடப் போடலியேன்னு சொல்லிக்கிட்டு இருக்கோம்,

தம்பி வந்து அவன் வரவே இல்லேன்னு சொல்றான்.

விஸ் : அவன் அங்க வரலியா சேது?

சேது : இல்லீங்க அத்தான்.

விஸ் : எங்க போயிருப்பான்? பத்து நாளாச்சே.

சேது : வேற எங்காவது பிரண்ஸோட டூர் கீர் போயிருப்பானா?

கமலம் : திரும்பத் திரும்ப மாமா வீட்டுக்குன்னு சொன்னான்.

சேது : என் வீட்டுக்குத்தானா?

கமலம் : பின்ன எத்தினி மாமன் அவனுக்கு இருக்கான்? ஆனா அதுக்கு முன்னால நாலு நாள் அவன் ஒரு மாதிரியாத்தான் இருந்தான். வேல வெட்டி ஒண்ணும் கெடைக்காததுனால வருத்தமா இருக்கானோன்னு நெனச்சேன்.

சேது : அப்பிடி அவன் வேற எங்கதான் போயிட முடியும்?

விஸ் : தெரியலியே. (சோர்ந்து போய் உட்காருகிறார்)

(வெளியே சார் போஸ்ட் எனும் குரலொலி கேட்கிறது)

(சேது போய் அதை வாங்கி வருகிறான்)

சேது : (வரும்போதே) இதென்ன மிலிட்டரி சீலு குத்தியிருக்கு?

விஸ் : யாருக்கு வந்திருக்கு?

சேது : (பார்த்து) உங்களுக்குத்தான்.

விஸ் : யார்கிட்டயிருந்து?

சேது : (அந்த இன்லண்ட் லெட்டரை திருப்பி பார்த்து) வி.சம்பத்... 248451... சம்பத்துதான்

போட்டிருக்கான்.

கமல : சம்பத் போட்டிருக்கானா? அவன் பட்டாளத்தில சேர்ந்துட்டானா? அடக் கடவுளே!

(தலையைப் பிடித்தவாறு உட்கார்ந்துவிடுகிறாள்)

(சேது கடிதத்தை விஸ்வநாதனிடம் கொடுக்க அவர் வாங்கி பாக்கெட்டில் கண்ணாடியைத் தேடிவிட்டு திரும்ப சேதுவிடமே கொடுக்கிறார்.)

(சேது அதை உடைத்துப் படிக்கிறான்.)

(இப்போது மேடை இருட்டாகி அவர்கள் மூவர் மேல் மட்டும் ஒளி. கமலம் தலையைப் பிடித்தவாறு அமர்ந்திருக்க விஸ்வநாதன் சோபாவில் தலை குனிந்தவாறு இருக்கிறார். சேது கையில் கடிதத்தோடு அவையினருக்கு முதுகு காட்டி, பின்னணியில் சம்பத் குரல்)

சம். குரல் : அன்புள்ள அப்பா, அம்மா, அண்ணன், அண்ணி எல்லாருக்கும் சம்பத் வணங்கி எழுதுவது.

இது உங்களுக்கு எவ்வளவு அதிர்ச்சியாக இருக்கும் என்பதை என்னால் உணர முடிகிறது. இது தவறு என்றால் என்னை எல்லாரும் மன்னித்துவிடுங்கள். நான் பலநாள் யோசித்துதான் இந்த முடிவுக்கு...

(அவன் குரல் மெல்லத் தேய்ந்து ஓய, ஓர் அதிர்கின்ற வீணை எழுந்து மேடை முழுதுமாகிறது.

போதுமான நேரமெடுத்த பின் ஓய, திரும்பவும் சம்பத்தின் குரல் கேட்க ஆரம்பிக்கிறது)

சம். குரல் : அப்பா, நீங்கள் நீங்களாகவே இருங்கள் இதுதான் என் ஆசை, உங்களுக்குத் தனியாகப் பணம் அனுப்புகிறேன். குடிப்பதை மட்டும் கூடுமானவரை குறைத்துக் கொள்ளுங்கள் நிறைய எழுதுங்கள். நிறைய நிறைய

எழுதுங்கள். நிறையப் படியுங்கள். அதில் தான் உங்களுக்கு எவ்வளவு சந்தோசம்!

அப்பா. இன்னொரு விசயம் தெரியுமா? நானும் இலக்கியவாதி ஆகப் போகிறேன். இந்தப் பதினைந்து வருட ஒப்பந்தம் முடிவதற் குள்ளாகவே இந்தியாவின் தலைசிறந்த நாடக ஆசிரியன் ஆகப் போகிறேன். என் நாற்பது வயதில் நோபல் பரிசு தட்டப் போகிறேன்.

உங்கள் ஞானத்தைச் சுவீகரித்துக் கொண்டு, உங்கள் சிந்தனையின் நீட்சியாக, நான் சாதித்துக் கொண்டு வருவதை நீங்களே பார்க்கப் போகிறீர்கள் அன்புடன் சம்பத்.

(மேடையில் மீண்டும் முழு அளவில் ஒளி. அவர்கள் திகைத்துப் போயிருக்கிறார்கள். பின் மெல்ல கமலத்தின் ஒப்பாரி கேட்க ஆரம்பிக்கிறது)

கமலம் :   பூமியிலே விட்டாலே உன்

பொற்பாதம் நோகுமின்னு

தரையில விட்டாலே உன்

தங்கக்கால் நோகுமின்னு

அள்ளி எடுத்திடுவேன்

அடி மடியில் கட்டிடுவேன்

கிள்ளி எடுத்துடுவேன்

கீழ் மடியில் கட்டிடுவேன்

மார்மேலே தொட்டி கட்டி   உனக்கு

மடிமேல் நடை பழக்கி

தோள் மேல் தொட்டி கட்டி - உனக்கு

துடை மேல் நடை பழக்கி

ஜெயந்தன் நாடகங்கள்

வளர்த்த அருமையென்ன - உன்னை
வைத்திருந்த நேர்த்தியென்ன
பெற்ற அருமையென்ன - உன்னை
பேணி வந்த நேர்த்தியென்ன
கானல் அடிக்குதென்றே - நான்
கையில் நிழல் பிடிச்சேன்
வெய்யில் அடிக்குதென்றே - நான்
விரலாலே குடை பிடிச்சேன்

(திடீரென்று அவள் நெஞ்சில் அடித்துக் கொள்கிறாள்.)

அடப்பாவிப்பயலே, நீ பட்டாளத்துக்குப் போயி சாவுறதுக்காகவாடா நான் ஈ படாம எறும்பு படாம வளத்தேன். மோசம் பண்ணிட்டியேடா, சொல்லாம செஞ்சுட்டியேடா. அட கல்மனசுக்காரா. கொலகாரப் பாவி.

(இவள் ஒப்பாரி வைத்துக் கொண்டிருக்கும் போதே சேது எழுந்து வந்து அவள் பக்கமாக உள்ள ஒரு நாற்காலியில் (அவளுக்கு ஆதரவாக) உட்கார்ந்திருக்கிறான்.

விஸ்வநாதன் எழுந்துபோய் முன் அறையில் மேஜையின்கீழ் உட்கார்ந்து விட்டிருக்கிறார்.)

சேது : சரிக்கா விடு. பட்டாளம்னாவே சாவுறதுனு அர்த்தமா என்னா? லட்சோபலட்சம் பேரு பட்டாளத்தில இருக்காங்க.

கமலம் : யாரோ இருக்கான். எவனோ போறான், இவன் ஏன் போகணும்?

சேது : என்ன செய்றது? என்னமோ தோணியிருக்கு. சொல்லாமக்கூடப் போயிட்டான்.

கமலம் : (ஆவேசமாக) என்னமோ தோணிப் போகல,

அவன் தீர்மானம் பண்ணித்தான் போயிருக்கான். வாழ்றதுலயும் சேத்தியில்லாம செத்ததுலயும் சேத்தியில்லாம இருக்காரே இந்த மனுசன் (முன் அறைப் பக்கம் நீளக் கை நீட்டி) இவரு குடிச்சிட்டு ஆடுறதுக்காகப் போயிருக்கான். எழுதுறேன் எழுதுறேன்னு இருந்த வியாபாரத்தையும் தொலச்சிட்டு, தரித்திரத்தக் கொண்ணாந்து வீட்ல விட்டதுமில்லாம, அந்தத் தேவிடியா வீட்ட விட்டுப் போறேன்னு சொன்னதும் சம்பாரிச்ச ஒரே மகனையும் சரி போடான்னு சொல்லிட்டு, கஞ்சிக்கி வழியில்லாம நின்னதப் பாத்துட்டுதான் அவன் போயிருக்கான். அவன் ஒரு பைத்தியக்காரன். அவனுக்கு இந்த ஆளு ஒரு பெரிய மனுசன். இந்த ஆளு குடிக்கணுமாம். படிக்கணுமாம். எழுதணுமாம். அதுக்காகத் தனியாப் பணம் அனுப்பப் போறானாம் அவன் மட்டும் சாகப் போறானாம். இந்தப் பெத்த வயித்துல நெருப்பக் கொட்டிட்டு சாகப் போறானாம்.

(முன் அறையைப் பார்த்தபடி)

(ஆவேசத்தின் உச்சமாக)

சரி நீ குடி. எழுது, படி.

(அவள் பாய்ந்து விஸ்வநாதன் இருக்குமிடம் வருகிறாள். மேஜை மேல் இருக்கும், எழுதும் அட்டையை எடுத்து மேஜை மேலேயே அடிக்கிறாள்.)

இந்தா எழுது!

(இரண்டு புத்தகங்களை எடுத்து அடிக்கிறாள்)

படி!

(புத்தக அடுக்கிற்கு பின்னால் இருக்கும் ஒரு பாட்டிலை எடுத்துவந்து மேஜை மேல் ஓசை எழ வைக்கிறாள்)

குடி!

குடிச்சிட்டு ஒளறு!

(புத்தக அழுக்கிலிருந்து பலதடலை புத்தகங்களை எடுத்து வந்து மேஜை மேல் அடித்தடித்துப் போடுகிறாள்.)

படி

படி

படிச்சுக்கிட்டே இரு.

அங்க என் பொன்னு மவன் சாவட்டும்.

(அவள் உட்கார்ந்து மேஜைக்கால்களில் முட்டிக் கொண்டு அழுகிறாள்)

விஸ்வநாதன் இவ்வளவு நேரமும் நாற்காலியில் ஒட்டி குன்றிப் போய்க் கிடக்கிறார்.

இந்த நிலை சிறிது நேரம் நீடிக்கிறது.

பின்பு விஸ்வநாதன் எழுகிறார். அவர் முகத்தில் ஓர் ஆக்ரோ விஷத்தீர்மானம். அவர் அந்த பிராந்தி பாட்டிலையும் புத்தக அடுக்குப் பின்னுள்ள வேறு இரண்டு காலி பாட்டில்களையும் எடுத்துக் கொண்டு வெளியே போகிறார்.

(சில விநாடிகளில் அவை ஒவ்வொன்றாக ஏதோ கல்லில் மோதிச் சிதறும் சத்தம் கேட்கிறது.

பின் அவர் உள்ளே வருகிறார். வந்து மேஜை முன் நின்று அதைக் கையால் ஓங்கிக் குத்துகிறார்)

விஸ் : இனிமே நான் குடிக்கமாட்டேன். என் வள்ளுவன் மேல ஆணை. என் பாரதி மேல

ஆணை! நான் குடிக்க மாட்டேன்.

சாகப் போற உன் மகன் காசுல ஒரு சல்லிக்காசு தொடமாட்டேன். இது சத்தியம்.

(அவர் உடல் ஆடுகிறது.)

(சேது வந்து ஆறுதலாக அவரது மேல் கரத்தைப் பிடித்துக் கொள்கிறார்.)

(ஒளி மெல்லப் பின் வாங்குகிறது.)

காட்சி 12

(முதற் காட்சி இருந்த மேடை)

(மாலை நேரம் என்பதால் ஒளி சிறிதளவு அதிகமாக இருக்கிறது. வலது நுழைவிலிருந்து ஜெயபாலனும் வேல்முருகனும் பேசிக் கொண்டு வருகிறார்கள்)

ஜெய : மனசுக்கு ரொம்ப கஷ்டமாத்தான் இருக்கு.

வேல் : என்ன செய்றது.

(ஜெயபாலன் நின்று ஒரு சிகரெட் பற்ற வைக்கிறார்)

ஜெய : என்னதான் இருந்தாலும் அவர் மனைவி இவ்வளவு மோசமா நடந்துக்குவாங்கன்னு நான் நெனக்கல்ல.

(வேல்முருகனும் ஒரு சிகரெட் பற்ற வைத்துக் கொள்கிறான்.)

வேல் : இவ்வளவுக்கும் அந்தம்மாவ அவரு மனசுக்குள்ள எவ்வளவோ நேசிக்கிறாரு. ஒரு தடவ அவரு சொன்னாரு. அவ ஒரு சராசரிப் பெண். அவ அவளோட ஆசை அபிலாஷைசகளோடதான் கழுத்த நீட்டுனா. நான் ஒரு சுத்த இலக்கியவாதியா இருக்கணும்னு அவ எப்பவுமே

சொன்னதில்ல. அவ கேட்டதெல்லாம் நல்ல சோறு, சேல, கொஞ்சம் வசதியான வாழ்க்கை. அவ்வளவு தான். அத என்னால கொடுக்க முடியல. நான் தான் குற்றவாளி. எப்பிடியிருந்தாலும் அது என்னோட இயலாமை. அவளக் கோபிக்க ஒண்ணுமில்லேன்னு சொன்னாரு.

ஜெய : உண்மைதான். அவங்களுக்குள்ள இருந்த வேறுபாட்ட அலைவரிசை வேறுபாடுன்னு சொல்லுவாரு. அதுக்காக நம்ம பெண்கள குற்றம் சொல்லமுடியாது; அதப்பத்தி ஒரு கட்டுரை எழுதணும்னு கூடச் சொல்லிக்கிட்டு இருந்தாரு.

வேல் : அன்னிக்கி நடந்தது உங்களுக்கு எப்பிடி தெரிஞ்சுது?

ஜெய : மாணிக்கவாசகம் சொன்னாரு. அவரு அன்னிக்கி வீட்டுக்கிட்டப் போறப்பதான் அந்தம்மா ஒப்பாரி வச்சுக்கிட்டு இருந்திருக்காங்க. கொஞ்சம் தயங்கி திண்ணக் கொறட்டுலயே நின்னிருக்காரு. அங்கேயே நின்று அவரு பாட்டில்கள உடைக்கிறதையும் பார்த்திருக்காரு.

வேல் : இப்ப அவரு குடிக்கிறதில்லையா?

ஜெய : அப்படித்தான் தெரியுது.

வேல் : அப்பிடியே இருந்துட்டா எவ்வளவோ சந்தோசம்தான்.

(அவர்கள் நடக்க ஆரம்பிக்கிறார்கள்)

ஜெய : அவரு வேலைக்கும் ரொம்ப தீவிரமா முயற்சி செய்றாராம். ரெண்டு நாளைக்கி முன்னாடி கதிரேசனைப் பாத்தப்பக்கூட ஏதாவது வேல

இருந்தா பாரேன். இந்த வாட்ச்மேன் வேல மாதிரி இருந்தாக்கூட போதும்னு சொல்லியிருக்காரு.

ஜெய : என்ன செய்றது.

(அவர்கள் சென்று மறைகிறார்கள்)

(சில விநாடிகளில் அவர்கள் வந்த வழியாகவே விஸ்வநாதன் வருகிறார். அவர் மிகவும் சோர்ந்து போயிருக்கிறார். அப்போது அவர் எதிரே முப்பது வயது இளைஞன் (ராஜப்பா) ஒருவன் வருகிறான். தூயதாக இருந்தாலும் மடித்துக் கட்டிய வேட்டியோடும் கையில் சிகரெட்டோடும் அவசரமாக வந்து கொண்டிருக்கும் அவன் அநேகமாக அவரைக் கடக்கும் சமயத்தில் அவர் முகம் பார்க்கிறான். அவரைத் தாண்டி சில அடிகள் வைத்ததும், நின்று யோசிக்கிறான். சிகரெட்டைப் போட்டுவிட்டு அவரைக் கூப்பிடுகிறான்.)

ராஜ : சார்.

(அவர் திரும்பிப் பார்க்க, அவன் மடித்துக் கட்டியிருந்த வேட்டியை அவிழ்த்து விட்டவாறு மிகுந்த மரியாதையோடு அவரிடம்போகிறான்)

சார், நீங்கதான... எழுத்தாளர் விஸ்வநாதன்?

விஸ் : ஆமா.

ராஜா : (முகம் மலர) சார் நான் உங்க வாசகன் சார். உங்கள மீற தமிழ்நாட்ல ஆளே இல்லேன்னு நினைக்கிறவன்.

விஸ் : அப்பிடியா? ரொம்ப நன்றி.

ராஜ : உங்க படத்துக்குப் பிரேம் போட்டு வீட்ல மாட்டியிருக்கேன். என் வீட்ல ரெண்டு போட்டோதான் இருக்கு. என் மக போட்டோ. அப்புறம் உங்க போட்டோ.

விஸ் : அப்பிடியா. உங்க மகளுக்கு என்ன வயசு?

ராஜ : அஞ்சு வயது.

விஸ் : நான் வாழ்த்துனதா சொல்லுங்க.

ராஜ : நன்றி சார்.

விஸ் : நீங்க என்ன செய்றீங்க?

ராஜ : சின்னதா ஒரு பேக்கிங் அண்ட் ஜாய்ன்டிங்ஸ் கம்பெனி வச்சிருக்கேன்.

விஸ் : சந்தோசம். நான் வரட்டுமா?

ராஜ : சார் ஒரு நாளைக்கி உங்க வீட்டுக்கு வந்து பேச அனுமதி தரணும்.

விஸ் : அவசியம் வாங்க.

ராஜ : முகவரி?

விஸ் : முகவரி... (பாக்கெட்டில் தேடி ஒரு விசிட்டிங் கார்டை எடுத்துக் கொடுக்கிறார்) முன்னால இருக்கறது பழைய முகவரி. தற்போதைய முகவரிய பின்னால எழுதியிருக்கிறேன்.

ராஜ : ரொம்ப நன்றிங்க சார், வர்ரேன் சார்

விஸ் : வாங்க.

(புறப்படும் விஸ்வநாதன் இரண்டடி வைத்ததும் தயங்கி அவசரமாகத் திரும்புகிறார்)

விஸ் : பிரதர்!

(ராஜப்பா திரும்பி வருகிறான்)

ராஜ : என்னங்க சார்?

விஸ் : (தயங்கி) ஒரு வேலைக்கி ஏற்பாடு பண்ண முடியுமா?

ராஜ : யாருக்குங்க சார்?

விஸ் : எனக்குத்தான்.

ராஜ : உங்களுக்கா! என்ன சார் இது?

விஸ் : ஆமா எனக்குதான். ஏன் எதுக்குனு எல்லாம் தயவு செய்து கேக்காதீங்க. ஏதோ ஒரு கௌரவமான வேல. கொஞ்சம் உடல் உழைப்பா இருந்தாலும் சரி இருந்தா பாருங்க. மாசம் ஒரு ஐநூறு ருபா கெடச்சாலும்கூடப் போதும்.

ராஜ : நீங்க கேட்டா ஒரு சப் எடிட்டர் வேல கூடவா சார் கிடைக்காமப் போயிடும்?

விஸ் : (தலைகுனிந்த வண்ணம்) கிடைக்கல.

(இளைஞன் யோசிக்கிறான்)

விஸ் : என்ன யோசிக்கிறீங்க?

ராஜ : ஒண்ணுமில்ல (தயங்கி) கணக்குப்பிள்ளை வேலை பாப்பீங்களா?

விஸ் : ஓ, அதுக்கென்ன. எங்க?

ராஜ : என் கம்பெனியில் பாருங்க.

விஸ் : ஓ!

ராஜ : ஆரம்பத்தில் நீங்க கேட்டமாதிரியே மாதம் ஐநூறு ரூபா தர்ரோம். ஒரு வருடம் போனா கூட நூறுரூபா தரலாம்.

விஸ் : உண்மையில உங்கிட்ட வேலை இருக்கா, இல்ல உங்க அபிமான எழுத்தாளனுக்காக சிரமம் எடுத்துக்கப் போறீங்களா?

ராஜ : இல்ல இல்ல. நாங்களே ஒருத்தர தேடிக்கிட்டுதான் இருந்தோம். அதுல நீங்க இருக்கிறதுல ரொம்ப சந்தோசம். ஆனா ஒரு நிபந்தனை?

விஸ் : என்ன?

ராஜ : நீங்க மற்ற நேரத்தில தொடர்ந்து எழுதணும்.

விஸ் : அதா... அதுக்கென்ன, எப்ப வேலைக்கி வரலாம்?

ராஜ : ம்... முதல் தேதியில இருந்து வாங்களேன்.

விஸ் : சரி. (அவன்விசிட்டிங்க்கார்டை கொடுக்கிறான்).

ராஜ : இந்தாங்க முகவரி.

விஸ் : முதல் தேதி வரவா? நூறு வருச இருட்டு திடீர்னு விடிஞ்சுட்ட மாதிரி இருக்கு. (ராஜப்பா அவரை வியந்து பார்க்கிறான்)

ராஜ : அவசியம் வாங்க. நான் வரட்டுமா? (கும்பிடுகிறான்)

விஸ் : வாங்க. (அவரும் கும்பிடுகிறார்) (அவர்கள் புறப்பட ஒளி மங்குகிறது)

காட்சி 13

வீடு

காலை 11 மணி அளவு

கமலம் சோர்ந்தும் வருத்தமாகவும் சோபா அருகில் சோபா மேல் சாய்ந்து ஒருக்களித்து விநாடிகளுக்குப்பிறகு அவளது தம்பி சேதுராமன் வெளியிலிருந்து மெல்ல உள்ளே வருகிறார். (கையில் பிரயாணப் பெட்டி) அவர் சில விநாடிகள் நின்று அக்காவைப் பார்க்கிறார். கமலம் தம்பி வந்தது தெரியாமல் இருந்த நிலையிலேயே இருக்கிறாள்.

சேது : அக்கா!

கமலம் : (நிமிர்ந்து பார்த்து) வா தம்பி.

சேது : என்னக்கா ஒரு மாதிரி இருக்கே?

கமலம் : (எழுந்து சோபாவில் உட்கார்ந்தபடி) ஒண்ணுமில்லேப்பா.

சேது : (சென்று மேஜை மேல் கைப்பெட்டியை வைத்தபடி) என்னக்கா ஒண்ணுமில்ல. இன்னும் பிரச்சனை தீரலியா?

கமலம் : என்ன பிரச்சனை சேது?

சேது : (திரும்பி வந்து ஒரு நாற்காலியில் உட்கார்ந்தபடி) அத்தான் இன்னும் குடிக்கிறாரா?

கமலம் : இல்லப்பா. அவரு, அவரு வாக்க காப்பாத்துறாரு. எனக்குதான் அவரு பழைய படி குடிச்சா தேவலையேன்னு இருக்கு.

சேது : ஏன் அக்கா.

கமலம் : நீ அவரப் பாத்தாத் தெரியும்.

சேது : ஏன் அக்கா?

கமலம் : (பெருமூச்சுடன்) அந்த பழைய அவரு இப்ப இல்லப்பா. அவரு காணாமப் போயிட்டாரு. (நா தழுதழுக்க) அந்தப் பழைய அவரு சிங்கம் அப்பா. என்ன கர்ஜனை, என்னா சிரிப்பு, என்னா ஆர்ப்பாட்டம், எல்லாம் போச்சுப்பா. இப்ப யாரோ வேற ஒரு ஆளு மாதிரி இருக்காரு. நடை பிணம்னு சொல்லுவாங்களே, அந்த மாதிரி. (பாதி அழுகையாக) நான்தான் அப்ப அவரக் கொன்னுட்டேன். அவரு செத்துப் போயிட்டாருப்பா.

சேது : இப்ப எங்க போயிருக்காரு?

கமலம் : எங்கயோ வெளியில போயிருக்காரு. வேல

தேடிக்கூடக் போயிருப்பாரு.

சேது : அதுல ரொம்ப தீவிரமா இருக்காரா?

கமலம் : அது இன்னும் கொடுமைப்பா. இவரு கிழிச்சு மூஞ்சியில எறிஞ்ச பத்திரிகையெல்லாம் போயி ஒரு புரூப் ரீடர் வேல கூடவா இல்லேன்னு கேக்குறாராம். அவனுக பழி தீக்க இதுதான் சமயம் மாதிரி பாக்கலாம் பாக்கலாம்னு அலைய விடுறானுங்களாம்.

(சிறிது மௌனம்)

நான் அன்னிக்கி அந்த மாதிரி நடந்திருக்கக்கூடாது இல்ல தம்பி?

சேது : என்னிக்கி அக்கா?

கமலம் : சம்பத் லெட்டர் வந்த அன்னிக்கி. (சேது மௌனம்) நான் கொத்திட்டேன்.

சேது : அப்பிடி எடுத்துக்க வேணாம் அக்கா. அத ஒரு அதிர்ச்சி வைத்தியமாக்கூட வச்சுக்கலாம். அதுனாலதான் அவரு குடிய விட்டாரு. எப்பேர்பட்ட குடி! அவரையே தின்னுக்கிட்டு இருந்த குடியில்லியா?

கமலம் : என்னமோ போ, எனக்கு அவரு முகத்தப் பாக்க தைரியமே வர்றது இல்ல. அவரும் குனிஞ்ச தல நிமிர்ந்து இல்ல, நிமிந்து நின்ன தல தம்பி.

சேது : அது ஏதோ மன வருத்தத்தில குனிஞ்ச தல அக்கா. வெக்கத்துல, குனிஞ்ச தல இல்ல. வெட்கப் படுற மாதிரி அவரு எதுவும் செய்யல. செய்யமாட்டாரு. இன்னொன்னு கூட அக்கா. அவரக் கொன்னுட்டேன், செத்துப் போயிட்டாருன்னு சொன்னியே. அது தப்பு. அவரு சாகமாட்டாரு. யாரும் கொல்லவும் முடியாது. அவரப் பொறுத்தவரைக்கும் சாவு எது தெரியுமோ? நீ தந்த

அதிர்ச்சியினால, பணம் தேடி, முன்னாடி நாங்க கேட்ட அந்த மசாலா நாவல்களை எழுதப் பேனாவ எடுத்திருந்தாருன்னா, அதுதான் அவரோட சாவு. ஆனா அவரு அதச் செய்யல. புரூப் ரீடராவோ, வாட்ச்மேனாவோ போய் உடல் உழைப்பு செய்துன்னாலும் சம்பாதிக்க நெனைக்கிறாரே தவிர, மட்டமான எழுத்த எழுத அவரு விரும்பல. ஒரு தடவ எங்கிட்ட, தன்னோட பேனாவக் காட்டிக்கிட்டே சொன்னாரு, இந்த எழுதுகோல் என்னோட வள்ளுவன் வச்சிருந்தது, டால்ஸ்டாய் வச்சிருந்தது புதுமைப்பித்தன் வச்சிருந்தது. இத நான் கொச்சைப்படுத்த மாட்டேன்னு . அது இந்த மின்சாரம் வந்து தாக்குன நேரத்திலேயும் நிரூபிச்சுட்டாரு. அவரு சாகல அக்கா

(கமலம் மௌனமாகிறாள். அவர்கள் உறைநிலை மீது இருள் வந்து படிகிறது)

காட்சி 14

வீடு

மாலை 5.30 மணி

வீட்டினுள் மாவரைக்கும் சத்தம் கேட்கிறது. விஸ்வநாதன் வீட்டிற்குள் வருகிறார். அவர் மிகவும் களைத்துப் போயிருக்கிறார். ஜிப்பாவிற்குப் பதில் முழுக்கை சட்டை போட்டிருக்கிறார். கையில டிபன் பாக்ஸ் உள்ள பை. அதை அவர் மேஜை மேல் வைக்கிறார்.

விஸ் : கமலம்! கமலம்!

(கமலம் ஈரக்கையை முந்தானையில் துடைத்த படி வருகிறாள்) கமலம் (சிரித்தபடி) வாங்க வேல எப்பிடியிருந்தது?

விஸ் : (சோபாவில் உட்கார்ந்தபடி) பரவாயில்லை.

கமலம் : அதுசரி, எழுதுற வேலதான, ஏற்கனவே

எழுதிகிட்டுதான இருந்தீங்க.

விஸ் : (நிமிர்ந்து இரண்டு நொடி அவளைப் பார்த்து, பின் புன்னகை செய்தபடி) இல்ல கமலம். வித்தியாசம் இருக்கு. இதுல இடுப்பு நகண்டு போவுது. (இடுப்பை நெளிக்கிறார்)

கமலம் : புதுசா ஒரு எடத்துல உக்காந்து எழுதுனதுனால இருக்கும். பழகிட்டா சரியாப் போயிடும்.

விஸ் : அது சரிதான். (களைப்பு மேலிட்ட தொனியிலேயே) ஆனா ஒன்னு கமலம், இதுல நேரம் போறதே தெரியல. கால ஒன்பது மணிக்கி உக்காந்து நாலு மூணும் ஏழு நாலு மூணும் ஏழுன்னு பத்து பக்கம் கூட்டினேன். மத்தியானம் சாப்பாட்டு நேரம் வந்துடுச்சு. அப்புறம் ரெண்டு மணிக்கு உக்காந்து எட்டும் எட்டும் பதினாறு, எட்டும் எட்டும் பதினாறுன்னு பத்துப் பக்கம் கூட்டுனேன்; மணி அடிச்சிட்டான். பொதுவா சொல்வாங்க, ஒருத்தன் புத்திய ஒரு இடத்தில நிலைக்க வைக்கணும்னா கணக்கு போடச் சொல்லணும்னு. அது சரியாத்தான் இருக்கு. சரி யாரும் வந்தாங்களா?

கமலம் : ஒருத்தரும் வரல. (விஸ்வநாதன் பாக்கெட்டிலிருந்து ஒரு கவரை எடுத்துக் கொடுக்கிறார்)

விஸ் : இந்தா.

கமலம் : என்னது?

விஸ் : பணம்.

கமலம் : பணமா? என்ன பணம்?

விஸ் : (புன்னனகயுடன்) அட்வான்ஸ். சம்பள

அட்வான்ஸ்.

கமலம் : அட்வான்ஸா? கேட்டீங்களா?

விஸ் : நான் எங்கே கேட்டேன்? அந்த மனுசனே கொடுக்குறான். என்னா மனுசன் அந்த ஆளு. என்னதான் வாசகனா இருந்தாலும் முதலாளி ஆயிட்டபிறகு, முதலாளி மாதிரி நடந்துக்க வேணாமா? இவன் குடுக்கிற மரியாதையில இருக்கவன் எல்லாம் விருந்தாளி மாதிரி நடத்துறான். நான் திடீர்னு அதிர்ஷ்டத்தில் விடப்பட்டுட்டேன் கமலம்.

கமலம் : (சிரித்தபடி) அதென்ன முதலாளியப் போயி, அவன் இவன்னு பேசிக்கிட்டு.

விஸ் : ஓ, முதலாளி... முதலாளி, சரி

கமலம் : இன்னொன்னு தெரியுமா? இன்னிக்கு நமக்கு ரொம்ப ராசியான நாளு போல இருக்கு. காலையில பாரதி வந்து இருநூறு ரூபா கொடுத்துட்டுப் போனான். சம்பத் வேறன்நூறு ரூபா அனுப்பியிருக்கான்.

விஸ் : அப்பிடியா? சம்பத் எனக்கொன்னும் பணம் அனுப்பலியா? லெட்டர்ல எழுதியிருந்தானே. என்ன இருந்தாலும் பசங்க பூரா அம்மா பக்கம்தான்.

கமலம் : அதுதான ஆவாது. அதுதான் அவனுக்கு நீங்க, எனக்குன்னு தனியா பணம் அனுப்ப வேணாம். ஒங்க அம்மாவ அப்பிடியெல்லாம் நெனச்சுடாதேன்னு லெட்டர் எழுதுனீங்களாமே.

விஸ் : யார் சொன்னது?

கமலம் : அவனேதான் எழுதியிருக்கான் அதுசரி, அவனுக்கு நீங்க வேலைக்கிப் போகப்

போறதப் பத்தி ஒண்ணும் எழுதலியே?

விஸ் : (தலைகுனிந்தவராக) நான் எழுதல. (சிறிது விட்டு) நீயும் எழுதாதே.

(அவள் ஆழ்ந்து அவரைப் பார்க்கிறாள்)

கமல : இருங்க. கல்லுல மாவு இருக்கு. எடுத்துட்டு காப்பி போட்டுக் கொண்டாறேன்.

விஸ் : கொண்டா. (அவள் போக முனையும்போது) கமலம்!

கமலம் : என்னங்க?

விஸ் : சந்தோஷமா இருக்கே, இல்லியா?

கமல : ஆமா, இருக்கேன், ஏன் கேக்கறீங்க?

விஸ் : இல்ல, கடைசி வரையிலயும் உன்ன ஏமாத்திடுவேனோன்னு நான் பயந்தேன்.

கமலம் : (மெல்ல அவர் தலையைக் கோதி) சரி சரி, பழசையெல்லாம் நெனச்சு கஷ்டப்படுத்திக்காதிங்க.

(விஸ்வநாதன் தலையாட்டுகிறார்) (அவள் போகிறாள்)

இவர் மெல்ல எழுந்து முன் அறைக்கு வந்து மேஜையையும் புத்தக அடுக்குகளையும் சிறிது நேரம் பார்வையிடுகிறார். பின் மேஜையின் மேலுள்ள ஒரு புத்தகத்தை எடுத்துப் பார்த்துவிட்டு வைக்கிறார். பின்பு பேனாவை எடுத்துப் பார்க்கிறார்.)

விஸ் : எழுத்தும் தெய்வம் இந்த

எழுதுகோலும் தெய்வம்

(அவர் முகத்தில் புன்னகை.)

இருள் மெல்ல அரங்கை மூடுகிறது.

திரை

ஒரு ரூபாய்

ஒற்றை நடிகன் நாடகம்

மேடையில் சவுக்குக் கழிகள் ஆங்காங்கே நடப்பட்டுள்ளன. அந்தக் கழிகளின் தலைப்பில் போதுமான அகல நீளமுள்ள அட்டைகள் அறையப்பட்டுள்ளன. அட்டையில் எழுத்துகள் புளோரஸன்ட் மையால் எழுதப்பட்டுள்ளன.

இந்தக் கழிகள் எல்லாவற்றையும் ஒரு நீள வடக்கயிறு இணைத்துக் கொண்டு சென்றிருக்கிறது. இந்தக் கயிற்றைப் பிடித்துக் கொண்டுதான் நடிகன் பேருந்து நிலையத்திலிருந்து வீடுவரைப் பயணிக்கிறான்.

கயிறு, தரையிலிருந்து சுமார் நான்கடி உயரத்தில்

இருக்கிறது. மேடையில் மெல்ல ஒளி வளரும்போதே, ஒரு கனமான ஸ்பாட் லைட். கழிகளில் அறையப்பட்டுள்ள அட்டை கவின் மேல் விழுந்து நகருகிறது, அது எல்லா அட்டைகளையும் காட்டி முடிக்கவும், மேடையில் ஒளி போதுமான அளவு வளர்ந்து நிற்கவும் சரியாக இருக்கிறது.

கழிகள் பேருந்து நிலையம் மற்றும் வீடு இரண்டின் முன் மட்டும் நாற்காலிகள் உள்ளன. பேருந்து நிலையம் முன்பு உள்ள நாற்காலியில் நடிகன் உட்கார்ந்திருக்கிறான். அவன் தலைநட்டு, துடைகளில் முன்கை வைத்த முகவாய் தாங்கி உட்கார்ந்திருக்கிறான். உடை. ஒரு சாதாரண பேண்டும் சிலாக் சட்டையும், வயது 32 லிருந்து 36 வரை.

இடையில், பின்னணியில் ஒரு பெரிய பேருந்து நிலையத்தின் இரைச்சலும் சத்தங்களும் அவை மெல்ல எழுந்து, உரத்துப் பின் மெல்ல அடங்குகின்றன.

முகத்தில் சோகம். இருந்தாலும், விடுபட்டுத்தானே ஆக வேண்டும் என்ற உணர்வும்கூட.

அவன் மெல்லக் கைகளை உதறி இயல்பு நிலைக்கு வர முயற்சிக்கிறான்.

அவன் : ரொம்பப் பெரிய விசயம் இல்லதான். ஆனாலும் ரொம்பச் சின்ன விசயமும் இல்லையே.

(இடைவெளி)

நூத்து அம்பது ரூபா.

(இடைவெளி)

பிக்பாக்கெட் ஆயிடுச்சு. எவனோ அடிச்சுட்டான். (நேரடியாக அவையினைப் பார்த்து) இவ்வளவுதானா, ஒரு பிக்பாக்கெட் ஆயிட்டதுக்கா என்னமோ கப்பலே கவுந்து போயிட்டமாதிரி உக்காந்து இருந்தே

அப்படின்னு கேக்கறீங்களா?

அது உங்க குற்றமில்லதான். அது இயற்கைதான். என்னதான் இருந்தாலும் அடிபடுறது வேற ஒருத்தன், இல்லியா? இன்னொருத்தன் பட்ட அடிய புரிஞ்சுக்கறது கஷ்டம்தான்...

நீங்க சொல்றமாதிரி கப்பல் கவுந்து போகாம இருக்கலாம். ஆனா... ஆனா ஒரு ரகசியம் சொல்றேன், ஒரு நகரமே காணாமப் போச்சு ஐயா, என்னோட மதுரை மாநகரமே காணாமப் போச்சு, கூடல் மாநகரமே காணாமப் போச்சு. வெளங்கல, இல்ல? சொல்றேன்.

அந்தப் பணத்த நான் ஒண்ணும் கைக்காவலுக்கு எடுத்துகிட்டு வரல. அதுக்கு சரியான செலவு இருந்தது. ஒரு பட்டியலே போட்டுக் குடுத்திருந்தாளே வீட்டுக்காரி.

அவன் முதலில் தனது சட்டை பையில் தேடிவிட்டு பிறகு பேண்ட் பாக்கெட்டிலிருந்து ஒரு காகிதத்தை எடுத்து அந்தக் கழிமேலேயே சாய்ந்து கொண்டு படிக்கிறான்

பை ஒன்னு

பச்சரிசி 1 கிலோ

குக்கர் கேஸ்கட் 1

பாரக்ஸ் 1

டெரிபிளின் மாத்திரை 5

வேணுவுக்கும் சாந்திக்கும் அல்வா, பக்கடா.

பச்சப்பழம் 6

அம்மாவுக்கு வெத்தலை பாக்கு

(அந்தக் கடிதத்தை மடித்து மீண்டும் சட்டைப் பையில் வைத்தபடி)

சரி. ஆனா இப்ப பச்சரிசி, மாத்திரை எல்லாம் இருக்கட்டும். என்னால எங்கம்மாவுக்கு வெத்தல பாக்கு வாங்க முடியுமா?

அது கூட வேணாம். நான் திரும்பி வீட்டுக்குப் போக டவுன் பஸ்ஸுக்கு ஒரு ரூபா வேணுமே, அதுக்குக் கருணை செய்யுமா இந்த நகரம்?

அதோ எதிர்ல. சர்பத் கடையில நிக்கிறாரே அதோட முதலாளி, அவருகிட்டப் போயி, மெதுவா சார். ஒரு விஷயம். பர்ஸ் பிக் பாக்கெட் ஆயிடுச்சி, வீடு தெப்பக்குளம் பக்கம். திரும்பிப் போக பஸ்ஸுக்கு ஒரு ரூபா வேணும். கொடுத்தா, நாளைக்கி வர்றப்ப கொடுத்துடுவேன்னு சொன்னா, அவரு என்னா சொல்வாரு?

ஒண்ணும் சொல்ல வேணாம், கொஞ்சம் மேலயும் கீழயும் பாத்துட்டு அப்புறம் கட்டக்குரல்ல, எத்தினி பேரு இப்பிடிக் கெளம்பி இருக்கீங்கன்னு கேட்காம விட்டா பெரிசு, இல்லியா?

என்னா கொடுமைங்க இது. ஒரு பிக்பாக்கெட்காரனால, ஒருத்தன. அவன் ஊருக்குள்ள இருக்கப்பவே. ஊருக்கு வெளியே தூக்கி எறிஞ்சுட முடியுமா?

இது நான் பொறந்த ஊருங்க. எங்க ஊரு, எங்க ஊருன்னு ஆயிரம் தடவ சொல்லி மார் தட்டுன ஊருங்க, வெளியூர்ல இருக்கப்ப

யாராவது சொந்த ஊர் எதுன்னு கேட்டா, உள்ளுக்குள்ள ஒரு பெருமையோட மதுரைன்னு சொல்லுவேன்.

இப்ப அந்த ஊருக்கு நடுவுல நிக்கிறப்பவே. அதுக்கும் எனக்கும் எந்த சம்பந்தமும் இல்லே. அது யாரோ, நான் யாரோ!

நீங்க உள்ளுக்குள்ள முணுமுணுக்கலாம். என்னய்யா பர்ஸ் போயிட்டா கையில பணம் இருக்காது. ஒண்ணும் வாங்க முடியாது. ஒண்ணும் செய்ய முடியாது, கஷ்டம் தான். ஆனா அதுக்காக ஒருத்தன் இவ்வளவு அலட்டிக்கணுமான்னு கேக்கலாம்.

உண்மதான். உண்மதான். ஆனா என் மனசு என்னமோ ஆறலிங்க. என்னால ஜீரணிக்க முடியலிங்க, ஒரு மனுசனையும் அவனோட தகரத்தையும் சேத்து கட்டியிருக்க சங்கிலி ஒரு மணிப்பர்ஸ்தானா? அது போயிட்டா எல்லாம் போயிடுமா? என்ன வாழ்க்கை விதி இங்க அமுல்ல இருக்கு?

(இப்போது அவன் இரண்டடி முன்னால் வந்து அவையிலிருந்து யாரோ பேசுவது போலவும் அதைக் கேட்பது போலவும் காது கொடுக்கிறான்.)

என்னா சொல்றீங்க?

தயவு செஞ்சு கொஞ்சம் சத்தமாப் பேசுங்க.

சரிங்க, சரிங்க, ம்... சரிங்க. சரிங்க.

(முடிவாக) சரிங்க.

நீங்க முதல் வரிசையில இருந்து பேசுனதுனால, ஒங்க பேச்சு சபை முழுசுக்கும் கேட்டிருக்காது அதனால மொதல்ல. நீங்க சொன்னத சபைக்கி சொல்லிடுறேன். (அவன் முற்றிலும்

வேறொரு பாணியில் பேச ஆரம்பிக்கிறான்.)

மிஸ் சிறுகதையைப் பத்தி சொல்வாங்க: முதல் பக்கத்துல ஒரு துப்பாக்கி தொங்குனா. நாலாவது பக்கத்துல அது வெடிச்சாகணும்னு. அந்த மாதிரி, ஒரு ஒற்றை நடிகன் நடிகை நாடகத்துல, முதல்ல ஒரு பேருந்து நிலையத்தையும் கடைசியில ஒரு வீட்டையும் போர்டு போட்டு காட்டிட்ட பின்னாடி, அதாவது இந்த நாடகத்தோட நீளம். இந்த ரெண்டுக்கும் இடைப்பட்ட பயணம்னு சொல்லிட்ட பின்னாடி, அந்தப் பயணத்த, அதாவது நாடகத்த, அதாவது ஒரு ஒற்றை நடிகன் நாடகத்த, இருபது, இருபத்தஞ்சு நிமிசத்துக்குள்ள முடிச்சாகணும். நீ என்னடானா பொறப்பட்ட எடத்துல நின்னே 3 நிமிசமா பேசிக்கிட்டு இருக்கியே, இப்படியே பத்துப் பதினைந்து நிமிசத்த பாதி தூரத்துக்கே செலவழிச்சுட்டு, அப்புறம் நேரம் பத்தாம, வீட்டப் பாத்துக் குண்டு குண்டுனன்னு ஓடுவியா?

(தொண்டையைக் கனைத்துக் கொள்கிறான். பிறகு எழுத்து நடையில் பேசுறான்)

அவையோர்களே, இப்போது அவர் சொல்லியது அனைத்தும் உங்களுக்கும் என்னவென்று தெரிந்திருக்கும் என்று நினைக்கிறேன்.

அவர் சொன்னதும் சரிதான். அது எனக்கும் தெரிந்த விசயம்தான். ஆனாலும் அதை நான் அவ்வளவு கண்டிப்பாக அனுசரிக்காததற்குக் காரணம் இருக்கிறது.

ஜெயந்தன்

ஒரு கதையும் கருத்தும் என்றும் எடுத்துக் கொண்டால் அதை இரண்டு வகையில் சொல்ல முடியும். ஒன்று: நிகழ்ச்சிகளை வரிசையாகச் சொல்லி, கடைசியில் நாம வரவேண்டிய முடிவுக்கு, அதாவது கருத்து அடைவுக்கு வருவது. இரண்டு: முதலிலேயே கருத்தைச் சொல்லி விட்டுப் பிறகு அதை நியாயப்படுத்தக் கூடிய நிகழ்ச்சிகளை வரிசையா சொல்லிக்கொண்டே போவது. என்னுடைய கதை இரண்டாவது வகையைச் சேர்ந்தது. அதனால், அஸ்திவாரத்தை கொஞ்சம் பலமா போட்டு விட்டுத்தான் ஆரம்பிக்க வேண்டும்.

இருந்தாலும், நன்றி ரசிகர் அவர்களே, நான் இப்போதே எனது பயணத்தைத் தொடங்குகிறேன்.

(மீண்டும் பழையபடி பழைய தொனியில்)

ஒரு மனுசனையும் அவனோட நகரத்தையும் சேத்துக் கட்டியிருக்க சங்கிலி அவனோட பர்ஸ்தானா? அது போயிட்டா எல்லாம் போயிடுமா? என்ன வாழ்க்கை விதி இங்க அமுலில் இருக்கு.

சரி, பொதுவான மனுச ஜாதிமேல வச்ச அக்கறை போதும். இப்ப சொந்த கவலைக்கு வர்றேன்.

கையில் காசுல்மிலை. கடன் கொடுப்பார் யாருமில்லை விட்டுக்கே நடராஜா சர்வீஸ்லதான் திரும்பணும். வீடு, தெப்பக்குளம், தாமரை நகர். 5 கிலோ மீட்டராச்சும் இருக்காதா? நடந்துட முடியாதா?

ஜெயந்தன் நாடகங்கள்

முடியுமா முடியாதாங்குற கேள்வியில்ல, முடிஞ்சாகணும். ஓகே.

ஆனா நேரா விடுவிடுன்னு நடந்துடக்கூடாது. எப்பவும் டவுனுக்கு வந்ததும் காச வச்சுக்கிட்டு நடந்து போற ரூட்லயே இப்ப காசு இல்லாம நடந்து, இந்த அனுபவம் எப்படியிருக்கும்னு பாத்துடணும் சரி நடக்கலாம்.

(அவன் கயிற்றின் ஆரம்பத்தை வலது கையில் பிடித்துக் கொள்கிறான். பிறகு தேவாலயம் போர்டை நோக்கி மிக மெதுவாக நடக்கிறான். இங்கே நடிகன் நடக்காமலே நடக்கும் நுட்பத்தை பயன்படுத்திக் கொள்ளலாம்.)

இந்தா தேவாலயம் வந்தாச்சு. என்னப் பாத்ததும் தேவாலயம் வாசல்ல இருக்க பிச்சக்காரங்க எல்லாம் உஷாராயிடுறாங்க. தட்டுகள கையில எடுக்கிறாங்க. அடப் பாவிங்களா, இப்ப! என் நெலம உங்க நெலமயவிட மோசம்ப்பா. இப்ப உங்ககிட்டனாலும் ரெண்டொன்னு இருக்கும்!

நான் ஒண்ணும் பிச்சை போடுறத வழக்கமாக வச்சிருக்க ஆளு இல்லதான், ஏதோ நெனச்சா போடுவேன். போடாததுக்கும் எனக்குக் காரணம் தெரியறது இல்ல. போடுறதுக்கும் எனக்குக் காரணம் தெரியறதில்ல, பிச்ச போடலாமா. வேண்டாமான்னு பட்டிமன்றம் வச்சா நான் எந்தப் பக்கம் எடுத்து உருப்படியா பேசுவேன்னு எனக்கே தெரியாது. அதிருக்கட்டும்.

இந்தக் கோயில் வாசல் வரிசையிலகூட நான் யாருக்கும் பிச்ச போட்டதில்லை. ஒரேயொரு

தடவமட்டும், அந்தா. கடைசியில உக்காந்திருக்கானே தாடி ஆசாமி. அவனுக்கு 50 காசு போட்டுட்டேன். அதுல இருந்து அவன் புடிச்சிக்கிட்டான். எப்ப என்னப் பாத்தாலும் அவன் முகம் மலர்ந்திடும். அதுல நூறு பெர்சன்ட் எதிர்பார்ப்பு. இந்த எதிர்பார்ப்பையும், முகமலர்ச்சியையும் கெடுக்க விரும்பாமயே, அப்புறம் ஒவ்வொரு தடவையும் காசு போட ஆரம்பிச்சேன். எனக்குக்கூட ஒரு ஆசை. ஒரு தடவ இவனுக்குக் காசு போடாம விட்டு இவன் எப்படியிருக்கும்னு பார்க்கணும்னு. ஆனா போடாம. இருக்க முடியாது, இப்ப ஒரு சான்ஸ், இவன் ரியாக்ஷன் எப்படியிருக்கும்னு பாத்துடலாமே.

(அவன் நான்கு அடிகள் நடக்கிறான். பின் சட்டென்று திரும்பிக் கீழ் நோக்கிப் பார்க்கிறான். பார்த்துத் திகைக்கிறான்.)

ஓ, இது என்ன பார்வை! நான்தான் பிச்சைக்காரன் என்றால், நீ எனக்குமேல பிச்சக்காரனா போயிட்டியா என்று கேட்கும் பார்வையா? அதுதான் அந்த அமரத்துவமான பொன் மொழியா என்னிக்கும் போடாத சீதேவிதான் இன்னிக்கும் போடல. என்னிக்கும் போடுற இந்தத் தேவிடியாளுக்கு இன்னிக்கி என்ன வந்துது என்கிற அனுபவ திறட்சியா?

(அவன் நடந்து பாரதி புத்தக நிலையம் வந்து நிற்கிறான்.)

டவுன்ஹால் ரோடு வந்தாச்சு. வலப்பக்கம் திருநெல்வேலி அல்வாக்கடை. போச்சு,

இன்னிக்கி மக அழுது தீத்துட இருந்தத விட இப்ப ரெண்டு மடங்கு மூணு மடங்கு அதிகமாத் தெரியுது. இப்பக் குடிச்சாகணுமேன்னு வருது! இதுதான் மனுப் புத்தி. இல்ல? சில மனுச பலவீனங்கள் அவன் மண்டைக்குள்ளயே உறஞ்சு கெடக்கு.

ஓடுன முயல்தான் பெரிய முயல்.

(அவன் தொடர்ந்து நடக்கிறான்.)

ரெண்டு பக்கமும் கடைகள் வர்த்தக நிறுவனங்கள். பகல்லயே. பத்து பன்னெண்டு டியூப் லைட் போட்டு ஜொலிக்கும் ஜவுளிக் கடையில இருந்து செருப்புக்கடை வரையிலும். ஆனா இன்னிக்கி எனக்கு எதுவுமே சம்பந்தமில்ல. எனக்குக் கொஞ்சம் தமாஸா கூட இருக்கு. இன்னக்கி இவனுக யாராலயும் என்னைய ஒண்ணும் பண்ணிட முடியாதாக்கும்.

மேலக் கோபுர வாசல். இந்த வாசல் தெருவும் கீழக் கோபுர வாசல் தெருவும் சந்திக்கற எடத்துல ஒரு நாலஞ்சு பழைய புஸ்தகக் கடை. எனக்கு புதுப்புத்தகங்கள் பிரியம்தான். ஆனா பழைய புஸ்தகம்னா கேரி. ஆனா இப்பப் பயம். இந்தப் பழைய புத்தகக் கடையும் அந்த பாரதி புத்தக நிலையம் மாதிரி ஏதாவது ஏடாகூடமா கேட்டு வச்சா? மெதுவா நழுவுறேன்.

கீழக் கோபுர வாசல் இன்னம் நூறு நூத்தம்பது அடியிருக்கும், அய்யோ போச்சுடா திண்டுக்கல் செல்வராஜு மாமா!

செல்வராஜ் மாமா அடுத்தவன் பாக்கெட்ல கை

வைக்கிற 65வது கலைய அய்யம் திரிபுற அறிஞ்சவரு. தெரிந்தவன் என்று ஒருவன் கண்ணில் படுவது என்பதே தனக்குச் செலவு செய்வதற்காக என்ற கொள்கையுடையவர்.

வா! வா! வா! பாத்து எவ்வளவு நாளாச்சு, மொதல்ல டிபன் வாங்கிக்குடு. இது பாலபாடம். முடிஞ்சா ஒரு வேட்டி சட்டை கூட வாங்கிடுவாரு. இந்த பிக்பாக்கெட் விவகாரம் எல்லாம் அவருக்கு அத்துப்படி. எனக்கு இத்தனை வருஷத்துக்குப் பின்னாடி இப்பதான் ஒரு தடவ நடந்திருக்கு. இனி வாழ்நாள் பூரா நடக்காதுன்னு நெனைக்கிறேன். ஏன்னா, இனிமே பர்ஸ் வச்சுக்கவே போறதில்ல. ஆனால் செல்வராஜ் மாமாவுக்கு எத்தினியோ தடவ பிக்பாக்கெட் போயிருக்கு. எவன்கிட்டயாவது திண்டுக்கல் டிக்கட்டுக்கு பணம் கறக்கணும்னா இவருக்குப் பிக்பாக்கெட் ஆயிடும்!

இப்பநான் இவருகிட்ட உண்மையைச் சொன்னா, என்னாடா, மாப்ள நம்ம வழியிலயே வர்றானான்னுதான் நெனப்பாரு.

அதோட இவருகிட்ட இன்னொரு நல்ல குணம். எவ்வளவு செலவு வச்சாலும் யாராச்சம் அகப்பட்டா. என்னப்பா அந்தக் கஞ்சப் பய, ஒரு காப்பி வாங்கிக் குடுக்க அப்படிப் பேய் முழி முழிக்கிறானு சொல்லக் கூடியவர்.

(பதற்றத்துடன்) ஆக எப்படியும் இவருகிட்ட இருந்து தப்பிச்சாகணும்.

நான் சட்டுன்னு ரைட்ல அருணா ஜவுளிக்கடையப் பார்த்து நடக்குறேன்.

(அவன் கயிற்றை விட்டுவிட்டு நடு முன் மேடைக்கு வருகிறான்.

அங்க ஜவுளிக்கடை ஓரம், ஏதெடுத்தாலும் பத்து ரூபா முன்னால வந்து நின்னுக்கிறேன்.

உடனே என்னோட ஊனக்கண் போயி. ஞானக்கண் திறந்துடுது.

(அவன் ஒரு மாதிரி உடம்பைக் குறுக்கிக் கொள்ள கண்கள் மட்டும் திசை மாறுகின்றன).

மாமா ரோட்டு நடுவுல வர்றாரு. பத்தடி, 1 அடி, 0 அடி. இப்ப சரியா என் முதுகுக்குப் பின்னாடி போய்க்கிட்டு இருக்காரு. 10, 20, 30, 40, 50 அடி. மாமா போயே போயிட்டாரு.

போயிட்டாருன்னு தெரிஞ்சு தலையைத் திருப்பிப் பாக்குறேன். என் கண்கள் ஞானக்கண் இல்ல, பூனக்கண்ணுன்னு அப்பதான் தெரியுது. மாமாவும் ரெண்டு பேர் தள்ளி, எதெடுத்தாலும் பத்து ரூபா பாத்துக்கிட்டு இருக்காரு.

நான் நைசா நழுவுறேன்.

(மீண்டும் பழைய இடத்திற்குச் சென்று கயிற்றைப்பிடித்துக் கொள்கிறான். நடக்கிறான்.)

ஞாபகம் வருது. எங்க வீட்டுப் பக்கத்துல ஒரு குடிசை. அதுல ரெண்டு சிறுசுகளோட லெட்சுமி. ஒரு நாளு அவளோட 10 வயசுப் பையன் பள்ளிக்கூடத்துல சுற்றுலா போறாங்கனு 10 ரூபா கேட்டப்ப சொல்றா 'அட போடா, நான் ஒரு ரூவாயக் கண்டு ஒரு வாரம் ஆவுது தெரியுமா?' அவன்கிட்ட

சொன்னது மட்டுமில்ல. மறுநாள் எங்க வீட்டுக்கும் வந்து, கண் கலங்க அதச் சொல்லிட்டுத்தான் 10 ரூபா கடன் வாங்கிட்டுப் போனா.

ஒரு ரூபாய் இல்லாம ஒரு வாரமா ஒருத்தி ரெண்டு பிள்ளைகளோட! அப்பக்கூட அது எனக்கு பெருசா ஒரைக்கல, இப்பதான் அதோட முழு கனம் தெரியுது.

(அவன் கீழமாசி வருகிறான்)

கீழமாசி வீதி வந்தாச்சு. இங்க இருந்துதான் வழக்கமா தெப்பக்குளம் பஸ் ஏறுறது, இப்ப. இன்னிக்கி இங்க இருந்துதான் எக்ஸ்ட்ரா நடை.

(நடக்கிறான்)

விளக்குத்தூண் தாண்டி, கீழ வெளிவீதி போயி, அப்புறம் அங்க இருந்து நேரா நடையைக் கட்டணும்.

(நடக்கிறான்)

இந்த விளக்குத்தூண் வந்ததும் ஒரு நிகழ்ச்சி எனக்கு ஞாபகம் வராமப் போறதில்ல.

(அவன் கயிற்றை விட்டு விட்டு வெளியே வருகிறான்.)

ஒரு நாளு டவுன் பஸ்ல வந்துகிட்டு இருக்கேன். கூட்டம் அவ்வளவு ரொம்ப இல்ல. நிக்கிறது ரெண்டு மூணு பேருதான், நான் பஸ்ல முன்னாடி. இங்க நின்னுக்கிட்டு இருக்கேன். (அவன் ஒரு இடத்தைக் காட்டுகிறான்) ஒரு கிராமத்து அம்மா இங்க நின்னுகிட்டு இருக்கா. (அவன் வந்து ஐந்தாறு

அடி தூரத்தில் ஒரு இடத்தைக் காட்டுகிறான்). எங்க ரெண்டு பேத்துக்கும் நடுவுல யாருமில்ல. டிரைவர் எதுனாலயோ சடன் பிரேக் அடிச்சிடுறாரு. அவ்வளவுதான் அந்த அம்மா யாரோ பின்னால இருந்து வெடுக்குன்னு தள்ளுன மாதிரி தடுமாறி. (நடித்துக் காட்டுகிறான்) அவை பாஞ்சு உயிர் பயத்துல என்னைய வந்து கட்டிப் பிடுச்சுடுறா. பிடிச்ச கையோடதான் அவளுக்குத் தெரியுது, தான் ஒரு வேத்து ஆம்பளையைப் போயி கட்டிப் பிடிச்சுட்டது, பஸ்சுாம் அவளும் நிலைப்பட்ட பின்னாடி என்னைய விட்டுட்டு, அவ சொல்றா, சீச்சீ, தூத்தூ, கருமம் கருமம் (ரசிகர்களைப் பார்த்து) இது எப்பிடிங்க? நான் சிரிக்கிறதா, கோவிச்சுக்கறதா, சிரிக்கத்தான் வேணும்? இல்ல? மரண பயம் சமூக மதிப்பிடும் அடுத்தடுத்துப் பத்து நொடிக்குள்ள வந்து தாக்குனா அவ என்ன செய்வா?

(மீண்டும் சென்று நடக்க ஆரம்பிக்கிறான்).

கீழவெளி வீதி வந்தாச்சு, மாலை மங்கிட்ட நேரம். பஸ் ஸ்டாண்டுல கொஞ்சம்பேரு நின்னுகிட்டு இருக்காங்க. ஒரு யோசன. யாராச்சும் தெரிஞ்சவங்க இருக்காங்களான்னு பாக்கலாமே. இருந்தா பேசிக்கிட்டு இருந்துட்டு. பஸ் வந்ததும் எனக்கும் டிக்கட் வாங்கிடுங்கன்னு சிம்பிளா சொல்லிட்டு ஏறிடலாமே.

ஆனா அப்படி தெரிஞ்சவங்கதான் யாரையும் காணாம். அப்ப ஒரு நிகழ்வு, பஸ்சுக்கு நின்ன பெரியவர் ஒருத்தர் திடீர்னு மயக்கம் போட்டு

விழுந்துடுறாரு. கூட இருந்த ஒரு சின்னப் பொண்ணு அய்யோ தாத்தா, தாத்தான்னு கத்துறா, ஒரே பரபரப்பு. ரெண்டு பேரு அவரத் தூக்கி உக்கார வைக்கிறாங்க. ஒரு அம்மா என்னப் பாத்து ஒரு சோடா வாங்கியாங்களேன்னு கெஞ்சுற மாதிரி சொல்ல, என்னையறியாம நான் ஓடுறேன். கடை பக்கத்துலதான். சொன்னதும், கடைக்காரன் ஒரு சோடாவ கொடுக்குறான். கொண்ணாந்து கொடுத்ததும் பெரியவர் முகத்துல தெளிவிக்கிறாங்க. அவருக்கு பிரக்ஞை வர்றதுக்கு முன்னால எனக்கு வந்துடுது. அடடா. அந்த சோடா பாட்டிலுக்கும் காசுக்கும் நாமதான பொறுப்பும். அதுக்கு எங்க போறது? பெரிய வெக்கக்கேடா இல்ல போயிடும். அப்பதான் என் மண்டைக்குள்ளயும் ஒரு கிரிமினல் செக்ஷன் இருந்தது புரிஞ்சது. அந்தக் கூட்டத்தையும். இருட்டையும் பயன்படுத்திக்கிட்டு, மெல்ல நடையைக் கட்டிட்டேன். (மெல்ல சிரிக்கிறான்) இருந்தாலும் நூறு இருநூறு அடி வரையிலும் பயம்தான் கடைக்காரன், இல்லாட்டி யாராவது. சோடா வாங்கியாந்தது நீங்கதானேன்னு கூப்பிட்டுட்டா?

(மீண்டும் நடக்கிறான்)

தினமணி டாக்கீஸ் வந்தாச்சு, குருவிக்காரன் சாலை சந்திப்பு வந்தாச்சு. இன்னம் ரெண்டு பர்லாங்கு நடக்கணும். கை கால் அசந்து வருது. (அவன் நடையில் களைப்பும் தளர்ச்சியும்) இனிமே கட்டடங்கள்கூட அவ்வளவு கிடையாது. ஆடிக்காத்து வேற.

இந்தா, அதுவும் அது பங்குக்கு என்னையப் பதம் பாக்க வந்துருச்சு போல இருக்கே.

(காற்றின் பெரிய இரைச்சல் கேட்கிறது. அவன் காற்றையும், கண்ணில் விழும் தூசியையும் சமாளிக்க முடியாமல் தடுமாறுகிறான், பிறகு காற்று மெல்ல டங்கப் பெருமூச்சு விடுகிறான்)

(நடக்கிறான்)

ஒரு வழியாக வீட்டுப் பக்கம் வந்தாச்சு. அந்தா வீடு.

(அவன் நின்று கண்கள் விரியப் பார்க்கிறான்)

அதென்ன வீட்டு முன்னால அவ்வளவு கூட்டம்? என்ன நடந்திருக்கும்? யாருக்கும் ஒடம்பு சரியில்லயா? ஏதோ ரெண்டு போலீஸ் தொப்பிகூடத் தெரியுது.

(வேகமாக நடந்து வீடு அருகில் வருகிறான்)

யாரோ சொல்றாங்க, என்னாது. அந்த அங்க வர்ரது அவரு மாதிரியில்ல தெரியுது

(திடீர்னு கூட்டம் பூரா என் பக்கம் திரும்புது. என் மனைவி அழுது அடிச்சுக்கிட்டு ஓடி வர்றா. பின்னால என் அம்மா. பிள்ளைங்க. விஜி என் மேல விழுந்து கட்டிப்பிடிச்சு அழுகுறா.

எனக்கு ஒண்ணும் வெளங்கல. என்னா என்னான்னு கேக்குறேன். அம்மாதான் 'அட அய்யா நீ பஸ்ல அடிபட்டு செத்துப் போயிட்டேனு சொல்லிட்டாங்க அய்யான்'னு சொல்லிட்டு அழுவுறாங்க.

விசயம் இதுதான், என் பர்ஸ அடிச்சுட்டுப்

போனவன் ஏதோ ஒரு பஸ்ல அடிபட்டு செத்துப் போயிருக்கான். அவன் கிட்ட என்னோட பர்ஸ். அதுல என் விலாசம். தகவல் கொடுக்க போலீஸ் என் வீட்டுக்கு வந்தாச்சு.

(அவன் அங்குள்ள நாற்காலியில் உட்காருகிறான். சிறிது நேரம் எடுத்துக் கொள்கிறான்).

எல்லாரும் போயாச்சு. வீடும் ஆயிடுச்சு. பிள்ளைங்க, விஜி, அம்மா எல்லாரும் வந்து வந்து போவுது. ஆனா இது அடிக்கடி வருது. லெட்சுமி சொன்னது. அட போடா, ஒரு ரூபாயக் கண்டு வாரம் ஒண்ணாச்சு

(அவன் நாற்காலியில் எவ்வளவு கால் நீட்டிச் சாய முடியுமோ அவ்வளவு சாய்ந்து தலையைப் பின்புறமாகப் போடுகிறான். மெல்ல மேடையில் ஒளி குறைய, திரையும் இறங்குகிறது

சுவர்கள்

காட்சி - 1

மாலை கிராமியச் சூழ்நிலை. கிராமப் பெரியதனக்காரர் வீட்டு முன்வாசல். அங்கே சுமார் முப்பது வயதிருக்கும் மாது ஒருத்தி ஆராயி... திரிகைக் கல்லின்முன் உட்கார்ந்திருக்கிறாள். அவள் திரிகை முனையில் கைவைத்துச் சிரித்தபடி நாட்டுப் பாடல் ஒன்றைப் பாடிக் கொண்டிருக்கிறாள். அதை நகர்ப்புறத்தைச் சேர்ந்தவர்களாகத் தோன்றும் மூன்று இளம் பெண்கள் கௌரி, கமலா, பாத்திமா ஒரு கயிற்றுக் கட்டிலில் உட்கார்ந்து கேட்டுக் கொண்டிருக்கிறார்கள்.

ஜெயந்தன்

அவர்களுக்குப் பக்கத்தில் இரண்டு மரநாற்காலிகளும் ஒரு நீண்ட பெஞ்சும் கிடக்கின்றன. அரங்கின் பின் கதவில் ஒரு நிலை இருக்கிறது. அதன் வழியாக ஒரு சிறுவன் வந்து ஆராயி பாடுவதைப் பார்த்தபடி அரங்கின் இடது நுழைவு வழியாக வெளியேறுகிறான்.

ஆராயி : (பாடுகிறாள்)

பாக்கெ நம்பி தோப்பெழந்தேன்
பயல நம்பி வழி நடந்தேன்
விசுவாசம் கெட்ட பய
விட்டு புட்டான் ஒத்தவழி.
இடுப்பு செத்த பய
எனக்கு மதி சொன்ன பய
சொகுசு கெடுதுத்த பய
சுத்துமுடா எம் பாவம்
வேட்டி ரெண்டும் வெள்ள வேட்டி
வீடு ரெண்டும் கா(ை)ர வீடு
பொறும கெட்ட எஞ் ஜெம்மம்
பொரிச்சது மட்டும் பத்து முட்(ை)ட.

யுவதிகள் சிரிக்கின்றனர். அவள் திரிக்க ஆரம்பிக்கிறாள். அப்போது அரங்கின் உள்ளிருந்து ஒரு வயதான பெண் குரல் மிகவும் உரத்து தான் சொல்வது இந்த ஊருக்கெல்லாம் என்பதுபோல நீண்டு கேட்கிறது.

பெண் குரல்: அடே... சட்டிப் பயலே... நாதாரிப் பயலே... ஏண்டா ஒங்கண்டத்துக்குச் சூடு சொரண இல்லே? இதுக்கு எங்காயச்சும் போயி புளிய மரம் பாத்துத் தொங்குனா

என்னடா...?

ஆராயி : ஆச்சு, ரெங்கம்மா அக்கா ஆரம்பிச்சாச்சு.

கௌரி : இது இன்னம் அப்படியேதான் இருக்கா?

ஆராயி : ஆமா இப்ப ரொம்ப.

கமலா : யாரு அது?

கௌரி : பக்கத்து வீட்ல ஒரு அம்மா. எனக்குத் தெரிஞ்சு பத்து வருசமா இப்பிடியேட்டிக் கிட்டும் கத்திக்கிட்டும் இருக்கு.

கமலா : யார அப்படித் திட்டுது?

கௌரி : புருசன.

கமலா : புருசனையா?

கௌரி : ஆமா.

கமலா : ஏன்?

கௌரி : எனக்குச் சரியாத் தெரியல. நான் எப்பவாவதுதான இங்க வர்றேன். (ஆராயிடம்) ஏன் ஆராயி, இந்தம்மா ஏன் இப்படியிருக்கு?

(ஆராயி பேசாமல் திரிக்கிறாள்)

ஏன் ஆராயி?

ஆராயி : (அசிரத்தையாக) என்னாத்த சொல்றது. இன்னிக்கி நேத்துன்னா ஏதாச்சம் காரணம் சொல்லலாம். இருவது வருசமா? நடக்குறதுக்கு என்ன சொல்றது? அதோட பொறவிக் கொணமே அப்பிடிதான்னு நெனச்சுக்க வேண்டியதுதான்.

கமலா : இருந்தாலும் ஒரு காரணமுமே இல்லாம புருசன ஒருத்தி இப்படித் திட்ட முடியுமா?

ஆராயி : (திரிப்பதை நிறுத்திவிட்டு ஒரு பாத்திரத்தில் மாவைச் சேகரித்தபடி) கலியாணமாயி மூணு மாசத்திலேயே புருசன் பெஞ்சாதிக்குச் சேரல. நாலு மாசத்திலேயே கோவிச்சுக்கிட்டு போயி அப்பன் வீட்ல மூணு வருசம் இருந்துச்சு. இவங்க எவ்வளவோ சொல்லி யார்யாரையோ வச்சுக் கூப்புட்டப்ப எல்லாம் வரமாட்டேனுச்சு. அப்புறம் இவுங்களும் வுட்டுட்டாங்க. கடைசியில அவுங்க அப்பன் வீட்ல தான், இழுத்துக் கொண்ணாந்து தள்ளுன மாதிரி வுட்டுட்டுப் போனாங்க. அதுக்கப்புறமும் சண்டசல்லுதான். ஆனாக்க இதெல்லாம் அப்ப ஒரு மட்டுலதான் இருந்துச்சு. நாலஞ்சு வருஷம் கழிச்சு இந்த மாமன் போயி செல்லம்மாவ ரெண்டாந்தாரம்னு கோயில்ல வச்சுத் தாலியக் கட்டிக் கூட்டிகிட்டு வந்து நின்னப்பறம்தான் வெளியில வாய்வுட்டு அவள் இவன்னு பேச ஆரம்பிச்சது. எனக்கு நல்லா நெனப்பு இருக்கு. நாங்கெல்லாம் அந்த மாமன் ரெண்டாங்கலியாணம் பண்ணிருக்குனு பாக்க வந்திருக்கோம். ஊட்டுக்குள்ள சரியான கூட்டம். இந்த ரெங்கம்மா ரொம்ப நேரம் ஒண்ணுமே பேசல. கம்முன்னு இருந்தது. அப்புறம் வெளியில வந்து வாசல்ல நின்னு வந்தது வரட்டுங்குற மாதிரி ஆரம்பிச்சுது. அறுக்க மாட்டாத பயலுக்கு இடுப்ப சுத்தி அருவாளாம். சட்டிப் பயலுக்கு ஏழு பொண்டாட்டி தூ...னு துப்புச்சு.

கமலா : ஆமா, இப்பக் கூடி சட்டிப் பயன்னு சொல்லுச்சு. வாட்டஸ் இட் மீன் கான்டக்ஸ்ட்

சுவச்சுப் பாத்தா இம்பெட்டண்ட்மாதிரி இல்லே? ஆராயி : (மொழி தெரியாவிட்டாலும் அவர்கள் தொனியால் புரிந்து கொண்டவளா) ஆமா அந்த மாமன அது ஏலாத மனுஷன்னு தான் சொல்லுது.

கௌரி : அவரு ரெண்டாந்தாரம் சந்தோஷமா தானே இருக்கு?

ஆராயி : ஆமா. (திரிகையில் மீண்டும் தானியம் போட்டபடி) சந்தோசமாதான் இருக்கா.

கௌரி : அது மட்டும் எப்பிடி சந்தோஷமா இருக்கு?

ஆராயி : அவளா? (அவள் புன்னகை செய்து கொள்கிறாள்)

கௌரி : சொல்லு.

ஆராயி : (பாதி சிரிப்பாக) அவ ஒரு வழி பண்ணிக் கிட்டா. சந்தோஷமா இருக்கா.

கௌரி : என்னா வழி?

(ஆராயி சிரித்துக் கொள்கிறாள். யுவதிகள் அவளே சொல்லி விடுவாள் என்பது போல் காத்திருக்கின்றனர்)

ஆராயி : (மெதுவாகவும் கேலிக் குறும்பாகவும்) இந்த வூட்ல, அம்பது வயசுலயும் கோயிலுக் காள மாதிரி திரியுதில்ல ஒண்ணு (பின்னும் மெதுவாக) ஒங்க சின்ன தாத்தன், அது கையில விழுந்துகிட்டா.

பெண்கள் மெதுவாகச் சிரிக்கின்றனர்.

கௌரி : (மெதுவாகச் சிரித்தபடி) வெக்கக் கேடுதான்.

ஆராயி : சந்தோசம்னாலும் சரியான சந்தோசம். அன்னிக்கிக் காலையில பாக்கணும் அவள.

தேனு குடிச்ச நரினு சொல்லுவாங்கல்ல, அந்த மாதிரி இருப்பா. எல்லாத்தையும் கட்டிக் கட்டிப் புடுச்சுப் பேச வருவா. அக்காம்பா, தங்கச்சிம்பா. இத நீ எடுத்துக்கம்பா, அத அவனுக்குக் குடும்பா. கெழடு என்னா பொடி சூரணம் வச்சிருக்கோ? ஆனாக்க, அன்னிக்கிக் காலையில இந்த ரெங்கம்மா அக்கா சத்தமும் அதுக்குச் சரியா இருக்கும். ரெண்டுமணி நேரம்னாலும் கத்தித் தீத்துடும்.

பாத்திமா : அதுக்கப்பறம் சத்தத்தக் காணம்?

ஆராயி : (மீண்டும் திரிக்க ஆரம்பித்துக் கொண்டே) அதுல என்னான்னா, தான் சத்தம் போடுறது புருசன் காதுல விழுகும்னு தெரிஞ்சாதான் போடும். அந்த மாமன் காட்ல இருந்து வந்திட்டு இப்ப கூளம் கீளம் எடுக்கப் போயிருக்கும். வந்ததும் ஆரம்பிக்கும்.

கமலா : ரெண்டாந்தாரம் விசயம் அந்த ஆளுக்குத் தெரியாதா?

ஆராயி : (இழுத்தவாறு) தெரி...யும். தெரியாமலா இருக்கும். கண்டும் காணாமயும் போய்க்க வேண்டியதுதான். என்னா செய்றது? இந்த மனுஷன் ஏன்னு கேக்க முடியாது. எவன்டா ஒனக்குச் சொன்னதுன்னு அருவாளத் தூக்கிக் கிட்டு ஓடியாரும். ரூபிடானு சொல்லும். அவளக் கேட்டா ஐயோ தெய்வமேன்னு வாயடிப்பா. மாரி கேளு சாமி கேளுனு மண்ணவாரி எறப்பா. அப்படியும் ஒரு தடவ கண்ணுமுண்ணு தெரியாம அடிச்சுப் போட்டுடுச்சு. இவ பாட்டுக்கு ரெண்டு புள்ளங்களையும் வுட்டுட்டு என்னமோ

போச்சுன்னு அக்காக்காரி வூட்ல போயி உக்காந்து கிட்டா. அப்பறம் கஞ்சி தண்ணி காச்ச முடியாம இந்த மாமனேதான் போயி கூட்டியாந்துச்சு.

உள்ளிருந்து ரெங்கம்மாவின் குரல் : (ஒரே ஆத்திரமாக) இந்தா, என்னைய என்னா கிறுக்கச்சின்னு நெனச்சிக்கிட்டு இருக்கியா? நானும் தெனம் தெனம் கத்திக்கிட்டே இருக்கேன்; நீ பாட்டுக்கு எதுக்கோ சொன்ன மாதிரி போய்க்கிட்டும் வந்துகிட்டும் இருந்தா என்னா சங்கதி?

உள்ளிருந்து ஓர் ஆண் குரல் : (இவள் தொனிக்கு நேர்மாறான நிதானத்தில்) என்னா செய்யச் சொல்றே?

ரெ.குரல் : ம். சட்டியச் செய்யச் சொல்றேன். எம்பங்க வெட்டி வுட்டுடுன்னு ஏழு வருஷமா கத்திக்கிட்டு இருக்கேன்; என்னமோ இன்னிக்கிதான் சொல்றமாதிரி புதுசா கேக்கறியே?

ஆண் குரல் : (பழைய நிதானமாகவும் கேலியாகவும்) பங்...கா? வெட்டுவோம். வெட்டுவோம். போயி ஒரு நல்ல அருவா வாங்கிட்டுவா.

ரெ. குரல் : ஏன், என்னைய வெட்டிப் பொதைக்கவா?

ஆண் குரல் : ஆமா. பின்ன யார வெட்டுவாங்க?

ரெ. குரல் : அதான, நீ ஆம்பிள்ளையா இருந்தா இன்னொரு ஆம்பளைய வெட்டுவே. நீ எதுல சேத்தி? நீ பொம்பளையதான் வெட்டுவேன்.

ஆண் குரல் : (கோபமாக) நீ கையக்கால எழந்துட்டு நிக்கப்போறடி.

ரெ. குரல் : செய்யி. அடி. வெட்டு. ஆனா இன்னிக்கி நான் அப்படியே குனத்தல போலீஸ் டேஷனுக்குப் போயி பிராது குடுத்து ஒன் எலும்ப ஒடிக்கச் சொல்லல, நான் ஒனக்கு மாத்துரம் முந்தாணி போடல, ஆமா.

ஆண்குரல் : ஆமடி போடி தேவிடியா!

ரெ. குரல் : (வெகுண்டு) என்னா சொன்னே? தேவடியாவா? அட, கண்டத்துல உப்புல்லாத பயலே! ஊருக்குள்ளப்போயி பாருடா தெரியும், யாரக் காரித் துப்புறாங்கன்னு. த்தூ...

ஆண்குரல் : ஒன்னய...

உள்ளே தடார் தடார் என்று அடிவிழும் சத்தம் கேட்கிறது.

ரெ. குரல் : அடிக்கிறானே, அய்யோ அடிக்கிறானே, பொட்டப் பய அடிக்கிறானே!

ரெங்கம்மா அலங்கோலமாக அரங்கில் ஓடிவந்து எதிர்வழியை நோக்கி ஓடி அதற்கும் சற்று முன்னால் நின்று பிறகு திரும்புகிறாள்.

ரெங்கம்மா : ஒங்கையில புத்துதான் வைக்கும். நீ புழு புழுத்துதான் சாவே. ஆத்தா ஒரு கரண்டி எண்ண குடுத்து ஒன்னய ஒரு பேதியில தூக்கிட்டுப்போயிடுவா. கட்டை குட்டையான கிழடு தட்டிய ஆசாமி ஒருவன் வேல்சாமி கையில் ஒரு விறகுக் கட்டையுடன் அரங்கில் வருகிறான்.

வேல்சாமி : இன்னம் பேசுன மண்டப் பொளந்து போயிடும்.

ரெங்கம் : பொளக்கும் பொளக்கும். எங்க பொள

பாக்கலாம்?

வேல்சாமி முன்னேறி அரங்கின் நடுவிற்கு வருகிறான். ரெங்கம்மாள் உள்ளே ஓடி விடுகிறாள். இங்கிருக்கும் பெண்கள் லேசாகச் சிரிக்கின்றனர்.

வேல்சாமி : இன்னிக்கி அம்புட்டே கருமாதிதான்.

அவன் திரும்பி வருகிறான். அவன் அரங்கின் நுழைவுக்கு அருகில் வரும்போது ரெங்கம்மா அவன் பின்னால் ஓடிவந்து கீழே குனிந்து ஒரு பிடி மண்ணை எடுத்து அவன் மேல் இறைக்கிறாள்.

ரெங்கம் : நீ மண்ணாப் போயிடுவே!

வேல்சாமி ஆத்திரத்துடன் திரும்புகிறான். அவள் பழையபடி ஓடுகிறாள். பெண்கள் வாய்விட்டே சிரித்து விடுகின்றனர். வேல்சாமி அவர்களைத் திரும்பிப் பார்க்கிறான்.

ஆராயி : சரி மாமா போ. அதோட என்னா செய்யறது? அதுக்குக் கூறே அவ்வளதான்.

வேல்சாமி : என்னா கூறு? வாயக் கிழிச்சா எல்லாம் சரியாப் போயிடும்.

அவன் அரங்கின் உள்ளே போகிறான். அவன் போனதும் ரெங்கம்மா மீண்டும் அரங்கில் வருகிறாள்.

ரெங்கம் : தேவிடியாவாமில்ல. தெனம் தேவிடியாக் கையில சோறு தின்னுகிட்டு இருக்கப் பய என்னையச் சொல்றான்.

உள்ளிருந்து செல்லம்மா குரல் : அடி, ஒம் புருசனும் நீயும் எப்பிடியோப் போங்க. எம் பேச்ச எடுத்தே, மரியாதக் கெட்டுப் போயிடும்.

ரெங்கம் : என்னடி செய்வே?

செ. குரல் : இந்தா செய்றேன் பாரு.

ரெங்கம் : வாடி.

ரெங்கம்மா அவளை எதிர் கொள்ளத் தயாராக நிற்கிறாள். ஆனால் உள்ளேயிருந்து செல்லம்மா வருவதற்குப் பதிலாக வாட்ட சாட்டமான ஜிப்பா ஆசாமி ஒருவர் கௌரியின் சின்னத்தாத்தா குருசாமி வருகிறார்.

குருசாமி : (வந்து கொண்டே உள்ளே திரும்பி) இந்தா செல்லம்மா, நீ போ நீ போ. (ரெங்கமாவிடம் திரும்பி) நீ என்னா எப்பப் பாத்தாலும் ரகள பண்ணிக்கிட்டே யிருக்கே?

ரெங்கம் : அடி போடி பட்டிக் கழுத.

குருசாமி : ஆமா வருஷம் பூராவும் நீயும் சொல்லிக் கிட்டுதான் இருக்கே. ஆளத்தான் சொல்லேன். கூப்புட்டுக் கேப்போம். நெஜமா பொய்யான்னு விசாரிப்போம். நெஜமா இருந்தா அவனக் கட்டி வச்சு ஒதப்போம்.

இல்லேனா ஒன்னயனாலும் ஒதப்போம்.

ரெங்கம் : ஒதப்ப.

குருசாமி : (ரொம்பவும் சலித்தவர் போல) சீச்சீ போ.

அவர் பெண்களிடம் வருகிறார். யுவதிகள் ஒருவித லஜ்ஜையுடன் எழுந்து நிற்கின்றனர். ஆராயி மட்டும் உட்கார்ந்தபடியிருக்கிறாள்.

அடமே, நீ எப்பமா வந்தே?

கௌரி : மூணு மணி வாக்குல தாத்தா.

குருசாமி : அங்க எல்லாம் சௌக்கியம்தான?

கௌரி : சௌக்கியம்தான்.

குருசாமி : இதெல்லாம் யாரு?

பாத்திமா முக்காட்டை இழுத்துவிட்டுக் கொள்கிறாள். கமலா

தலை குனிந்து கொள்கிறாள். ஆனால் மூவர் உதடுகளிலும் அவர் குண நலன்களைப் புரிந்து கொள்வதோடு அதை விளையாட்டாகவும் எடுத்துக் கொள்ளும் புன்னகை தெரிகிறது.

கௌரி : (கமலாவைக் காட்டி) இது எங்ககூட வேல பாக்குற பொண்ணு.

குருசாமி : நீ என்னா வேல பாக்குறேன்னு சொன்னே? மறந்துட்டேன்.

கௌரி : லெக்சரர்.

குருசாமி : காலேஜ்லயா?

கௌரி : சிரித்தபடி) ஆமா.

குருசாமி : (பாத்திமாவைக் காட்டி) இந்தப் பொண்ணு?

கௌரி : இது அப்பாவோட கூட்டாளி இருக்காரில்ல இப்ரஹிம்ஷா அவரோட பொண்ணு. படிச்சுகிட்டு இருக்கு.

குருசாமி : அடடே, அவரோட பொண்ணா? ஒங்க அண்ணன் ஒருத்தன இருப்பானே செகப்பா வாட்டசாட்டமா, அவன் என்ன செய்யறான்?

கௌரி : அப்துல்கனியச் சொல்றிங்களா? அவரும் லெக்சரராதான் இருக்காரு. எங்கக் காலேஜ்லதான் இருக்காரு.

குருசாமி : ஒங்களுக்கெல்லாம் இப்ப லீவாக்கும்?

கௌரி : ஆமா.

குருசாமி : ஒன் வீட்டுக்காரன் எப்படியிருக்கான்?

கௌரி நல்லாதான் இருக்காரு.

குருசாமி : குஸ்தியெல்லாம் நல்லாப் போடுறானா?

கௌரி : நல்லாப் போடுறாரோ இல்லியோ, அடிக்கடி

ஜெயிச்சுக்கிட்டு வர்றாரு.

குருசாமி : ஜெயிக்கட்டும் ஜெயிக்கட்டும். அவன் என்னமோ நம்ம ஜாதியில பொறந்துட்டு குஸ்திகோதான்னு அலையறான். ஜெயிச்சாத்தான் கொஞ்சம்னாலும் மதிப்பு.

ஆராயி : அதுனால ஒண்ணுமில்ல. தாத்தன் ஊருக்குள்ள போடுறதுக்கு அந்தப் புள்ள கோதாவுல போடுறது எவ்வளவோ மேலு.

குருசாமி : (அப்போதுதான் அவளைப் பார்ப்பதுபோல) ஓ, நீயா ஆத்தா? நீ இங்க, சின்னப் பொண்ணுகளோட என்னா செஞ்சுகிட்டு இருக்கே?

ஆராயி : நானா? தெரியல? டான்ஸ் ஆடிக்கிட்டு இருக்கேன்.

குருசாமி : நீ ஆடுவ ஆத்தா. நீ என்னா லேசு பட்டவளா? (அவர் வீட்டிற்குள் போகிறார்).

ஆராயி : (மெதுவாக) நாங்க லேசுப்பட்டவங்க இல்ல. இவருதான் லேசுபட்டவரு.

ரெங்கம் : (இங்கிருந்தபடியே) ஊக்கூம்.

ஆராயி அவ்வளவு மெதுவாகச் சொன்னது இவள் காதில் எப்படி விழுந்தது என்று அவர்கள் திரும்பிப் பார்க்கின்றனர். யுவதிகள் மீண்டும் கட்டிலில் உட்காருகின்றனர்.

ரெங்கம் : அந்தா பொறப்புட்டுட்டான் கள்ளுக் கடைக்கி, தண்ணிய ஊத்திக்கிட்டு வந்து ராத்திரிக் கெல்லாம் (மிமிக்கிரி செய்து) ஆ ... னு கெடக்க வேண்டியது. இவ மேயவேண்டியது. நீ போ போ. நாளக்கி இருக்கு சங்கதி.

ஆராயி : ஆளு போயாச்சு. இன்னிக்கி இவ்வளவுதான் கூத்து.

ரெங்கம் : (இவ்வளவு நேரம் இருந்ததற்கு நேர்மாறாக, மிகச் சாதாரணமாக) ஆமா. இவ ரொம்பக் கூத்தக் கண்டவ. (இடுப்பிலிருந்து சுருக்குப்பை ஒன்றை எடுத்துக் கொண்டே) கொஞ்சம் பொகளக்காம்பு வக்கிருக்கியா?

ஆராயி : இல்லியே அக்கா.

ரெங்கம் : இல்லியா? நீ மவராசி என்னிக்கிதான் இருக்குன்னே? இந்தப் பொன்னம்மா கிட்டனாலும் கேட்டுப் பாக்குறேன்.

(அவள் போகிறாள்)

கமலா : புருசன ஒருத்தி இப்பிடிக் கன்னா பின்னான்னு திட்றதக் கேக்க ஆச்சரியமாக இருக்கு.

ஆராயி : ஒவ்வொரு நாளக்கி இன்னம் மோசமாத் திட்டும்.

கமலா : அந்த அம்மா மனசுல ஒரு எதிரிக்கிக்கூட இவ்வளவு மோசமான எடம் இருக்காதுபோல இருக்கே.

ஆராயி : எதிராளியா? அந்த அக்காவுக்கு முடிஞ்சுச்சுன்னா அந்த மாமன அப்பபடியே இந்தத் திரிகையில போட்டு அரச்சுடாதா?

கௌரி : (பலத்த சிந்தனையுடன் கமலாவிடம்) ஆனா அவங்க ரெண்டு பேரும் இன்னம் புருசன் பெஞ்சாதியா இருக்க மாதிரிதான் அர்த்தம் இருக்கு, இல்லே? பதினைஞ்சு இருவது வருசமா இப்பிடி திட்டிக்கிட்டு ஒரு பெஞ்சாதியும் இப்பிடி அடிச்சுக்கிட்டு ஒரு

புருசனும்.

ஆராயி : என்னா செய்றது? இதுக்காவே அத வெட்டிப் போட்டுற முடியுமா? இல்ல ஜாதிதான் அறுத்து கட்ற ஜாதியா, போடான்னு தாலிய அறுத்துப் போட்டுட்டுப் போயி இன்னொருத்தன கட்டிக்கறதுக்கு. அப்பிடியிருந்தாலும் கலியாணமாயி நாலு மாசத்துல போனது அப்பிடியே எவனயாச்சும் பிடிச்சவனக் கட்டிக்கிட்டுப் போயிருக்கும். ஜாதியும் அந்த ஜாதி இல்லியே. இன்னம் கொஞ்ச நேரத்துல பாருங்க, சக்கிலியத் தெருவுல இருந்து ஆளுக வரும். ஒருத்திய விடுதல பண்ணிவுடப் போறாங்க.

கமலா : விடுதலைனா? விவாகரத்தா?

கௌரி : ஆமா.

கமலா : எங்க மதுர பக்கம் துரும்பு கிள்றதுன்னு சொல்வாங்க.

ஆராயி : அது ஊருக்கு ஒரு பேச்சு இருக்கு. (கௌரியிடம்) ஓங்க சின்னம்மா சொல்லுது, அங்க சேலம் பக்கம் துரும்பு அறுக்கறதுனு சொல்வாங்களாம்.

கௌரி : இப்பிடி எத்தினி ஜாதிக்காரங்க அறுத்துக் கட்டிக்கிறாங்க?

ஆராயி : இது நெறையா இருக்கு. பறஜனம், சக்கிலி, வண்ணான், தேவரு, கவுண்டர்ல கொஞ்சம் பேரு, எல்லாம்தான் செஞ்சுக்குறாங்க.

பாத்திமா : நாங்களும்தான் செய்றோம். எங்கக் காஜியார் முன்னால மூணுதடவ தலாக்

சொல்லிட்டாப்போதும். நிக்கா ரத்தாயிடும்.

ஆராயி மாவை எடுத்துக் கொண்டு வீட்டினுள் போகிறாள். இவர்களிடம் சிறிது நேரம் மௌனம் நிலவுகிறது. கௌரி ஆழ்ந்து சிந்திப்பது தெரிகிறது.

கமலா : (கௌரியிடம்) என்ன யோசன?

கௌரி : இல்ல, இப்ப ஆராயி சொன்ன ஜாதிக்காரங்க, முஸ்லீம்கள் எல்லாத்தையும் சேத்தா நம்ம நாட்ல இவங்கதான் மெஜாரிட்டியா இருப்பாங்க போல இருக்கு. ஆனா ஒரு இந்தியப் பொண்ணுனு சொன்னாவே ஒரு தாலியோடவே சுடுகாடு போயிடுறவனு ஒரு போர்ட்ரைட் கிடைச்சிருக்கு. இது எப்பிடின்னு யோசிக்கிறேன். நடைமுறையில அடிக்கிற நாத்தம் இருக்கட்டும், ஒரு மைனாரிட்டி கலாச்சாரத்த எப்பிடி ஒரு நாட்டோட கலாச்சாரமாச் சொல்றாங்க.

கமலா : ஒரு வேள அவுங்க கையில சாஸ்திரங்க இருக்குறதுனாலயோ என்னமோ.

கௌரி : சாஸ்திரங்க. இப்பிடி ரெங்கம்மாவையும் அவ புருசனையும் உண்டாக்கி வச்சிருக்க சாஸ்திரங்க. ம்?

கமலா : யோசிக்க வேண்டிய விசயம்தான்.

அப்போது சேரி மக்கள் நான்கைந்துபேர் அரங்கில் வருகிறார்கள். கடைசியாக ஒரு இளம்பெண் வருகிறாள்.

வந்தவர்களில் ஒருவன் : (யுவதிகளிடம்) நாட்டாம சாமி இருக்காங்களா?

ஆராயி : (உள்ளிருந்து வந்து கொண்டிருப்பவள்) ம்.

இருக்காரு. ஒங்களுக்குத்தான் பாரத்துக்கிட்டு இருந்தாரு. (மீண்டும் உள்ளே போகிறாள்)

சிறிது நேரத்தில் நாட்டாமை கௌரியின் தாத்தா வெளியே வருகிறார்).

சே.மக்கள் : கும்புடுறம் சாமி.

நாட் : ம். ம். ஏண்டா பிளாவடி, ஏன் இவ்வளவுநேரம்? ஒங்களுக்காகவ நான் காத்துக்கிட்டு இருக்கிறதா? எங்களுக்கு வேற ஜோலி இல்லியா?

பிளாவடி : கொஞ்சம் சொணங்கிப் போச்சுங்க.

நாட்டாமை வந்து நாற்காலியில் உட்காருகிறார். பெண்கள் கட்டிலைக் கொஞ்சம் தூரமா இழுத்துப் போட்டுக் கொண்டு உட்காருகின்றனர். ஆராயி வந்து அவர்கள் பின்னால் நின்று கொள்கிறாள். நாட்டாமை வந்திருப்பவர்களை ஒரு நோட்டம் விடுகிறார். அந்தப் பெண்ணைப் பார்க்கிறார்.

நாட் : யாரு புருசன்காரன்?

ஓர் இளைஞன் : சாமி.

நாட் : (அவனை முறைத்துப் பார்த்துவிட்டு) ஏண்டா எப்பிடியிருக்கு? ஒங்க ஆளுக பேச்சுக்கு நீ கட்டுப்பட மாட்டியாமே? அவ்வளவு போக்கிரியா நீ?

இளைஞன் : அதெல்லாம் இல்ல சாமி.

நாட் : (பெண்ணிடம்) ஒனக்கு ஏன் பிடிக்கல? நீ கொஞ்சம் ஆளு ஒரு மாதிரியா இருந்துட்டா பிடிக்காமப் போயிடுமா?

பெண் : ஒரு மாதிரி என்னா சாமி. எத்தினி நாளக்கி கஞ்சிக்கி இல்லாமக் கெடக்குற அதோட அடி ஒதையும் வாங்கிச் சாவுறது?

நாட் : புருஷன்னு இருந்தா அடிக்கத்தான் செய்வான். யாரு அடிபடாம இருக்கா? புருசன் கையில அடிபடாதவ பாவம் செஞ்சவ தெரியுமா?

பெண் : அடிக்கிறதுக்கும் ஒரு கணக்கு இல்லியாசாமி? மாட்ட போட்டு அடிக்கிற மாதிரி அடிச்சா யாரு தாங்குவா?

நாட் : (அவள் கணவனிடம்) ஏண்டா?

இளைஞன் : அதெல்லாம் இல்ல சாமி. அது சும்மா சொல்லுது.

பெண் : (ஆத்திரத்துடன்) ஆம். சும்மா சொல்லுது. அவங்க எல்லாத்தையும் கேட்டுப் பாருங்க.

நாட் : என்னடா முத்தா, என்னா இது?

முத்தன் : இவன் கொஞ்சம் மொரட்டுப் பயதாங்க.

நாட் : அது சரி, புருசன் அடிக்கிறதுக்காக விடுதல வாங்கிறதா?

பெண் : என்னா சாமி, அடின்னு வாயால சொல்லிட்டா தீந்து போச்சா? அந்த அடியில பாதி வாங்குனா ஒங்களுக்குத் தெரியும்.

இதைக்கேட்டுச் சேரி ஜனங்கள் திடுக்கிடுகின்றனர்.

பிளாவடி : (அதட்டும் முகமாக) ஏ புள்ள.

பெண் : கஞ்சிக்கிக் குடுக்கிறதில்ல. நாள் கூலி நாலிக்கிப் போயிட்டுக் கொண்டார காசயும் சாயந்திரம் தூக்கிட்டுப் போயி குடுச்சுட்டு வந்து சாத்துறது. நான் விடிய விடிய அழுதுகிட்டுக் கெடக்குறது. இது என்னா பொளப்பு சாமி. இப்பிடி ஒரு ஆளுக்கு

பொண்டாட்டியா இருந்துதான் ஆவணும்னு என்னாசாமி வந்திருக்கு.

நாட் : (இளைஞனிடம்) நீயும் ரகள புடிச்ச பயலாதான் இருப்ப போல இருக்கு.

இளைஞன் பேசாமல் இருக்கிறான்.

சரி பிளாவடி, இன்னம் நாலு மாசத்துக்கு இந்தப் புள்ளய அவ அப்பன் வீட்லயே இருக்கச் சொல்லு. அதுக்குள்ள ரெண்டு பேரும் ராசியானா ஆவட்டும், இல்லேன்னா தீத்துலீவுட்டுடுவோம்.

பெண்ணின் தகப்பன் : இல்லீங்க சாமி. இதுவரைக்கும் அந்தப் புள்ளயும் ரெண்டு மூணு தடவை வந்து தங்கிடுச்சு. ஒண்ணும் சரிப்பட்டு வரல. தீத்துவுட்டுடுங்க.

பிளாவடி : ஆமா சாமி. ரெண்டு பேத்துக்கும் அஞ்சு நிமுசம் சேரமாட்டேங்குது. கீரியும் பாம்பும் தான் ரெண்டு தடவ நாங்கதான் சமாதானம் பண்ணிக் கூட்டிக்கிட்டு வந்தோம். ஆனாக்க வந்து ரெண்டு நாளயில தகராறு வந்துடுது. இன்னிக்கி இவன் என்னமோ இவபோயிடுவா போல இருக்கேன்னு பேசுறான். அப்பிடி எண்ணம் உள்ளவனா இருந்திருந்தா இந்த ஆறு மாசத்துல ஒரு நாளு போயி, சரி வா, இனிமே நல்லபடியா இருப்போம்னு கூப்புட்டு இருக்க மாட்டானா?

நாட் : (இளைஞனிடம்) (சற்று கோபமாக) நீ ஏண்டா கூப்புடல?

அவன் பேசாமல் இருக்கிறான்.

இனிமே ஒழுங்கா இருப்பியா?

பெண்	:	செத்தாலும் நான் போவ மாட்டேன்.
நாட்	:	என்னடா இது முத்தா?
முத்	:	சரி சாமி. தீத்துவுட்டுடுங்க.
நாட்	:	அப்பப் பரிசப்பணயம் தீருவ எல்லாம் கொண்டாந்து இருக்காங்களா?
பெண்ணின் தகப்பன்	:	கொண்ணாந்து இருக்கம் சாமி.
நாட்	:	எவ்வளவு?
பெண்ணின் தகப்பன்	:	பரிசப் பணம் பத்து. தீர்வ பத்து.
நாட்	:	பின்ன என்னா, முறிங்கப்பா.

முத்தன் பெண்ணின் தகப்பனிடம் பணத்தை வாங்கிக் கொண்டு பெண்ணிடம் வருகிறான். அவள் அவன் கேட்காமலேயே தாலியைக் கழட்டி அவனிடம் தருகிறாள். அதை அவன் பணத்தின்மேல் வைத்தபடி பெண்ணின் கணவனிடம் வருகிறான்.

முத்தன் : (இளைஞனிடம்) கெழக்கப் பாத்து நில்லு.

இளைஞன் கிழக்கே பார்த்து நிற்கிறான்.

       இத வாங்கிக்க

       இதோட ஒனக்கும் அந்தப் புள்ளக்கிம் சம்மந்தம் அத்துப் போச்சு.

இளைஞன் தலையாட்டுகிறான். சிறிது நேரம் எல்லோரும் பேசாமல் இருக்கின்றனர்.

நாட்	:	அப்பறம் என்னா?
முத்தன்	:	அவ்வளவுதான் சாமி.
நாட்	:	பின்ன பொறப்படுங்க. எனக்கும் நேரமாச்சு (எழுகிறார்)
சே. மக்கள்	:	அப்ப வர்றம் சாமி. (கும்பிடுகின்றனர்).

நாட் : ம். ம்.

சேரி மக்கள் வந்த வழியில் திரும்புகின்றனர். அந்தப் பெண் மட்டும் ஏதோ யோசனையில் நிற்கிறாள்.

நாட் : (பெண்ணிடம்) இன்னம் ஏன் நிக்கிறே? அதுதான் விடுதல வாங்கிக்கிட்ட இல்ல. சந்தோசமாப் போக வேண்டியதுதான?

அவள் புறப்படுகிறாள். நாட்டாமை வீட்டிற்குள் போகிறார். கௌரி அந்தப் பெண் போவதையே பார்த்துக் கொண்டிருக்கிறாள்.

கமலா : என்னா அவளயே பாத்துக்கிட்டு இருக்கே?

கௌரி : இல்ல, இந்த மாதிரி ஒரு சந்தர்ப்பத்த ரெங்கம்மாவுக்குக் கொடுத்திருந்தா அது என்னா செய்திருக்கும்ன்னு யோசிச்சிக்கிட்டு இருந்தேன்.

ஆராயி : என்னா செஞ்சிருக்கும்! இவளாலும் நடந்து போறா. அது பறந்தே போயிருக்கும்.

காட்சி 2

நகரத்து வீடு ஒன்றின் பெரியதான மாடி வராண்டா. இளைஞர்களும் யுவதிகளுமான முதல் காட்சியில் வந்த கௌரி, கமலா உட்பட பத்து பன்னிரண்டு பேர் இருக்கிறார்கள். அவர்கள் எல்லோருக்கும் போதுமான நாற்காலிகளும் உணவு மேஜைகளும் இருவரிசைகளாகப் போடப்பட்டிருக்கின்றன. காட்சி துவங்கும்போது அவர்கள் அவ்விருக்கைகளில் முறையாக உட்காராமல் இஷ்டப்படி உட்கார்ந்தும் நின்றபடியும் இருக்கின்றனர். சற்று உள்ளே தள்ளி உள்ளே ஒரு மேஜை

முன் ஏழெட்டு பேர் நின்று அதன் மேலுள்ள தாம்பூலத் தட்டிலிருந்து வெற்றிலை பாக்கும் எடுத்துக் கொள்கிறார்கள். சிலர் அப்போதுதான் அரங்கில் நுழைகிறார்கள். வரும்போதே கை ஈரத்தை அரங்கின் ஓரத்தில் தொங்கும் ஒரு துண்டில் துடைத்துக் கொள்கிறார்கள். அவர்கள் அப்போதுதான் ஏதோ விருந்து முடித்திருப்பது தெரிகிறது. இரண்டு இளைஞர்கள் பாலுவும் வேணுவும் துண்டில் கை துடைத்துக் கொண்டிருக்கும் போது தொளதொளவென்று பேண்ட் சட்டையணிந்த, கொஞ்சம் கட்டையும் குண்டுமான ஓர் இளைஞன் கௌரியின் கணவன் ராஜப்பா அரங்கில் வருகிறான். ஆனால் அவன் கை ஈரத்தை அரைக்கை சட்டையின் இரண்டு ஓரங்களிலும் முகவாயை உரசித் துடைத்தபடி உள்ளே போகிறான். அவன் நடை கொஞ்சம் வேடிக்கையாக இருக்கிறது. பாலுவும் வேணுவும் அவன் செல்வதைத் தொடர்ந்து பார்க்கின்றனர்.

வேணு : (மெதுவாக) நான் மொதல்ல இவர யாரோன்னு நெனச்சேன், அப்புறம் இவர்தான் பயில்வான் ராஜப்பானு சொன்னதும் எனக்கு ஆச்சரியமாப் போச்சு.

பாலு : (அவனும் மெதுவாக) ஆமா. மொதல்ல எல்லாரும் அப்பிடித்தான் நெனப்பாங்க. (பின்னும் மெதுவாக) பாக்குறதுக்கு கால் லூஸ் மாதிரித் தெரியும். ஆனா கோதாவுல பாத்தா அசந்துடுவே. வந்து நாலு பைப் போட்டதும் மசில்ஸ் எல்லாம் ரெண்டு

மடங்காப் பொடச்சுக்கும். இங்க இப்பிடி மச மசனு இருக்காரு இல்ல. அங்க பாய்ச்சல் எல்லாம் புலிப்பாய்ச்சல்தான். பிடி வகையிலயும் விசயம் தெரிஞ்சவங்க. ரொம்பப் பிரமாதமா சொல்லுவாங்க.

பிறகு இவர்களும் அந்த மேஜைக்குப் போகின்றனர்.

கஸ்தூரி ராஜ் : (ராஜப்பாவிடம் அவன் சட்டையைக் காட்டி) என்னங்க இது பயில்வான்? அரைக்கை சட்டையில கைப்பட்டி மட்டும் அரையடி இருக்கு?

ராஜப்பா : (கட்டைக் குரலில் கொஞ்சம் இழுத்த பேச்சாக) அதுவா? இந்தத் தடவ தெரியாம கால்கஜம் துணிகூட எடுத்துட்டேன்...

கஸ்தூரி ராஜ் : எப்பவுமே கூடத்தான் எடுப்பீங்க போல இருக்கு.

ராஜப்பா : ஆமா. எப்பவும் தாராளமாதான் எடுப்பேன். நமக்கு நல்லா லூஸ் வேணும். இந்தத் தடவை இன்னம் கொஞ்சம்கூட எடுத்துட்டனா, டெய்லர் என்னா செய்றது, ஒரு லங்கோடு அடிச்சுடவான்னு கேட்டான். அவன் அதுக்காக சட்டையச் சுருக்குனாலும் சுருக்கிடுவான்னு வேண்டாம் சட்டையிலேயே வச்சுத் தச்சுடுன்னு சொல்லிட்டேன். அவன் என்னடானா எல்லாத்தையும் கைப் பட்டியிலேயே வச்சுத் தச்சுட்டான். (எல்லோரும் சிரிக்கின்றனர்.) சரி இருக்கட்டும், இப்ப என்னான்னு நானும் போட்டுக்கிட்டேன்.

மீண்டும் சிரிப்பு.

புஷ்பா : (சலிப்பு போல) ஆமா, எங்க அத்தான்

கஷ்டப்பட்டு சண்ட போட்டு ஜெயிக்க வேண்டியது. பாராட்டு விழான்னு வந்துட வேண்டியது. அவரையே கிண்டல் பண்ணிக்கிட்டு இருக்க வேண்டியது. இதே ஒங்களுக்குப் பொழப்பாப் போச்சு.

ராஜப்பா : போதும். போதும். நீ செய்ற கலாட்டாவ விட அவங்க ஒண்ணும் அதிகமா செஞ்சுடல.

புஷ்பா : நான் செய்றேன்னா எனக்கு அந்த உரிமையிருக்கு. நான் மைத்துனி. துணிந்து கேலி செய்பவள்தான் மைத்துனி.

பாலு : ஒரு மெகஸின்ல துணிந்து துணிமணி கேட்பவள்தான் மைத்துனின்னு ஒரு டெபனிசன் வந்தது.

புஷ்பா : அதுவும் ரைட். அந்த உரிமையும் இருக்கு.

கமலா : அதுல நீ கொடுத்து வச்சவ. ஒரு சட்டைக்கிக் கேட்டாவே ரெண்டு சட்டைக்கிக் கெடைக்கும்.

சிரிப்பு

கௌரி முன்னால் வந்து ராஜப்பாவின் சட்டையில் நெஞ்சில் ஒட்டியிருக்கும் சில துகள்களை விரல் நுனியால் சுண்டி தட்டி விடுகிறாள்.

கமலா : என்ன அது?

கௌரி : சாப்பி டப்ப ஏதோ தெறிச்சிருக்கு.

புஷ்பா : கழுத வரலேன்னா விட்டு எறிய வேண்டியதுதான? அதப் போட்டுக்கிட்டு ஒனக்கும் அவ்வளவு ஆச்சான்னு இழுக்கறது. அது, மொகம் சட்(டை)ட பக்கத்துல

இருக்கவங்க மேல எல்லாம் தெறிக்கிறது. இங்க பாருங்க. *(தன் மேலாடையில் தெறித்திருப்பதைக் காட்டுகிறாள்)* பெரிய பயில்வானா இருந்து என்னா பிரயோஜனம், சாப்புடத் தெரியலையே.

ஜானகி : நீ என்னா புஷ்பா, பெரிய வீரர்கள் எல்லாம் அப்பிடித்தான் இருப்பாங்க. நெப்போலியன் சாப்புடுற அழக யாரும் பாக்க சகிக்காதாம்.

கஸ்தூரி ராஜ்: அப்படின்னா, நானும் நெப்போலியன்தான். என் எழுத்த யாரும் படிக்க முடியாது. கோழிக்கிறுக்கல் பிச்ச வாங்கணும்.

சரஸ்வதி : அப்ப நான் கேர்ள் ஆ இருந்தாலும் நெப்போலியன் சர்ச்சில் ரெண்டு பேத்துக்கும் சமம். பூனையக் கண்டா பயந்தே செத்துடுவேன்.

ஜானகி : அப்படின்னா எங்க வீட்டுக்காரர் சாட்சாத்ராமபிரான் தான். சந்தேகப்படுறதுல.

பாலு : இல்ல. நான் ஒரு சாக்ரடீஸ். ஒரு சாத்தப்பைய ஜானகியா அடைஞ்சது.

ராமதாஸ் : அப்ப நான் பாலுக்காக ரொம்ப அனுதாபப்படுறேன்.

பாலு : பாருங்க, என் கஷ்டம் அவருக்குதான் புரியுது.

எல்லோரும் சிரிக்கின்றனர்.

அப்துல் : சரஸ்வதியிடம் ஆமா, நீங்க நான் கேர்ள் ஆ இருந்தாலும் சொன்னீங்களே, ஒரு பெண் எத்தினி வயது வரைக்கும் கேர்ள்.

சரஸ்வதி வெறுமனே சிரிக்கிறாள்.

கௌரி : நான் சொல்றேன். இருபத்து மூணு வயது முடிய.

அப்துல் எந்தக் கணக்குல?

கௌரி : எனக்கு இருவத்து மூணு வயசுதான் நடக்குது.

அப்துல் : அப்ப, அடுத்த வருசம்தான் நீ வுமனாக்கும்?

கௌரி : நோ. நோ. அடுத்த வருசமும் நான் கேர்ள்தான். கேர்ளுக்கு இண்டிவியுஜுவலா ஆ வருசா வருசம் வயது வரம்பு கூடிக்கிட்டே போகும்.

சிரிப்பு

இதற்குள் எல்லோரும் பேசிக் கொண்டிருக்கும்போதே நாற்காலியில் உட்கார்ந்து விட்டிருக்கின்றனர்.

பாலு : சரி இப்ப யாராவது பயில்வானப் பாராட்டிப் பேசுங்க.

கப்பென்று பேச்சுகள் அடங்கிவிடுகின்றன. எல்லோரும் பேசாமல் இருக்கின்றனர். சிலர் மற்றவர்களை ஓரிருமுறை பார்க்கின்றனர். சிறிது நேரம் போகிறது.

பாலு : யாராச்சும் பேசுங்க. சின்ராஜு நீங்க பேசுங்களேன்.

சின்ராஜு : ஊகூம்.

பாலு : ராமதாஸ் நீங்க?

ராமதாஸ் : ஏன் நீங்க பேசுங்களேன்.

பாலு : சரி, இனிமே நான் யாரையும் பேசச் சொல்லல.

சிரிக்கின்றனர்.

கஸ்தூரி ராஜ் : எனக்கு ஒரு யோசனை ஒவ்வொரு தடவையும்

பாராட்டிப் பேசத்தான் செய்றோம். இந்தத் தடவ யாராச்சும் பாடுனா என்னா?

சின்ராஜு : நல்ல யோசனதான். யார் மொதல்ல பாடுறது. சரஸ்வதி நீங்க பாடுங்களேன்.

சரஸ்வதி : ஐயோ நமக்கு ஆகாது. கமலா பாடுவா.

கமலா : ஊகூம்.

கௌரி : சரி நானே மொதல்ல பாடுறேன்.

அப்துல் : குட்

கௌரி பாரதியாரின் நெஞ்சு பொறுக்குதில்லையே கவிதையை இசையோடு பாடுகிறாள். அவள் உணர்ச்சியோடு சொற்களுக்கு சரியான அழுத்தம் கொடுத்துப் பாடுவது கவிதைக்கு மேலும் கனம் சேர்க்கிறது. பாடல் முடிந்ததும் கை தட்டுகிறார்கள்.

ராமதாஸ் : (பக்கத்தில் இருப்பவரிடம் மெதுவாக) பாரதி பாட்டுகள இப்ப எல்லாரும் தைரியமாப் பாட ஆரம்பிச்சுட்டாங்க. வெள்ளக்காரன் கொஞ்சம் விட்டுப் பிடிக்கிறதப் பாத்து எல்லாருமே அவன் சுதந்திரம் கொடுத்துடப் போறான்னு நெனைக்கிறாங்க. அவன் சும்மா டிராமா போட்டுக்கிட்டு இருக்குகிறது இவங்களுக்குப் புரியல.

மற்றவர்கள் அவன் சொல்வதைக் கவனிக்க ஆரம்பிக்கின்றனர்.

அவன் வச்சிருக்க நெருப்புதான இந்து முஸ்லீம் பிரச்சன. அது இப்பப் பத்திக்கிட்டு எரியுதே. ஜின்னா பாகிஸ்தான் அடைஞ்சே தீருவோம்; இல்லேனா நேரடி நடவடிக்கைன்னு சொல்லிட்டாரு. காந்தி அதுதான் நடக்காதுன்னு சொல்லிட்டாரு.

இவங்க ரெண்டு பேரும் எப்ப ஒத்து வர்றது? எப்ப சுதந்திரம் வாங்குறது? இத வச்சே அவன் இன்னம் இருநூறு வருசத்துக்கு இருந்துடுவானே.

வேணு : இல்லியே. நீங்க ரெண்டு சாராரும் சீக்கிரம் ஒரு முடிவுக்கு வாங்க. இல்லேன்னா எப்பிடியோப் போங்கனு நாங்க அப்படியே போட்டுட்டு வெளியேறிடப் போறம்னன்னு மௌன்பாட்டன் சொல்லிட்டதாகவும், நேரு, படேல் எல்லாம் தொலையுது பாகிஸ்தான் பிரிச்சுக்கொடுத்துடுவோம்னு நெனக்கிற மாதிரியுமில்ல நியூஸ் வருது.

ராமதாஸ் : நியூஸ்தான? எதுதான் நியூஸா வரல. பொறுத்துப் பாருங்க.

கஸ்தூரி ராஜ் : இன்னொருத்தர் பாடுங்களேன்.

மீண்டும் மவுனம்

அப்துல் கனி நீங்க பாடுங்களேன்.

அப்துல் : சாரி, என் குரல் பாடுற குரல் இல்லே.

சரஸ்வதி : சும்மா ஏய்க்காதீங்க. ஒங்களப் பாத்தாவே இந்துஸ்தானி பாடகராட்டம் இருக்கு.

அப்துல் : தோற்றம் அப்படியிருக்கலாம். தகுதி கிடையாது.

சரஸ்வதி : சரிதான் கிராக்கிப் பண்ணாம பாடுங்க.

அப்துல் : நோ. நோ. சாரி மேடம். கட்டாயம் பண்ணி எனக்குக் கஷ்டப்படுத்துறதோட ஒங்களையம் கஷ்டப் படுத்திக்காதீங்க.

(சிறிது நேரம் மௌனம் நிலவுகிறது) அப்துல்

கனி யோசனை செய்துவிட்டு அவனே சொல்கிறான். வேண்டா... வேணுன்னு, நான் ஒரு வசன கவிதை எழுதியிருக்கேன், அதச் சொல்றேன். இங்க யாருக்கும் அப்ஜெக்ஷன் இல்லேன்னா.

பாலு : சொல்லுங்களேன். நானும் வசனக் கவிதை வசன கவிதைன்னு கேள்விப்படுறேன். ஆனா இதுவரைக்கும் ஒண்ணும் கேட்டதில்லை.

அப்துல் கனி எழுந்து நிற்கிறான். இதுவரை அவர்களோடு கலந்து இருந்ததால் மங்கித் தெரிந்த அவனது தனித்துவம் இப்போது அவர்கள் எல்லாரும் உட்கார்ந்திருக்க அவன் நிற்பதால் மிகவும் எடுப்பாகத் தெரிகிறது. ஆறடி உயரம். அதற்கேற்ற பருமன். சிவந்த நிறம். ரஷ்ய எழுத்தாளன் புஷ்கினை ஞாபகப்படுத்தும் முகம். வெள்ளை ஜிப்பா. வாயில் வேட்டி, அவன் லேசாகச் சிரிக்கிறான். அது எதிரே இருப்பவனை முதலில் மயங்க அடித்துவிட்டு தான் மறுவேலை என்பது போல அழகு சிந்துகிறது.

அப்துல் : நான் அந்தக் கவிதையைக் கொண்டாரல. ஆனா அவ்வளவு ஒஸ்தியான கவிதைய எழுதிட்டோங்குற சந்தோசத்துனாலயும், அதுக்கு கௌரியத் தவுர வேற வாசகர் கெடைச்காததுனாலயும், நானே படிச்சுப் படுச்சு மனப்பாடமாயிட்ட வசதிய வச்சு பாக்காமயே முழுக்க சொல்லிட முடியும்னு நெனைக்கிறேன்.

அவன் அந்தப் புதுக்கவிதையைச் சொல்கிறான். எல்லோரும் லயித்துக் கேட்கிறார்கள். சரஸ்வதி தன்னை மறந்து அவனைப் பார்த்தபடியிருக்கிறாள். அங்கே இரண்டொருவரும் கௌரியும் அதைக் கவனியாததுபோல் கவனிக்கின்றனர். அப்துல்கனி கவிதையை முடித்ததும் எல்லோரும் கைதட்டுகின்றார்கள். அவன் உட்கார்ந்து கொள்கிறான். பின் அமைதியடைந்து அடுத்து என்னவென்று கேட்பதுபோலப் பேசாமல் இருக்கின்றனர்.

கமலா	:	அப்புறம்?
புஷ்பா	:	விழா இனிது முடிந்ததாகக் கொள்ளலாம்.
கமலா	:	அத நீ எப்பிடிச் சொல்லலாம்?
புஷ்பா	:	பிரதம விருந்தாளியே சொல்றாரே.
நளினி	:	எங்க சொல்றாரு?
புஷ்பா	:	அங்க பாருங்க.

அவள் ராஜப்பாவைக் காட்டுகிறாள். அவன் தன் போக்கில் அடக்க முடியாமல் கொட்டாவி விட்டுக் கொண்டிருக்கிறான். எல்லோரும் சிரிக்கின்றனர்.

கஸ்தூரி ராஜ் : ஓ.கே. (*எழுகிறாள்*)

மற்றவர்களும் எழுகின்றனர். ஆண்கள் முதலில் ராஜப்பாவிடம் சென்று விடை பெறுகின்றனர். பின்பு கௌரியிடம் சொல்லிக் கொள்கின்றனர். பெண்கள் நேரடியாக கௌரியிடமே சொல்லிக் கொள்கின்றனர். ஒன்றிரண்டு பேராக அரங்கை விட்டு வெளியேறுகின்றனர். ராஜப்பா மற்றவர்கள் சென்ற வாயிலுக்கு எதிர் வாயிலில் செல்கிறான். கடைசியாக கௌரி கமலா நளினி மூவர் மட்டுமே எஞ்சியிருக்கின்றனர். அவர்கள் பக்கம் பக்கமாக உட்கார்ந்து கொள்கின்றனர்.

கௌரி	:	(*சுவாரஸ்யமில்லாமல்*) நமக்கு இன்னொரு புரோகிராம் பாக்கியிருக்காம்.
கமலா	:	(*அவளும் அதே சுவாரஸ்யத்துடன்*) ஆமா. எனக்கு அங்கப் போக சுத்தமா மனசில்ல. என்ன செய்யறது? கூப்புட்டாளேன்னு போக வேண்டியிருக்கு. அவ ஹஸ்பண்ட் பழகுற அழக சமயத்துல சகிக்க முடியல. அந்த ஆளு மூஞ்சிக்கி தான் பெரிய மன்மதன்னு

ஜெயந்தன்

நெனப்புப் போல இருக்கு. இந்த ஆளெல்லாம் பெரிய அட்ராக்டிவ் பர்சனாலிட்டின்னு சொன்னா பேசாம எல்லாருமா சேந்து அப்துல்கனி கையில கரும்பு வில்லக் கொடுத்துடலாம்.

கௌரி : அப்பிடியேக் கொடுத்தாலும் அப்துல் கனி ஒண்ணும் அந்த ஆளு மாதிரி நடந்துக்காது.

கமலா : அது சரிதான். கனி ஒரு எக்ஸ்ட்ராடினரி டைப் தான். அவரு விரும்பிப் பாத்தாவே போதும். ஒரு பொண்ணு கிறங்கி விழுந்துடுவான்னு இருக்கப்ப அவரோட நாகரிகம் ரொம்ப ஆச்சரியமானதுதான். ஒருவேள இதத்தான் குடிப்பிறப்புன்னு சொல்றாங்களோ என்னமோ.

கௌரி : சேச்சே. குடிப்பிறப்பு என்னா குடிபிறப்பு. அண்ணன் மகானா இருக்கான். தம்பி கொலக்காரனா இருக்கான். இதுல குடிக் குணம் என்னா இருக்கு. வேண்ணா பிறவிக் குணம்னு சொல்லு, ஓரளவு ஒத்துக்கலாம்.

நளினி : அப்துல் கனி ஒரு பொண்ண விரும்பிப் பாத்தான்னு சொன்னீங்களே, அவரு விரும்பாமயே, பாக்காமயே, ஒருத்தி மயங்கி விழுகுறா தெரியுமா?

கமலா : தெரியும். தெரியும். சரஸ்வதியைத் தான சொல்றே?

நளினி : ஆமா.

கமலா : (கௌரியிடம்) நீ கவனிச்சியா?

கௌரி : பாத்தேன். ஆனா உடனே என்னால அத

அப்பிடி எடுத்துக்க முடியல. சில பேரு இருக்காங்க. ஒரு விசயத்தில உள்ளுக்குள்ள லேசா லயிச்சாலும் வெளியில அதுல என்னமோ ஒண்ணா கலந்துட்ட மாதிரிப் பாப்பாங்க. அவங்க அப்பிடிப் பாக்குறத மத்தவங்க தப்பா எடுத்துக்குவாங்களேன்னு கூட அவங்களுக்குத் தெரியாது. இவளும் அந்த மாதிரி இருக்கலாம் இல்லியா?

நளினி : எனக்கென்னமோ அப்பிடித் தெரியல.

கௌரி : நான் அதுக்குச் சொல்லல. இதெல்லாம் ஒரு பெண்ணோட நல்ல பெயரையே பாதிக்கிற விசயங்க. சரியா தெரிஞ்சிக்காம, பேசுற சந்தோசத்துக்காக எதையாவது பேசி வச்சிடக்கூடாது இல்லியா? அதுக்காகச் சொல்றேன்.

நளினி : இதுல சரியாத் தெரியாம இருக்க என்னா இருக்கு? பாக்குறப்பெல்லாம் என்னமோ படம் போடுறதுக்கு டிடைல்ஸ் எடுக்குற மாதிரிதான் அவரப் பாக்குறா.

கமலா : சரி விடுங்க. அப்துல் கனிங்கிற ஒரு ஆள சரஸ்வதிங்கிற பொண்ணு எப்பிடிப் பாத்தாதான் கமலா கௌரி நளினாங்குற நமக்கு என்னா?

நளினா : அது சரி.

அப்போது இளைஞனான வேலைக்காரன் ஒருவன் வந்து நின்று தலையை சொறிகிறான்.

கௌரி : என்னா சின்னப்பா?

சின்னப்பன் : ரெண்டு நாளு லீவு கேட்டனுங்களே?

கௌரி : ஓகோ, நீ பெஞ்சாதியப் பாக்கப் போகணும்னு சொன்னியா?

நளினி : என்னா இந்த ஆளுக்கு கல்யாணமாயிடுச்சா? புரபஸர் ஸ்மித் வீட்ல இருக்கறது இவங்க அண்ணன்தான?

கௌரி : ஆமா.

நளினி : நேத்துகூட ஸ்மித், தடிப்பயலே எப்படா கல்யாணம் செய்யப் போறேன்னு அவனக் கலாட்டா பண்ணிக்கிட்டு இருந்தாரே?

கௌரி : அதுவா? அண்ணனுக்கு ஆகல. இவனுக்கு ஆயிடுச்சு. இதே கேள்வியத்தான் இவன் அப்பனும் கேட்டிருக்கான், என்னடா அண்ணன் இருக்க தம்பிக்கிக் கல்யாணமான்னு. இவன் என்னா சொல்லிட்டான் தெரியுமா? (சின்னப்பாவிடம்) என்னா சொன்னே?

சின்னப்பன் நாணித் தலையைச் சொறிகிறான்.

அவனுக்குப் பசிக்கல. எனக்கு பசிக்குது. என்னா செய்யச் சொல்றேனு கேட்டுட்டான்.

கமலாவும் நளினியும் சிரிக்கின்றனர்.

சரி நீ போ. திங்கக் கிழம வந்துடு.

சின்னப்பன் போகிறான்.

அவன் வியூவுல செக்ஸ் எவ்வளவு சுலபமான ஒண்ணாப் போச்சு பாத்திங்களா? அவ்வளவுதான்.

கமலா : ஆனா மனுசன் அத எவ்வளவு பெரிசாக்கிட்டான்.

கௌரி : அவன விடப் பெரிசாக்கிட்டான்.

அவர்கள் சில விநாடிகள் பேசாமல் இருக்கின்றனர். கமலா கைக் கடிகாரத்தைப் பார்க்கிறாள்.

கமலா : இன்னம் அரைமணி நேரம் இருக்கு. பெறப்பட்டாக்கூட சரியாப் போயிடும்.

கௌரி : வேண்டாம். கொஞ்சம் லேட்டாவேப் போயி கூட்டத்தோட கூட்டமா வந்துடுவோம்.

நளினி : ஆமா, சீக்கிரம் வந்துடணும். *(மிக லேசான சிரிப்போடு)* எங்க வீட்டுக்கார்ரு வேற சரியா ஒம்பது மணிக்கெல்லாம் வந்துடணும்னு சொல்லியிருக்காரு.

கௌரி : இன்னிக்கி ஏன் அவரு வரல?

நளினி : ஏதோ முக்கியமான வேலைனு சொன்னாரு.

கமலா : அவரு ஏண்டி அப்பிடி ஈர்க்குச்சியா இருக்காரு. ஏதாவது டானிக் கீனிக் வாங்கி சாப்பிடச் சொல்றது?

நளினி : ஆமா, இந்த ஒடம்புக்கே என்னால.... *(லேசாகச் சிரிக்கிறாள்).*

கமலா : *(கௌரியிடம் கண் சிமிட்டி)* இனிமே இவ நேரத்தப் போக்கிடுவா. *(நளினியிடம்)* ஏண்டி, ஒன் வீட்டுக்காரரு ஒடம்புக்கே நீ என்னால...னு இழுத்தியினா பயில்வான் பொஞ்சாதி இவல்லாம் என்னா ஆவுறது?

கௌரி : நீ நம்மள இழுக்காத.

நளினி : என்னமோ யாரு கண்டா? நான் ஓட்டவாயி. எதையாச்சும் சொல்லிடுறேன். *(கௌரியைக் காட்டி)* இவங்கல்லாம் கமுக்கமா

இருந்துக்குறாங்க. எப்பப் பாருங்க, இவங்க அதுல என்னமோ பட்டினி கெடக்குறமாதிரி தான் மொகத்த வச்சுக்குவாங்க.

கமலா : அதுசரிதான். எங்கேயோதான் படிச்சேன். செக்ஸ் இல்லாத காதலும் காதல் இல்லாத செக்ஸூம் குடும்ப வாழ்க்கையில சாத்தியமில்ல.

அதுசரி; ஒங்க ஆளு இதுல என்னமோ புதுசாப் பரிசோதன செய்யப் போறாராம்னு சொல்லிக்கிட்டு இருந்தியே, என்னாச்சு?

நளினி : அதுவா *(சிரிக்கிறாள்)*

கமலா : சொல்லிட்டு சிரி.

நளினி : *(சிரிப்போடு)* சொல்றேன். *(பின்னும் பலமாக சிரிக்கிறாள்).*

திரை

காட்சி 3

படுக்கையறை. ராஜப்பா நாற்காலியில் உட்கார்ந்து புத்தகம் படித்துக் கொண்டிருக்கிறான். சில விநாடிகளில் கௌரி அரங்கின் வாசலில் தோன்றுகிறாள். அவள் அப்பொதுதான் முகம் கழுவிக் கொண்டு ஈரத்தைத் துடைக்காமல்கூட வந்திருப்பது தெரிகிறது. வந்தவள் தொடர்ந்து உள்ளே போகாமல் ஏதோ வேண்டாத பொருளால் எதிர்ப்படுவது போல ஒரு கணம் நிற்கிறாள்.

கௌரி : சே, வெளியில எவ்வளவு குளிர்ச்சியா இருக்கு; இங்க இப்படி இருக்கே. *(நிமிர்ந்து மின் விசிறியைப் பார்க்கிறாள்).* நீங்க

ஃபேனக்கூடப் போட்டுக்கலியா?

ராஜப்பா நிமிர்ந்து அவளைப் பார்த்துவிட்டு மீண்டும் படிக்க ஆரம்பிக்கிறான். அவள் சென்று மின் விசிறிப் பித்தானைப் போட்டு ரெகுலேட்டரை முழுக்க திருப்புகிறாள். பின் டிரஸ்ஸிங் ஸ்கீரின்மேல் கிடக்கும் துண்டை எடுத்துக் கொண்டுவந்து விசிறிக்கு அடியில் நின்று காற்றைப் பூரணமாக அனுபவித்தவாறு முகம், கழுத்து, கை ஈரத்தைத் துடைக்கிறாள்.

கௌரி : சாப்டிங்களா?

ராஜப்பா : ம்.

கௌரி : முட்(டை)ட சாயந்தரமே தீந்து போச்சே, வாங்கி வச்சிருந்தாங்களா?

ராஜப்பா : மடப் பசங்க மறந்துட்டானுக. அப்புறம் ஒம்பது மணிக்குமேல வெரட்டி வாங்கிக் கிட்டு வரச் சொன்னேன்.

கௌரி : ஏது இன்னிக்கி இவ்வளவு நேரம் தூங்காம இருக்கீங்க?

ராஜப்பா : இதப் படிச்சிகிட்டு இருந்துட்டேன்.

கௌரி : என்னா புஸ்தகம்?

ராஜப்பா : ம். பிரமச்சரிய தத்துவம்.

கௌரி : அத இன்னமா படிக்கிறிங்க? ரெண்டு மூணு மாசமா படிக்கிறிங்க போல இருக்கே?

ராஜப்பா : இதென்னா காதல் நாவலா, ரயில்ல போறப்பவே படிச்சு முடிச்சுடுறதுக்கு?

கௌரி : அதுல பிம்மச்சரியத்தின் பலன்கள் போட்டிருக்கா?

ராஜப்பா : போட்டிருக்கு.

கௌரி : (வந்து அவன் முன்னால் ஸ்டூலில் உட்கார்ந்து கொண்டே ஒரு ஜாலி மூடில் என்னென்னா போட்டிருக்கு? நாலு சொல்லுங்க பார்க்கலாம்.

ராஜப்பா : நாலு என்னா, பிரம்மச்சரியத்தக் கடைபிடிச்சா சாதிக்க முடியாததே இல்ல.

கௌரி : (இளம் குறும்புச் சிரிப்போடு) மேல் நாட்ல எல்லாம், பெரிய பெரிய சாதனைகள செய்த வங்க எல்லாம் புள்ள குட்டிக்காரங்கபோல இருக்கே?

ராஜப்பா : (அவளை நிமிர்ந்து பார்த்துவிட்டு) தெரியல. (மீண்டும் புத்தகம் படிக்கிறான்). ஆனால் உடனே அவனாகவே நிமிர்ந்து) இந்த வசன கவிதைக்காரங்களோட சேந்து சேந்து ஒனக்கும் மூள கோணலாப் போச்சு.

கௌரி : (சிரித்தபடி) நீங்க கோதாவுல தோத்துப் போறதுக்கு அடுத்தபடியா வெறுக்கறது இந்த வசனக் கவிதைக்காரங்களத்தான் போல இருக்கு.

ராஜப்பா : பின்ன என்னா? எழுதுறதுக்கும் பேசுறதுக்கும் ஒரு அளவு இல்லியா? அவுங்க சமயத்துல பொம்பளைங்க இருக்காங்கன்னு பார்க்காம கூடப் பேசுறாங்க. நீ வேற சமயத்துல என்னையக் கூப்புட்டு இவருதான் எங்க வீட்டுக்கார்னு சொல்லி உட்கார வச்சுடுறே. சில சமயம் என்னால சகிக்க முடியறதில்ல. எல்லாம் சோம்பேறிப் பசங்க. மூணு வரி எழுதிக்கிறானுக; அதுக்கு மூணுமணி நேரம்

420 ஜெயந்தன் நாடகங்கள்

விளக்கம் சொல்றானுக. ஏன், அந்த வெளக்கம் பூராவயுமே கவிதையா எழுதுறது?

கௌரி தன்னால் வரும் சிரிப்பை அடக்கி மறைத்துக் கொள்கிறாள்.

அன்னிக்கி நீ ஒரு கவித படிச்சியே, நானும் எழுதிப் பாத்தேன்னு. என்னா தலைப்பு? ம். அன்னியன்.

மழ பெய்யுதாம். அது செடி கொடிக மேல மேளம் அடிக்குதாம். எல்லாரு கண்ணும் சொக்குதாம். ஆனா அத நட்டு வளத்த தோட்டக்காரன் மட்டும் அதப் பாக்காத தூங்கி விழுவுறானாம். ஏன்னா அதுக்கு அவன் அன்னியனாம். அத ரசிக்கிற மொத ஆளா அவன்தான் இருக்கணுமாம். ஆனா அவனுக்கு அந்த... அது என்னா sense?

கௌரி : aesthetic sense

ராஜப்பா : ம். அப்படினா அழகப் பாராட்டுற உணர்ச்சியாக்கும்.

கௌரி : ஆமா அழகியல் உணர்ச்சி.

ராஜப்பா : அது இல்லாததுனால அதுக்கு அவன் அன்னியனாப் போயிட்டானாம். இதச் சொன்னதும் எல்லாரும் ஆஹா ஊஹானு ஆரம்பிச்சுட்டானுக. ஒருத்தன் பொஞ்சாதியோட அழகுக்குப் புருஷனே அன்னியமா இருக்கறதும் உண்டுங்குறான். எல்லாரும் சிரிச்சுக்குறானுக.

(கௌரி புன்னகை செய்கிறாள்)

சிரிக்காதே. நீயும் அவனுகள்ள பாதி இருக்கே. இவன் அப்துல்கனியும் சேந்து கிட்டான்.

அவன் நல்ல பையன். அவனையும் கெடுத்துட்டானுக.

கௌரி : அப்துல்கனி என்னா கெட்டுப் போச்சுனு சொல்றிங்க?

ராஜப்பா : ஏன் கெட்டுப் போகல. அன்னிக்கி வந்தாளே ஒருத்தி வெள்ளச் சீலக்காரி; அவருபேரு என்னா ரீட்டாவோ கீட்டாவோ, அவதான் ஒரு பொம்பளங்கறதயே மறந்துட்டுப் பேசுறா. இவன் அவ சொல்றதுக்கெல்லாம் ரொம்ப தெரிஞ்ச மாதிரி ஆமா போடுறான்.

கௌரி : அவ என்ன சொன்னா?

ராஜப்பா : ம். கத்திரிக்காயச் சொன்னா.

கௌரி : சும்மா சொல்லுங்க. அவ ஒரு ஔருவாச்சி. எப்பப் பார்த்தாலும் எதையாச்சும் பேசிக் கிட்டேயிருப்பா. அப்ப, அவ என்னா சொன்னான்னு எனக்கு ஞாபகம் இல்ல.

ராஜப்பா : ஒங்கக் கணக்கப் பிள்ள மக, பெரிய மனுஷியாகிப் பத்து வருசம் வீட்ல இருந்துட்டு கடைசியில கெட்டுப்போனா இல்ல, அதுக்கு இவ சொல்றா, ஒரு பொண்ணு எப்பிடித் தன் பொறுப்புல இல்லாம இயற்கையாவே வயது வந்ததும் பருவம் அடைஞ்சுடுறாளோ அதே மாதிரிதான் பருவ உணர்ச்சிகளையும் அடையிறாளாம். அத அடக்கிக்கிறதுக்கும் ஒவ்வொருத்தருக்கும் ஒரு லிமிட் இருக்காம். அதையும் தாண்டிட்டா ஒவ்வொருத்தியும் ஒவ்வொரு மாதிரி ஆயிடுவாளாம். ஒருத்தி எரிஞ்சு எரிஞ்சு விழுவாளாம். ஒருத்திக்கி ஹிஸ்டீரியா

வந்துடுமாம். ஒருத்தி கெட்டுப்போயிடுவாளாம், ஆனா அதுக்கெல்லாம் அவ காரணமில்லியாம்.

கௌரி : ஓ, அதச் சொல்றீங்களா? இதுக்கெல்லாம் அவ விஞ்ஞான ரீதியான காரணங்கனு ஏதோ சொன்னாபோல இருக்கே?

ராஜப்பா : (ஒப்புக்கொள்ளாத தொனியில்) என்னா விஞ்ஞான காரணங்க?

கௌரி : எல்லா உயிரினங்களையும் மாதிரியே பெண்ணும் குறிப்பிட்ட வயசுல மென்சஸ் குழந்தை பேத்துக்கு, தயாராகுறா; அவளுக்கு, தன்பாட்டுக்கு, இருவத்தஞ்சு நாளக்கி ஒருதடவ வருது; அதுல ஸ்போம் கனிஞ்சு தவம் கிடக்குது; சொரந்து அவள ஆட்டிப் படைக்குது; இன்னும் எத்தினியோ உடல் ரீதியான காரணங்க இருக்கு; எல்லாமா சேந்து பசிச்ச வயிறு திருட்டு சோத்துக்கு இல்லேனா பிச்ச சோத்துக்குனாலும் கைநீட்ட வக்கிறமாதிரி அவள ஆண் உறவுக்கு வெரட்டுதுனு சொன்ன மாதிரி இருக்கே?

ராஜப்பா : வெரட்டும் வெரட்டும். செருப்ப எடுத்து தலையில அடிச்சா வெரட்டும். எங்க வாத்தியாரோட மகன் ரஸாக் இப்பிடித்தான் ஒரு மாதிரி திரிஞ்சான். அஞ்சு வருஷத்துக்கு முந்தி திண்டுக்கல் ரசீத் பயில்வான் ஜெயிச்சு எல்லாரும் அவனத் தூக்கிக்கிட்டு வர்றப்ப, வேடிக்க பாத்த கும்பல்ல இருந்த ஒரு பொண்ண ரெண்டு மூணு தடவப் பாத்துட்டான். அவ்வளதான். அதப் பாத்துட்ட வாத்தியாரு அங்கயே செருப்பக் கழட்டி,

ஏறங்குடா, இப்பவே நீ பொம்பளையப் பாத்தீன்னா மயிராடா உருப்புடப் போறேன்னு ரெண்டு வச்சாரு. இப்ப அவன் கோதாவும் ஆளுமா இருக்கான். பருவ உணர்ச்சியாம். நம்மளயும் மீறி பருவ உணர்ச்சி வந்துடுமோ? அப்புறம் மனுசனுக்கும் ஆடுமாடுகளுக்கும் என்னா வித்தியாசம்?

கௌரி : அதுசரிதான். ஆனா ஒவ்வொரு உயிரினத்துக்கும் மனச அடக்குறதுல ஒரு எல்லை இருக்குன்னு சொல்றானே?

ராஜப்பா : அதெல்லாம் எல்லையும் கெடையாது, கில்லையும் கிடையாது. மனுசன் நெனச்சா மூச்சு நிறுத்திட்டுக்கூட திருப்பிக் கொண்டாரலாம். ஒன் பிரண்ட் ஒருத்தி மாசம் ஒருநாளு மௌன விரதம் இருக்கப்போறேன்னு ஆரம்பிச்சவ முடியலேனு விட்டுட்டான்னு சொன்ன இல்ல? இங்க தெப்பக்குளம் போஸ்டாபீஸ்ல ஒரு கிளர்க் இருக்காரு. அவரு ஏழு வருசமா பொஞ்சாதிகூடப் பேசுறதில்ல. இவ்வளவுக்கும் அந்த அம்மா வீட்லதான் இருக்கு. சமையல் சாப்பாடு எல்லாம் அதுதான்.

கௌரி : ஏழு வருசமாவா? ஏன்?

ராஜப்பா : ஒருநாளு இவரு என்னமோ சொன்னதுக்கு அது எதுத்துப் பேசியிருக்கு. இவரு கோவத்துல இனிமே ஓங்கூட ஆயுசு பூராப் பேசறதில்லேன்னு சத்தியம் செய்துட்டாரு. அவ்வளதான். இவ்வளவுக்கும் அதுக்குப் பின்னால அவுங்களுக்கு மூணு பிள்ளைக

பொறந்தி இருக்கு.

கௌரி : (இளஞ் சிரிப்புடன்) பேசிக்கல ஆனா பிள்ளைக மட்டும்... ம்?

ராஜப்பா : (எரிச்சலுடன்) அதுக்கும் இதுக்கும் என்னா இருக்கு? எப்பிடி சந்தான விருத்தி நோக்கமில்லாத சம்போகம் பாவமோ, அதே மாதிரி சந்தான நோக்கம் இருக்கப்ப அது இல்லாம இருக்கிறதும் பாவம்.

சிறிதுவிட்டு அவள் கடகடவென்று சிரித்து விடுகிறாள்.

என்னா சிரிக்கிறே?

கௌரி : இந்த சந்தானங்களுக்குச் சாத்திரப்படி ஏதாவது சீலிங் இருக்கா?

அவன் முறைக்கிறான். அவள் எழுந்து கொள்கிறாள். அவன் மீண்டும் படிக்க ஆரம்பிக்கிறான். அவள் சென்று மூலையிலுள்ள பாத்திரத்திலிருந்து ஒரு டம்பளர் தண்ணீர் எடுத்துக் குடிக்கிறாள். திரும்ப வந்து அவன் நாற்காலிக்குப் பின்னால் நிற்கிறாள். அவனைப் பார்க்கிறாள். பின்னணியில் இரண்டாவது காட்சியின் சில வரிகள் கேட்கின்றன.

கமலாவின் குரல் : அதுசரி; ஒங்க ஆளு இதுல என்னமோ புதுசா பரிசோதன செய்யப்போறாராம்னு சொல்லிக்கிட்டு இருந்தியே, என்னாச்சு?

நளினி குரல் : அதுவா? (சிரிப்பு)

கம.குரல் : சொல்லிட்டு சிரி.

நளினி குரல் : (சிரிப்போடு) சொல்றேன். (பின்னால் பலமான சிரிப்பு).

ஜெயந்தன்

கௌரி அவ்வரிகளில் லயிப்பதை அவள் புன்னகை காட்டுகிறது. சில விநாடிகளில் அது நாணம் நிறைந்த சத்தமில்லாத சிரிப்பாக மாறுகிறது. அவள் நாற்காலியின் பின்னிருந்தபடியே குனிந்து அவனை முத்தமிடுகிறாள்.

ராஜப்பா : (நிமிர்ந்து) என்னா, கரூர் சுந்தரத்துக்கிட்டே கையடிச்சுட்டு வந்திருக்கேன். அடுத்த மாசம் எட்டாம் தேதி கோதா; அதுவரைக்கும் டோண்ட் டச் சொன்னத மறந்துட்டியா?

கௌரி : (ஏமாற்றத்தை மறைக்கும் புன்னகையுடன்) சும்மா. சிம்பிள் கிஸ்.

ராஜப்பா : சிம்பிளாவது கிம்பிளாவது. எல்லாம் அதுலப் போய்தான் நிக்கும்.

அவள் வெறுமனே சிரிக்கிறாள். பின்னணியில் கமலாவின் குரல் கேட்கிறது.

கம.குரல் : ஏண்டி ஒங்க வீட்டுக்கார்ரு ஓடம்புக்கே நீ என்னால...னு இழுத்தியினா பயில்வான் பொஞ்சாதி இவல்லாம் என்னா ஆவுறது?

கௌரி முகட்டைப் பார்க்கிறாள். பின்னணியில் அவள் குரலே கேட்கிறது.

அவள் குரல் : பேரு பெத்த பேரு தாக நீலு லேது.

அவள் தோள்களை சர்கிங் செய்து உதட்டைப் பிதுக்குகிறாள். பின் மேஜையின் முன் சென்று நிற்கிறாள்.

ராஜப்பா : (அவளை நன்றாகத் திரும்பிப் பார்த்து) ஒரு வேள அந்த விஞ்ஞான பூர்வமான காரணங்க இப்ப ஒன்னப் பிடிச்சுத் தள்ளுதோ?

கௌரி : (திரும்பிப் பார்க்காமே) இருக்கலாம்.

ராஜப்பா : அப்பபடின்னா இதுதான் சரியான சந்தர்ப்பம்;

ஒன்னயவே அடக்கிப் பழகிக்கிறதுக்கு.

கௌரி : தேங்ஸ்.

மேஜைக்கு மேல் சுவரில் உள்ள பெரிய கண்ணாடியில் அவள் சிறிது நேரம் தன்னையே பார்த்துக் கொண்டு நிற்கிறாள். பின்னணியில் அவள் குரலே கேட்கிறது.

அவள் குரல் : இப்பிடி ஒரு வீக்னெஸ் வேற எனக்கு. கண்ணாடியிலல என்னயவே நிர்வாணமா பாத்துக்கணும்னு.

நார்ஸிஸமா?

இருக்கலாம். ஆனா எனக்கே நார்ஸிஸம் உண்டாக்குற என் உடல் அழகு இவர ஒண்ணும் செய்ய முடியலியே! போய்ட்டுவானு சொல்லிடுறாரே.

அவளது கவிதை கேட்கிறது

தளிர்களின்மேல்

மழை தாளங் கொட்டுகிறது

கண்

கிளை விடுகிறது

அந்தத் தோட்டக்காரன் மட்டுமேன்

தூங்கி விழுகிறான்?

ஓர் ஆண் குரல் : மனைவியின் அழகுக்கு அன்னியமா இருக்க ஆண்களும் உண்டு.

மற்றொரு ஆண்குரல் : அழகுக்கு என்னா, மனைவிக்கே அன்னியமா இருக்க ஆண்களும் உண்டு.

கௌரியின் மனதில் ஏதோ பெரிதாக சட்டென்று விழுவதை

அவள் முகம் காட்டுகிறது. அவள் நெற்றியைச் சுழித்து யோசிக்கிறாள்.

அவள் குரல் : இந்தக் கவிதைய எழுதுனப்ப நான் சாதாரணமாக நெனச்சுதான் எழுதுனேன். ஆனா இதுக்கு உந்து சக்தியா தாம்பத்திய வாழ்க்கையில என்னோட உள் ஆதங்கம்தான் இருந்திருக்கா?

சில விநாடிகள் அப்படியே மேஜை விளிம்பைப் பிடித்துக் கொண்டு தலை குனிந்தபடி நிற்கிறாள். பின்பு படுக்கைக்குச் சென்று அதைச் சரி செய்கிறாள். பின்னணியில் அப்துல்கனியின் கவிதையில் ஒரு பகுதி கேட்கிறது.

அ.கனியின் குரல் : சொல்லி அடி

மானுடப் பிளவை

மானிடப் பகையை

பார்த்து நகைக்கக்

குமுறியதுண்டு

என்ன செய்ய

நான்தான்

நாகரிகமாகிப் போனேனே.

கம.குரல் : பேசாம எல்லாருமா சேந்து அப்துல் கனி கையில கரும்பு வில்லக் கொடுத்துடலாம்.

அப்துல் கனிங்கிற ஆள சரஸ்வதிக்கிற பொண்ணு பாத்தா கமலா கௌரி நளினாங்குற நமக்கென்ன?

கௌரியின் குரல் : நானும்தான் சரஸ்வதி பாக்குறதப் பாத்து மொதல்ல சங்கப்பட்டேன். அப்துல்கனிய

அவ பாத்தா எனக்கென்னா?

அவள் ஜன்னலை நோக்கிப் போய் அங்கு நிற்கிறாள்.

ஒருவேள, நான் அப்துல்கனிய காதலிக்கிறனோ?

இருக்காது.

ஏன்?

இருக்கக் கூடாதுங்கறதுதான் காரணம். இதவிடப் பெரிய காரணம் வேற என்னா வேண்டியிருக்கு? (ஜன்னல் திரைகளை முழுவதுமாக விலக்கி விட்டு விட்டு வெளியே பார்க்கிறாள். சில விநாடிகள் இடைவெளி). விசயம் தெரிஞ்ச நானே இப்பிடி என்னையே ஏமாத்திக்கலாமா? ஏமாத்திக்க முடியுமா?

ஆமா. கொஞ்ச நாளா என் மனம் அப்துல் கனி விசயமா அலையாடத்தான் செய்யுது. ஏன் அப்பபடி?

அப்துல் கனியோட வசீகரம் அதிகம்தான். நாளுக்கு நாள் அதிகமாகிக்கிட்டே வர்ற அதோட நாகரீகமும் விசய ஞானமும், பெண்கள் விசயத்தில் அதோட பண்பாடும் எல்லாரையும் வசீகரிக்கத்தான் பழகுறேனு இல்லியே. பன்னெண்டு பதிமூணு வயசுல இருந்துதான் பழகுறேன். அப்பெல்லாம் இப்பிடித் தோணுனது இல்லியே, ஏன்? இந்த ஒரு வருசமா மட்டும் ஏன்?

அவள் ராஜப்பாவை மெதுவாகத் திரும்பிப்பார்த்து விட்டு மீண்டும் ஜன்னலுக்கு வெளியே பார்க்கிறாள்.

> ஒரு வேள இந்த ஏமாற்றங்க என்னைய அப்துல்கனிய நோக்கித் தள்ளுதா? னு சொன்னது ரொம்ப சரியான ஒண்ணா?
>
> சே, அது கேவலம், என் அளவுல கனி ஒரு சூப்பர்மேன். அவரும் என்ன அப்பிடித்தான் நெனச்சிருக்கணும் ஒரு நெருக்கத்த இந்த செக்ஸ்தான் கூட்டும்னா அது கேவலம்.

சில விநாடி மௌனம்

> ஒருவேள இந்த செக்ஸ் ஏமாத்தங்க முழுக்க காரணமா இல்லாம, காரணங்கள்ள ஒண்ணா இருக்குமோ?
>
> போதும் போதும் இந்த சிந்தனைக. இப்பிடி சிந்திக்கிறத விடச் சங்கடம் வேற எதுலயுமில்ல.

ராஜப்பா படித்துக் கொண்டிருந்த புத்தகம் தொப்பென்று கீழே விழுகிறது.

ராஜப்பா : ச்சே.

அவன் தூங்கிவிட்டது தெரிகிறது. அவன் குனிந்து புத்தகத்தை எடுத்து மேஜைமேல் போட்டுவிட்டு படுக்கையில் போய் படுக்கிறான். கௌரி மெதுவாக வந்து துண்டை எடுத்துக் கொண்டு வெளியே புறப்படுகிறாள்.

ராஜப்பா : எங்கே போறே?

கௌரி : குளிக்க.

ராஜப்பா : இந்த நேரத்திலயா?

கௌரி : ஆமா.

அவன் போர்வையை இழுத்துப் போர்த்திக் கொள்கிறான். அவள் மெதுவாக நடந்து அரங்கைவிட்டு வெளியேறுகிறாள்.

திரை

காட்சி 4

கல்லூரிப் பூங்கா, இது விசேசமாகப் போடப்பட்டிருக்கிறது என்று தெரியும். இருபது இருபத்தைந்து நாற்காலிகள் நிறைய நபர்கள் உட்கார்ந்திருக்கிறார்கள். ஓர் ஆங்கிலேய தம்பதி ஸ்மித்கள், கூட்டத்தில் தலைப்பில் இருக்கிறார்கள். அவர்கள் தனியாகவும் மற்றவர்கள் எல்லாம் அவர்களை நோக்கியும் உட்கார்ந்திருப் பதிலிருந்து இக்கூட்டம் அவர்களை மையமாக வைத்து நடக்கிறது என்பது தெரிகிறது. அவர்கள் பேசும் தமிழ் புக்கீஷ் ஆகவும் மழலையாகவும் இருக்கிறது. கூட்டத்தில் கௌரியும் கமலாவும் இருக்கின்றனர் காட்சி துவங்கும்போது மிஸ்டர் ஸ்மித் ஏதோ சொல்ல மிஸஸ் ஸ்மித் பெரிதாகச் சிரிக்கிறாள். கூட்டத்திலிருந்து ஒருவர் ராமு எழுந்து ஸ்மித்களிடம் சென்று கூட்டத்தை நோக்கி நிற்கிறார்.

மிஸ்டர் ஸ்மித்: (ராமுவிடம்) என்ன பெரிய பிரசங்கம் செய்யப்போகிறாயா?

ராமு : இல்ல சார். போரடிக்கமாட்டேன். சீக்கிரம் முடிச்சுடுவேன்.

மி.ஸ்மித் : (சிரித்தபடியே) தேங்க் யூ. ப்ரோசிட்.

ராமு : (கூட்டத்தினரைப் பார்த்து) நண்பர்களே! இது ஒரு புதுமையான வைபவம். இது இந்தக் காலேஜ் தோட்டத்துக்கு மட்டுமில்ல. எனக்குத் தெரிந்த அளவில் இந்த

உலகத்துக்கே இதுதான் முதல் தடவையாக இருக்கும்னு நினைக்கிறேன். இங்க இந்தியாவுல ரொம்ப பேருக்கு விவாகரத்துங்குற சந்தர்ப்பமே கிடையாது. அது கிடைக்கிற மேல்நாட்டுக்காரங்களும் நம்ப நாட்ல சில ஜாதியார்களும்கூட விவாக ரத்துனு பிரிய நேர்றப்ப பஞ்சாயத்து, கோர்ட்னு எல்லாம் அலஞ்சு, சொல்ல முடியாத அளவுக்குக்கு கசந்து போயி, வெட்டிக்குவோமா குத்திக்குவோமாங்கிற குரோதத்தோடதான் பிரியிறாங்க. ஆனா இங்க அடிப்படையில் இனிமே தாங்கள் தம்பதிகளா இருக்க முடியாதுன்னு புரிஞ்சு கொண்டதும் எந்த மனக்கசப்பும் இல்லாம பிரிச்சுக்க முடிவு செய்திருக்காங்க. அதிர்ஷ்டவசமா நான் அவங்களுக்கு ஒரு குளோஸ் பிரண்ட். இந்த முடிவோட காரணங்களை அவர்கள் எனக்கு விளக்குனப்ப நான் அசந்து போயிட்டேன். நான் சொன்னேன், இந்த விவாகரத்து ஒரு விவாகத்தப் போலவே கொண்டாடப்பட வேண்டிய ஒன்றுன்னு. அவங்களும் அத ஏத்துக்கிட்டதுனால நான்தான் இந்தப் பார்ட்டிக்கு ஏற்பாடு செய்தேன். ஆனா அவங்க, கூடுற கூட்டம் பெருங்கூட்டமாகவும் வேடிக்க பாக்குற கூட்டமாகவும் இருந்துட வேண்டாம்னு கேட்டுக் கிட்டதுனால நெருங்கிய நண்பர்களுக்கு மட்டும்தான் அழைப்பு அனுப்புனேன்.

கொஞ்ச நேரத்துக்கு முன்னாடி இங்க பார்ட்டி நடந்தது. அது எவ்வளவு மகிழ்ச்சிகரமா நடந்ததுன்னு நெனைக்கவே எனக்கு

ஆச்சரியமா இருக்கு. அவங்க ரெண்டு பேரும் எவ்வளவு கலகலப்பா இருந்தாங்க. இன்னிக்கிப் பிரியப் போற தம்பதிங்களாவா தெரிஞ்சாங்க?

இந்த சமயத்தில என்னோட பிரண்ட் ஒருதன், தனக்கும் தன்னோட மனைவிக்கும் உள்ள உறவு பத்தி வேடிக்கையா எழுதிக்கிட்டு வந்த பாட்டு ஒண்ணு ஞாபகம் வருது.

எலியும் தவளையும் கூடிக்கொண்டு,

இணைபிரியாமல் இருப்போமென்று

கால்களைக் கயிற்றால் கட்டிக்கொண்டு

குளத்தில் விழுந்த கதையாச்சு

துணையே இங்கு பகையாச்சு

இது சாதாரணமாகவும் வேடிக்கையாகவும் தெரிஞ்சாலும் இதோட ஆழத்தக் கண்டு நான் மலச்சுப் போயிட்டேன். பெரும்பான்மையான கணவன் மனைவி உறவு இப்பிடிதான இருக்கு? ஒருத்தர் குணமும் தேவைகளும் இன்னொருத்தர் குணத்தோடவும் தேவைகளோடவும் முரண்பட்டு போயிடுறப்ப, அப்பவும் கணவன் மனைவியும் இருந்துதான் ஆகணுங்கிற நிர்பந்தத்துல குறஞ்சது மனத்தளவிலயாவது எவ்வளவு பெரிய எதிரியா மாறிடுறாங்க. சொந்த வீட்டுக்குள்ளேயே ஒரு உயிர்ப் பகைவன். இல்லே?

அவனே இன்னொரு நாள் வந்து ஜோக் அடிச்சான். கல்யாணம்னா என்னா தெரியுமா? ஒரு ஆணோட சுதந்திரம், ஒரு பெண்ணோட

சுதந்திரம், இந்த இரண்டு சுதந்திரங்களின் கூட்டுத் தற்கொலைனு சொன்னான்.

கூட்டத்தினர் சிரிக்கின்றனர்.

ஸ்மித்கள் சிரிக்கின்றனர்.

இது ரொம்ப சரிதான். உறவுகளே விலங்குகளாகவும் கூட்டு வாழவே ஒரு வகை மரணமாகவும் இருக்க அநேக இடங்கள பாத்துக்கிட்டுதான இருக்கோம். ஸ்மித் தம்பதிகளுக்கு நம்ம பாராட்டுகள் எல்லாம் இதே காரணத்தாலதான். ஒரு கால கட்டத்தில அவங்க ஒருத்தரோ டொருத்தர் தனிமனித விருப்பு வெறுப்புகளும் சுதந்திரமும் முரண்பட்டப்ப, சாதாரணமா எங்கயும் நடக்குற மாதிரி, ஒருத்தர் சுதந்திரத்தின் கழுத்துல ஒருத்தர் கால்வச்சுப் பாக்க நெனைக்காம, ஒருத்தர் அபிலாஷயை ஒருத்தர் அடக்கியாள நெனைக்காம எந்தக் கசப்புமில்லாம பிரிச்சுக்கிட்டதுதான். இந்தக் கண்ணியமும் வாழ்க்கை உணர்வுகளும் அவங்களுக்கு எப்பவும் துணையா இருக்கும்னு சொல்லி, உங்க சார்பா வாழ்த்துறேன். இப்ப ஒரு சின்ன சடங்கு மூலம் அவங்க தங்களோட விவாக முறிவ உறுதிப் படுத்துவாங்க. (மிஸஸ் ஸ்மித்தைப் பார்த்து) எஸ் மேடம்.

மிஸஸ் ஸ்மித் எழுகிறாள். எழும்போது அவள் உதடுகளில் புன்னகை தெரிந்தாலும் அது சட்டென மாறி விடுகிறது. அவள் அதிகமாக உணர்ச்சி வசப்பட்டுவிடப் போவதும் ஆனால் அது கூடாதென சட்டென் அடக்கிக்

கொள்வதும் தெரிகிறது. அவள் விரலிலுள்ள மோதிரத்தை கழட்டியபடியே பேசுகிறாள்.

ராமு : (மொழி பெயர்க்கிறான்) நண்பர்களே! இந்த நிகழ்ச்சிக்கு வந்திருக்கும் அனைவருக்கும் நன்றி. இந்தத் திருமண மோதிரத்தைப் பெற்றுக் கொண்ட போது எடுத்துக் கொண்ட உறுதிமொழகளை என் மனச்சாட்சிக்கு விரோதமில்லாமல் நிறைவேற்றினேன் என்ற பெருமையோடும் அப்படி அந்த உறுதிமொழிகளைக் கடைபிடிக்க முடியாத ஒரு சூழ்நிலை ஏற்படும்போது கண்ணியமாக, அந்த ஒப்பந்தத்திலிருந்து விலகிக் கொள்வதுதான் நாகரிகம் என்ற எண்ணத்தோடும் இதைத் திருப்பித் தருகிறேன்.

மி. ஸ்மித் : (எழுந்து நின்று)

மோதிரத்தைப் பெற்றுக் கொள்கிறார்.

ராமு : இவள் சொன்னவை அத்தனையும் சத்தியானவை என்று சொல்லி நன்றியோடு இதை திரும்பப் பெற்றுக் கொள்கிறேன்.

அவர்கள் இருவரும் உட்கார்ந்து கொள்கின்றனர். சில நொடிகள் அங்கே அமைதி நிலவுகிறது.

ராமு : (மிஸ்டர் ஸ்மித்திடம்) ரெண்டு ரிப்போர்ட்டர்ஸ் வந்திருக்காங்க. இண்டர்வியூ செய்யணும்னு விரும்புறாங்க.

மி. ஸ்மித் : நீ சொன்னாயா?

ராமு : (கொஞ்சம் கூச்சத்துடன்) யெஸ் சார்.

மி. ஸ்மித் : நேரம் இருக்குமா? எலிசா எட்டு முப்பது

வண்டியில் போகிறது. நான் வழி அனுப்பப்போகிறேன்.

ராமு : தெரியும் சார். நானும் கூடத்தான் ஸ்டேஷனுக்கு வர்றேன். ஆனா இது பத்து நிமிடத்தில முடிஞ்சிடும்.

மி. ஸ்மித் : சரி கூப்பிடு.

ராமு தலையாட்டவே கூட்டத்தின் முன்னால் இருக்கும் இரண்டு நிருபர்கள் எழுந்து அவர்களிடம் வருகின்றனர். நால்வரும் சம்பிரதாயமாக அறிமுகம் ஆகவும் கை குலுக்கிக் கொள்ளவும் செய்கின்றனர். அதற்குள் கூட்டத்தில் இருக்கும் இருவர் மூன்று நாற்காலிகளைக் கொண்டு வந்து அங்கு போடுகின்றனர். பின் ஐவரும் உட்கார்ந்து கொள்கின்றனர். சில விநாடிகள் மௌனத்தில் செல்கின்றன.

நிருபர் 1 : உங்கள் திருமணம் எப்போது நடந்தது?

ராமு : *(மொழி பெயர்க்கும் முகமாக)*

மி. ஸ்மித் : *(மறித்து)* புரிந்து கொள்ள முடியும். பேசுவதுதான் கஷ்டம்.

நிருபர் 1 : எங்களுக்கும் அதுதான்.

கூட்டத்தில் ஒருவர் : எல்லாத்துக்கும் அதுதான்.

மி. ஸ்மித் : எங்கள் கல்யாணம் நடந்து ஆறு வருசம்.

நிருபர் 1 : உங்கள ஒரு லட்சிய தம்பதிகளா நெனக்கிற அளவுக்கு அவ்வளவு சிறந்த முறையில் வாழ்க்கை நடத்துனதா சொன்னாங்க.

மி. ஸ்மித் : அப்படியா?

நிருபர் 1 : அப்பிடி இருந்துட்டு இப்பப் பிரியறது கஷ்டமா இல்லயா?

மி. ஸ்மித் : பிரியாமல் இருந்தால் இதைவிடப் பெரிய

கஷ்டம் வரும் என்பது காரணம்.

கூட்டத்தில் சிலர் சிரிக்கின்றனர்.

நிருபர் 2 : உங்க பிரிவுக்குக் காரணம் என்ன?

ஸ்மித் பேசாமல் இருக்கிறார்.

யுனிவர்சிட்டியில ஒங்க ரெண்டு பேத்து காண்டிராக்ட்டும் முடிஞ்சு போச்சு. நீங்க மட்டும் காண்டிராக்ட இன்னம் அஞ்சு வருசம் நீடிச்சிருக்கீங்க. இவங்க அப்பிடிச் செய்யாம லண்டன் திரும்புறாங்க. அதுதான் காரணமா?

மி. ஸ்மித் : அது ஒன்று.

நிருபர் 2 : காரணங்களை சொல்லக்கூடாதுன்னு நெனைக்கிறிங்களா?

மி. ஸ்மித் : அவை எங்கள் சொந்த ... (வார்த்தைகளைத் தேடுவது தெரிகிறது)

ராமு : (எடுத்துக் கொடுக்கும் முகமாக) அந்தரங்கம்.

மி. ஸ்மித் : அந்தரங்கம்.

நிருபர் 2 : (அசட்டுச் சிரிப்புடன்) புருசன் மனைவியா இருந்தும், அவங்க ஒங்க கூடவே இங்க இருக்காம லண்டன் போறதுக்கும், இல்லேன்னா நீங்க அவங்ககூடப் போகாம இங்க தங்கிடுறதுக்கும், ஏதாவது காரணம் உண்டா?

ஸ்மித்கள் முகத்தைச் சுழிக்கின்றனர்.

ராமு : (நிருபர்களிடம்) சாரி. அந்தரங்கம்னு சொல்லிட்டா அப்பறம் அதக் கேக்காம இருக்கறதுதான் சரி. ஏற்கனவே பத்திரிகை நிருபர்கள் பத்தி அவங்களுக்கு நல்ல

அபிப்பிராயம் கிடையாது. பெரும்பாலான நிருபர்கள் பொது அறிவுக்கான நடப்புச் செய்திகள வெளியிடுறதுக்கு பதிலா, புறணி பேசுறதுக்காக அடுத்த வீட்டு ஜன்னல்ல எட்டிப் பாக்குற சில பெண்கள் வேலைய தான் செய்றதா நெனைக்கிறாங்க.

நிருபர் 1 : விவாகரத்துக்கு இப்ப நடந்த சடங்கு போதுமா? சட்டப்படி ஒண்ணும் வேண்டாமா?

மி. ஸ்மித் : வேண்டும். எலிசா லண்டன் போனதும் செய்யும்.

நிருபர் 1 : இந்த முறை எங்க நாட்டுக்கு பொருந்துமா?

மி. ஸ்மித் : (புன்னகையுடன்) அதை நீங்கள்தான் முடிவு செய்யவேண்டும். ஆனால் ஒன்...று மனிதன் வடதுருவத்தில் இருந்தாலும் கன்னியாகுமரியில் இருந்தாலும் அடிப்படையில் ஒருவன்தான்.

நிருபர் 2 : என்ன இருந்தாலும் மனுசர்னு இருந்தா கட்டுப்பாடுன்னு ஒண்ணு இருக்கணும் இல்லியா? அற்பக் காரணங்களுக்கெல்லாம் பிரியறதும் கூடுறதுமா இருந்தா எப்படி?

மி. ஸ்மித் : பேட்டி விவாதமா மாறுது. (ராமுவிடம்) நேரம் ஆனது. நாம் போவோம். (எழுந்து நிருபர்களிடம் (கை குலுக்குகிறார்.)

அவர் எழுந்துவிடவே எல்லோரும் எழுகின்றன்னர்.

ஸ்மித்களும் ராமும் புறப்படுகின்றனர். வரும்போது எலிசா கௌரியைப் பார்க்கிறாள்.

எலிசா : (சிரித்தபடி) கௌரி, அப்துல்கனி எங்கே?

கௌரி : வர்றதா சொல்லியிருந்தாரு, ஏதோ முடியல

போல இருக்கு.

எலிசா : ஓ.கே.

அவர்களும் அவர்களைத் தொடர்ந்து மற்றவர்களும் அரங்கைவிட்டு வெளியேறு கின்றனர். கௌரியும் கமலாவும் மட்டும் அங்கேயே நிற்கின்றனர். பின் அவர்கள் இரண்டு நாற்காலிகளை இழுத்துப்போட்டுக் கொண்டு உட்காருகின்றனர்.

கமலா : இவரு வர்றாரோ இல்லியோ. நாம பாட்டுக்கு உக்காந்துகிட்டு இருக்கப் போறோம்.

கௌரி : (கைக்கடிகாரத்தைப் பார்த்துவிட்டு) பார்ப்போம். அஞ்சரைக்குள்ள வந்துடுறேன்னு சொல்லுச்சு. அதுக்குள்ள வரலேன்னா போயிடுவோம்.

கமலா : இனிமே அப்துல் கனிய அவரு இவரு, வாங்க போங்கன்னு கூப்புட்டுப் பழகப் போறதா சொன்னியே?

கௌரி : முயற்சிதான் செய்றேன். பத்து வருசப் பழக்கம் போகமாட்டேங்குது.

இருவரும் சிறிது நேரம் பேசாமல் இருக்கின்றனர். கௌரி சிந்தனை வயப்படுகிறாள். கமலா இரண்டொரு முறை அவளைப் பார்க்கிறாள்.

கமலா : இந்த ஃபங்சனப் பத்தி நீ என்னா நெனைக்கிறே?

கௌரி : (சிறிது நேரம் பேசாமல் இருந்துவிட்டு) மனிதனோட அறிவு வளர்ச்சியில இத ஒரு மைல கல்லா நெனைக்கிறேன்.

அவர்கள் மீண்டும் மௌனமாகின்றனர். முன்பு போலவே கமலா

கௌரியை இரண்டுமுறை திரும்பிப் பார்க்கிறாள்.

கமலா : கௌரி.

கௌரி : ம்.

ஆனால் அழைத்த கமலா பேசாமல் இருக்கிறாள்.

என்ன கமலா?

கமலா : (தயங்கியபடி) என் அனுமானம் தப்பாவும் இருக்கலாம்.

கௌரி : இருந்தா என்னா? சும்மா சொல்லு.

கமலா : கொஞ்ச நாளாவே நீ இந்தக் கல்யாண பந்தங்களப்பத்தி நெறைய சிந்திக்கிறே.

கௌரி : அப்பிடியா?

கமலா : ஆமா. நான் கவனிச்ச வரையிலயும் அப்பிடித் தான் தெரியுது.

கௌரி : (சிறிது விட்டு மெதுவாக) இருக்கலாம்.

கமலா : ஏன் கௌரி.

கௌரி : எதுனால இருக்கும். அதப் பத்தி தொடர்ந்து சிந்திக்கிற மாதிரி விசயங்க அடுத்தடுத்து என் கண்ல பட்டிருக்கும்.

கமலா : உன்னோட சிந்தனை வேகத்தையும் உக்கிரத்தையும் பாத்தா ஏதோ சில விஷயங்க கண்லபட்டதுனால மாத்திரம்தான்னு தெரியலியே? ஏதோ பெர்சனலா பாதிக்கப்பட்ட மாதிரியில்ல இருக்கு?

கௌரி : அப்பிடியா?

கமலா பேசாமல் இருக்கிறாள்.

பெர்சனல் பாதிப்பு எனக்கு இருக்கும்னு நெனைக்கிறியா?

கமலா : எனக்கொரு சந்தேகம். (தயங்குகிறாள்)

கெளரி : அது ரொம்பத் தவறானதாகவும் இருக்கலாம். இருக்கணும்.

கெளரி : இருந்தாதான் என்னா. சொல்லு.

கமலா : ஒரு வேள நீ அப்துல்கனிய காதலிக்கிற யோன்னு.

கெளரி நிமிர்ந்து வியப்போடு அவளைப் பார்க்கிறாள்.

ஓ...சாரி...

பின் இருவரும் கொஞ்சம் கூடுதல் நேரமே பேசாமல் இருக்கின்றனர்.

கெளரி : (கமலாவைப் பார்க்காமல் கீழே பார்த்தபடி) நீ சாரி சொல்ல வேண்டியதில்ல கமலா. (சிறிதுவிட்டு) நீ சொன்னது சரிதான்.

கமலா அவளைப் பார்க்கிறாள். சில விநாடிகள் மௌனம்.

கமலா : இது எப்ப இருந்து கெளரி?

கெளரி : எது?

கமலா : உங்கக்காதல்.

கெளரி : ஓ, அப்பிடியும் எடுத்துக்க எடமிருக்கா? இது எங்கக் காதல் இல்ல கமலா. இன்னிக்கி வரையில இது என்னோட காதல் மட்டும்தான். அப்துல்கனியோட எண்ணம் எனக்குத் தெரியல.

கமலா : அப்பிடியா? அவருகிட்ட இத வெளியிட நீ

முயற்சி செய்ததில்லையா?

கௌரி : இல்ல.

கமலா : ஏன்?

கௌரி : அது எனக்கு சாதாரணமாப் படல.

கமலா : சொன்னா அவர் இசைவார்னு நம்பிக்கை இருக்கா?

கௌரி : தெரியல. ரெண்டும் நடக்கலாம்.

கமலா : இதுவும் தெரியாம நீயா வளர்த்துக்கிட்ட ஆசைக்கிதானா இவ்வளவு ஆராய்ச்சிகளையும் செய்துகிட்டு இருக்கே?

கௌரி பேசாமல் இருக்கிறாள்.

அப்பிடியே அவரும் விரும்புறதாவே வச்சுக்க. இது எதுல போய் முடியும்னு நெனைக்கிறே?

கௌரி மௌனம்.

கள்ளக் காதல்ல. ம்?

கமலா : பின்ன? (கொஞ்சம் கேலி இகழ்ச்சியாக) ஆ?

கமலா : பின்ன என்னா கல்யாணம் செய்துகிட்டு மால போட்டுகிட்டு ஊர்வலம் வரப்போறிங்களா? நீ ஒரு கல்யாணமான இந்துப் பெண். இந்து சாஸ்திரப்படி, இந்த ஜென்மத்ல ஒனக்கு வேற கல்யாண பந்தம் கெடையாது.

கௌரி : மனுச உணர்ச்சிகளப் புரிஞ்சிக்க முடியாத எந்த சாஸ்திரங்களையும் நான் மதிக்கல.

கமலா : அது வெறும் சாஸ்திரமா மட்டும் இங்கு இல்லியே. இந்து மணமுறைச் சட்டமாகவும்

அதுதான் இருக்கு.

கௌரி : சட்டம் அகப்பட்டவங்களத்தான் தண்டிக்கும்.

கமலா : ஓகோ, ஓடிப் போறதா யோசனையா?

கௌரி பேசாமல் இருக்கிறாள்.

ரெண்டும் நடக்கலாம்னு சொன்னியே, எத வச்சு ஒருவேள அவரு ஒத்துக்கலாம்னு நெனக்கிறே?

கௌரி : சில அகச் சான்றுகள்.

கமலா : (அவளும் சொல்லிக் கொள்கிறாள்) அகச் சான்றுகள். எப்ப இருந்து ஒனக்கு இந்த எண்ணம் கௌரி? நான் ரொம்ப சமீபத்துலதான் கவனிச்சேன். நீங்க ரெண்டு பேரும் இப்பதான் பிரண்ட்ஸ்னு இல்ல. குடும்பமே சிநேகமுள்ளது. பதிமூணு பதினாலு வயசுல இருந்து பழகுறீங்கன்னு நெனக்கிறேன்.

கௌரி : இருக்கலாம். நான் அப்ப என்னமோ படிச்சுகிட்டு இருந்தேன்.

கமலா : அப்பறம் காலேஜ்லயும் ஒண்ணாதான் படிச்சீங்க. வேலையும் ஒண்ணாதான் கெடச்சுது. நானும் கிட்டத்தட்ட இந்தக் காலம் பூரா ஒங்களுக்கு பிரண்டாதான் இருந்திருக்கேன். அப்ப எல்லாம் எந்த பேதத்தையும் நான் பாக்கல.

கௌரி : நெஜந்தான். அப்ப எல்லாம் நாங்க இந்த லவ், இல்லேன்னா செக்ஸ் பக்கம் திரும்பிக்கூட பாத்ததில்ல. இவ்வளவுக்கும் நான் ஹைஸ்கூல்லயும் சரி, காலேஜ்லயும் சரி

ஒண்ணும் தெரியாத பாப்பா இல்ல. பல விசயங்கள நான் தெரிஞ்சுதான் இருந்தேன். சில ஸ்டுடன்ஸ், ஏன் ஈடுபட்டதுகூட எனக்குத் தெரியும். அதுகள தெரிஞ்சு அசூசை அடைஞ்ச அதே நேரத்தில ஒருமாதிரி கிளர்ச்சியடையவும் தான் செஞ்சேன். ஆனா எப்பவுமே கனிய அந்த நோக்கத்துல நான் பாத்ததில்ல. நாங்க ஒருத்தரயொருத்தர் ரொம்ப மதிச்சுக்கிட்டோம். நேசிச்சோம். ஆனா நிச்சயம் அதுல டைரக்ட் லவ்வோ செக்ஸோ இருக்கல.

எனக்குக் கல்யாணமாகி ஒரு வருசம் வரக்கூட ஒண்ணுமில்ல. போன வருசம் வாக்குலதான் அது ஒரு ஆக்ஸிடெண்ட் மாதிரி என் நினைவுக்கு வந்துச்சு.

கமலா : அப்பிடியா?

கௌரி : (மெதுவா) யெஸ். ஒரு நாள் திடீர்னு கொஞ்சம்கூட எதிர்பாராம ஒரு கனாக் கண்டேன் .

கமலா : என்ன கனா?

கௌரி : (இன்னும் மெதுவாக)

கமலா : ஓ...!

கௌரி : முழிச்சுப் பாத்ததும் ஓரளவு அதிர்ச்சிகூட அடைஞ்சேன். ஆனா பையப்பைய உண்மையை புரிஞ்சிக்கிட்டேன். என் உள்மனம் என்னையே ஏமாத்திட்டு அப்துல்கனியக் காதலிக்கிறதத் தெரிஞ்சுகிட்டேன்.

கமலா : உள்மனம் தான? அது சமயத்தில விவஸ்தை

	கெட்ட எண்ணங்களையும் அற்பக் காரணங்களையும் கூடத்தான் பிடிச்சுக்கிட்டு தொங்குது.
கௌரி	: அத நெனச்சுதான் நானும் ஆரம்பத்தில அதப் புறக்கணிக்க முயற்சி செய்தேன். ஆனா நடப்பு சங்கதிக அதத் தூண்டுற மாதிரி இருக்கே தவிர அதத் தணிக்கிற மாதிரி இல்ல.
கமலா	: அப்பிடி என்ன நடக்குது? வெளியில சொல்றியா? வீட்டுக்குள்ளே சொல்றியா?
கௌரி	: முக்கியமா வீட்ல.
கமலா	: வீட்லயா? அப்படி என்ன நடக்குது? (கௌரி பேசாமல் இருக்கவே) இல்லை உனக்கு அதிருப்தி இருக்க முடியாது.
கௌரி	: ஏன் அப்படி சொல்ற? ஏன் இருக்க முடியாது?
கமலா	: (வியப்புடன்) நீ என்ன சொல்றே கௌரி?

கௌரி பேசாமல் இருக்கிறாள்.

	வெளியில போயி எங்கயாவது இந்த மாதிரி தத்துபித்துனு ஒளறிவச்சுடாதே. என்னடா ஒரு பயில்வான் பொஞ்சாதி இப்பிடிப்பேசுறா, இவ சரியான இவளா இருப்பாப்போல இருக்கேனு நெனச்சுடப் போறாங்க.
கௌரி	: பயில்வா. சதை பலம் ஒண்ணுதான் நினைக்கிறியா?
கமலா	: (பின்னும் வியப்பாக, பக்கங்களில் பார்த்துவிட்டு மெதுவாக) நீ என்னா அவர னு சொல்றியா?
கௌரி	: இல்ல.

கமலா : பின்ன?

கமலா : ஆவா

கௌரி : (இல்லையென்று தலையாட்டி விட்டு) மெண்டலா, அவர் சக்தி, சிந்தனை, நேரம் எல்லாத்தையும் தன் ஃபீல்டுக்கே செலவழிச்சிருக்காது. அது இதுல அவர பூஜ்யமாக்கிடுச்சு.

கமலா : பூஜ்யமா?

கௌரி : செக்ஸ் ஒரு தேவையற்ற முறையில, அவருக்கா எப்பவாவது ஒரு மினிமத்ல உண்டு. ஆனா செக்ஸ் எந்தக் கலைக்கும் சளைக்காத ஒரு கலைங்கிற முறையில் அவரு பூஜ்யம்தான். நேத்து கசன் தேவயாணி நாடகத்தில ஒரு தோழி வந்தா ஞாபகமிருக்கா? அவளோட உருக்கமான நடிப்பக் கண்டு நாம விழுந்துவிழுந்து சிரிச்சோம். டைரக்டர் சொல்லிக் கொடுத்த வசனங்கள அவரு செய்து காட்டுன மாதிரியே சாவி கொடுத்த பொம்ம மாதிரி சொல்லிட்டு மற்ற பாத்திரங்க நடிக்கிறப்ப இவ பாட்டுக்கு செக்கு ஒலக்க மாதிரி நிப்பா. அவதான் இவரு. இவரோட டைரக்டர் பெண்ணுக்கும் உண்டுங்கறதே அவருக்கு பெரிய விஞ்ஞான செய்தி. அந்த மாதிரி ஒண்ணு ரெண்டு சொல்லிக் கொடுக்க ஆரம்பிச்சதும், என்னா ஒரு குடும்பப் பொண்ணு இப்படியெல்லாம் பேசுறே, சீச்சீனு சொல்லிட்டாரு. அவர் நெஞ்சுல பிரேம் போட்டு வச்சிருக்க பொன்மொழி ஒண்ணேஒண்ணுதான். புருசனுக்கு ஆசை உண்டாக்குறவ காச நோய்க்

கிருமி. அவருக்குத் தெரிஞ்ச இதிகாசமும் ஒண்ணுதான். அவரோட வாத்தியார் தன் மகன செருப்பால அடிச்ச நிகழ்ச்சி. நீ ஒரு குடும்பப் பொண்ணுனு பட்டம் கொடுத்துட்டாவே போதும் அவ தன்னோட இயற்கைத் தூண்டல் எல்லாத்துல இருந்தும் விடுபட்டுக்க முடியும்னு நெனக்கிற அப்பாவிகள்ள அவரும் ஒருத்தர். நாமதான் ஒரு மெகஸின்ல படிச்சோம். ஒரு பொண்ண திருப்தி படுத்த வேண்டியது ஆணோட முழுப் பொறுப்பு, அதுக்கு அவன் ஒரு ஆணா செயல்பட வேண்டியிருக்குனு. ஒரு நாளு நளினி வந்து, தான் அனுபவிச்சது என்னானு தெரியாமயே ஒங்கிட்ட விளக்கம் கேட்டா, நீதான் அது இன்ப வலிப்பு னு எல்லாம் விளக்கம் சொன்னே. உண்மையில நான் அவமேல பொறாம பட்டேன். கமலா.

கமலா : (அவளை ஆதங்கத்தோடு பார்த்து) ஓ,

சிலவிநாடிகள் கழிகின்றன.

கமலா : (மேடை வாயிலைப் பார்த்தபடி) அப்துல்கனி வர்றாரு. கூட புஷ்பாவும் வர்றாளே?

கௌரி : லைப்ரரிக்கி வர்றதா சொல்லிருந்தா. நடுவுல இவரப் பாத்துட்டு நம்மளதான் பாக்கப் போறேன்னு சொன்னதும் வர்றா போல இருக்கு.

மீண்டும் இருவரும் அரங்கு வாயிலைப் பார்க்கின்றனர். கௌரி முகத்தில் ஒரு சங்கடம் தெரிகிறது.

கௌரி : இப்ப அதப் பத்திப் பேசிட்டு அத... அவரப்

பாக்குறப்ப சங்கடமா இருக்கு.

கமலா : அது இயற்கை. (புன்னகைத்தபடி) எனக்கே எப்பிடியோ இருக்கு.

அப்துல்கனியும் புஷ்பாவும் உள்ளே வருகின்றனர்.

கமலா : ஹலோ

அப்துல்கனி/புஷ்பா : ஹலோ.

கௌரி தரையைப் பார்த்தபடி பேசாமல் இருக்கிறாள். அப்துல்கனியும் புஷ்பாவும் ஆளுக்கொரு நாற்காலியை இழுத்துப் போட்டுக் கொண்டு வசதியாக உட்காருகின்றனர்.

கமலா : ஏன் லேட்?

அப்துல்கனி : கிராமத்துக்குப் போயிட்டு மூணு மணிக்கெல்லாம் கௌம்பிட்டேன். ஆனா பாதி வழியில் பஸ் பிரேக் டவுன் ஆயிடுச்சு. வேற பஸ்ஸூம் கெடையாது. எப்பிடியோ ரெண்டு மணிநேரம் போராடி அதக் கொண்டு வந்து சேத்தாங்க. ஃபங்ஷன் எப்பிடியிருந்தது?

கமலா : ரொம்ப சுருக்கமாகவும் இருந்தது. மிஸஸ் ஸ்மித் நீங்க வரலையான்னு கேட்டாங்க.

அப்துல்கனி : அப்பிடியா? நான் டிரெயினுக்குப் போயி பாக்கணும். (கௌரியைப் பார்த்தபடி) அம்மையார் ஏன் ஒருமாதிரி இருக்காங்க? புரபஸரப் பிரியிற துக்கமா?

கௌரி : (அவனைப் பார்த்து வலிய புன்னகையை வரவழைத்துக் கொண்டு) இருக்கலாம்.

அ.கனி : ஏன் அசடு வழியிது?

கௌரியும் கமலாவும் ஒருவரையொருவர் பார்த்துக் கொண்டிருக்கின்றனர். பின் சிரிக்கின்றனர்.

எப்பிடி இருக்கு தெரியுமா?

கௌரி : எப்பிடி இருக்கு?

அ.கனி : நேத்து நாடகத்தில வந்தாள்ல தேவயானி யோட தோழி, அவமாதிரி இருக்கு.

நால்வரும் சிரிக்கின்றனர்.

புஷ்பா : நாமதான் அவ நடிப்பப் பாத்து சிரிச்சோம். அவளப்பத்தி எங்க அத்தான் என்னா சொன்னார்னு கேளுங்க.

அ.கனி : (கௌரியிடம்) என்ன சொன்னாரு?

கௌரி : தேவயானியா இவளப் போட்டிருக்கலாமாம்.

அ.கனி : அதுசரி, இந்தப் பொண்ணுதான அவளவிட செகப்பா இருக்கா.

சிரிக்கின்றனர்.

தேவயானியோட நடிப்ப இன்னம் என்னால மறக்க முடியல. உடல், முகம், குரல் இதுகளோட அவ ஆத்மாவும் சேந்து நடிச்ச மாதிரி இருந்தது.

கமலா : ஆத்மாவும் சேந்துன்னு எதச் சொல்றீங்க?

அ.கனி : ஏதோ முன்ன ஒரு தடவ அவளே இந்த மாதிரி பிரிவுனால பாதிக்கப்பட்ட மாதிரியும் இல்லேன்னா அப்பிடிப்பட்ட யாரையோ நேர்ல பாத்து மனம் அழுத மாதிரியும், அதுவே இந்த நேரத்தில மனசுல நின்னு உருக்குற மாதிரியும் உந்துற மாதிரியும்.

புஷ்பா : வசனங்களும் அப்பிடி. தாகூர்னா தாகூர்தான். மொழி பெயர்ப்பே இப்பிடி இருந்தா இன்னம் ஒரிஜினல் எப்பிடியிருக்குமோ?

கமலா : இதெல்லாம் சேந்துதான் ஒரு சுத்த கற்பனையான புராண பாத்திரத்த உண்மையான பாத்திரமா நம்ம கண்ணுக்குக் காட்டுது.

அ.கனி : நோ. நோ. முழுக்க நான் அப்பிடி நெனக்கல. ஜாதி இனம் அந்தஸ்து இப்பிடி வேறுபாடுகளால பிரிக்கப்பட்ட ஏதோ காதல் ஜோடியப் பாத்து மனம் வெதும்புன கவிஞன் தேவர் அசுரர் மேல்கீழ் உலகம், சஞ்சீவியின் வித்தை இதுகள குறியீடுகளா வச்சு எழுதுன ஒரு உண்மைக் கதைதான் இதுனு நான் நெனைக்கிறேன். அமராவதி, அப்பிகாபதி, லைலாமஜ்னு, இவங்க எல்லாம் அந்தந்த காலத்தில் இந்தக் கோடுகளுக்குப் பலியான உண்மையான காதலர்களோட கற்பனை பெயர்கள் தாங்கறது என் எண்ணம். அதுனாலதான் அநதப் பாத்திரங்கள்ள இன்னிக்கும் நாம ஜீவனப்பாக்க முடியுது. இந்த கசன் தேவயானி பிரிவு மனித சரித்திரத்தில வழிநெடுகத் தொடர்ந்து வந்திருக்கற ஒரு கொடுமை. அந்தக் கொடுமைகள் இன்னிக்கும் நடைமுறையில உண்டுங்கறதும் அத நாம வெறுக்கறதும்தான் அந்தப் பாத்திரங்களுக்கு வெற்றியத் தருது.

இந்த நாடகத்தில ஒருத்தன், கசன் தேவயானி, அம்பிகாபதி, அமராவதி, லைலா, மஜ்னு இவங்களதான் பாக்க முடியும்னு இல்ல. வேல்ஸ் இளவரசரையும் சிம்சனையும் கூடப் பாக்க முடியும். குருவோட மகள் ஒருத்தனுக்குச் சகோதரி அதுனால என் மகள

சிஷ்யனான கசனுக்குத் தர முடியாதுன்னு சொல்றாரே சுக்கிராச்சாரியார், அப்ப அங்க சுக்கிராச்சாரியார மட்டுமில்ல, எந்தக் காதலுக்காகக் கூடுதலா ஒரு சாம்ராஜ்யத்தையே கொடுத்திருக்கணுமோ அந்த அற்புதக் காதலுக்காக ஒரு சாம்ராஜ்யத்தையே பிடுங்கிக் கிட்டு விட்டானே பிரதம மந்திரி பால்ட்வின் அந்த ராஸ்கலையும் அங்க பாக்க முடியும்.

புஷ்பா : அம்மாடி, இவ்ளவும் ஒங்களுக்குத் நேத்து நாடகம் பாத்ததுமா உண்டாச்சு?

கமலா : (பேசத் தொடங்கு முன் ஒரு குறும்புப் புன்னகையை இழையோட விட்டுவிட்டு) சரி கனி, இப்ப எனக்கொரு சந்தேகம்.

அ.கனி : என்ன?

கமலா : இந்தக் கதைகள்ள இவ்வளவு உயிர் இருக்கறதுக்குக் காரணம் அதுகள்ள நிதர்ஸனம் இருக்கறதும், சில நிகழ்ச்சிகளைப் பாத்துக் கவிஞர்கள் மனம் நொந்ததுதான்னும் சொன்னீங்க. இப்ப ஒங்க விமர்சனத்திலயும்தான் உயிர் இருந்தது. ஒங்க பேச்சுலயும்தான் மன வேதனையும் வேகமும் தெரிஞ்சது. நீங்க எந்தக் காதலர்கள் பிரிவப் பாத்தீங்க? இல்ல, ஒங்களுக்குத்தான் ஏதாவது ஆச்சா?

அப்துல் கனி சட்டென்று திகைக்கிறான். கௌரி ஒருமுறை அவனை ஏறிட்டுப் பார்க்கிறாள். அவள் சில விநாடி மௌனமாக இருக்கிறாள்.

அ. கனி : உண்மதான். இந்த மேல எனக்கேன் இவ்வளவு

	கோபம்னு எனக்கே தெரியல.
கமலா	: ஆ இல்லாம ஆ ஏதாச்சம் இருக்குமோ?
அ.கனி	: ம். (அவன் தன்னையறியாமல் சிந்தனை வசப்படுகிறான்)
கமலா	: நோ நோ. லீவ் இட். சும்மா ஜோக்குக்கு சொன்னேன். (கௌரியிடம்) போகலாமா?
கௌரி	: ம்.

நால்வரும் எழுகின்றனர்.

திரை

காட்சி 5

2 வது காட்சி நடந்த அதே மாடி வராண்டா. கிட்டத்தட்ட எல்லோருமே அதே பாத்திரங்கள். மீண்டும் ஒரு விருந்து நடந்திருக்க வேண்டும் என்று தோன்றும் அமைப்பு.

பாலு வெற்றிலையை எடுத்துக் கொண்டு முன்னால் வருகிறான். அங்கே முதல் மேஜையில் உட்கார்ந்திருக்கும் வேணுவின் முன்பு வெற்றிலையை வைத்துவிட்டு பாக்குப் பொட்டலத்தை உடைத்து வாயில் போடுகிறான். பின் வெற்றிலையில் சுண்ணாம்பு தடவி ஒவ்வொன்றாகப் போட ஆரம்பிக்கிறான்.

பாலு	: டிபன் நல்லா இருந்தது இல்ல?
வேணு	: குக்கர் யாராம்?
பாலு	: யாரோ புதுசுன்னு சொன்னாங்க. செட்டி நாட்டுப் பக்கம் போல இருக்கு.

வேணு : செட்டி நாடா? அப்ப இருக்கும். விருந்துக்குப் பொறந்ததே அதுதான். நீ எப்பவாச்சும் அங்க விருந்து சாப்புட்டு இருக்கியா?

பாலு : ம். ஒரு தடவ சாப்டிருக்கேன். நான் புதுக்கோட்டையில படிச்சுக்கிட்டு இருந்தப்ப என்கூட நடராஜன்னு ஒரு செட்டியார் பையன் படிச்சான். அவன் ஊரு அரிமளம். இண்டர் படிச்சுக்கிட்டு இருக்கப்பவே அவனுக்குக் கல்யாணம் செய்தாங்க. அப்பப்போனேன். விருந்து பயங்கரம்தான். இவ்வளவுக்கும் அவுங்க ஒண்ணும் பெரிய இடமில்ல. அவங்களே அப்பிடி செய்தாங்க. அதப் பாத்துட்டுதான் இன்னம் கோடீஸ்வரன் வீட்டுக் கல்யாணமெல்லாம் எப்பிடியிருக்குமோன்னு நெனைச்சுக்கிட்டேன்.

வேணு : மொதல்ல எலையப் பாத்தே நாம அசந்து போயிடணும். ஒரு எலைய ரெண்டு மூணா வெட்டிப் போடுற சமாச்சாரமே அங்கக் கெடையாது. எல்லாமே முழு முழு தாட்டு எலதான். அத எங்க இருந்துதான் கொண்டாருவாங்களோ. எல்லாம் அஞ்சடி நீளம் மூணடி அகலம் இருக்கும். எங்கூட கிருஸ்ட்ராஜ்னு ஒரு பையன் வந்திருந்தான். அவன் ஆளு கொஞ்சம் குள்ளம். அவன் எல ஓரத்தில் இருந்த அயிட்டங்கள எட்டி எட்டி எடுக்க வேண்டியதாப் போச்சு. அயிட்டங்களும்... பலகாரத்திலேயே ஒரு இருவது அயிட்டம் இருக்கும்.

இவர்கள் பேசிக் கொண்டிருப்பதைக் கேட்டுக் கொண்டே கஸ்தூரிராஜ் அங்கே வருகிறான்.

கஸ்தூரி ராஜ் : செட்டி நாட்லதான? அங்கக் குடுக்கிற தேங்காப்பழப்பையே அஞ்சு ரூபா பெறுமே சார். அதுவும் ரொம்ப வேண்டிய சொந்தக்காரங்களுக்கு எப்படி தெரியுமா?

அப்போது வெளியே ஏதோ பெரிதாக அரவம் கேட்கவே இவர்கள் எல்லோரும் திரும்பிப் பார்க்கின்றனர்.

சின்ராஜ் : என்ன அது?

வேணு : ஜனங்க ஓடியார சத்தமாட்டமில்ல இருக்கு.

பாலு : போலீஸ் ஏதும் வெரட்டுதோ? இன்னிக்கு ஊர்வலம் ஏதாச்சும் இருந்துதா?

சின்ராஜ் : அப்பிடி ஒண்ணும் இருந்த மாதிரித் தெரியலையே?

அவர்கள் எல்லோரும் மாடிக் கைப்பிடி சுவர் அருகில் வந்து கீழே பார்க்கின்றனர்.

பாலு : ஆமா. பத்து இருவது பேரு ஓடியாரங்களே?

பின்னணியில் சில ஒலிகள் தெளிவற்று குழப்பமாகக் கேட்கின்றன,

ஒலிகள் : வெரட்டு! விடாத வெட்டு!

பாக்கிஸ்தான் ஜிந்தாபாத்!

காபிர் முர்தாபாத்!

சின்ராஜ் : அங்க பாருங்க. இவங்கள அவங்க வெரட்டிக்கிட்டு வர்றாங்க.

அந்த சத்தங்கள் அதிகப்படுகின்றன.

கௌரி : என்ன இது? இந்து முஸ்லீம் கலவரமா?

பாலு : அப்பிடித்தான் தெரியுது.

அவர்கள் அனைவரும் விக்கித்துப் போகின்றனர்.

ஒலிகள் மெல்ல அதிகப்பட்டு உச்சமடைந்து பின் வளர்ந்த கதியிலேயே தேய்கின்றன.

கமலா : வடநாட்லதான் அடிக்கடி நடக்குறதா கேள்விப்படுறோம். இங்கயும் வந்துடுச்சே.

பாலு : நம்ம டவுன்லயும் வரும்னு நான் நெனக்கல.

ராமதாஸ் : அதெல்லாம் நாங்க எதிர்பார்த்ததுதான். இவனுக பள்ளிவாசலுக்குப் பள்ளிவாச, கத்தி கடப்பாவச் சேத்து வச்சுக்கிட்டு கூட்டம் போட்டுக்கிட்டு இருந்தது எல்லாம் எங்களுக்குத் தெரிஞ்சுதான் இருந்தது. (சட்டென்று அப்துல்கனியின் இருப்பை உணர்ந்து) சாரி கனி, நான் மத வெறியர்களைச் சொன்னேன்.

கனியின் முகத்தில் சலனமில்லை. திரும்பவும் முதல் திசையிலேயே வேறு மாதிரி ஒலிகள் கேட்கின்றன. இவர்கள் கவனிக்கிறார்கள்.

ஒலிகள் : துலுக்கப் பசங்களக் கண்ட மாத்திரத்தில வெட்டு! பாக்கிஸ்தானத்தக் குடுக்காதே! மாகத்மா காந்திஜிக்கி ஜே!

பாலு : இது இந்துக்கள் மாதிரி இருக்கு.

நளினி : அதுதான் சரி.

கௌரி சங்கடத்தோடு அப்துல்கனியின் முகத்தைப் பார்க்கிறாள்.

சத்தம் மிக உயர்ந்து பின் குறைகிறது.

சின்ராஜ் : அங்க பாருங்க, அந்தக் கூட்டம் இவங்களப் பாத்து ஓடியாருது.

வேணு : இவங்களும் அவங்களப் பாத்து ஓடுறாங்க.

ஒரு சிறிய போர்க்களம் போன்ற ஒலி தூரம் என்பதால் மங்கலாகக் கேட்கிறது. இவர்கள் கைப்பிடிச்சுவரில் சாய்ந்து கூடுமானவரை எட்டி அந்தக் காட்சியை பீதியோடு பார்க்கின்றனர்.

ராமதாஸ் : ஒருத்தர ஒருத்தர் வெட்டிக்கிறாங்க.

வேணு : சார், ஒருத்தனக் குத்திட்டான் போல இருக்கு. அங்க பாருங்க அவன் அப்பிடியே கீழே சாய்றான்.

கமலாவும் சரஸ்வதியும் அந்தக் காட்சியைக் காண மாட்டாதவர்களாக உள்ளே போய்விடுகின்றனர்.

பாலு : போலீசுக்கு போன் செய்யலாமா?

கௌரி : ஆமா பாலு. ரொம்ப மோசமாறதுக்குள்ள அவங்க வரட்டும்.

பாலு விரைகிறான். அதற்குள் ஒரு வேன் விரைந்து வரும் ஒலி கேட்கிறது.

சின்ராஜ் : போலீஸ் வேனாட்டம் இருக்கு.

வேணு : ஆமா, அதே தான். பாலு வேண்டாம் வா, போலீஸ் வந்துடுச்சு.

வேன் கடந்து போகும் ஒலி கேட்கிறது.

வெடிச்சத்தம் கேட்கிறது.

ராஜப்பா : என்னா சுடுறாங்களா?

பாலு : தெரியல. பயமுறுத்துறதுக்காகவும் வானத்தப் பாத்துச் சுடுவாங்க.

வேணு : வேன்லயும் நாப்பது ஐம்பது பேரு இருப்பாங்க போல இருக்கே. தொப தொபன்னு குதிக்கிறாங்க.

பாலு : அம்மாடி. என்னா அடி! லத்தி பட்டவன்

மண்ட பொளந்துடும்.

சின்ராஜ் : சண்ட நடந்த எடத்துலயும் ஒரு அஞ்சாறு பேருனாலும் கெடப்பான் போல இருக்கே?

இதற்குள் ராமதாஸின் பார்வை மாடியின் கீழே செல்கிறது

ராமதாஸ் : (பயமும் படபடப்புமாக) அங்க பாருங்க, யாரோ ரெண்டு பேரு நம்ம காம்பவுண்ட் கேட்ல ஏறிக் குதிக்கிறாங்க.

எல்லோர் பார்வையும் இங்கே திரும்பி விடுகிறது.

உள்ளே வர்றாங்க.

கஸ்தூரி ராஜ் : மிஸ்டர் ராஜப்பா, வாங்க யாருன்னு போய்ப் பார்ப்போம்.

கௌரி : பொறுங்க, அவங்க வெளிச்சத்துக்கு வரட்டும். நம்ம வேலக்காரங்க சாயலாவும் இருக்கு.

நான்கு விநாடிகள் கழிகின்றன.

கௌரி : (கீழே பார்த்து) வீராசாமி.

கீழிருந்து குரல் : அம்மா.

கௌரி : என்ன இது? கூட யாரு?

குரல் : (படப்படப்போடு) கூட சின்னப்பன்தாம்மா. இந்தா வர்றேன்.

இவர்கள் காத்திருக்கிறார்கள். சிறிதுநேரத்தில் வீராச்சாமியும் சின்னப்பனும் அரங்கில் வருகின்றனர். அவர்களுக்கு மூச்சு வாங்குகிறது. உடைகள் கலைந்து கசங்கி வியர்த்து நனைந்திருக்கிறது.

கௌரி : என்னா வீராசாமி, என்னா இப்பிடி வர்றீங்க?

வீராச்சாமி : டவுனுக்குள்ள இந்து முஸ்லிம் கலாட்டாம்மா. ஊரே பத்திக்கிட்டு எரியுது.

ஜெயந்தன்

கௌரி : ஏன், என்ன காரணம்?

வீராச்சாமி : ஐங்சனுக்குப் பக்கத்துல ஒரு துலுக்க டெய்லர் இருந்திருக்கான். அவன்கிட்ட நம்ம பொண்ணு ஒருத்தி ஜாக்கெட் (தை)தக்கக் குடுத்திருக்கா. அவ புதூரு போல இருக்கு. டெய்லரும் அந்த ஊர்தானாம். அவள வேணுமின்னே, இந்தா தச்சுத் தர்றேன் அந்தாத் தச்சுத் தந்துடுறேன்னு நிறுத்தி வச்சு கடைசியில இருட்டுற நேரத்துல தந்திருக்கான். அவ ரயில் ரோட்டு வழியா நடந்து போயி வனஸ்பதி பள்ளத்துல எறங்குறப்ப அவனும் ரெண்டு பசங்களும் சேந்து வழிமறிச்சு கெடுக்கப் பாத்திருக்கானுங்க. நல்லவேளையா அந்தப் பக்கம் வந்த நம்ம ஆளுக நாலஞ்சு பேரு பாத்துட்டு அவனுகளப் புடுச்சி ஒதச்சிருக்காங்க. கொஞ்ச நேரத்தில என்னடான்னா அவனுக ஆளுக பத்து முப்பது பேரு கூட்டிட்டு வந்து எங்கப் பசங்கள எப்பிடிடா அடிக்கப் போச்சுன்னு சண்டைக்கி வந்தானுங்களாம். எப்பிடி இருக்கு? திமுறப் பாத்தீங்களா? அப்புறம் இவங்க விடுவாங்களா? இவங்களும் பத்து நூறு பேரு கூடிக்கிட்டு வந்து பாருங்கடான்னு சொல்லியிருக்காங்க. அவ்வளவுதான், கலாட்டா ஆயிடுச்சு.

அவன்பேசிக் கொண்டிருக்கும்போதே ராஜப்பாவின் அம்மா தேவகியம்மாள் அங்கே வந்து நின்றிருக்கிறாள். அவன் சின்னப்பனின் நெற்றியைக் கூர்ந்து பார்க்கிறாள்.

தேவகியம்மாள் : என்னடா இது, மண்டையில பெரிசா பொடச்சிருக்கு?

சின்னப்பன் : ஒருத்தன் தடியால அடிச்சுட்டாம்மா.

தேவகியம்மாள் : ஏன் அவனுக கண்ணுல படாம ஒதுங்கி வந்துட முடியலியா?

சின்னப்பன் : கண்ணுல படாமயா? நாங்களே ஒரு துலுக்கன் கடையில பூந்து அடிச்சம்மா. அவனுக நம்ம ஆளுகளப் போட்டு நொறுக்குறாங்கன்னு கேள்விப்பட்டும் நாம சும்மா இருக்க முடியுமா? போலீஸ் வந்ததும்தான் ஓடியாந்துட்டோம். அதுல ஒரு போலீஸ்காரன், பாத்தா நம் ஆளுதான். சந்தனப் பொட்டு வச்சிருந்தான். அவனே எங்கள நம்ம தெரு முக்கு வரையில வெரட்டிக்கிட்டு வந்துட்டான், நாய்ப் பய.

தேவகியம்மாள் : ஆமா, இப்பிடியே ஒவ்வொருத்தனும் சொல்லி அடிச்சுக்கிட்டா கடைசியில எல்லோரும் சாக வேண்டியதுதான்.

வீராசாமி : ஒங்களுக்கு விவரம் தெரியாதும்மா. அவனுக என்னென்னா செய்றானுங்கன்னு தெரிஞ்சா நீங்க இப்படிப் பேச மாட்டீங்க. காஜியார் தெருவுல நம்மப் பொண்ணு ஒண்ண என்னா செய்துட்டானுக தெரியுமா? ஒங்கக்கிட்ட சொல்லக்கூடாது, கத்திய வச்சு மார அறுத்துட்டானுக.

இதைக் கேட்டு கௌரி, கனி இருவரைத் தவிர மற்றவர்கள் மிக உணர்ச்சி வசப்படுகின்றனர்.

ராமதாஸ் : அப்புறம்?

வீசாச்சாமி : அப்பறம் என்னா? நம்ம ஆளுக சும்மா விடுவாங்களா? இவங்களும் அவனுக வீடுகள்ள பூந்து அடிச்சு, அவனுக

துணிமணிகள எல்லாம் உருவிக்கிட்டு ரோட்ல வெரட்டி விட்டுட்டாங்க.

அப்துல்கனியின் கண்கள் துணுக்குறுகின்றன.

ராமதாஸ் : அதுதான் சரி.

சின்னப்பன் : இவனுக நூத்துக்கு மூணுபேரு இருந்துக்கிட்டு இவ்வளவு திமுறு பண்ணுனா நமக்கு எவ்வளவு இருக்கும்?

கௌரி : இதெல்லாம் உண்மை தாங்கறதுக்கு என்னா ஆதாரம்? வெறும் கட்டுக் கதையாகக்கூட இருக்கலாம் இல்லியா? இத நம்பிக்கிட்டு சண்டைக்கிப் போறதா?

வீராச்சாமி : இது கட்டுக்கதையா இருக்கலாம்னு அவனுகளும் நெனைக்கலாம் இல்லியா? நாம மட்டும் நெனைக்கணும்னு நாம என்ன பைத்தியக்காரங்களா?

கௌரி திகைக்கிறாள். கீழே காரின் ஹார்ன் சத்தம் கேட்கிறது.

தேவகியம்மாள் : நம்ம காருதான். தம்பிதான் வந்திருக்கும். ஓடி, கேட்டத் தெறந்து விடுங்க.

வீராசாமி விரைகிறான். இவர்கள் கீழே பார்க்கின்றனர். சிறிது நேரத்தில் கௌரியின் தந்தை நல்லப்பா அரங்கில் வருகிறார்.

நல்லப்பா : (வந்ததும் இவர்களைப் பார்த்து) ஓ, நீங்க எல்லாரும் இங்கதான் இருக்கறீங்களா? ஊரே கலாட்டாவா இருக்கே, எப்பிடிப் போகப்போறீங்க? (அப்துல்கனியைப் பார்த்து) அடடே, நீயும் இங்க அம்புட்டுகிட்டியா?

அப்போதுதான் வீராச்சாமியும் சின்னப்பனும் அப்துல் கனி அங்கிருப்பதைப் பார்க்கின்றனர்.

கௌரி : கலவரத்துக்கு என்னா காரணமாம் அப்பா?

நல்லப்பா : என்ன காரணம்? முட்டாள்தனம் தான் காரணம். புதூர்ப் பக்கம் யாரோ முஸ்லீம் பொண்ணு காட்டுப் பக்கம் சுள்ளி பொறுக்கப் போயிருக்கா. அத நாலு இந்துப் பசங்க சேந்து கிட்டு கெடுக்கப் பாத்தானுகளாம். இந்த மாதிரி அயோக்கியப் பசங்க எந்த மதத்திலதான் இல்ல? அவனுகளப் பிடிச்சு ஆளுக்கு நாளு தட்டு தட்டாம, மதத்த இழுத்து விட்டுட்டானுங்க, எங்க மதத்துப் பொண்ண நீ எப்பிடிடா கை வைக்கலாம்னு ஒரு கோஷ்டி. எங்க பசங்கள நீங்க எப்பிடிடா சொல்லப் போச்சுன்னு ஒரு கோஷ்டி. அவ்வளவுதான். நெருப்புப் பத்திக்கிச்சு.

கௌரி : இங்க வீராச்சாமி கொண்டாந்த க(தை)த வேறயா இருந்துச்சு அப்பா. அவன், ஒரு இந்துப் பொண்ண முஸ்லீம் பையனுக கெடுக்கப் போனதாச் சொன்னான்.

நல்லப்பா : அப்பிடியா? எல்லாம் எது வேணுன்னாலும் சொல்வானுக. விடியறதுக்குள்ள நூறு க(தை)த வந்துடும். சரி, இவங்க ரொம்பப் பக்கமா இருக்கவங்க வேண்ணா போகட்டும். தூரமா இருக்கவங்க தங்கிட்டுக் காலையில போகட்டும். இப்பப் போக வேணாம். (அப்துல்கனியைப் பார்த்து) நீ போக வேணாம் கனி. காஜாமாலைப் பக்கம் நெலம ரொம்ப மோசமா இருக்கிறதாக் கேள்விப்பட்டேன்.

அ.கனி : நான் போறேன் கௌரி.

கௌரி / நல்லப்பா : ஏன்?

அ.கனி : (ஒரு உள் காரணப் பிடிவாதத்துடன்) ஆமா.

கௌரி : ஏன் கனி?

அவன் கீழே பார்த்தபடி பேசாமல் இருக்கிறான்.

சொல்லு ஏன்?

அ. கனி : யாருக்கோ பயந்துகிட்டு இங்க தங்கிடறது எனக்குக் கோழைத்தனமாக படுது.

கௌரி : (சற்று கோபமாக) பேசாம இரு. ஒரு கோழைத்தனமான கூட்டம் பத்து அம்பது பேரா கூடிக்கிட்ட தைரியத்துல வெறியாட்டம் போட்டா, அதுக்கிட்ட போயி தனியா அகப்பட்டுக்கிட்டு நான் வீரன்னு சொல்லி அடிவாங்குறதில என்னா வீரமோ புத்திசாலித்தனமோ இருக்கு?

நல்லப்பா : ஆமா கனி. நீ இங்க தங்கிடுறத வீட்டுக்கு வேண்னா போன் போட்டுச் சொல்லிடுவோம்.

அப்துல்கனி பேசாமல் இருக்கிறான்.

கௌரி : ஆமா, நாம ஃபோன் போடுவோம் அப்பா.

அவர்கள் ஃபோன் செய்ய அரங்கின் இடது வழியாக உள்ளே போகின்றனர். கூடவே வீராச்சாமி சின்னப்பன் தவிர, மற்றவர்கள் எல்லோரும் போகின்றனர். இவர்கள் அரங்கின் இடது கோடியில் நிற்கின்றனர்.

உள்ளிருந்து நல்லப்பா குரல் : ஹலோ, எக்சேஜ்சுங்களா? ரெண்டு ஏழுக்கு கனெக்ஷன் வேணும்... ஆமா.

வீ.சாமி : நான் ரொம்ப நேரம் இந்த அப்துல் கனிய கவனிக்கவே இல்ல.

சின்னப்பன் : (அலட்சியமாக) அதுனால என்னா?

வீ.சாமி : அதுக்கில்ல. என்னா இருந்தாலும் இவ்வளவு

நாளு பழகிட்டு... கொஞ்சம் சங்கடமாத்தான் இருக்கு.

சின்னப்பன் : அதுக்கென்னா செய்யறது? சாயந்தரம் இப்றாகீம் சாயா கொண்ணாந்து வச்சப்ப அவன்கூட சிரிச்சு சிரிச்சுதான் பேசிக்கிட்டு இருந்தோம். ஒனக்கு மகன் பொறந்து இருக்கறதுக்கு என்னா செய்யப் போறேன்னு கேட்டதுக்கு அவன் மார்க் கல்யாணத்துக்கு ஒனக்கு பிரியாணி போடுறேன் மாமான்னு சொன்னான். அப்பறம் ரெண்டு மணிநேரம் கழிச்சா நாம அவன் க(டை)ட வாசல்ல கல்லு கட்டைகள வச்சுக்கிட்டு நிக்கிறோம். அவன் உள்ள கொதிக்கிற எண்ணெ ஜக்க கையில வச்சுக்கிட்டு நிக்கறான்.

வீ.சாமி : இருந்தாலும் இவன் அப்துல்கனி ரொம்ப நல்ல பையன்.

சின்னப்பன் : இப்ப என்னா, நாம இவனக் குறிச்சா சொன்னோம்? இல்ல இவன் வீட்டுக்காரங்களக் குறிச்சு திட்டுனமா? போர்க்களத்துல ஒப்பாரியான்னு நம்ம ஆத்திரத்தில நாம பொதுவாப் பேசுனோம்.

உள்ளிருந்து நல்லப்பா குரல் : ஹலோ... யாரு பாய்ங்களா? நான் தான் நல்லப்பா பேசுறேன்... ஆமா... சௌக்கியம் தான?... அந்தப்பக்கம் கலாட்டா எல்லாம் எப்படியிருக்கு? .... ரொம்பப் பதட்டமாதான் இருக்கா? ... அப்பிடியா? ... அப்துல்கனியா?... இங்கதான் இருக்கு, அதுக்குதான் போன் போட்டதே ... ம் ... காலையில வரச்சொல்றேன் ... அனுப்பல, அனுப்பல. நல்லது ... போன வச்சுடவா ...

நல்லது.

அவர்கள் எல்லோரும் பழையபடி அரங்கில் வருகின்றனர்.

நல்லப்பா : (வந்து கொண்டே) காலையிலதான் எல்லாரும் இதப்பத்தி தமாஷா பேசிக்கிட்டு இருந்தோம். கல்கத்தாவுல இந்து முஸ்லீம் கலாட்டான்னு பேப்பர்ல படிச்சதும் ஒருத்தர் சொன்னாரு, நீங்க பயப்பட வேண்டியதில்ல, ஒங்கக் கடை இந்து முஸ்லிம் ரெண்டு பேரும் சேந்து நடத்துறதுனால ரெண்டு பேரும் அடிக்கமாட்டாங்கன்னு. (அப்துல் கனியிடம்) உங்க அத்தாதான், அவனவன் பங்குக்கு ரெண்டு பேரும் பூந்து அடிச்சா என்னா செய்றதுன்னு சொல்லின் சிரிச்சாரு. சாயந்திரமே இப்படியாயிடுச்சு.

அப்போது பின்னணியில் விரைந்து செல்லும் ஒரு போலீஸ் வேனின் அறிவிப்புக் கேட்கிறது.

அறிவிப்பு : ... பிரிவின்படி யாரும் விடியும் வரை வெளியே நடமாடக் கூடாது. மீறி வருபவர்கள் கண்ணில் பட்ட மாத்திரத்திலேயே சுடப்படு...

கஸ்தூரி ராஜ்: ஊரடங்கு சட்டம்

வந்திருந்தவர்கள் ஒருவரையொருவர் பார்த்துக் கொள்கின்றனர்.

நல்லப்பா : சரி, இப்ப என்னா, எல்லாரும் ராத்திரி இங்கேயே தங்கிட்டு காலையில போங்க. நீ சாப்பாட்டுக்கு ஏற்பாடு செய் கௌரி.

கௌரி : சரிங்க அப்பா.

தேவகியம்மாள் : கடைக்கி ஒண்ணுமில்லையே?

நல்லப்பா : அதெல்லாம் ஒண்ணுமில்ல அக்கா. கலாட்டான்னு கேட்டதுமே பூட்டிட்டோம்.

(எல்லோரிடமும் பொதுவாக) இருங்க. காலையில பாப்போம் (போகிறார்).

இவர்களில் சிலர் மீண்டும் இருக்கைகளில் உட்காரத் தொடங்குகின்றனர். அரங்கில் ஒளி மெதுவாகக் குறைந்து இருளாகி மீண்டும் அதிகரித்து முழுமை அடைகிறது. இப்போது அங்கே கௌரி, கமலா, அப்துல்கனி மூவர் மட்டுமே உள்ளனர். அவர்கள் பேசுவதற்கு வசதியாக நாற்காலிகளைப் பக்கத்தில் இழுத்துப் போட்டிருக்கின்றனர்.

அ.கனி : என்னால நம்ப முடியல. பத்து நிமிஷத்துக்கு முந்தி என் கவிதைக்கி கை தட்டிக்கிட்டு இருந்தவங்க ஒரு கலவரம்னு சொன்னவுடனேயே எப்படி நிர்தாட்சண்யமா ஒரு நிமிஷத்தில ஒதுக்கிட்டாங்க!

கௌரி : ரொம்ப வருத்தப்படுறேன் கனி. ஆனா அவங்க அறியாதவங்க. மறந்துடு.

அ.கனி : நோ நோ. நான் சிந்திக்கத்தான் செய்றேன். கோபப் படல. அவங்க அறியாதவங்கதான். இன்னம் பண்படல. ஏன், நானே முழுமையா இல்லியே. எனக்கே ஒரு கசப்பான அனுபவம் ஆச்சே.

கௌரி : எதச் சொல்றே?

அ.கனி : இந்துப் பெண்கள முஸ்லீம்க அவமானப் படுத்துனாங்கன்னு கேட்டப்ப நான் வருத்தம்தான் பட்டேன். ஆனா முஸ்லீம் பெண்கள் அவமானப்படுத்தப் பட்டாங்கன்னு கேட்டப்ப நெஞ்சுல அடிவாங்குன மாதிரி இருந்தது. அதுக்காக உடனே நான் வெக்கப் பட்டேன். ஆனா நான் கவனிச்சேன். ஒங்கிட்ட அந்த வித்தியாசம் இல்ல.

கௌரி : அப்ப நான் வேற ஒண்ண நெனச்சுக்கிட்டு இருந்தேன். இந்த மாதிரி சந்தர்ப்பங்கள்ள அவமானப் படுத்துற ஒரு வசதிக்காகவே பெண்கள மானமுள்ள ஒரு பொருளா ஆண்கள் ஆக்கி வச்சிருக்காங்களோன்னு.

அ. கனி : ஓ... (அவன் தலைகுனிந்து கொள்கிறான்).

கமலா : (கைக் கடிகாரத்தைப் பார்த்து) மணியும் பதினொன்னு ஆகுது. அவங்கெல்லாம் படுத்துட்டாங்க. நாமளும் போகலாமே.

கௌரி : ம்.

கௌரி எழுந்திருக்கவே கமலாவும் எழுந்திருக்கிறாள்.

அ. கனி : நீங்க போங்க. நான் கொஞ்ச நேரம் இருந்துட்டுப் போறேன்.

கௌரியும் கமலாவும் புறப்பட்டு அரங்கின் இடது வாயில் வழியாகச் செல்கின்றனர்.

திரை

காட்சி 5 ஆ

கௌரியின் படுக்கையறை. விடிவிளக்கின் ஒளி மட்டுமிருக்கிறது. கட்டிலில் ராஜப்பாவும் கௌரியும் படுத்திருக்கின்றனர். பின்னணியில் குழப்பமான ஒலிகள் மிக மெதுவாகக் கேட்கின்றன. கௌரி புரண்டு படுக்கிறாள். ஒலிகள் சற்று அதிகப்படுகின்றன.

ஒலிகள் : பாகிஸ்தான் ஜிந்தாபாத்!

காபிர் முரிதா பாத்!

....

> துலுக்கனக் கண்டா வெட்டு!
> பாகிஸ்தானக் கெடுக்காதே!
> ... ...
> ஐயோ அம்மா.
> அல்லா.

கௌரி பழையபடி புரண்டு படுக்கிறாள்.

> நம்ம ஆளுகள நொறுக்குறாங்கன்னு கேள்விப்பட்டும் நாம சும்மா இருக்க முடியுமா? நாங்களும் பூந்து அடிச்சோம். பாக்கிஸ்தான் ஜிந்தாபாத்!
>
> காஜியார் தெருவுல நம்ம பொண்ணு ஒண்ண ... காபிர் முர்தாபாத்.

கௌரி மெதுவாக எழுந்து உட்காருகிறாள். தூக்கம் கெட்டுப்போன சங்கடம் அவள் முகத்தில் தெரிகிறது. நிமிர்ந்து சுவர் கடிகாரத்தைப் பார்க்கிறாள். கணவனை ஒருமுறை பார்க்கிறாள். எழுந்துபோய் தண்ணீர் குடிக்கிறாள். பின் ஜன்னல் அருகில் போய் நிற்கிறாள்.

> ராஜப்பா திடீரென்று குறட்டை விடுகிறான். இவள் திரும்பிப் பார்த்துவிட்டு மெதுவாக வந்து அவன் தோள்பட்டையில் ஒரு விரலை மெதுவாக வைத்து அழுத்துகிறாள். குறட்டை நின்று போகிறது. அவனை சில விநாடிகள் பார்த்துக் கொண்டு நிற்கிறாள். பின்னணியில் அவள் குரலே கேட்கிறது.

அவள் குரல் : தூக்கம் வர ஒரு வழிதான் இருக்கு.

> அவள் புன்னகை செய்து கொள்கிறாள். படுக்கையில் மெதுவாக உட்கார்ந்து பின்

ராஜப்பாவின் நெஞ்சில் தலை வைக்கிறாள். ராஜப்பா கண் விழிக்கிறான். இவள் தலைதூக்கி அவனைப் பார்க்கிறாள். அவன் சில விநாடிகள் நிதானித்து விட்டு புன்னகை செய்கிறான். இவளும் பதிலுக்கு பெரிதாக புன்னகை செய்கிறாள்.

ராஜப்பா : கரூர் பயில்வானோட கோதாவுக்கு இன்னம் ரெண்டு நாளுதான் இருக்கிறது மறந்துட்டியா?

கௌரி : (மிக நுண்ணிய முக மாற்றங்களுடன்) ஆமா மறந்துட்டேன்.

அவள் அப்படியே படுக்கையில் சரிகிறாள். சில விநாடிகள் அப்படியே கிடக்கிறாள். பின் எழுந்து சென்று மீண்டும் தண்ணீர் குடிக்கிறாள். திரும்பி வரும்போது ஏதேச்சையாகக் கண்ணாடியைப் பார்ப்பவள் சட்டென்று பார்வையைத் திருப்பிக் கொள்கிறாள். சிறிது நேர சிந்தனைக்குப்பின் ஒரு துண்டை எடுத்துக் கொண்டு அரங்கின் வாயிலை நோக்கி வருகிறாள். அவள் வாயிலுக்கு வரும்போது ராஜப்பா பழையபடி குறட்டை விடுகிறான். இவள் திரும்பி அவனைப் பார்க்கிறாள். ஒரு விநாடி அதை நிறுத்தலாமா என்று யோசிப்பது போல் நின்றுவிட்டு ஆனால் அங்கே போகாமல் வெளியேறுகிறாள்.

திரை

காட்சி 5 இ

ஆ, நடந்த அதே மாடி வராண்டா. விளக்குகள் அணைக்கப்பட்டு தெரு விளக்கு ஒளி விழுகிறது என்ற அளவில் மட்டும் வெளிச்சம் இருக்கிறது. அப்துல்கனி கைப்பிடிச் சுவரில் உட்கார்ந்து தலைகுனிந்தபடி இருக்கிறான். கௌரி தோளில் துண்டைப் போட்டபடி மெதுவாக நடந்து வருகிறாள். வந்தவள் நின்று அவனைப் பார்க்கிறாள். இருட்டில் அது யாரென்று நிதானிப்பது தெரிகிறது. பின் சில அடிகள் முன்னால் வந்து பார்க்கிறாள்.

அவனைத் தெரிந்து கொண்டவளாக அருகில் வருகிறாள். அப்துல்கனி இன்னும் தலை நிமிராமலே இருக்கிறான்.

கௌரி : கனி.

அவன் நிமிர்ந்து பார்க்கிறான். ஆனால் பேச்சில்லை. இருவரும் ஒருவர் முகத்தை ஒருவர் பார்த்துக் கொள்வது தெரிகிறது. இந்த நிலை சில விநாடிகள் நீடிக்கிறது.

கௌரி : (திரண்ட உணர்ச்சியோடு) கனி.

அ. கனி : (சிந்தனையிலிருந்து விழித்தவனாக) ம். (எழுந்து நின்று) கௌரி.

கௌரி : தூக்கம் வரலையா கனி.

அ. கனி : இந்த மனுஷங்க ஏன் இப்பிடி இருக்காங்க கௌரி.

கௌரி : (ஒரு விநாடி அதிர்ச்சிக்கும் மீட்சிக்கும் பின்) ஓ, ஐ ம் சாரி கனி.

அ. கனி : இந்துவுக்கும் முஸ்லீமுக்கும் என்னதான் வேறுபாடு இருக்கு? இவங்கள்ள யாரு அன்பப் பத்தியோ சகோதரத்துவத்தப் பத்தியோ பேசாதவங்க? யாரு நரமாமிசம் சாப்புடுற காட்டுமிராண்டி? ஒருத்தன் கடவுள் வழிபாட்டுக்காக கோயிலுக்குப் போறான். ஒருத்தன் பள்ளிவாசலுக்குப் போறான். அதுதான வித்தியாசம்? வழிபடுற முறைகளாலே சகோதரர்கள் பகைவர்கள் ஆகுறதா? என்ன கொடும கௌரி.

சில விநாடிகள் மௌனம்.

கௌரி : நீ ரொம்ப கவலப்படுற கனி. பிரச்சனைக்கு முடிவு நம்ம கையில இல்லாதப்ப நாம

ரொம்ப அலட்டிக்கிறதுல என்னா பிரயோஜனம்? போய்ப் படு.

அவள் புறப்படுகிறாள்.

அ. கனி : இந்நேரத்தில எங்க போற கௌரி.

கௌரி : குளிக்க.

அ. கனி : இந்த ஜாமத்திலயா?

கௌரி : ஆமா.

அப்துல் கனி அவள் செல்வதைத் தொடர்ந்து பார்த்துக் கொண்டு நிற்கிறான்.

திரை

காட்சி 6 அ

ஓர் அறை. அப்துல்கனி, அவன் தகப்பனார் இப்ராஹீம்ஷா, அவன் தாத்தா மூவரும் இருக்கின்றனர். தாத்தா ஈஸிச்சேரில் சாய்ந்திருக்கிறார். அவர் தலையில் ஒரு கட்டு போட்டிருக்கிறது. இவர்கள் இருவரும் அவர் எதிரில் நாற்காலிகளில் உட்கார்ந்திருக்கின்றனர்.

அப்துல் கனி : இந்தியாவுல மதப் பிரச்சன, இந்த மதங்கள்ள இருக்க வெகு ஜனங்களோட பிரச்சன இல்ல. மதத்த வயித்துப் பிரச்சனையா வச்சிருக்காங்களே சில பேரு அவங்க உண்டாக்குற பிரச்சன. மதத்தோட தலைமை பீடங்கள் உக்காந்துகிட்டு என்னமோ இவங்க தான் மதத்தத் தூக்கிப் பிடிச்சு அது மூலமா ஒலகத்தையே காக்கப் போறதா சொல்லிக்கிறாங்களே சில எலிட்ஸ், அவங்க

உற்பத்தி செய்ற பிரச்சன. நீங்க கிராங்களுக்குப் போய்ப் பாருங்க, அங்க ஒரு இந்துவுக்கோ முஸ்லீமுக்கோ, அவங்க தினசரி வாழ்க்கையில, மதப் பிரிவு எந்த விதத்திலயாவது சம்பந்தப் பட்டிருக்கான்னு நெனைக்கத் தெரியுதான்னு.

நூத்துக் கணக்கான வருசங்களா இங்க ரெண்டு பேரும் ஒத்துமையாதான் இருந்து வர்றாங்க, அப்பப்ப ஏதாவது மோதல் வருதுனா, அது இந்த எலிட் களாலயும் அவங்க அடியாட் களாலயும் வர்றதுத்தான். இதுல இப்ப அரசியல்வாதிகளும் சேந்து இருக்காங்க. மைனாரிட்டி பயத்த ஊட்டிக்கிட்டு மைனாரிட்டியான முஸ்லிம்கள மெஜாரிட்டியான இந்துக்கள் பாதுகாப்புல நெரந்தரமாக விட்டு வைக்க முடியாதுன்னு சொல்லிக்கிட்டு.

தாத்தா : (நிமிர்ந்து உட்கார்ந்து, சற்று கோபமாக) நீ என்னா ஜின்னா சாகேபையே சந்தேகப்படுறியா?

அ. கனி : நான் சந்தேகப்படல. அவர் அரசியல் ஆதாயத்துக்காகத்தான் இதச் செய்றார்னு நான் நிச்சயமாகவே நம்புறேன். அவரு தனி ராஜ்யம் வேணும்னு சொல்லி நாட்ல சில பகுதிகளைக் கேக்குறாரு. அந்த எல்லைக்குள்ள, இந்த பரந்த நாட்ல, காஷ்மீரத்தில இருந்து கன்னியாகுமரி வரை உள்ள எல்லா முஸ்லீம்களையும் கூட்டிக்கப் போறாரா? முடியுமா அவரால? முடியாதுங்கறதும் ஒரு அஞ்சு கோடி

முஸ்லீம்கன்னாலும் இங்கதங்கித்தான் ஆகணுங்கிறதும் அவருக்குத் தெரியும். ஒரு மைனாரிட்டி பயத்தில நாட்டப் பிரிக்கச் சொல்ற அவரு அஞ்சு கோடி முஸ்லிம்கள இன்னம் கொறைஞ்ச மைனாரிட்டி ஆக்கிட்டுப் போக எப்படி மனம் ஒப்புறாரு?

தாத்தா : இந்துக்களும் முஸ்லீம்களும் ஒத்துமையா இருக்கற லெச்சணம்தான் இந்த (தன் தலைக்கட்டைக் காட்டி) மண்டக்கட்டா?

அ. கனி : நேத்து நடந்தது அவங்க முஸ்லீமாவோ இந்துவாவோ இருந்ததுனால உண்டானதில்ல ராதா. மதத்துக்கு எந்த விதத்திலயும் சம்பந்தமில்லாத ஒரு அநாகரிக நிகழ்ச்சியில மதம் இழுக்கபபட்டதுனால தான். இதுல முஸ்லிம் நபர் சம்பந்தப்படாம இருந்தீருந்தாலும் இது ஒரு கலாட்டாவா ஆகித்தான் முடிஞ்சிருக்கும். நாடார் தேவர் கலவரம், ரெட்டி நாயுடு கலவரம், புதூர் மணிகண்டம் சண்ட, இல்ல தெக்குத் தெரு வடக்குத் தெரு அடிதடி, இப்பிடி ஏதோ ஒரு பேர்ல நடந்துதான் இருக்கும். ஏன்னா, இன்னமும் பக்குவப்படாத, தன் மதம் தன் ஜாதி தன் தெருன்னு சொன்ன உடனே அருவாளத் தூக்குற சண்டக் கோழி ஜனங்க இருக்கத்தான் செய்றாங்க.

இதுல இன்னொன்று கவனிச்சீங்களா? மைனாரிட்டி பூச்சி காட்டுறாங்களே அதுக்குச் சொல்றேன். நீங்களும்தான் ஆஸ்பத்திரியில இருந்திங்களே, அங்க பாதிக்கப்பட்டவங்க ரெண்டு பக்கத்திலயும் எத்தினி பேர்

இருந்தாங்க? கிட்டத்தட்ட சமமா இருந்தாங்க இல்லியா? நேத்து கலவரத்தில மெராஜரிட்டியான இந்துக்கள் பூரா பங்கெடுத்திருந்தா பாதிக்கப்பட்ட முஸ்லீம்கள் எண்ணிக்கை அவ்வளவுதானா இருந்திருக்கும்? அநேகமா நாமெல்லாம் இந்நேரம் பேசிக்கிட்டு இருக்க முடியாமப்போயிருக்கலாம், இல்லியா? அதே மாதிரி வடக்கே இந்துக்கள் மைனாரிட்டியா இருக்கப் பகுதிகளும் இருக்கு. அங்கக் கலவரம் உண்டாகுறப்பவும் இந்துக்கள் பூரா அழிஞ்சு போயிடுறதில்ல. இதுல இருந்து என்ன தெரியுது? இந்தக் கலவரங்கள்ள யாரும் ஒரு மெஜாரிட்டியோட எறங்குறதில்ல. சமுதாய விரோதிகளும் அப்பாவிகளுமான சிறு கூட்டத்தோட வேலதான் இதுனு தெரியுதா இல்லையா?

நீங்க பாகிஸ்தான் போங்க. இவங்க அங்கயும் இருப்பாங்க. நீ இந்தியாவுல இருந்து வந்த அரை முஸ்லிம், நான்தான் ஈரான்ல இருந்து வந்த முழு முஸ்லிம், அவன் பெங்கால் ஜாதி, இவன் முஸ்லிம்லயே கீழ்ஜாதினு எதையாவது சொல்லி அங்கயும் அடிதடி உண்டாக்கிட்டு இருப்பாங்க. நான் மேற்குப் பாகிஸ்தான்காரன், நீ கிழக்கு பாகிஸ்தான் காரன்னு சொல்லி சந்தர்ப்பம் கெடைக்கிறப்ப கராச்சிக் காரன டாக்காவுலயும் டாக்காக்காரன கராச்சி வீதியிலயும் இழுத்துப்போட்டு ஒதச்சுக்கிட்டு இருப்பாங்க.

தாத்தா : இந்தத் தத்துவமெல்லாம் கதைக்கி ஆகுமாடா? என்னா சொன்னாலும் இது

மொதல்ல இந்துக்கள் நாடுடா. எந்த சர்கார்ல இஸ்லாத்தோட பச்சக்கொடி பறக்குதோ அதுதான் ஒரு முஸ்லிமுக்கு சொர்க்கம். பாகிஸ்தான் ஒரு இஸ்லாம் நாடா இருக்கும். அங்க நான் பட்டினியா கெடந்தாலும் கழுத்து அறுபட்டுக் கெடந்தாலும், அந்த மண்ணுல இருக்கிறதுக்காக, அதெல்லாம் எனக்கு சம்மதம்.

அ. கனி : இது ஒரு இந்துமத நாடா இருக்கும்னு யாரு சொன்னா? இது ஒரு மதச்சார்பில்லாத நாடாதான் இருக்கும்.

தாத்தா : இது மதமே இல்லாத நாடா, காபிர்நாடாப் போறதுக்கு முதல் படி.

இப்ரஹிம்பூா :அத்தா, என்னமோ ஒண்ணு நடந்துபோச்சு. அதப்பத்தி யோசிக்க வேண்டியதுதான். ஆனா பொதுவா ஒரு சங்கதிய ஆறப்போட்டு யோசன செய்யணும்னு நீங்கதான் சொல்லுவிங்க. இப்ப ஏன் அவசரப்படணும்? ரெண்டு மாசம் போகட்டுமே?

தாத்தா : அதெல்லாம் அப்போ இப்போனு நான் யோசிக்கிற மாதிரி இல்லே. எங்கூட வா. இல்லே, ஒன் தம்பி சொன்ன மாதிரி ஒரு வழியா வரலேனு சொல்லிடு. என்ன அனுப்பி வச்சுடு.

அ. கனி : அங்க யாரு இருக்கா? இந்த வயசுல யாரு பாதுகாப்புல இருப்பீங்க?

தாத்தா : அல்லா இருக்கான்.

அ. கனி : ஏன் அவரு இங்க இல்லியா?

தாத்தா : ஆமா.

இதற்கிடையில் அப்துல்கனியின் அம்மா அஸ்மத் பேகம் அங்கு வந்து நின்றிருக்கிறாள். அவள் கையில் ஒரு டம்ளர் இருக்கிறது.

அஸ்மத் பேகம் : இதக் குடிங்க மாமு.

தாத்தா : வேண்டாம். நீங்க ரெண்டுல ஒண்ணு சொல்ற வரைக்கும நான் பச்சத் தண்ணி கூட குடிக்க மாட்டேன்.

அ. கனி : இது நியாயமில்ல ராதா. மொதல்ல ஒங்க முடிவு காரண காரியமா இருக்கற மாதிரி வாதாட வந்தீங்க. அது முடியலேன்ன ஒடனே இப்ப, ஒங்க மேல எங்களுக்கு இருக்க பாசத்தையும் கடமையையும் வச்சு மெரட்டுறீங்க.

தாத்தா : ஆமா. ஒங்க காந்தி தன்னோட பேச்ச யாரும் கேக்கலேன்னா உண்ணாவிரதமிருந்து மெரட்டுறாரு இல்ல, அதே மாதிரி, போ.

அஸ்மத் பேகம் : (வாயிலைத் திரும்பிப் பார்த்து) கௌரியும் கமலாவும் வர்றாங்க.

அப்துல்கனியும் இப்ராஹிமுவும் திரும்பிப் பார்க்கின்றனர். சில விநாடிகளில் கௌரியும் கமலாவும் அரங்கில் வருகின்றனர்.

கௌரி : (வரும்போதே தாத்தாவைப் பார்த்துக் கொண்டு வருபவள்) வணக்கம் நன்னா.

கமலா : வணக்கங்க.

தாத்தா : (கீழே பார்த்துக் கொண்டிருப்பவர் தலை நிமிராமலேயே) ம். வாங்க.

கௌரி : காயம் ஒண்ணும் பலமில்லையே?

தாத்தா : இல்ல.

இப்ராஹிம்நு :(உள்ளே திரும்பி) பாத்திமா ரெண்டு நாற்காலி கொண்டாம்மா.

கௌரி : (அப்துல்கனியிடம்) ஏதும் ஓவரா இருந்துதா? ரொம்ப ஆ இருக்காரே.

அ.கனி : அப்பிடி ஒண்ணுமில்ல. பொதுவா வயசாயிட்டாவே ஏதாவது லேசா வந்தாலும் அப்பிடிதான் இருக்கும்.

தாத்தா அவனை முறைக்காமல் முறைத்துப் பார்க்கிறார். பாத்திமா இரண்டு மடக்கு நாற்காலிகளைக் கொண்டு வருகிறாள்.

பாத்திமா : (வந்திருப்பவர்களைப் பார்த்து) வாங்க அக்கா.

கௌரி : ம்.

பாத்திமா நாற்காலிகளை விரித்துப் போடவே இருவரும் உட்காருகின்றனர்.

இப்ராஹிம்நு : குடிங்க அத்தா. நிண்டது நிண்ட வாக்குல இப்பிடிப் பிடிவாதம் பிடிச்சா எப்படி? எங்களுக்கு ஒரு வாரம்னாலும் அவகாசம் கொடுங்க.

தாத்தா : (எழுந்து கொண்டே) கொண்டு வையி. வேணுங்கறப்பக் கேக்குறேன். என்னமோ மாதிரி இருக்கு. போய்க் கொஞ்சம் படுக்குறேன்? (கௌரி கமலாவிடம்) வர்றம்மா. நீங்க பேசிக்கிட்டு இருங்க.

அவர் போகிறார்.

இப்ரஹிம்ஷா:(அவர் போனதும்) இவருகிட்ட இந்தப் பிடிவாதம் தானே பெரிய கஷ்டம்.

கௌரி : என்ன விசயம்?

அப்துல்கனியும் இப்ரஹிம்ஷாவும் பேசாமல் இருக்கின்றனர்.

கௌரி அவர்கள் இருவரையும் பார்த்துவிட்டு அஸ்மத் பேகத்தைப் பார்க்கிறாள்.

அஸ்மத் பேகம்: அது பெறக்குறத இவரு அங்க இருந்தே பாக்கணுமாம்.

கௌரி : இந்த வயசுல அங்க எப்பிடிப் போவாரு? அங்க யாரு இருக்கா?

அ. பேகம் : அவரு போறதுனா குடும்பம் பூரா போறதுன்னு தான் அர்த்தம்.

இந்த இடியைக் கௌரி சமாளிப்பதும் கமலாவால் அது முடியாமல் முகம் இறுக்கமடைவதும் தெரிகிறது.

இப்ரஹிம்ஷா : (எழுந்து கொண்டே) சரி. நீங்க பேசிக்கிட்டு இருங்க. எனக்கு சரியா வேல இருக்கு.

கௌரி : சரிங்க மாமா.

அவர் போகிறார்.

கௌரி : (அஸ்மத் பேகத்திடம்) உக்காருங்க குப்பி. உக்காரு பாத்திமா.

அவர்கள் இருவரும் உட்காருகின்றனர். மீண்டும் சிறிது நேரம் மௌனம் நிலவுகிறது.

கௌரி : நீங்க என்ன முடிவு செய்திருக்கிங்க?

அஸ்மத் பேகம் : எங்களுக்குக் கொஞ்சம் கூட இஷ்டமில்ல. இவ்வளவு நாளா தாய் பிள்ளைகளா பழகுனவங்க எல்லாத்தையும் விட்டு விட்டு, ஏவாரத்தையும் நிறுத்திட்டு, எல்லாத்தையும் ஒண்ணுக்குப் பாதியா வித்து எடுத்துக்கிட்டு வாங்கனு இவரு சொல்றப்ப, இவருக்கு என்னா பைத்தியம் பிடிச்சிச்சானு கூட நெனைக்க வேண்டியிருக்கு.

அ. கனி : பைத்தியம்தான். ஒரு வகையான பைத்தியம்.

கௌரி : பா

அ. கனி : (பாகிஸ்தான் என்பதை அழுத்திச் சொல்கிறாள்)

கமலா : குடும்பம் பூராவும்னா உங்களையும் சேத்தா?

அ. கனி : நான் மட்டும் எப்படித் தனிச்சுக்க முடியும்? அப்பா பின்னால மகன்/ மகன் பின்னால அவரோட மனைவி, அம்மா பின்னால பிள்ளைங்க இந்த சங்கிலி எப்பிடி அறும்? எங்க கச்சா மாதிரி தகப்பனாரைப் பத்தி அலட்டிக்காத மனநிலை இருந்தா குடும்பமே தப்பலாம். எங்க தாத்தா அப்பிடி இல்லியே.

கமலா : அது சரிதான். ஆனா அங்க போன உடனே இந்த மாதிரி வேல கெடச்சுடுமா?

அ. கனி : அதெப்பத்தியெல்லாம் ராதா எங்க சிந்திக்கிறாரு. இவ்வளவு பெரிய பிரச்சனையில அவரு சிறு பிள்ள மாதிரி பிடிவாதம் செய்றாரு.

அஸ்மத் பேகம் : பாத்திமா ரொட்டியும் சாயாவும் கொண்டா.

பாத்திமா எழுந்து உள்ளே போகிறாள்.

கமலா : பாத்திமாவுக்கு இதுல வருத்தம் சந்தோஷம் ரெண்டுமே கெடையாது போல இருக்கு.

அ. பேகம் : அப்பிடிச் சொல்ல முடியாது. அவ எல்லாத்தையும் அடக்கிக்கக் கூடியவ. நாம எல்லாத்தையும் விட அவ ரொம்ப வருத்தப்பட்டு கிட்டும் இருக்கலாம். வெளிய காட்ட மாட்டா.

சிறிது நேரத்தில் பாத்திமா ஒரு தட்டில் ரொட்டியும் டீயும் கொண்டு வருகிறாள். அப்துல்கனி எழுந்து அறையின்

மூலையிலுள்ள ஒரு சின்ன டீ பாயைக் கொண்டு வந்து அவர்களுக்கு நடுவில் வைக்கிறான். பாத்திமா அதில் கொண்டு வந்த தட்டை வைக்கிறாள்.

கௌரி : எனக்கு டீ மட்டும் போதும்.

பாத்திமா : (இரண்டு ரொட்டிகளைக் கையிலெடுத்து நீட்டி) இல்லக்கா, சாப்புடுங்க.

கௌரி : (அதை வாங்கிக் கொண்டே) அதுவும் சரிதான். அதுதான் உன் கையில வாங்குற பாக்கியம் இனிமே எத்தினி நாளைக்கினு இருக்கே.

பாத்திமா சட்டென்று அழுதுவிடுகிறாள்.

கௌரி : ஓ, சாரி பாத்திமா.

கௌரி கண் கலங்குகிறாள். மற்றவர்களும் அதே நிலையாகின்றனர்.

கமலா : (மெதுவா) நமக்காகத்தான் நம்மளப் பிரிக்கிறாங்களாம், நம்ம அரசியல்வாதிகளும் மதவாதிகளும்.

திரை

காட்சி 6 ஆ

கௌரியும் கமலாவும் முன் காட்சியில் வந்த அதே உடையில் ஒரு பஸ் ஸ்டாப்பில் நின்று கொண்டிருக்கிறாள்.

கமலா : நீ முழிச்சுப் பாக்குறதுக்குள்ளயே வெள்ளம் தலைக்கி மேல போயிடுச்சு போல இருக்கே கௌரி?

கௌரி : (முகத்தில் அலாதியான உறுதியோடு) இல்ல. நான் விடப் போறதில்ல. என் கடைசிச் சொட்டு பலத்தையும் உபயோகிச்சு

நீச்சலடிச்சுப் பாத்துடப் போறேன்.

கமலா : என்ன செய்யப்போறே?

கௌரி : நீ எனக்கொரு உதவி செய்யணும்.

கமலா : என்ன செய்யணும்?

கௌரி : ஒன் வீட்டுக்காரரு இன்னம் மதுரையில தான இருக்காரு?

கமலா : ஆமா.

கௌரி : நானும் அப்துல்கனியும் ஒரு ரெண்டு மணிநேரம் தனியா சந்திச்சுப் பேசுற சந்தர்ப்பத்தக் கொடு.

கமலா : சரி.

கௌரி : எப்பிடி தருவே?

கமலா : இது என்னா பிரமாதம். எப்பிடியோ தர்ரேன்.

கௌரி : ரெண்டு மூணு நாளைக்குள்ள தரணும். அவங்க இருக்கறதப் பாத்தா அதுக்குள்ள கௌம்புனாலும் கௌம்பிடுவாங்க போல இருக்கு.

கமலா : ஆகட்டும்

திரை

காட்சி 7

கமலாவின் வீடு. உள்கூடம். கௌரி ஒரு சோபாவில் உட்கார்ந்திருக்கிறாள். அவள் ஆழ்ந்து வருத்தம் கப்பிய முகத்தோடு சிந்தனையில் இருக்கிறாள். எதிரே ஒரு சோபா இருக்கிறது. அரங்கில் அவளைத் தவிர வேறு யாருமில்லை. திரை விலகி சில விநாடிகள்

வரை நிகழ்ச்சி எதுவுமில்லை. பிறகு வெளியே காலடியோசை கேட்கிறது. கௌரி திரும்பிப் பார்க்கிறாள். அங்கிருந்து அப்துல்கனி உள்ளே வருகிறான். அவனும் சோர்ந்தும் வாடிய முகத்துடனும் இருக்கிறான்.

கௌரி : *(மெல்லிய தொனியில்)* வா கனி.

அ. கனி : ம். *(எதிர் சோபாவில் உட்காருகிறான்).*

சில விநாடிகள் இருவரும் பேசாமல் இருக்கின்றனர். அப்துல்கனி இரண்டொரு தடவை வீட்டின் உள்ளே எங்கே ஒருவரையும் காணோம் என்று பார்க்கிறான்.

அ. கனி : கமலா எங்கே?

கௌரி : வருவா. கடைவீதிக்கி ஏதோ வாங்கப் போயிருக்கா.

அ.கனி : ஏன் இங்க வரச்சொல்லி லெட்டர் கொடுத்துவிட்டே? நான்தான் மூணு மணிக்கெல்லாம் ஒங்க வீட்டுக்கு வந்து எல்லார்கிட்டயும் சொல்லிக்கிறதா இருந்தேனே. அதுவும் இந்த லெட்டர் வேற யாருக்கும் தெரியவேணாம்னு வேற எழுதியிருந்தே?

கௌரி : சொல்றேன்.

மீண்டும் சில விநாடிகள் பேசாமல் இருக்கின்றனர். ஆனால் இருவரும் ஒருவரையொருவர் மற்றவர் பார்க்காத போது இரண்டொருமுறை பார்த்துவிட்டு இமைகளைத் தாழ்த்திக் கொள்கின்றனர்.

கௌரி : நீ ரொம்ப சோர்ந்து போயிட்டே.

அ. கனி : ஆமா. விடை கொடுத்தவங்ககிட்டயெல்லாம் துக்கத்த அடக்கிக்கிட்ட வேதனை. ஒங்க வீட்லயும் எங்க சச்சா வீட்லயும் கண்ணீரையே

அடக்கிக்கிட்ட வேதனை.

கௌரி : அப்பிடியா?

அ. கனி : எங்க அம்மா, ஒங்க அத்தை, பாத்திமா எல்லாரும் ஒன்னு கட்டிப்பிடுச்சிக்கிட்டு அழ ஆரம்பிச்சுட்டாங்க. பாத்திமான்னா வீடுவரையிலயும் அழுதுகிட்டே வந்தது. எங்க சச்சா வீட்லயோ சொல்ல முடியல. அண்ணனும் தம்பியும் கட்டிப் பிடிச்சுக்கிட்டு கண்கலங்குறாங்க. எங்க சச்சா திரும்பி எப்பப் பாக்கப் போறோம்னு அழுகுறாரு. எங்க அத்தா என்னான்னா, எங்கடா பாக்கப்போறோம், இனி சொர்க்கத்துல பாத்தாத்தாண்டானு வாய்விட்டு அலர்றாரு.

கௌரி : வேதனதான்.

சிறிது நேர மௌனம்.

அ. கனி : நீயும் ரொம்ப சோர்ந்து போய்தான் இருக்கே.

கௌரி : நானுமா? (மெதுவாகப் புன்னகை செய்கிறாள்) எத்தினி மணி வண்டிக்கிப் போறீங்க?

அ. கனி : ராத்திரி பத்துமணி வண்டிக்கி.

கௌரி : எல்லாம் தயார் செய்தாச்சா?

அ.கனி : ம்.

கௌரி : அப்ப இதுதான் நம்ம கடைசி சந்திப்பு, இல்ல?

அப்துல்கனி பேசாமல் இருக்கிறான்.

கௌரி : என்னால இன்னம் நம்ப முடியல கனி.

அ. கனி : எத கௌரி?

கௌரி : இப்ப நீ எங்கிட்ட கடைசியா விடை கேக்க வந்திருக்கே; போயிட்டு வரேன்னு சொல்லப்போறே; நானும் போயிட்டுவான்னு சொல்லப்போறேன்; நீ பொறப்பட்டு போகப்போறே; நாம ரெண்டு பேரும் திரும்பவும் இந்த வாழ்நாள்ல சந்திக்கவே போறதில்லேனு தெரிஞ்சும் நீ போகப்போறே; நாளைக்கு இந்நேரமெல்லாம் நீ கராச்சிய நோக்கி போய்க்கிட்டு இருப்பே; காலேஜ்ல நீ நின்னு அரட்டை அடிச்ச எடத்துக்கு செல்லமா பேர் வச்சிருக்காங்களே அப்துல்கார்னர்னு அங்கே இனிமே ஒன்னப் பாக்கவே முடியாது; இப்பிடி நூறு விசயங்க நடக்கத்தான் போகுதுன்னு என்னால நம்ப முடியல.

கசன் தேவயானி நாடகத்திலதான் தேவயானி கேட்டா. சஞ்சீவினி வித்தையக் கத்துக்கிட்ட மறு நிமிடமே கசன் வந்து நிக்கிறான். அவக்கேக்குறா. இன்னிக்கிதான் உன்சிட்சை முடிஞ்சிருக்கு. அது முடிஞ்சதும் முடியாததுமா, நான் உக்காந்திருக்கும்போதே, நீ நின்ன நிலையிலேயே, போயிட்டு வரேன்னு சொல்லி நானும் போயிட்டுவான்னு சொல்லணும்னு எதிர்பாக்கிறியே, கசனே எனக்கு வெக்கமா இருக்கு. நம்மோட இத்தன வருசத்து நட்பும் கேவலம் இந்த நாலு வார்த்தைகள் கனத்துக்குத்தானா இருந்ததுன்னா, ஆனா அந்த நாடகக் கேள்விக்கு வாழ்க்கையிலயும் இப்பிடியொரு வீரியம் இருக்கும்னு நான் நெனைக்கல.

ஜெயந்தன்

அப்துல் கனி ஏதோ சொல்ல வருபவன் பின் பேசாமல் இருந்து கொள்கிறான். ஒனக்கு இங்க எவ்வளவு பிரண்ட்ஸ் இருந்தாங்க. எல்லாம் இப்பிடி உயிருக்குயிராப் பழகுனிங்க. அவ்வளவு பேத்துக்கிட்டயும் போயிட்டு வரேனு சொல்லிட்டு எப்பிடி பொறப்பட்டு வந்துட முடியுதுனு உன்னால?

அ. கனி : இந்தக் கேள்விக்கி கசன் சொன்ன மாதிரி பதிலத்தான் நானும் சொல்லணும். கசனை தேவர் உலகத்து கடமை பிரிச்சது. என்னையக் குடும்பம் பிரிக்கிறது. இங்க எனக்கிருக்க பிடிப்பு உதாரணமானதில்லதான். இங்க உள்ளவங்க பிரிவுத் துயரம் தெரியாமயா இருக்கு. நீ பேசுனப்ப, நாளையில இருந்து என்னப் பாக்க முடியாதுன்னு சொன்னப்ப, உன் குரல்ல தொனிச்ச சோகம் என்னக் கலக்கத்தான் செய்தது.

கௌரி : என் தொனி உனக்குப் புரிஞ்சுதா கனி?

அ. கனி : என்ன கௌரி அப்பிடிக் கேக்குற?

கௌரி : ம். சும்மா கேட்டேன். (சிறிதுவிட்டு) உனக்கு இங்க இருக்க பிடிப்பு சாதாரணமானதில் லேன்னு சொன்னே. ஆனா, அதுல ஏதாவது ஒண்ணுன்னாலும் குடும்பம் பாகிஸ்தான் போனா போகட்டும், நாம இங்கேயே தங்கிடுவோம்னு நெனைக்க வக்கிற மாதிரி இல்லியா?

அப்துல்கனி வியப்படைகிறான். யோசிக்கிறான். பின் மெதுவாக எழுந்து தன் சோபாவுக்குப் பின்னால் கொஞ்சம் தள்ளிப்போய் நின்று கொண்டு சிகரெட் பற்ற வைக்கிறான்.

கௌரி : என்ன கனி.

அ. கனி : கொஞ்சம் நேரம் கொடு.

அவன் சிகரெட்டை இரண்டு முறை நிதானமாக இழுத்துப் புகைக்கிறான். பின் சிந்தனையோடும் தெளிவாகவும் பேச ஆரம்பிக்கிறான்.

நான் உணர்றேன். உன்ன, அத எப்பிடிச் சொல்றதுனு தவிக்கவிட நான் விரும்பல. நல்லதோ கெட்டதோ அதுதான் உன் எண்ணம். கசன் தேவயாணி கதையச் சொல்லிட்டு அதுல வர்ற அதே கேள்வியக் கேக்குறப்ப வேற என்னா நெனைக்க முடியும். நீ கல்யாணமாகாத பொண்ணா இருந்திருந்தா நூத்துக்கு நூறு அதுதான். ஆனா நீ ஒரு மணமான பொண்ணுங்கற முறையிலதான் நான் பலமாகவும் ஆத்ம பூர்வமாகவும் சிந்திக்க வேண்டியிருக்கு.

மீண்டும் சிகரெட்டைப் புகைக்கிறான்.

ஆனா ஒண்ணு மட்டும் என் மனசுக்கு நிச்சயம். அது நிச்சயம் கள்ளக்காதல் அடிப்படையில இருக்கவே இருக்காதுனு.

கௌரி : ரொம்ப நன்றி கனி.

அ. கனி : நீ ஒரு இந்துப் பெண்.

கௌரி : இல்ல, இந்து மதத்து மேல் ஜாதிப் பெண்.

அ. கனி : நீ விவாகரத்து செய்துக்க முடியாது.

கௌரி : ஆமா. தன் பிறவி காரணமா அந்த சுதந்திரம் மறுக்கப்பட்ட ஜீவன்கள்ல நானும் ஒருத்தி.

அ. கனி : இது தெரிஞ்சும், கள்ளக்காதல் எண்ணம் இல்லாம இருந்தும் எந்த வழிய நம்பி காதலிக்க ஆரம்பிச்சே.

கௌரி : சம்பிரதாயக் கண்ணோ சட்டக் கையோ எட்ட முடியாத இடங்களும் பூமியில உண்டுங்கறத வச்சு.

அ. கனி : தூரமான எடமாப் பாத்து ஓடிப்போயிடலாம்னு நெனச்சியா?

கௌரி : ஓடிப்போயிடுறது. இதுக்கு வேற வார்த்தையில்லியா?

அ. கனி : வார்த்தையை விடு. அதுல என்ன இருக்கு?

சிகரெட்டை ஒரு மாதிரி மடக்கி கையிலேயே அணைத்துவிட்டு ஜன்னலுக்கு போய் வெளியே போடுகிறான். ஜன்னலுக்கு வெளியே பார்க்கிறான்.

கௌரி : உன்னோட காதலுக்குக் காரணம்?

அ. கனி : (சற்று வியப்புடன்) நான் இதுவரையில் உன்னக் காதலிக்கிறேன்னு சொல்லலேன்னு நெனைக்கிறேன்.

கௌரி : இப்ப நீ என் காதலப் புரிஞ்சு கிட்டப்ப அதிர்ச்சியடையாம இருந்ததுக்கும் நோ நோன்னு கத்தாம இருந்ததுக்கும் காரணம்?

அ. கனி : அதுவா? அது ஒரு நாகரிகமாகவும் இருக்கலாம் இல்லியா?

கௌரி : ஓகோ, அப்பிடியா? அப்ப நான் நேராவே கேக்குறேன். நீ என்னக் காதலிச்சதே இல்லியா?

அவன் பேசாமல் இருக்கிறான். சிந்திக்கிறான்.

இப்பவும் நீ ஆத்ம பூர்வமாதான் சிந்திக்கிறேனு நெனக்கிறேன்.

அ.கனி : இல்ல, அறிவு பூர்வமா சிந்திக்கிறேன். உன்னோட கேள்விக்கி என்ன பதில்னு பாக்குறதுக்கு முன்னால, ஒரு வேள அது ஆமானு இருந்துட்டா, அதோட விளைவு என்னவா இருக்கும்னு சிந்திக்கிறேன். இப்ப நீ உண்டாக்கியிருக்க நிலைமைக்கி முன்னால எங்க ராதா உண்டாக்குன நிலம எவ்வளவோ சிறிசாப் போச்சு. அவருனாலும் அதுக்கு நாலு நாள் டைம் கொடுத்தாரு. நீ நாலு மணிநேரம் கூடக் கொடுக்கல.

கௌரி : நாலு மணிநேரம். அதுக்குள்ள நாலு உலகங்கள ஜெயிக்கலாம் கனி. மனம் இருந்தா சொல்லு. வழிய நான் சொல்றேன்.

அ.கனி : வாழ்க்கையில காதல் ஒண்ணுதான் பூராவுமா இருக்கா? வேற ஒண்ணும் இல்லியா?

கௌரி : என்னென்ன இருக்கு சொல்லு.

அவளும் எழுந்து தன் சோபாவின் பின் பக்கம் செல்கிறாள். அதில் லேசாகச் சாய்ந்து கொண்டு நிற்கிறாள்.

அ. கனி : நம்மோட சம்பிரதாயங்க இருக்கு. குடும்ப கௌரவம் இருக்கு. பெற்றோர்கள் பாசம் இருக்கு. உன் மேல மிஸ்டர் ராஜப்பா வச்சிருக்க நம்பிக்கையிருக்கு.

கௌரி : சம்பிரதாயம். இந்த வார்த்தையோட தொனியே, இது மாறக்கூடியது, எல்லாக் காலத்துக்கும் செல்லுபடியாகத் தேவையில்லாததுன்னு சொல்லலியா? நீ முஸ்லீமாம். நான் இந்துவாம். இந்த ரெண்டு வார்த்தைகளப் போட்டுட்டதுனால நமக்குள்ள எவ்வளவு மன ஒற்றுமை இருந்தாலும்

கல்யாணம் செய்துக்க முடியாதாம். உண்மையில இது ஒனக்கு வேடிக்கையா இல்லியா கனி?

குடும்ப கௌரவத்தப் பத்திச் சொல்றே. தப்பான அடிப்படையில உருவாகியிருக்க அது சரியான முறையினால உடஞ்சு போயிட்டா அதுக்கு யார் பொறுப்பு? ஒரு பொண்ணோட வாழ்க்கையையும் ஆத்மாவையும் எரிச்சுக்கிட்டு அந்தத் தீயில குளிர் காயிறது ஒரு கௌரவம்னா அது யாருக்கு வேணும்? அது எந்தக் கௌரவமா இருந்தா என்னா?

அவரு வச்சிருக்க நம்பிக்கையைச் சொல்றே. வெறும் நம்பிக்கையினால என்ன பிரயோஜனம்? என்னோட உள்ள உணர்வுகளையும் உடல் உணர்ச்சிகளையும் கூடப் புரிஞ்சுக்க முடியாத அவரோட நம்பிக்கையும் ஒரு மூடநம்பிக்கைதான்.

இதைக்கேட்டு அப்துல்கனி வியப்படைகிறான்.

நான் ஓடிப்போயிடுறேன்னு சொன்னா அது ஒரு குற்ற உணர்வுனால இல்ல. நேரடிக் கல்யாணத்துக்குச் சட்டம் இல்லாதது னாலதான். நான் ஒரு முஸ்லிம் பெண்ணாவோ சக்கிலிப் பெண்ணாவோ இருந்திருந்தா நேருக்கு நேரா சொல்லிட்டுத்தான் பொறப்படுவேன்.

அ. கனி : (இன்னமும் திகைப்பு நீங்காமல்) உடல் உணர்ச்சிகளையும் கூட புரிஞ்சுக்க முடியாத... அப்பிடின்னு சொன்னே இல்லே?

கௌரி : யெஸ்.

அ. கனி : *(நம்பிக்கையின்மை தொனிக்கும் வேதனை வியப்பாக)* என்ன கௌரி?

கௌரி : எப்பவோ படிச்ச ஒரு ஆங்கிலக் கவிதை ஞாபகம் வருது. திருடன், புரட்சிக்காரன், ஏமாற்றமுற்றவன், இவர்களுக்கு தூக்கம் கிடையாதுன்னு அதுல வரும். நான் திருடியாவோ புரட்சிக்காரியாவோ இல்லாம இருந்தும் பல நாள் இரவுகள் தூங்குனதில்ல ஃபிரெண்ட்.

அ. கனி : ஓ...

அவன் மீண்டும் உலவுகிறான்.

உன் ராத்திரிக் குளியலுக்கு இதுதான் காரணமா! இதப் பத்தியோ, உன் காதலப் பத்தியோ இதுநாள் வரையில ஒரு கோடுகூட காட்டுனது இல்லியே?

கௌரி : மொதல்ல என் எண்ணம் சரிதானான்னு தீர்மானிக்கவே எனக்கு ரொம்ப நாளாயிடுச்சு. அப்புறமும் அவசரப் படக்கூடாதுன்னு நெனைச்சேன். ஒருநாள் உக்கார வச்சு காரண காரியமா சரியான முறையில உனக்கு விளக்கமா, நீ சொன்ன மாதிரி கோடு காட்டுறதுன்னு எல்லாம் ஆரம்பிச்சா, அது வெறும் ... வெறும் உடல் உறவு விசயமாப்பட்டு, எங்கே என்னப் பத்தி உன் மனசுல இருக்கிற எடத்துல இருந்து கீழே எறக்கிடுவியோனு பயந்தேன்.

அ. கனி : *(அடக்கிய உணர்ச்சியோடு)* என்ன அவ்வளவு உயரத்தில வச்சிருக்கியா கௌரி?

கௌரி : இதென்ன கேள்வி கனி?

அ. கனி : நான்தான் கொஞ்ச நாளா, நீ என்னைய உன் மனசுல இருந்து எறக்கிடக் கூடாதேன்னு ஜாக்கிரதையா இருந்துகிட்டு இருந்தேன்.

கௌரி : (வியப்பும் சிலிர்ப்புமாக) கனி, இதென்னா? என் ஆரம்பக் கேள்விக்கி, ஆமா காதலிக்கிறேன்னு பதில் சொல்ற மாதிரி இருக்கே? உண்மையில எனக்கு அந்த பாக்கியம் இருக்கா?

அ. கனி : காதலிச்சது மட்டுமில்ல. பன்னிரெண்டு வயசுல இருந்தே நாம பழகியும் மனசுக்குள்ள எவ்வளவோ பிரியம் இருந்தும், சர்வ சாதாரணமாகவும் சந்தடியில்லாமயும் நீ அன்னியமாப் போயிட்டதக் குறிச்சு என் உள் மனசுக்குள்ள ஒரு ஆவேசமே இருந்திருக்கு. அது பொது தர்மாவேசமா உருமாத்தி இருந்திருக்கு. அன்னிக்கி ஸ்மித்ஸ் நிகழ்ச்சிக்குப் பின்னால, நான் கசன் தேவயானி நாடகம் பத்திப் பேசுனதுக்கு கமலா ஒரு கேள்வி கேட்டாங்க ஞாபகம் இருக்கா? இந்தப் பிரிவினைகளுக்குப் பலியாகிப் போன காதலர்களுக்காக நீங்க செய்த விமர்சனத்திலயும் தான் உயிர் இருந்தது, மன வேதனையும் வேகமும் இருந்தது, நீங்க எந்தக் காதலர்கள் பிரிவப் பாத்தீங்க? இல்ல, ஒங்களுக்கு ஏதாவது பெர்சனல் எக்ஸ்பீரியன்ஸ் ஆச்சான்னு கேட்டாங்க. அப்ப எனக்குள்ள மின்னல் போல அடிச்சது, உன் பிரிவுதானா அதுக்கு காரணம்னு தோணுச்சு. பின்னால சிந்திச்சதும் அது சரின்னுதான் பட்டுது. ஆனா அது வெறும்

உண்மைதான்னும் நிதர்ஸன வாழ்க்கைக்கும் அதுக்கும் எந்த சம்பந்தமும் இல்லேன்னு தீர்மானிச்சுக்கிட்டேன். ஆனா அப்ப இருந்தே இது வேற ஏதாவது வழிகள்ல வெளிப்பட்டு உன் மனசுல என்னோட நிலைய எறக்கிடுமோனு பயப்படவும் ஆரம்பிச்சுட்டேன்.

கௌரி : ஓ...

அவள் பரவசமா அவனை நோக்கி வரச் தொடங்கி ஆனால் சட்டென்று நின்று கொள்கிறாள்.

புரபஸர் ஸ்மித் சொன்னது ஞாபகம் வருது. வட துருவத்தில இருந்தாலும் கன்னியாகு மரியில இருந்தாலும் மனுசன் அடிப்படையில ஒண்ணுதானு. நாம இவ்வளவு பக்கத்தில இருந்தும் வேற எப்பிடி இருந்திருக்க முடியும்.

அவள் பெருக்கெடுத்த உடன் இங்குமங்கும் உலவத் தொடங்குகிறாள். வலது கை முஷ்டியை இடது உள்ளங்கையில் குத்திக் கொள்கிறாள்.

இப்ப உன்னோட உள்மன ஆவேசத்துக்கும் வாழ்க்கை நிதர்ஸனத்துக்கும் சம்பந்தம் வந்திருக்கே, என்ன செய்யப்போறே?

அ. கனி : சம்பந்தம் வந்ததுனாலதான் இப்ப நான் புரூடன் கழுதையா நிக்கிறேன். இன்னமும் நான் காதலே முழு வாழ்க்கையாங்குற கேள்வியில இருந்தே விடுபடல. ஒரு மணி நேரத்துக்குள்ள இவ்வளவு பெரிய பெரிய பிரச்சனைக்கு முடிவு எடுக்கலாமாங்குற சந்தேகமே மேல, சிந்திக்க விடாத பெரிய

தடையா இருக்கு.

கௌரி : இதுல நீ தப்பு செய்றே கனி. இவ்வளவுக்குப் பிறகும் நீ என்னமோ இந்த விசயம் முழுதுமே இப்பதான் மொளச்ச மாதிரி நெனக்கிறே. நம்ம காதலுக்கு பத்து வருடச் சரித்திரம் இருக்கு கனி. அது வேர்விட்டு ரொம்ப நாளாச்சு. காலம் காலம்னு சொல்றப்ப அது வளர்ந்த காலத்தையும் சேத்துக்கணும். நாம அதுக்குக் கொடுக்கப் போறது இப்ப அங்கீகார முத்திரை மட்டும்தான். இருக்கிறது கொஞ்ச நேரங்கறது சரிதான். இந்தக் குறுகுன நேரம் காரணமா ஒரு தப்பச் செய்துடுவோமோன்னு நெனக்கிற அதே நேரத்தில அதே குறுகுன நேரங்குற சந்தேகம் காரணமா ஒரு புதையல, தவற விட்டுடுவோமோங்கறதயும் யோசி. இந்த நேரத்தத் தவற விட்டுட்டா அப்பறம் யோசிக்க நேரமே கெடையாதுங்கறதயும் யோசி.

அ.கனி : தாய் தகப்பனாரை விட்டுட்டு எப்பிடி தங்கிடுறது? ஒரு வேள நீ கல்யாணமாகாத பொண்ணா இருந்திருந்தாலும், மதம் மாத்தி ஏத்துக்க எங்க அத்தா சம்மதிச்சிருக்கலாம்.

கௌரி : (திடமாக) நோ. அப்பிடியே நான் இருந்திருந்தாலும் நான் ஒத்துக்க மாட்டேன். நான் கேக்குறது விடுதலை. ஒரு கூண்டுல இருந்து இன்னொரு கூண்டுக்குள்ள அடைக்கலமில்ல. பாத பூஜைக்குப் பதிலா பர்தா இல்ல.

அவன் மீண்டும் மௌனமாகி உலவுகிறான்.

அவள் அவனைப் பார்த்துக் கொண்டிருக்கிறாள்.

கௌரி : (கனிவாக) கனி, நீ ஒரு காதல ஒத்துக்கிட்டே. அப்பறம் ஏன் அதுக்கு எதிரா சின்னச் சின்ன விசயங்களக் கொண்ணாந்து நிறுத்தி அவதிப்படுறே? நான் சொல்றேன் வா நாம... ஆல் ரைட்... ஓடிப் போயிடுவோம். உங்க தாத்தா அவரு விரும்புற பாகிஸ்தான் சொர்க்க பூமி புழுதியில புரண்டு சுகம் அடையட்டும். உங்க அத்தா, அப்பா பாசத்துக்காக பின்னால போகட்டும். கணவன் பின்னால உங்க அம்மா போகட்டும், எங்க வீட்ல எல்லாரும் அவங்க சம்பிரதாயப் பெருமைகள்ளயே முழுகிக் கெடக்கட்டும். மிஸ்டர் ராஜப்பா இந்து உலகத்து பயில்வான்கள எல்லாம் ஜெயிச்சு தன் சிஸ்யர்கள் தோள் மேல நின்று ஆடட்டும். இவங்கள்ள யாரும் நமக்காக இல்லாத மாதிரியே, நாமளும் இவங்க யாருக்காகவும் இல்லாம, நாம நமக்காகப் போவோம். எங்கயாவது தெற்கே ரொம்ப தூரமான கிராமத்துக்குப் போயி, இந்துன்னு சொன்னா வாங்க தம்பின்னும் முஸ்லீம்ன்னு சொன்னா வாங்க பாய்னு மட்டுமே சொல்லத் தெரிஞ்ச சாதாரண மக்களோட கலந்துடுவோம். முடிஞ்சா அந்தக் கேள்வியயும் அவங்க வருங்காலத்திலக் கேக்காம இருக்க ஏதாவது செய்வோம். நீ தான் சொன்னே, கசன் தேவயானி கதை காலங்காலமா தொடர்ந்து வந்திருக்கற ஒரு கொடுமைன்னு. இந்த யுகத்தில கசன் தேவயானி ஜெயிக்கட்டும். இது அவங்க யுகமா இருக்கட்டும்.

ஜெயந்தன்

அ. கனி : நாம இப்பிடிப் போயிடுறதுனால, அது நம்ம கணக்குப்படி தேவையில்லாததா இருந்தாலும், நம்ம ரெண்டு குடும்பத்தாருக்கும் உண்டாகக் கூடிய மனவேதனையும் அவமான உணர்ச்சியும் ...

கௌரி : ஆல் ரைட், அதுல இருந்து வேண்ணா அவங்கள நாம காப்பாத்துவோம். நான் ஒரு திட்டம் சொல்றேன். இன்னிக்கி நீ உன் குடும்பத்தோட பொறப்படு. அவங்க கராச்சி போக இனிமே பயமில்லேங்குற இடம் வரையில போ. பின்னால ஏதோ ரயிலத் தவறவிட்ட மாதிரியும், கராச்சி வந்து சேர்ந்துகுவேன்னு அவங்க நம்புற மாதிரியும் எதையாவது செய்துட்டு வந்துடு. நீ வந்தது தெரிஞ்சதும் நான் பெறப்படுறேன். வேடிக்கப் பாக்கப் போனவ ஆத்தோடப் போயிட்டான்னு எதையாவது நெனைக்கிற மாதிரி நான் செய்துட்டு வந்துடுறேன். நம்ம ரெண்டு பேரையும் இணைச்சு அவங்க கற்பனைகூடப் பண்ண முடியாம செய்துடுவோம்.

கனி இன்னமும் மௌனமாக இருக்கிறான்.

சரின்னு சொல்லு கனி.

அ. கனி : (நீண்ட பெருமூச்சுக்குப்பின்) நல்லது கௌரி.

கௌரி : (முன்னால் வந்து அவன் கரங்களைப் பற்றி) தேங் யூ கனி.

அவள் கையைத் தொட்டதால் அவன் பரவசமுறுகிறான். பின் புன்னகைக்கிறான்.

அ. கனி : நீ மொதல்லயே இந்த மாதிரி கையைத் தொட்டிருந்தா எந்த யோசனையும் செய்யாம

	உன் பின்னால ஓடி வந்திருப்பேன் போல இருக்கே கௌரி.
அ. கனி	: யெஸ் டார்லிங்.
கௌரி	: (அவன் கழுத்தில் கைகளை வளைத்துச் சிரித்து) இன்னிக்கி ஒரு வாழ்க்கையவே ஜெயிச்சு எடுத்திருக்கேனே, முதல் பரிசு என்ன டார்லிங்?

அவன் முத்தமிடக் குனிகிறான்.

***